அஞ்சாங்கல் காலம்

உமா மகேஸ்வரி

அஞ்சாங்கல் காலம்	:	நாவல்
ஆசிரியர்	:	உமா மகேஸ்வரி
	:	© ஆசிரியருக்கு
முதற்பதிப்பு	:	டிசம்பர் 2013
அட்டை புகைப்படம்	:	பினு பாஸ்கர்
வெளியீடு	:	வம்சி புக்ஸ்
		19, டி.எம்.சாரோன்,
		திருவண்ணாமலை - 606 601
		செல்: 9445870995, 04175-251468
அச்சாக்கம்	:	சாய் தென்றல், சென்னை-600 005
விலை	:	₹ 350/-
ISBN	:	978-93-80545-84-4

Anjaangkal Kalam	:	Novel
Author	:	Uma Maheswari
	:	© Author
First Edition	:	December - 2013
Cover Photography	:	Binu Basker
Published by	:	Vamsi books
		19.D.M.Saron,
		Tiruvannamalai-606 601.
		Cell : 9445870995, 04175-251468
Printed by	:	Sai Thendral, Chennai-600 005
Price	:	₹ 350/-
ISBN	:	978-93-80545-84-4

www.vamsibooks.com - e-mail: vamsibooks@yahoo.com

என்னுரை

சூழலாலும், சுய அழுத்தத்தாலும் எழுப்பப்பட்ட சுவர்களுக்குள்ளேயே நடமாடியபடி, நானறிந்த பெண்ணுலகம் மிகக் குறுகியது. வெளியுலகோடு குறைந்த பரிச்சயமே கொண்டது. அவர்களின் வாழ்வனுபவமும் கொஞ்சமே. அவற்றை அவர்கள் சொல்வதேயில்லை. இத்தகைய பெண் வாழ்வை, அவர்களின் உணர்வுகளை யூகித்துக் கற்பனையில் விரித்தெழுதுவது எனக்குப் பிடித்தமாக இருக்கிறது.

"பொம்பளப் பிள்ள" என்று பிறந்ததுமே கவலைச் சொல் வாங்கிக் கண்டிப்பான கவனத்தோடும், கட்டிக் கொடுக்க வேண்டிய பதற்றத்தோடும் வளர்க்கப்பட்டு, பதின் பருவத்தில் இன்னும் கண்காணிக்கப்பட்டு, பாதியில் அறுபட்ட படிப்போடு, சிறுமிப் பருவத்திலிருந்து கன்னிமையின் கனவுலகையோ, இளமையில் சுதந்திரத்தையோ உணராமல் இருக்கும்போதே மணமுடித்துத் தரப்படும் பெண்கள் 17, 18 வயதிலேயே பெண் குழந்தை பிறந்து, மகளுக்கு மணமானால் இந்தப் பெண்கள் பாட்டிகள். 35 வயதிலேயே பாட்டியான பெண்களை நான் பார்த்திருக்கிறேன்.

கணவர், குழந்தை, நகை, நட்டு, மாமியார், நாத்தனார் என்ற வட்டத்துக்குள்ளேயே சுற்றி வந்தாலும் அதுகுறித்த புகாரோ, வருத்தமோ இன்றி மாறாத புன்னகையோடு வளைய வரும் பெண்கள். அவர்களுடைய உணர்வுகள், கனவுகள், உளைச்சல்கள், துக்கங்கள், சந்தோஷங்கள், சஞ்சலங்கள் இவற்றையெல்லாம் எழுத, எழுத நான் எண்ணிலடங்கா திசைகளில் இழுத்துச் செல்லப்பட்டேன்.

வேலைகளைக் கை செய்ய, மனம் என் கதாபாத்திரங்கள் பேசுவைதக் கேட்டுக் கொண்டிருக்கும். அப்பட்டமான உண்மைகளை நான் அறிந்ததேயில்லை. அறிந்தாலும் அவற்றை அப்படி அப்படியே எழுதுவதில் எனக்கு எந்தச் சவாலும் இல்லை. இந்த நாவலில் கதாபாத்திரங்கள் கற்பனா விரிவோடும், சுயசரிதைத்தன்மை இன்றியும் இருக்க வேண்டுமென விரும்பினேன். ஆனால் அவர்களோ நானறியாத வேறு உலகில் உலவுகிறார்கள். என் தின வாழ்வினூடே சதா குறுக்கும், மறுக்கும் திரிந்தார்கள்.

முக்கியமாகக் குழந்தைகள், அவர்களோடு என் குழந்தைப் பருவத்தை மீண்டும் வாழமுடிந்தது. அவர்களுடைய குறும்பும், சுட்டிப் பேச்சும் என் நாட்களின் வெறுமையை விரட்டின.

ஒரு புதினமென்பது மதுரை - சென்னை ரயில் வண்டி போலத் தொடர்ச்சியாக இருக்க வேண்டியதில்லை என எண்ணுகிறேன். அத்தகையதொரு தொடர்பை வாசக மனம் வாசிப்பில் தானாகவே ஏற்படுத்திக் கொள்ளும் என நம்புகிறேன்.

இந்த நாவலை அழகாக வெளியிடும் வம்சி பதிப்பாளர் ஷைலஜா, பவாசெல்லதுரை, தட்டச்சு செய்த சிந்துபாரதி, ஆனந்தி, முழுக்கமுழுக்க இந்த நாவிலில் தன்னைக் கரைந்துக் கொண்டு சொந்த படைப்புக்கு நிகரான ஆர்வத்துடன் நாவலை சரி பார்த்து பல முக்கியமான ஆலோசனைகளையும் தந்து உதவிய பேராசிரியர். கா. பட்டாபிராமன் அவர்களுக்கும் உத்திரகுமாரன் அவர்களுக்கும் நன்றி.

அன்புடன்

உமாமகேஸ்வரி

1

தினங்களின் மொட்டுகள் பிடிவாதமாக அரும்புகின்றன. மீண்டும் மீண்டும் அன்பின் வெதுவெதுப்பற்ற பகல்கள். கோடானுகோடி நட்சத்திரங்களில், ஒன்றேவொன்றின் ஒற்றைத் துளி ஒளியைக் கூட உள் நுழைய விடாமல் இறுகிக் கடின இருள் பூசிய வீடுகளின் சிமெண்ட் கூரைகள். அவசரங்களும் ஆற்றாமைகளும் உலவுகிற தெருக்கள். களித்துச் சிரித்தும், வெடித்து அழுதும், பேசியும் பேசாமலும், வாழ்ந்தும் வாழாமலும் உழலும் மனிதக் கூட்டம். சதா இரைந்து கொண்டிருக்கின்ற இருப்பின் ஓலத்திலும் உற்சாகத்திலும் கருநீல நிம்மதியிலும் மனிதனால் ஒருபோதும் அடைய முடியாத அமைதியின் உறைவிலும் இருக்கின்ற மலைத் தொடர்கள். ஒரு பாதமேனும் தீண்டாத அவற்றின், காலச்சிதைவற்ற கசடின்மையும், புத்தம் புதுமையும் முகடுகள் நகர்ந்து, அகன்ற அடிப்பாகங்களோடு, அறிய முடியாத உயரம் கொண்டு, தமக்குள் என்ன இருக்கிறதென்பதை ஒருக்காலும் வெளிப்படுத்தாத மலைகளின் மர்மத்தோடு அணுகி, இழைந்து ஆயினும் ஒன்றாமல் நகர்ந்து கொண்டேயிருக்கும் ஆகாயம். இளவெயில் உலகெங்கும் பரவத் தொடங்கியிருந்தது. மேகப் பொன் விளிம்புகள் பிரகாசிக்கத் தொடங்கியிருந்தன.

மனப்பரப்பெங்கும் ரேணுகாவால் உணரப்பட்டதெல்லாம் வெறுமை. வெறுமையன்றி வேறெதுவுமில்லை. துக்கமோ, சந்தோஷமோ, எதிர்பார்ப்போ, ஏமாற்றமோ அற்ற சூன்யம். வறண்ட வாழ்வின் வெளி அவள் எண்ணங்களுக்கு எட்டாத் தொலைவில் விரிந்து கிடக்க, அதன் முடிவில் என்ன இருக்கிறது ; துவக்கத்தில் எது நடந்தது ; நடுவில் நடந்ததெல்லாம் ஏன், என்ன என்ற கேள்விகளோ, தேடல்களோ கூட இல்லாதவளாக இருந்தாள்.

மூடிய கண்ணாடி ஜன்னல் வழியே நிச்சலன நீல நெளிகோடுகளாக மலை விளிம்புகள் தெரிந்தன. வெளிறிய நீல வானமும், சோகையாய் வெளுத்த மேகங்களும் அறைக்குள்ளும் அலைய ஆரம்பித்தன. சூரியனிலிருந்து வெடித்துப் பிரிந்த ஒற்றைக் கதிர், ஒளித் தூசிகளோடு பொன் ரேகையாக அறையின் சூன்யத்தை வகிர்ந்தது. உற்றுக் கவனிக்கையில், அதைத் தொட்டுத் தன் உள்ளங்கைகளில் ஏந்திச் சேமிக்க இயலும் என்று நம்பினாள் ரேணுகா. ஆனால் அவள் கண்களோ இருண்டு வந்தன. கூந்தல் கலைந்து பிசிர் பிசிறாகப் பறந்தது. உக்கிரம் அதிகரிக்கும் வெயில். ஆனால் அது பொசுக்கவில்லை. ஒருவித ஆறுதலும், இதமுமே தருகிறதென்று பட்டது.

அம்மா அவசரப்படுத்துகிறாள். ரேணுகாவிற்கு ஒரு பரபரப்புமில்லை. நிதானமாக மிக நிதானமாக தோட்டத்தில் செடிகளைத் தொடுவதுபோல், அரும்புகளைத் தேடிப் பறிப்பது மாதிரி, மெதுவாகத் தேடிக் கொண்டே ஒவ்வொன்றாக எடுத்து விரியத் திறந்த பெட்டிக்குள் நகைகளை வைத்துக் கொண்டிருந்தாள்.

“நகைகளையெல்லாம் எடுத்து வைத்தாயா?” சொர்ணலட்சுமியம்மா பதற்றமாகக் கேட்டாள். ரேணுகா தலையசைத்தாள். பிறந்த வீட்டிலிருந்து சீதனமாகக் கொணர்ந்த நகைகள். புகுந்த வீட்டில் திருமணத்தின்போது அணிவித்த ஆபரணங்கள், நெக்லஸ்கள், முத்துமாலைகள், வளையல்கள், வங்கிகள், ஒட்டியாணம், காதுக்கு விதவிதமான கம்மல்கள், ஜிமிக்கிகள், தொங்கட்டான்கள், கொலுசுகள். எத்தனை எத்தனை! பெட்டிகள் நிறைந்துவிட்டன! தனியாக ஒரு மரப்பெட்டி இருபுறமும் இரும்புக் கைப்பிடி வைத்தது. அதைக் கடைசியாகத் திறந்து அவள் இனி ஒரு போதும் போட்டுக்கொள்ள முடியாத அந்த நகையை எடுத்துப் பார்த்தாள். சின்னச் சுருக்குப் பைக்குள் பொதிந்த தங்கத் திருமாங்கல்யச் சரடு! அவன் இறந்த மூன்றாம் நாளில் செம்பிற்குள் கழற்றிப் போட்டது. ‘வளர்பிறை போலத் தாம்பத்யம் வளரட்டும். பௌர்ணமியாகப் பூரணமுறட்டும்’ என்று பிறை நிலவும், முழுச் சந்திரிகையும் பொதித்த நடு நாயகம். ஒரு சலனமுமின்றி அதை உள்ளங்கையில் வைத்திருந்தாள். கசங்கிப் போன,

இன்னமும் விட்டெறியாமல் இறுக்கிய பயணச் சீட்டைத் தொடும் உணர்வு ஏற்பட்டது. 'இதில் தேய்பிறையாகவும் அமாவாசையாகவும் அல்லவா போனது என் மணவாழ்வு' என அவள் மனம் கேலியாக எண்ணிச் சிரித்தது.

"என்ன?" என்றாள் அம்மா, மகளுடைய முகத்தை அனுதாபம் பொங்கப்பார்த்துக் கொண்டே. ''ஒண்ணுமில்லையம்மா'' என்று சொல்லிவிட்டு அவசரமாக அதை மறுபடி சுருக்குப் பையிலிட்டாள்.

"அழுதுதான் தீர்த்துடேன்" என்றாள் அம்மா, கலங்கிய குரலில். ரேணுகா விளையாட்டாக உதட்டைப் பிதுக்கினாள். பெட்டியைப் பூட்டினாள். பாத்திரங்கள் அடங்கிய அட்டைப் பெட்டிகளைச் சரி பார்க்க அம்மா திரும்பிய கணத்தில், புடவைகள் நிறைந்த கருப்பு சூட்கேசை அவசரமாகத் திறந்தாள். மயில் கழுத்து நிறப் பட்டைத் தேடித் துழாவின அவள் விரல்கள். மகா ஆசை ஆசையாக வாங்கித் தந்தது. அதன் மடிப்பில் வைத்திருந்த, பழுப்பேறத் துவங்கிய அவனுடையப் புகைப்படத்தைப் பார்த்தாள், அந்தக் கண்கள்! அவை எங்கும், எப்போதும் காணாமல் போக முடியாது. அவற்றைச் சுண்டு விரல் நுனியால் ஸ்பரிசித்த போது இமைகளின் படபடப்பை உணர்ந்தாள். புடவையை நீவிக் கொண்டேயிருந்தாள் நெடுநேரம்.

"கிளம்புடி, என்ன இன்னும் தயங்கித் தயங்கி நிக்கிற?"

"இதோம்மா."

ஆசாரி கட்டிலை கால் தனியாக, நடுப் பலகை தனியாகப் பிரித்துக் கழற்றிக் கொண்டிருந்தார். அலங்கார மேஜையைக் காலி செய்து தந்தால் அதையும் பிரித்துக் கட்டித் தூக்கிவிடலாம். தூசி பிடித்த மேஜை, கண்ணாடியில் தெரிந்த தன்னைப் பார்த்தபோது, 'நீ தாலியத்தவ' என்று எங்கிருந்தோ கேட்ட குரலைப் புறக்கணித்துப் பளிச்சிட்ட தன் முகத்தைப் பார்த்தாள். இப்போதுதான் குளித்துவிட்டு வந்ததுபோல் மாசு மருவற்று, தூயதாகத் துலங்கும் பொட்டற்ற, பூச்சற்ற முகம். அம்மா முணுமுணுத்தாள்.

“அய்யோ, உனக்கு இருபது கூட முடியலயே! இதென்ன கோரம்? என்னால கண்கொண்டு பார்க்க முடியலயே”

“சும்மாயிரும்மா. இந்தா, தலை பின்னி விடு” என்று ரேணுகா பட்டைச் சீப்பை எடுத்து நீட்டினாள். அம்மா பெருமூச்சிட்டபடியே, திரும்பி உட்கார்ந்து மகளின் கூந்தலை அவிழ்த்துச் சிடுக்கெடுத்து வாரத் துவங்கினாள்.

“பத்திரத்தையெல்லாம் சூதானமா எடுத்து வைச்சியா?”

“ஆமா, அன்னிக்கே அப்பாட்ட தந்துட்டேன்.”

“வெள்ளிச் சாமானுக?”

“வச்சிட்டம்மா.”

“ம்ம். என்ன இருந்தென்ன? இனிமே என்ன செய்யப் போறாயோ?”

“புலம்பாதம்மா, பின்னிவிடு.”

“எப்படீடி இப்படி இருக்க?”

“எப்படியோ?”

இடுப்பைத் தொட்ட தலைமுடிதான். அம்மா மூன்றாக வகிர்ந்து பின்னினால் ஆறேழு பின்னல் விழுமாயிருக்கும். ஆனால் பின்னப் பின்ன நீண்டு கொண்டே போகிறது இன்றைக்கு. அம்மா இடையிடையே பிசிறில்லாமல் மெதுவாக முடியை இழைத்துச் சீவுகிறாள். இறுக்கிப் பின்னுகிறாள்.

“வேகமா பின்னேம்மா”

“ம்ம்...”

பின்னி முடித்து முன் தோளில் ஜடையைப் போட்டுவிட்டு, மகளைப் பார்க்கப் பொறுக்காதவளாக அறையை விட்டு வெளியேறினாள்.

தங்காசாரியின் சுத்தியல் ஒலி கேட்டுக் கொண்டிருந்தது. வீடே அந்த ஒலியில் அதிர்வதாக ரேணு உணர்ந்தாள். அவசரமாகப் பிரித்துக் கட்டிய

வீடு. பெரிய வீடொன்றின் பின் பகுதியும், மாடியும். அந்தக் கூட்டுக் குடும்பத்தின் சிதைந்த பகுதி. அவளாகப் பிரித்தெடுத்துக் கொண்ட சுவர்களும், ஜன்னல்களும், கதவுகளும். ரேணு ஜடையை வருடியவாறே குனிந்து உட்கார்ந்தாள். மாலை கூடிய கணவனின் புகைப்படம் பெரிதாய்ச் சுவரில் தொங்கியது. அதன் விழிகள் அவளிடம் எதையோ சொல்லத் துடிக்கின்றனவோ?

ரேணுகா அந்தப் புகைப்பட விழிகளைத் தவிர்த்தாள். வீட்டுத் தரையைப் பார்வையால் அளந்தாள். இதே இடந்தான். இந்தத் தரைதான். நினைவுகளை விலக்கி விலக்கித் திறந்தபோது அந்தக் காட்சி மீண்டும் வந்தது. இதே திசையில் வெண் விரிப்பில் கிடத்தப்பட்ட கணவனின் உடல் மூன்று வருடமே தாம்பத்தியத்தில் அவள் அறிந்ததாகவே இருந்து மறைந்தது. அரைத் தூக்கத்தில் மது வாசனையோடு அவள் மேலமுந்தும் ஒரு பொருளாகவே அது நினைவில் பதிந்திருந்தது. எப்போதும் போதையில் இருப்பவன், தவறிவிழுந்தானோ, தானே சாக நினைத்தானோ, மூணாறு தோட்டத்தில் பெரும் பாறை மீதிருந்து விழுந்து இறந்தவனை அள்ளிக் கொண்டுவந்து இங்கேதான் கிடத்தியது. மண்டையில் கசிந்த ரத்தம். மூடிய இமைகளின் மேல்வரிகள். விரைத்த பாதங்கள். பார்த்துக்கொண்டே இருந்த ரேணுகா அழவேயில்லை. வெறுமனே உட்கார்ந்திருந்தாள். ‘அய்யோ தம்பி’ என்று அலறல்கள் கணவனின் புகைப்படமும் கண்களின் புன்னகையும் இல்லை. அந்தக் கட்டில் கணவனின் உடலோடு பிணங்கி, மகாவின் தேகத்தோடு முயங்கிக் கிடந்த அந்தக் கட்டில்; அதை இப்போது பகுதி பகுதியாய்ப் பிரிப்பது அவளை வருத்தியது. இதுவரை வாழ்ந்த நாட்களின் நினைவுகள் மொத்தமும் சிதறிக் கிடப்பதுபோல எங்கோ இருக்கும் மகாவை உடைத்து, உதிர்ப்பது போல இருந்தது. அவள் மனதிற்குள் வந்த தீர்மானம் யதேச்சையாக வறண்டது, ஆனால் உறுதிமிக்கது. பின்னிய ஜடையை உருவிப் பிரித்தாள். கூந்தலைக் கொண்டையாக முடிந்தபடி வெளிவந்தாள். ஆசாரி சுத்தியலால் கட்டிலின் நான்காவது காலைப் பிரித்துக் கொண்டிருந்தார்.

“ஐயா, அந்தக் கட்டிலை மறுபடி சேர்த்து மூட்டிடுங்க”

“என்னம்மா, சொல்ற ?”

“ஆமாங்கய்யா, நான் இங்கயேதானிருக்கப் போறேன்” சொல்லிக் கொண்டே நடந்தாள். அம்மா எஞ்சிய துணிமணிகளை அடுக்கிக் கொண்டிருந்தாள். அவள் கண்களுக்குள் ஒரு துயரம் புகைப்படலம் போல் மேவியிருந்தது. அது அசைந்தசைந்து தன்னைத் தொடுவதாக உணர்ந்தாள், ரேணு.

“அம்மா, நான் இங்கேயே இருக்கேன்”

“என்னடி சொல்ற நீ ?”

அம்மா வியப்போடு சீறினாள்.

“என்னவோ தெரியலம்மா. இங்கேயே இருக்கணும்னு தோணுது”

“உனக்குத் துணைக்கு யாரு ? ஒண்ணாயிருந்த குடும்பத்தையும் ஆட்டமா ஆடிப் பிரிச்சுட்டே ?” அம்மாவின் குரல் கடுமையாக ஒலித்தது.

ரேணுவின் கவிழ்ந்த கண்களிலிருந்து துளிகள் இறங்கின. அம்மா முகம் சட்டென்று கனிந்து விட்டது.

“சரி, ஆனா இப்படி எல்லா ஏற்பாடும் பண்ணிக் கிளம்பி நிற்கிற போதா இப்படிச் சொல்லுவ ? சரி. எல்லாரும் சுத்தி முத்தி இருக்காங்க. ராஜேஸ்வரி எதிர் வீட்ல. விஜி பக்கத்தில. நானும் ஒரு ரெண்டு நாள் இருந்து இதெல்லாம் ஒதுக்கிக் குடுத்துட்டு போறேன். உனக்கொரு நிலையான மனசே கிடையாதா, என்னமோ போ”

அம்மா சோபாவில் உட்கார்ந்தாள்.

“என்னமா, மீதி சாமான்களை ஏத்தலாமா ?” லாரிக்காரன் கேட்டான்.

“இல்லைங்க ! ஏத்தினதெல்லாம் மறுபடி இறக்குங்க. இந்தப் பொண்ணு இங்கேயேதான் இருப்பேன்னு அடம் பிடிக்குது”.

ஒரு நிமிடம் திகைத்த லாரிக்காரன் மறு பேச்சின்றி வெளியே போய்

ஒவ்வொரு சாமானாகக் கொண்டுவந்து சொர்ணம்மாள் குறிப்பிட்ட இடங்களில் அடுக்கத் தொடங்கினார்.

தினம் புதிதாக நட்டிருந்த முல்லைக்கொடி அரையாள் உயரத்திற்குத்தான் வந்திருந்தது. அதற்குள் மலர்கள் விழிக்கத் தொடங்கியிருந்தன. சிறிய மூங்கில் கட்டையில் இலையுதிராமல் மென்மையாக அரும்புகளைப் பறித்துச் சேகரித்துக் கொண்டிருந்தார்கள் ஜகியும், பொன்னியும். எம்பி, எம்பிக் குதித்து உயரத்திலிருந்த கொம்புகளால் அரும்புகளைக் கிள்ளியெடுத்தார்கள். பிறகு ஜகி பூக்களைத் தரையில் பரப்பி இரண்டிரண்டாக அடுக்கினாள். பக்கத்திற்கு இரண்டு பூக்களை வைத்து, மெதுவாகப் பூக்களைத் தொடுத்தாள் பொன்னி. சீரற்ற சரம். சிறிதும் பெரிதுமான பூக்கள். அம்மா கட்டுவது போலில்லாமல் அலக்கு அலக்காக, அந்த நீளச் சரம் அபரிதமான அழகோடிருந்தது. விவரிக்க முடியாத புதிய அழகு. பழைய... துண்டு போட்ட முல்லைக்கொடி.

“யாருக்கு அக்கா தரணும் இந்தப் பூவை?” பானு கேட்டான்.

ஜகி யோசித்தாள்.

“அம்மாவுக்கு”.

வேண்டாம், வேண்டாம். அம்மா ஏற்கனவே பூக்காரப் பாட்டியிடம் நிறைய மல்லிப் பூ வாங்கி வச்சிட்டிருக்கா.

“பிள்ளையார் சாமிக்கு?”

“அவருக்குந்தானே அம்மா மாலை போட்டிருக்கா!”

பொன்னி யோசித்தாள்.

“ரேணுகா சித்திக்கு?”

பொன்னி துள்ளிக் குதித்து அதற்குள் வீட்டிற்கும், கோவிலுக்கும் இடையிலிருந்த சிறு சந்தில் ஓடினாள்.

“சித்தி, சித்தி.”

பெட்டிகள் வரிசையாகக் கிடந்தன. குத்து விளக்கொன்று சாய்ந்திருந்தது. ஆசாரி கட்டில் கால்களை மறுபடி பிணைத்துக் கொண்டிருந்தார்.

"என்ன குட்டி?" என்றார் ஆசாரி, புருவம் சுருங்க.

அவருக்குப் பதிலே சொல்லவில்லை. பொன்னி "சித்தி, சித்தி" என்று கத்திக்கொண்டே ஓட்டமாக ஓடினாள்.

ரேணுகா விரிந்த கூந்தலோடு ஜன்னலோரம் உட்கார்ந்திருந்தாள். கண்ணாடியில் பட்ட அந்திச் சூரியன் அவள் முகத்தில் ஒளிக் கீற்றிட்டிருந்தது.

சித்தியைப் பார்த்ததும் பொன்னி மௌனமாகி விட்டாள். மிகவும் தயங்கி, "சித்தி" என்றாள் சன்னமான குரலில். நிமிர்ந்தவளின் கையில் பூச்சரத்தை வைத்து "சித்தி சித்தி, உனக்குத்தான் சித்தி இது. நம்ம புது முல்லைக் கொடி. அம்மா தினம் தண்ணி ஊத்துவாளே, அது பூத்திடுச்சு. இன்னிக்குத்தான், நெறய்ய."

பொன்னி, சித்தியின் முகத்தை ஆர்வத்தோடு கவனித்தாள்.

ரேணு தன் உள்ளங்கையளவே இருந்த அந்த சாண் நீளப் பூச்சரத்தைப் பார்த்தாள். கண்கள் லேசாக ஈரமாகும்போதே அவள் முகத்தில் புன்னகையும் வந்தது. என்னவோ சொல்ல வேண்டுமே! இப்போது, மகா சொல்வானே, அது... அவள் யோசித்து,

"நீயா தொடுத்தே? அழகாயிருக்கே." என்றாள்.

"ஆமா சித்தி, நானேதான். தாங்க்யூ சித்தி."

பொன்னி சொல்லவும் ரேணுவின் புன்னகை முகத்தை நிறைத்து விட்டது.

"தாங்க்ஸ்டா, பொன்னி" என்றாள் மெதுவாக. அதைக் கேட்காமலேயே, தரையில் பரவிக் கிடந்த பாத்திரங்களையும் பைகளையும் பெட்டிகளையும் தாவித் தாவித் தாண்டி ஓடிவிட்டாள் பொன்னி.

உள் நுழைந்த அம்மாவின் பின்னாலேயே வந்தாள் ராஜி அக்கா. கோபம் அவளுக்கு.

"இங்கிருந்து என்ன கிழிக்கப் போறே? எல்லாம் கட்டிச் சேர்த்து கிளம்பற நேரத்தில ஏண்டி எடக்குப் பண்ணுற?"

"நல்லாச் சொல்லு" என்பது போல் பார்த்து நின்றாள் அம்மா.

"நல்ல நாளையிலயே தில்ல நாயகம். கட்டினவனும் போய்ச் சேர்ந்தாச்சு. மகாவும்..." அக்காவின் குரல் கீறல் விட்டது. "ஒண்ணா இருந்த குடும்பமும் உருப்படாம உதிரி உதிரியாக் கெடக்கு. இங்க இருந்து இன்னும் என்ன அக்கிரமம் பண்ண பாக்கியிருக்கு?"

ராஜியின் கத்தலில் அமைதி வெளியேறியது.

ரேணு பதில் சொல்லாமல் நின்றாள். அம்மாவின் முகம் இப்போதும் பரிவு கொண்டது.

"இருந்துட்டுப் போகட்டும்டி. விடு. நீ பார்த்துக்க மாட்டியா?"

"நானா? இவளையா? என்னால் ஆகாதும்மா தாயே, பரதேவதை! அம்மாடி! நான் பட்டதெல்லாம் போதும் சாமி. நீயிருந்து பார்க்கறதுனா பாரு, உன் செல்ல மகள... இல்லியா, கையோட கூட்டிட்டு ஊர் போய்ச் சேரு.

"என்னை யாரும் பார்த்துக்க வேண்டியதில்லை" கடுமையாக ஒலித்தது ரேணுவின் குரல். கண்களில் அந்த ஜொலிப்பு. "நான் இங்கேயே இருந்துக்குடுவேன். நானாகவே" துளிக் கலக்கமில்லை. அவள் வார்த்தைகளில் ராஜியின் உடல் கிடுகிடுத்தது.

"பார்த்தியம்மா, என்ன கொழுப்புன்னு பார்த்துக்க. இது இங்க இருந்து இன்னும் என்ன கதியாக? வீட்டு ஆம்பளக வரட்டும். கேட்டுக்கலாம்"

"யார் வந்தாலும், என்ன சொன்னாலும் நான் சொன்னது சொன்னதுதான். இது என் வீடு. இங்கதான் இருக்கப் போறன்."

அம்மா பரிதாபமாக உட்கார்ந்திருந்தாள்.

"சரி, விடுடி. நானும் இருக்கேன். ஒரு வாரம் பத்து நாளைக்கு எடுத்துச் சொல்லிப் பார்க்கலாம். அப்புறம் கருமாரி விட்ட வழி."

ராஜி விறுவிறுவென்று நாலடி தள்ளியிருந்த எதிர் போர்ஷனுக்குப் போய்விட்டாள். ரேணுகா மூலையறையில் தனியாய்க் கிடந்த தலையணையை எடுத்து ஒதுக்கிப் போட்டுப் பார்த்தாள். அவள் கையில் அந்தச் சின்னப் பூக்களும் மூடமூட மணந்து கொண்டிருந்தன.

2

முன்னிரவு நேரம் நெருங்கியதும் மகா, புல்தரையின் குளிர்ச்சியை விட்டு எழ மனமின்றி எழுந்தான். அபூர்வமாக அறைக்குப் பின்னாலேயே அமைந்துவிட்ட பூங்கா அது. பஸ்ஸின் இரைச்சலிலிருந்தும், இந்த வெயிலிலிருந்தும் மெல்லிய விடுதலை தருவதாக இருந்தது. பனி அரும்பிய புல் தரையிலேயே உட்கார்ந்து நட்சத்திரங்களைப் பார்த்தான். ஊரின் ஞாபகம் வந்தது. இதைப் போன்ற ஓர் இரவு முற்றிய போதுதான் எந்தவொரு முன்திட்டமுமின்றி வீட்டைவிட்டு வெளியேறினான். ரேணுகாவோடான உறவில் ஒரு விலகலுமில்லையென்றே தோன்றியது. இக்கட்டான அந்த சூழ்நிலையில் அவள் வேறு என்னதான் சொல்லியிருக்க முடியும்? அண்ணனின் மனைவி என்று அவளை பாவிக்கவே தோன்றவில்லை. அண்ணா வந்தபோது வலியில் மனம் குறுகவுமில்லை. இனியும் அவளோடு இணைந்திருக்க முடியாதென்று குழம்பித்தான் வீட்டை விட்டு விலகினேனோ என்று நினைத்தான்.

நட்சத்திரங்கள், குழந்தைகளைப் போலச் சிரித்துக் கொண்டிருக்கின்றன. அண்ணன் மகள் பொன்னியின் தெற்றுப் பல் தெரிகிறது. அந்த மூலை நட்சத்திரத்தில், மற்றொரு மகள் ஜகியின் கலங்கிய விழி போல் கிழக்கு நட்சத்திரம். என்னை இந்தக் குழந்தைகள்தான் தேடியிருக்கும். ஆமாம். அவர்கள் மட்டுந்தான். வளை நிலா மேகங்களை வருடியபடி நகர்ந்தது. தொடுவான் விரிவில் இருள் பூசி அடர்ந்து கொண்டிருக்கும்போதே டெல்லியின் விளக்குகளின் அதீத வெளிச்சம் ஆர்ப்பாட்டமிட்டது. சில்வண்டுகள் ரீங்காரிக்க, பறவையொன்றின் சிணுங்கல் கேட்டது. குதுப்மினார் இங்கிருந்து தெரிகிறது. டெல்லியின் வடபகுதி.

குளிர்ந்த காற்று ஓசையில்லாமல் நகர்ந்து போனது. அதி தூய்மையான காற்று, பனியின் நிர்மலத்தைமட்டும் பருகத் தருகிறது. ஏதோ உடைகளை அள்ளித் திணித்த சூட்கேஸ். ரேணுவின் புகைப்படம். சில ஆயிரங்களாகக்

கையிலிருந்த பணம். நிதானமாக எடுத்து வைத்தான். குளியலறையில் நெடுநேரம் ஷவருக்கடியில் நின்றிருந்துவிட்டு, தேர்ந்தெடுத்த உடைகளை அணிந்தான். ரேணுவின் அறையை நோக்கிப் பாதங்கள் திரும்பின, ஒரு பதற்றமுமற்று. அண்ணா வந்திருக்கவில்லை. வழக்கம்போல். தாழிடாத கதவு தொட்டதும் திறந்து கொண்டது. சலனமற்றுத் தூங்கிக் கொண்டிருந்தாள். அவள். இருளிலும் பளீரிடும் நிறமும், எடுப்பும் இந்நேரமும் அவனைத் தூண்டின. பக்கத்தில் உட்கார்ந்து மிக மென்மையாக அவள் கன்னத்தைச் சுட்டு விரலால் தொட்டான். உடனே புரண்டு திரும்பி அவனை அண்டிப் படுத்துக்கொண்டாள். அவளை அணைக்கப் பரபரத்த கைகளை அடக்குவது எளிதாக இல்லை. முத்தமிடக் குனிந்தவனை முழுவேகத்தோடு அவள் கைகளை இறுக்கின. விடுபட விருப்பமேயில்லாமல் இதழ்களைக் கவ்விக் கொண்டான். விலகிப் பரிந்த போதும் அவளுடைய சிணுங்கல்கள் அவனைச் சபலப்படுத்தின. நெற்றியைத் தொட்டுவிட்டு, அறைக் கதவுக்கு அருகே நகர்ந்தான் "மகா" என்று தலையணையைக் கட்டிக் கொண்டாள். வீடு இருளாலானது போலிருந்தது. எந்த விளக்கையும் போடாமலேயே வாசற் கதவை அடைந்தான். வாசற் கதவு அவனுக்கு அனுசரணையாக சத்தமின்றித் திறந்தது. நெட்டிலிங்க மரத்திலிருந்து ஒரு பறவை 'எங்கே போகிறாய்?' என்று அதட்டியது. தெரு மூலையிலிருந்த நாய் நிமிர்ந்து, அவனை வியப்போடு பார்த்துவிட்டு மறுபடி சுருண்டு கொண்டது. தெரு விளக்குகளின் மங்கல் ஒளி வரத் தன்னந்தனியாக நடக்கும்போது மனம் பரிபூரணமானதொரு சுதந்திர உணர்வை அடைந்தது.

சோமலாபுரத்தைத் தாண்டி நடக்கும்போதே மலைகள் தெரிய ஆரம்பித்தன. மதுரைக்குக் கிளம்பவிருந்த கடைசி பஸ் காலியாக இருந்தது. அரைத் தூக்கத்திலிருந்த டிரைவர் "தம்பி" என்று திடுக்கிட்டு எழுந்தார்.

"என்ன சின்னையா, இம்புட்டு நேரம் சென்டு..."

"சும்மா, மதுரைக்கு"

பெரிய வீட்டுப் பையன் பஸ்ஸில் வருவானேன் என்று யோசித்தாற் போல் நெற்றியைச் சுருக்கினார் டிரைவர். டிக்கெட்டுக்குப் பணமெடுத்த போது, கண்டக்டர் ‘‘அய்யோ, இருக்கட்டும் தம்பி சும்மா வைங்க’’ என்றார்.

‘‘ஏன், இது உங்க வண்டியா என்ன? டிக்கட் கிழியுங்கள்’’ என்று சொல்லிவிட்டு, பஸ்ஸின் சீட்டொன்றில் அயர்ந்து சரிந்தது நினைவிருக்கிறது. பிறகு எல்லாமே கடந்து போயின ஒரு பொருளுமற்ற வெற்றுக் காட்சிகளாக பிறந்து வளர்ந்த ஊரின் எல்லை, நண்பர்களோடு கும்மாளமடித்த காலம்... காளியம்மன் கோவில் தெப்பக்குளம் சலனமற்றுக் கிடந்தது. மலை முகடுகள். இருள் குமைவதைப் பார்க்கையில் ஓர் நிம்மதி. பேருந்து ஓடும்போது உருவாகும் வெளிச்ச அலைகள். நிதானமாக வளைக்கும் ஓட்டுநரின் கைகள். கண்டக்டர் தூங்கி விட்டிருந்தார். அவர் தலை ஆடிச் சாய்வதும், நிமிர்வதுமாக இருந்தது. சிரிப்பாக வந்தது. பின்னகர்ந்து போகின்றன அனைத்துமே. மனதின் நிச்சலனம் வியப்பாக இருந்தது. சாலைக் காளியம்மன் கோவில், அசையும் தென்னந்தோப்புக்கள், நாய்க்கர் அரண்மனை. திரும்பியது பேருந்து. இருளுக்குள் நழுவிப் போகின்றன எல்லாமும். எதுவும் என்னோடில்லை. காலடியில் கிடக்கும் பை கூட எனதில்லை. இந்த உலகம் ஒருவருமேயற்றது போல் தோன்றியது தானாகவேதான் நகர்கிறது. இந்தப் பேருந்து கூட. கண்களை இறுக மூடிக் கொண்டான் மகா.

3

பேருந்தின் சீரற்ற ஓட்டமும், அதன் அதிர்வுகளும் மகாவால் சகிக்க முடியாதவையாக இருந்தன. வயிற்றில் ஒரு சிறு கலக்கம். அவனை இதுவரை அறியாத புதிய பிரதேசத்திற்குள் எறிவதற்காகக் குலைத்தெடுப்பதுபோல.

மதுரைப் பேருந்து நிலையத்தில் ஆங்காங்கே நின்றிருந்த பேருந்துகள்; மூடியிருந்த கடைகள்;இன்னும் விழித்திருக்கிற இட்லி அடுப்புகள்;பசியில் வயிறு எரிந்தது. பேருந்து நிலையத்திலிருந்து வெளியே வந்தான். சாக்கடை நீர் கறுப்புக் கயிறு போல் நெளிந்தோடியது. தொலைவில் கோயில் கோபுரம் மேகங்களோடு இழைந்தது.

ரயில் நள்ளிரவு கிளம்பும். கடைசி ரயிலேறி மேல்பர்த்தில் படுத்ததுதான் தெரியும். அப்படி அடித்துப் போட்டாற் போல் உறங்கினான். அதிகாலை சென்னை வந்து சேர்ந்தது ரயில். இரைச்சலில் விழித்தபோது இருக்குமிடம் தெரியவில்லை. கூவலும், ரயிலை விட்டு இறங்குபவர்களின் சத்தமும், நெரிசலும்... தன் தோள் பையை எடுத்துக் கொண்டு இறங்கினான். வசந்த பவனோ, ஆரிய பவனோ ஒரு ஹோட்டலில் நுழைந்து தோசையை நிதானமாகச் சாப்பிட்டு காப்பி குடித்தான். அழுக்கேறிய உடைகளும், கலைந்த தலை முடியும் மனதிற்கு உவப்பானதொரு உணர்வைத் தோற்றுவித்தன. நாடோடி. அநாதை. ஆனால் பையில் பணமில்லாமலில்லையே! நல்ல ஹோட்டல் அறையொன்றில் குளித்து விட்டு, மறுபடி தூக்கம். ஒரு கவலையுமற்ற, நிம்மதியான உறக்கம், சன்னலுக்கு வெளியே வந்தான். அதீத அலங்காரத்துடன் நின்ற ஒருத்தி பளீரென்ற சிவப்புச் சாயம் அப்பிய உதடுகளைச் சுழித்துச் சிரிப்பதைப் பார்த்தபடியே நடந்தான்.

சென்ட்ரல் ரயில் நிலையம். “டில்லி போகும் வண்டி எண்...” அறிவிப்பைக் கேட்டவுடன்தான் முடிவு செய்தான். ஜன்னலோர

இருக்கையில் உட்கார்ந்துகொண்டு, வெளியே பார்த்தான். ரயில் 'நிஜமாகத்தானா' என்று நீண்ட கேள்வி கேட்பது போல் கூவியது. அவன் மனதின் அலைகள் முற்றிலுமாக அடங்கி அமைதியுற்றிருந்தன. ஏதுமற்ற வெற்றுப் பாத்திரமாகத் தன்னை உணர்ந்தான். அவன் முன்னும், பின்னும் எதிரிலும் எதுவும் இல்லை. ஒன்றுமின்மையின் வெளி அவனை அழைத்தது. மிகவும் உல்லாசமாக, மிகமிக எளிதாக மனம் மிதந்து கொண்டிருந்தது. மறுபடியும் உறக்கம் கண்ணைச் சுழற்றிக் கொண்டு வந்தது. தூங்க ஆரம்பித்தான். அவன் விழிகள் தானே தனக்குள் ஒளிர்வது? இல்லை, அவை தொலை நட்சத்திரங்கள். சுழன்று, அவை அவனைத் தம்முள் ஈர்த்துக் கொண்டன. குளிர்ந்த சுடருக்குள் அவன் எரிந்தான். ஒன்றுமற்ற ஒளியும் இருளுமல்லாத தூய்மை. பிறகு அது அலையலையாக அவனை இழுத்துச் சென்றது எங்கேயோ. வாரங்கல், போபால்... என்று நிலையங்கள் தாண்டித் தாண்டித் தலைநகரை அடைந்தது ரயில். ஒரு அதிகாலையில் ராம்லால் சேட்டின் தொலைபேசி எண் ஞாபகத்தில் இருந்தது.

பூத்திலிருந்து அவன் பேசியதும் சேட் அதிர்ந்தார். அடுத்த அரை மணியில் காரையெடுத்துக் கொண்டு, ஸ்டேஷனுக்கே வந்துவிட்டார்.

அவனை இறுகத் தழுவி, "பாஸ் எப்படிருக்கார்?" என்று ஐயாவை விசாரித்தபோது இங்கு வந்திருக்கக் கூடாதோ என்று ஒரு கணம் மகா குழம்பினான்.

நன்றாகயிருப்பதாகச் சொல்லிவிட்டு, தான் வீட்டைவிட்டு வந்தது ஒருவருக்கும் தெரியாது என்றான் தாழ்ந்த குரலில்.

சேட்டின் முகத்தில் குழப்ப ரேகைகள். வியர்த்த நெற்றியை துண்டால் ஒற்றிக் கொண்டார். அவன் கையை இறுகப் பற்றிய விதத்தில் ஆதரவும், இதமும் இருந்தன. அவன் கண்களை உற்றுப் பார்த்து, "என்ன ப்ராப்ளம்?" என்றார். ஆங்கிலமும், தமிழும், இந்தியும் கலந்த மொழியில் அவர் பேசுவது நன்றாக இருக்கிறதென்று நினைத்தவாறே பதில் சொல்லாமல் ஜன்னலுக்கு வெளியே பார்த்தான். பிறகு சேட் ஒன்றும் கேட்கவில்லை.

‘‘பயம் வேணாம். நம்பள் இருக்கோம்’’ என்று தோளில் தட்டின சேட்டின் கைகள்.

‘‘இது இந்தியா கேட்’’ என்று காட்டிக் கொண்டே வந்தவர். ‘‘ஓ, மகா டெல்லி பார்த்திருக்கான்’’ என்று சிரித்தார். சேட்டின் பங்களா விஸ்தாரமாக இருந்தது. இரண்டு கார்கள் நின்றிருந்தன். நெட்டிலிங்க மரங்களைப் பார்த்ததும் தன் வீட்டு ஞாபகம் வந்தது. புல்தரையில் பனி பூத்திருந்தது.

சேட்டம்மா மொழுமொழுவென்று கொழுத்து, மேனி பளபளக்க வந்தாள். உடல் முழுக்க நகைகள் ஜொலித்தன.

‘‘நமஸ்தே, நமஸ்தே’’ என்று சொல்லிவிட்டுத் திரையிட்ட அறைக்குள் சட்டென மறைந்து கொண்டாள்.

முதல் மாடி ஏறித் தனியறை ஒன்றைத் திறந்து, ‘‘பாத்.ரெஸ்ட்’’ என்றார் சேட்.

‘‘நன்றி’’ என்று கூறி விட்டுப் படுக்கையில் சரிந்தான், மகா. அடுத்த உணவு நேரம்.

தங்க வளையல்களணிந்த சிவந்த கைகள் இனிப்பு வகைகளையும் சப்பாத்திகளையும் அடுத்தடுத்துப் பரிமாறிக் கொண்டே இருந்தன. சேட்டம்மாவின் முன் நெற்றி நரையோடியிருந்தது.

‘‘சாப்டணும், சாப்டணும்’’ என்று இரண்டு பேரும் மாற்றி, மாற்றிச் சொல்லிக் கொண்டே இருந்தார்கள். சேட்டுக்குக் குழந்தைகள் இல்லை. வீடு முழுக்க வேலையாட்கள்; சிறுமிகள்; சமையல் கட்டில் பணிப் பெண்கள்.

இந்த வீட்டை அவனுடையதாக நினைத்துக் கொள்ள வேண்டுமென்றும், எத்தனை நாள் வேண்டுமானாலும் அங்கேயே இருக்கலா மென்றும் தோளில் தட்டி சேட்ஜி சொன்னபோது மகாவிற்குக் கூச்சமாயிருந்தது.

தயக்கத்தோடு, ‘‘ஏதாவது வேலை ஏற்பாடு பண்ணித் தந்தால் போதும்’’ என்றான். அதுவரை அங்கே தங்குவதாகவும், வேறு அறை ஏற்பாடு

செய்து தர வேண்டுமெனவும் கேட்டதும் சேட் ஓங்கி முதுகில் அடித்தார்,

"அரே, நீ நம்பள் வீட்டில் இருக்கிறான். வேலை? ஈவ்னிங் என் கடைக்கு வரான்." என்று முடிவாகச் சொல்லிவிட்டு காரை நோக்கி நடந்து விட்டார்.

மறுபடியும் தளைப்பட்ட உணர்வில் திணறினான் மகா. மூச்சு முட்டுவதாகத் தோன்றியது. அறை ஜன்னலை விரியத் திறந்தான். ஜன்னல் கதவுகளின் நுணுக்கமான வேலைப்பாடுகள். தோட்டத்துப் புல் தரையின் பசுமை மீது குழாயில் நீர் பாய்ச்சிக் கொண்டிருந்தான் ஒருவன். தோட்டத்தைப் பராமரிக்கவே எத்தனை வேலையாட்களோ! பழுப்புச் சுருள்களாகக் கிடந்த சருகுகளைப் பெருக்கும் ஓசை மனதைத் தன் வீட்டின் காலை நேரத்திற்குக் கொண்டு செல்கிறது. எதையுமே தான் விட்டு விட்டு வரவில்லை என்ற உண்மை மன அடுக்குகளில் பாரமாக விழுந்தது; ஒரு போதும் அசைக்க முடியாத கனத்தோடு.

4

தென்னை மரங்கள் தூண் தூணாய் நின்றிருந்தன. உயரே போய் கீற்றுக்குள் விருட்டென்று விரிந்து வானம் பார்த்தன. குளுமையான நிழல். கிருட்டிணசாமி பசுங்கீற்றுகள் உரசிக் கொண்டிருக்கும் தென்னைகளுக்கு நடுவில் நாற்காலிகளைப் போட்டிருந்தார். ஒன்றைக் கைகாட்டி சண்முகத்தை அமரச் சொன்னார்.

சற்றுத் தொலைவில் காய்ந்த மட்டைகளையும் சிலாம்புகளையும் பெருக்கித் தள்ளிக் கொண்டிருந்தவனைக் கூப்பிட்டார் கிருட்டிணசாமி.

"வீரையா, நல்ல இளநீயா நாலு வெட்டிப் போடு. உங்களுக்கு எப்படி தம்பி தண்ணி அதிகமாவா, பருப்பு வேணுமா?"

"தண்ணியா இருக்கட்டுங்க." என்ற ரத்தினம் கிருட்டிணசாமியை அன்றைக்குத்தான் முதன் முதலாகப் பார்ப்பதுபோலக் கவனித்தான். திடமான கன்ன மேடுகள். ஏறு நெற்றி. ஆழ்ந்த கண்கள்.

"என்னய்யா பார்க்குற? முகம் சோர்ந்து கிடக்கு. எதுவும் பிரச்சினையா?"

"இல்லீங்க, என் தங்கச்சிய நெனைச்சித்தான்"

"எந்தத் தங்கச்சி, மூத்ததா?"

"இல்லய்யா, ரேணுகா."

"ஆமாம், செத்துப் போனானே நந்தகோபல்! அவனுடைய மனைவியா? நாலு மாசம். இருக்குமா? மூணாறு மேட்டிலதான? பாறை வழுக்கியா? எப்டி... பாவம். அந்தப் பிள்ளைக்கென்ன?"

கிருட்டிணசாமியின் மனதில் கணவனின் உடலை விட்டுத் தள்ளிக் கூடத்து மூலையில் உட்கார்ந்திருந்த ரேணுவின் வடிவம் தெரிந்தது. மண்

பொம்மைபோல இருந்தாள், அசைவேயற்று. சுற்றிலும் பரவும் கண்ணீரின் ஈரம் மெல்லிய தடங்களாக அவள் மேல் படிந்து கொண்டிருக்க, எங்கோ வெறித்தபடி இருந்தாள். ஒரு பொட்டுக் கண்ணீரில்லை; கதறவில்லை. வியப்பாக இருந்தது கிருட்டிணசாமிக்கு.

“புருஷன் வீட்டிலேயே தானிருப்பேன்னு ஒரே அடம். அம்மாவும் நானும் கூப்பிட்டுப் பார்த்தும் ஊருக்கு வர மாட்டேன்னுது”

“ஏம்பா, இருந்துட்டுப் போகட்டுமே, அது மனசு போல.”

“இவகூட அங்க யாரிருக்கிறது? அம்மாதான் துணையாக அங்கே எத்தனை நாளைக்கிருக்க முடியும்? என் தங்கச்சி எங்களோட வந்து இருந்தா நிம்மதி” வாய் சொல்லிக்கொண்டே போகும்போதே, நேற்று தன் மனைவி ‘கூப்பிட்டுட்டு வரப் போறீங்களாக்கும்?’ என்று சடைத்தது ஞாபகம் வந்தது.

சட்டென்று தோப்பிற்குள் இருள் இறங்கியது. வானம் சாம்பல் பூத்துவிட்டது. காற்று அடங்கியிருக்க, காய்ந்த கீற்றுகளில் கரகரப்பு மட்டும் விசித்திரமான கீறல்களாக... நிசப்தத்தின் மீது விழுந்து கொண்டிருந்தது.

“ம்ம்ம், சங்கட்டம்தேன். பிடிவாதக்காரியோ?” அவனிடம் இளநீரை நீட்டினார்.

“அய்யோ, சொல்லி முடியாது அவ பிடிவாதம். பார்த்தீங்களாண்ணே அவ வீட்டுக்காரன் செத்தன்னைக்கு ஒரு பொட்டுக் கண்ணீர் விட்டாளா?”

“அது மனசிலே என்னவோ? ஆதரவா சொல்லித்தேம் பார்க்கணும்.”

“நீங்க வந்து சொல்றீங்களாண்ணே” நினைக்காமல் வந்து விழுந்து விட்டன வார்த்தைகள்.

“நானா?” இழுத்தார் அவர்.

இருவரும் மௌனமாக இளநீரை வாய்க்குள் கவிழ்த்துக் கொண்டிருந்தார்கள். குடித்து முடித்துக் கீழே வைத்துவிட்டு அவர்

முகத்தையே பார்த்தபடி இருந்தான் சண்முகம்.

கிருட்டிணசாமி சட்டென்று எழுந்தார். நாற்காலியில் கிடந்த துண்டை உதறித் தோளில் போட்டுக் கொண்டார்.

“சரி, வாப்பா, சொல்லித்தேன் பார்ப்போமே” என்று வேகமாக நடையைப் போட்டார்.

பம்புசெட்டின் இரைச்சல் சீராக ஒலித்தது. வாய்க்கால்களில் தண்ணீர் பொங்கி நிறைந்தோடியது.

கிணற்றோரமாக நின்ற காரைத் திறந்த கிருட்டிணசாமி “ஏறுப்பா” என்று கூறி விட்டு அவன் வலது சன்னலோரமாக நகர்ந்து உட்கார்ந்ததும், தாமும் ஏறிக் கார் கதவை தேவையில்லாமல் அதீத சத்தத்தோடு மூடினார்.

விளக்கேற்றும் நேரம். ஆனால் அம்மா வராண்டா சோபாவில் படுத்திருந்தாள். உள்ளிருந்து ரேடியோ பாடும் சத்தம்.

கார் சத்தம் கேட்டதும் அம்மா தடக்கென்று எழுந்து உட்கார்ந்தாள்.

சண்முகம், “வாங்கய்யா!” என்றான்.

அம்மாவின் முகம் மலர்ந்தது.

“வாங்கப்பா, உள்ளாற வாங்க” என்று கூப்பிய கைகளோடு வரவேற்றாள். “பாருங்கய்யா, எங்க குடும்ப கதிய”என்று சொல்லிக் கண்கலங்கினாள்.

“என்ன செய்யுறதும்மா, எல்லாம் நேர காலம். நம்ம கையில என்ன இருக்கு?” என்று வழக்கமான வார்த்தைகளை அக்கறையோடு சொல்லியபடி சோபாவில் உட்கார்ந்தார் அவர்.

உள்ளிருந்து பாட்டுச் சத்தம் நிற்கவுமில்லை. ரேணுகா வெளியே வரவும் இல்லை.

“மக எப்படியிருக்குறா?”

" இருக்கா பூமிக்குப் பாரமா" அம்மாவிற்கு மறுபடியும் அழுகை வந்துவிட்டது. அவள் தொண்டைக் குழி துக்கத்தில் கனத்து உருண்டது. கன்னங்களில் வழிந்த நீரை அவசரமாகத் துடைத்துக் கொண்டாள்.

எப்படி ஆரம்பிப்பதென்று தடுமாறிய சண்முகத்திற்கு அம்மாவே அடியெடுத்துக் கொடுத்ததும் மிகுந்த ஆசுவாசமடைந்தான்.

"நீங்களாவது நாலு வார்த்தை எடுத்துச் சொல்லுங்க"

சொல்லி விட்டாளே தவிர சொர்ணத்தம்மாவால் மகளை கூப்பிடக் கூட முடியவில்லை. எரிந்து விழுவாளோ? முகம் திருப்புவாளோ என்று பயந்தாள். ஜன்னலில் திரைகள் அசையாது உறைந்திருந்தன. நந்தகோபாலின் புகைப்படம் முப்பரிமாணம் கொண்டது போல் தோன்றியது நாயக்கருக்கு. கன்னக் கதுப்புகளில் ஏறிப் படர்ந்த ஒளி, "அவன் இறக்கவில்லை என்பதாக நினைக்க வைத்தது. எதிர் சுவரிலேயே ரேணுகாவும், அவனும் இருக்கும் புகைப்படம். மிகவும் சிறுமியாக, சற்றும் மிரட்சி தெரியாத கண்களுடன், ஏதோ கோபம்போல குவிந்த உதடுகளுடன் அவன்.

"ராசம்மா, காபி கொண்டா" என்றதும் அடுக்களைச் சத்தங்கள் நின்றன. "இதோ வரேம்மா" என்றொரு பெண் குரல். பால் பொங்கித் தழைக்கும் சத்தம். எவர்சில்வர் டப்பாக்கள் திறந்து மூடும் ஒலி.

தன் முன் நீண்ட காபிக் கோப்பையை வாங்கிக் கொண்டார். மௌனம் சங்கடமூட்டுவதாக வளரத் தொடங்கியது. இன்னும் சிறிது நேரத்தில் அது மனங்களை இடித்து மோதிவிடும். தொண்டையை செருமி, டீபாயின் மேல் கோப்பையை வைத்தார்.

சொர்ணத்தம்மாள் யோசித்தாள். கொஞ்ச காலப் பழக்கமில்லை, அவருடனானது. கணவர் உயிரோடிருந்த காலத்திலிருந்தே குடும்ப நண்பர். கொடுக்கல், வாங்கல் என்று வியாபாரப் பழக்கமும் கூட உண்டு. அவருடைய புளியந்தோப்புகளிலிருந்து பழம் தட்டுவது, அந்தக் காலம் தொட்டே கணவரும், பிறகு இரு மகன்களுந்தான். ரேணுகா சிறு

வயதிலிருந்தே வீட்டுக்கு வரப் போக பார்த்த முகந்தான். அவர் வருகை மகளை சங்கடப்படுத்தக் காரணங்களில்லை என்று தன்னைத் தானே திடப்படுத்திக் கொண்டு குரல் கொடுத்தாள்.

"ரேணுகா, கொஞ்சம் வெளியே வாயேன்"

"அம்மா?" எரிச்சலோடுதான் இருந்தது மகளின் கேள்வி.

"வாடா சொல்றேன். யார் வந்திருக்கா. வந்துதான் பாரேன் கண்ணு"

விருட்டென்று வெளியே வந்த ரேணுகா, முகம் இறுகப் பட்டென்று நின்று விட்டாள். அவரை மௌனமாகப் பார்த்தாள். அவளது மௌனத்தை அவமதிப்பென்றோ, திமிரென்றோ கொள்ளத் தோன்றவில்லை கிருட்டிணசாமிக்கு 'பாவம், அது மனசில் எவ்வளவு வேதனையோ' என்று பரிவோடு நினைத்தார். தணிந்த குரலில், தாமே பேச ஆரம்பித்தார்.

"ஏம்மா, எப்படியிருக்க?"

ரேணுகாவின் தலை, பதிலேயில்லை என்பது போல் லேசாக அசைந்தது.

"இங்க என்னத்துக்கு ஒத்தயில இருக்கணும்? அம்மா வீட்டுக்குப் போனா..." கிருட்டிணசாமி வாக்கியத்தை முடிக்குமுன், ரேணுகா வேகமாகத் திரும்பி தன் அறைக்குள் புகுந்து கொண்டாள்.

ஏதோ சொல்லத் துவங்கிய சொர்ணத்தம்மாவை அவள் கையமர்த்தினார்.

"போகுது, விடுங்கம்மா, நேத்துப் புள்ள அது; என்னவோ பிடிவாதமாயிருக்கு. அது இஷ்டம் போலவே செய்ங்க" சொல்லி விட்டு எழுந்து கொண்டார் அவர்.

சண்முகம், "ஏதும் மனசில் வச்சிக்காதங்கய்யா" என்று அவர் கைகளைப் பற்றிக் கொண்டான்.

"ச்சே, ச்சே" என்று விட்டு வாசலுக்கு நடந்தார் கிருட்ண சாமி. கோயில் கொடைக்குச் செய்து கிரகக் குடத்தில் நிறுத்தும் அம்மன்

முகமொன்று நினைவுக்கு வந்தது. மண்ணால் செய்த முகம். எளிதில் சிதைந்து விடக் கூடியது. ஆனால் திடமும், தீர்க்கமும் செதுக்கியிருப்பது. நெற்றியில் மையத்தில் அப்பிய குங்குமத்தோடு பனி படர்ந்தாற் போன்ற ரேணுகாவின் வெற்று நெற்றியையும் நினைத்துக் கொண்டார் அவர். எதிர்க்காற்று முகத்தில் மோத, வீடு நெருங்கியது. இவள்தான் என்று யாரோ சொல்லக் கேட்பது போல் திரும்பிப் பார்த்தார். ஜன்னலைக் குளிர்ந்த கை விரல்கள் நடுநடுங்கப் பற்றிக் கொண்டார்.

5

கோவிலில் ஒரே கூட்டம். வெயிலில் கசகசத்தது. ஆனால் பகல் வெளிச்சம் நுழைய முடியாத கோயிலின் மையத்தில் குளுமை.

ஒலி பெருக்கியிலிருந்து

“துர்க்கையம்மனை நினைத்தால் போதும்
துக்கம் பறந்தோடும்
தர்மம் காக்கும் தாயும், அவளே
தரிசனம் கண்டால் போதும்”

எனப் பாடல் கிளம்பியது.

கல் பாவிய பிரகாரம், வெயிலில் காய்ந்து கொதித்துக் கொண்டிருந்தது. அதன்மீது மஞ்சள் கலந்த தண்ணீரைக் குடம் குடமாக ஊற்றிக் கொண்டிருந்தார்கள் பெண்கள். கதம்பமும், மல்லிகையும் வியர்வையும் உடலோடு ஒட்டிய புடவை. பாவை தலைக்கு மேல் கூப்பிய கைகளோடு தரையில் ஒருக்களித்துக் கிடந்தாள். அவளுடைய மஞ்சள்நிறப் புடவைமீதும் தண்ணீரை ஊற்றினார்கள் பெண்கள். குலவையிட்டுக் கொண்டே தன் மேல் வீசியடிக்கப்பட்ட நீரால் கல்தரை. நெறு நெறுக்கும் புழுதி எதுவுமே அவள் மேல் பதிந்ததாகவே தெரியவில்லை. “ஜெய ஜெய தேவி, சரணம் சரணம்” என்று முழங்குகிற ஒலி பெருக்கி. ‘லு லு லுலு’ என்று ஆவேசத்தோடு எழும் குலவைச் சத்தம். இவையெல்லாவற்றாலும் செலுத்தப்பட்டதாக மிக மிக லகுவாக உருண்டது அவளுடல். தன்னை மறந்து மூடிய கண்கள்.

பாவைக்குள் எதுவோ இறங்கியிருந்தது. உதடுகள் தீவிரமாக என்னவோ முணுமுணுக்கின்றன.

‘‘அம்மா, தாயே, மகமாயி’’ என்று கூப்பிய கைகளுடன் அங்கப் பிரதட்சணம் செய்யும் அவளைப் பார்த்துப் பார்த்து பரவசச் சிலிர்ப்புடன் கூவல்கள் எழும்பின.

தன் உடல் கிடுகிடுவென்று ஆடி நடுங்குவதைக் பாவை உணர்ந்தாள். பாதங்களில் தொடங்கிப் படபடத்து மேலேறும் நடுக்கம். ஒவ்வொரு முறை இந்தக் கருமாரியம்மன் சந்நிதிமுன் நிற்கும் போதும் உணர்வது. அந்தச் சுடர் அம்மன் சிலையை அநாயாசமாகச் சுற்றியது. பிறகு அது அவள் நெஞ்சை நோக்கி மிதந்து வந்தது. இல்லை. அவளைத் துளைத்து உட்புகுந்து நிலை கொண்டது மார்பில். இல்லையில்லை. அடி வயிற்றில், உடல் சட்டென்று குளிர்ந்து விட அவள் மயங்கிச் சரிந்தாள்.

பெண்களின் குலவைச் சத்தம் உணர்ச்சிப் பெருக்கோடு கேட்டது. முகத்தில் தண்ணீர் தெறித்தது. நெற்றியில் பூசாரியின் கை விபூதியை அப்பியது. பாவை தடுமாறி எழுந்தாள்.

டிரைவர் ஓடி வந்து காரைத் திறந்தான். மரகதம்மா அவளை அமர்த்தி, அருகில் உட்கார்ந்து கொண்டாள். ஈர முகத்தில் காற்று ஜில்லென்று ஒற்றியது. கண்களை இறுக மூடிக் கொண்டாள்.

“இன்னும் வரலையா அவ” கிருட்ணசாமியின் குரலில் கடுமையான கோபமும், அவமானமும் இருந்தன.

“இல்லங்கய்யா” பயந்தவாறே சொன்னாள், சுற்று வேலைகள் செய்யும் லட்சுமி.

“வேற ஜோலி இல்ல அந்தச் சனியனுக்கு. சொன்னாலும் கேட்டுத் தொலையாது சனியன், சனியன்” வைதபடி கூடத்தில் குறுக்கும், நெடுக்குமாக நிலைகொள்ளாது நடந்தார் அவர்.

கார் வாசலில் நின்றது. இறங்கிய பாவையைப் பார்த்ததும் அவர் கோபம் சட்டென்று தணிந்தது. கனிவான குரலில். “ஏம்மா இப்படி?” என்றார்.

மஞ்சள் நீரில் ஊறிய, சிறு கற்கள் பதிந்து சிவந்த முன்னங் கைகள் உடலில் அங்கங்கே கன்றிய சிராய்ப்புக்கள். அவர் மனம் கலங்கியது.

“சொன்னாக் கேட்கவே மாட்டியா? போ. வென்னி ஊத்திக் குளி, உடம்பெல்லாம் காந்துமே. எதுக்கும்மா இதெல்லாம்?”

"அய்யோ, சாமி குத்தம், அப்படிச் சொல்லாதீக" என்று பாவை கன்னத்தில் போட்டுக் கொண்டாள். "கோயிலுக்குப் போயிட்டு வந்ததோட யாராச்சும் குளிப்பார்களா, உங்களுக்கு ஒண்ணுந் தெரியாது" என்று பூஜையறைக்குள் நுழைந்து கொண்டாள்.

"என்னமோ செய்ஞ்சு தொலை. போ" கோபம் ஏறி விட்டது அவர் குரலில். "அந்த ஈரச் சேலையவாச்சும் மாத்து. அது சாமி குத்தமில்லியே?" இடக்காகக் கேட்டபடி அறைக்குள் நுழைந்து கட்டிலில் பெருமூச்சோடு சாய்ந்து கொண்டார்.

பாவை ஈரச் சேலை ஒட்டியிருக்கும் உடல் குளிரில் நடுநடுங்க, பூஜையறை மேடையிலிருந்த அம்மன் சிலைக்கு கை குவித்து "அம்மா, விளக்கேத்துறேன். அபசகுனமில்லாது முதல் நெருப்புக்கே பத்திக்கணும்" என அவள் உதடுகள் முணுமுணுத்தன. தீப்பெட்டியின் பக்கவாட்டில் குச்சியால் உரசச் சுடர் எழுந்தது. விரல் நடுங்க திரியருகே கொண்டு போவதற்குள், அணைந்து விட்டது. அவள் உடல் இன்னும் நடுநடுங்க, கண்களில் நீர் திரள, அடுத்த குச்சியைப் பற்ற வைத்தாள். 'அம்மா, தாயே, மகமாயி, கர்ப்பகாம்பிகே' வாய் விட்டு அழும் தொனியில் சொல்லிக் கொண்டே நிதானமாகத் திரியின் அருகில் நெருக்கினாள். திரி மந்தமாகக் கிடந்தது. சுடர் சோம்பலாக நெளிந்தது. பிறகு எரியத் தொடங்கியது. பாவையின் முகம் சிவந்து குழம்ப, கன்னத்தில் போட்டுக் கொண்டாள், நெடுஞ்சாண் கிடையாக விழுந்து வணங்கினாள். விபூதி பூச எழ வேண்டும் என்றெண்ணிக் கொண்டிருந்தபோதே, கண் கிறங்க வெறும் தரையில் ஈர உடல் அழுந்த உறங்கிப் போனாள். விழித்தேயிருந்த ஆழ்மனம் மட்டும் மந்திரம்போல் முனகிக் கொண்டிருந்தது. "இந்த வாட்டி நிச்சயமா நிச்சயமா நிச்சயமா வந்துடும். வந்துடும் வந்துடும்"

6

சேட்டின் வீட்டில் தங்கி இருப்பது மகாவுக்கு ஒருவிதமான சங்கடத்தையே ஏற்படுத்தியது. அந்த வீடு கனத்த மௌனத்தில் புதைந்து கிடக்க, அவன் ஓசைகளுக்கு ஏங்கினான். வேண்டாம் என்று உதறி விட்டு வந்த சத்தங்கள், சிரிப்புக்கள், குழந்தைக் குரல்கள்... அவற்றை உண்மையில், தான் உதறவில்லையோவெனத் தோன்றியது. ஒரு விதமான தவிப்பும் வேதனையும் மனதைச் சிதைத்தன. குழந்தைகளின் நெருக்கம் வேண்டும் போலிருந்தது. ரேணுகாவின் மீதான காமம் அவனை அலைக்கழிக்க, இரவுகள் பாரமாயின.

எவ்வளவு விசாலமான அறை. அதன் அகன்று விரிந்த பரப்பில், தான் ஒரு மிகச் சிறிய பூச்சி போல் நிம்மதியற்று நிலை கொள்ளாது தவிப்பதாக உணர்ந்தான். சிறிய தலையணைகளை சுற்றிலும் பரப்பிப் போட்டுக் கட்டிலில் கிடந்தபின், இரவு முழுக்க முழுக்க உறங்கவில்லை. மனதிற்குள் வரிசையாகவும், தாறுமாறாகவும், சித்திரங்கள் ஓடத் தொடங்கின. போடிநாயக்கம் பட்டியைச் சூழ்ந்த மலைத் தொடர்கள். மெட்டு ஏறிப் பூம்பாறை தாண்டி கஜானாப் பாறை வந்ததும் பசுமையாய் விரிகிற காபித் தோட்டங்கள். ஏலச் செடிகள். அவை மெதுவாக முகங்களாக உருக்கொள்ள ஆரம்பித்தன. மென்மையாகச் சிரிக்கும் குழந்தை முகங்கள். '''சித்தப்பா, மிட்டாய் வாங்கித் தா, பொம்மை செய்து குடு, கதை சொல்லு'' என்று நச்சரிக்கும் பிள்ளைகளின் குரல்கள். அவற்றின் ஊடேயே மிதந்து மெல்லியதாகத் துவங்கிப் பலத்து ஒலிக்கிற கொலுசொலி. அவனால் ஒருகாலும் மறக்க முடியாத அதன் சலங்கைத் துளிகள். அவை உரசும் வெண் மஞ்சள் பாதங்கள். மகா விருட்டென்று எழுந்தான். கண்ணாடி ஜாடியிலிருந்து, தண்ணீரை அவசரமாக வாயில் கவிழ்த்துக் கொண்டு, ''நீரே, என்னுள் இறங்கி எல்லாவற்றையும் கழுவிக் கரைத்து மறைந்து போகச் செய்'' என்று முணுமுணுத்தான். மறுபடி மெத்தையில் குப்புற

விழுந்தான். ஆனால் உறங்க முடியவில்லை. அரைத் தூக்கத்திலாழ்ந்த போது வெளிக் கதவு தட்டப்படும் சத்தம்.

"மகா, மகா"

"வந்துட்டேன் அண்ணி."

பரபரப்பாக எழுந்து கதவைத் திறந்தான். சேட்தான்.

"இன்னும் தூக்கமா? எழுப்பிட்டேனா? சரி, போய்த் தூங்கு கொஞ்சநேரம் கூட" என்றார் தூக்கமா? இனிமேலா? என்று நினைத்தபடியே அவரை எரிச்சலோடு பார்த்தான் மகா. அவர் முகம் அவனை எழுப்பி விட்டோமே என்ற சங்கடத்திலும், தூங்கிக் கொண்டுதான் இருந்திருக்கிறான் எனும் நிம்மதியிலும் புன்னகைத்தது.

"குளிச்சு, சாப்புடவா"

மகா மறுபடி கதவைத் தாழிட்டு விட்டுப் படுக்கையில் பொத்தென்று விழுந்தான். யாரும் எழுப்பாமலேயே விழித்தபோது டெல்லிக்கே உரிய குளிரோடு சேர்ந்து இளவெயில் அடித்துக் கொண்டிருந்தது. மணி பத்தரை. அவசர அவசரமாக பல் விளக்கிக் குளித்து, சூட்கேசைத் திறந்தான். ஏதோ ஒரு மடிப்பிலிருந்து ரேணுகாவின் புகைப்படம் நழுவிக் கீழே விழுந்தது. அதை ஒரு நிமிடம், ஒரேயொரு நிமிடம் மட்டும் எடுத்துப் பார்த்துவிட்டு உள்ளே வைத்தான். உடையணிந்து கொண்டான்.

காவி நிறச் சட்டை விநோதமாக உடுத்தப்பட்ட வெள்ளை வேட்டி. அவனைப் பார்த்துச் சேட் சிரித்தார். "நல்லா தூக்கம்?" என்று கேட்டார்.

அவன் சிரித்தபடியே தலையை அசைத்தான்.

"சாப்புடு" என்று டைனிங் டேபிளுக்கு அவனை இழுத்துப் போய் அருகில் உட்கார்ந்து கொண்டார். ஒரேவொரு தட்டுத்தான் வைத்தான் சமையற்காரன்.

"நீங்கள்?"

"நான் சாப்புட்டாச்சு."

அவன் இனிப்பை கடித்துவிட்டு, பூரியை விள்ளுவதைப் பரிவோடு பார்த்தார் சேட்.

கார் நீள நீளமான சாலைகளைத் தாண்டி ஓடியது. சேட் ஆங்கிலம், இந்தி,தமிழ் கலந்த அவரது பிரத்யேக மொழியில் இடைவிடாமல் பேசிக் கொண்டே வந்தார்.

''வீட்டில் கோவம்?'' என்ற அவருடைய கேள்விக்கு மகா பதில் சொல்லாமல் ஜன்னல் வழியே பார்த்தான்.

கடைவீதி வந்துவிட்டது. பரபரப்பான கரோல்பாகாக இருக்கலாம் என்று நினைத்தான். பிளாட்பாரங்களில் துணிகள், கைப்பைகள், சிறு சிறு பொருட்கள் என்று குவித்து விற்றுக் கொண்டிருந்தார்கள்.

மஞ்சள், பச்சை, சிவப்பு என்று பளிச்சிடும் நிறங்களில் நைட்டிகள், சல்வார் கமீஸ்கள், கடந்து போன பெண்கள் உடுத்தியிருந்ததும் அவை தான். இதுபோல் சுமிக்கு ஒன்று... என்று நினைப்பு வந்தது. தான் எதையுமே விட்டு வரவில்லை என்பதும், உண்மையில் விட்டு விட்டு வர இயலாது என்பதும் மிகுந்த மனச் சோர்வைத் தந்தன. சிவந்து கலங்கிய கண்களைக் கவனித்து சேட், தோளை ஆதரவாகத் தட்டினார். அவர் உள்ளங்கை மெத்தென்று மேலே பட்டது.

''அதான் நம்பள் கடை'' என்று தூரத்தில் காட்டினார். கார் நுழைய முடியாத இடுக்குச் சந்து. பேரம் பேசுபவர்களும், விற்பவர்களும், வாங்குபவர்களுமாக மனித நெரிசல் புழுக்கம். அவர் கை காட்டியது எந்தக் கடையை என்பதே தெளிவாகத் தெரியவில்லை.

''இதான், இதான்'' என்று கையைப் பிடித்து இழுத்துப் போனார்.

கடை இடுக்கான இடத்தில் இருந்தது. வாசலில் ஏலக்காய் மூட்டைகளைச் சுமந்து வந்து இறக்கிக் கொண்டிருந்தான் ஒருவன். அவன் முதுகு வேர்வையில் பளபளத்தது. குறுகலான வாசல் ஆனால் உள்ளே விரிந்த கடைக்குள் இருந்த சிறிய கண்ணாடிக் கதவு போட்ட அறையொன்றைத் திறந்தார் சேட். ஏ.ஸி.யைப் போட்டுவிட்டார். மூன்று டெலிபோன்கள் மேஜையிலிருந்தன. அவன் நாற்காலியில் உட்கார்ந்தான்.

கை எதிரேயிருந்த பேரேட்டைப் புரட்டியது. ''வந்து இறங்கும் மூட்டைகளை வரவு வைக்க வேண்டும். கேட்டு வரும் சில்லறை

வியாபாரியிடம் மூட்டை விலைபேசி விற்கவேண்டும். அதையும் கணக்கிலெழுத வேண்டும். ஐந்துக்கு மூன்றைக் கணக்கெழுதாமலும் விடலாம்'' சேட் வேலை விவரம் சொன்னார். அவன் தலையசைத்தபடியே கேட்டுக்கொண்டான். வீடாக இருந்ததோ என்னவோ முன்பு அந்தக் கடை. பழைய மரத் தூண்கள் இரண்டு நின்றன. மரக்கட்டையாலான உத்தரங்கள்.

''தீன், சார், பாஞ்ச்'' என்று எண்ணிக்கொண்டே மூட்டைகளை அடுக்குபவனை மகா பார்த்துக் கொண்டிருந்தான். ரத்தன், அசோக், திலீப் என்று ஒவ்வொரு பையனாக சேட் அறிமுகப்படுத்தி வைத்தார். அவர்கள் இவனை உற்றுநோக்கியவாறே புன்னகைத்தார்கள். சிறுவன் ஒருவன் குடுகுடுவென்று ஓடி எங்கிருந்தோ டீ வாங்கி வந்து நீட்டினான். அவன் தோளைத் தட்டி ''முருகா'' என்றார் சேட். ''தமில்'' என்று சேர்த்துச் சொல்லிவிட்டு அந்தச் சிறுவன் சிரித்தான்.

''சார், நம்மூரா'' அவன் ஆர்வமாகக் கேட்டான்,

''நீ எந்தப் பக்கம்?''

''திண்டுக்கல், சார் நீங்க?''

''கோடிப்பட்டி''

''கிட்டக்கத்தான்'' என்று சிரித்தான் பையன்.

''சார்தான் இனிமே இங்க எல்லாம். மருவாத குடுக்கணும்'' என்றார் சேட்.

''ஒ.கே.சேட்ஜி''

அவன் வெளியே நகர்ந்ததும் சேட் மெல்லிய குரலில் மகாவிடம் சொன்னார்.

''உன்ன மாதிரிதான். போன வருடம் ஓடி வந்துட்டான்''

மகாவின் முகத்தில் பெரிய சிரிப்பும், லேசான துக்கமும் பரவின. அவன் விரல்கள் பேரேட்டைப் புரட்டின.

7

அதிகாலையில் தனத்திற்கு விழிப்பு வந்து விட்டது. அவள் தூங்கவே தூங்காததுபோல் அயர்வை உணர்ந்தாள். இரவு முழுவதும் கணவர் செல்வமணி வருவாரென்று காத்துக் காத்து அரைத் தூக்கமும், விழிப்புமாகப் புரண்டு கொடிருந்தாள். அவள் மனம் சீரற்றுக் கலைந்து கலைந்து ஒடியது. இப்போதைய இரவும், போர்வைக்குள் சுருண்டு உறங்கும் நான்கு குழந்தைகளும் மட்டும்தான் தனது இருப்பின் அடையாளமென்று உணர்ந்து திடுக்கிடுவாள். அஸ்திவாரமற்ற வீட்டில், நிலையற்று ஆடும் சுவர்களுக்குள் இற்றுப் போன கதவுகளுக்குள் தான் இருப்பதாக நினைத்துப் பீதியுறுவாள். மெதுவாகப் பயம் கிளைத்து நெஞ்சை அழுத்தும். விடிவிளக்கின் நீல ஒளி ஒரு ஆதுரம் மிக்க விழி போல அவளைத் தழுவும்.

செல்வமணியின் சைக்கிள் வந்து நிற்குமொலியில் மனம் சட்டென்று ஆசுவாசமடையும். கண்களை இறுக மூடி, சேலைக்குள் உடலைச் சுருட்டி நிம்மதியை அடைந்துவிட்ட நினைப்பில் உறங்க முனைவாள். அவர் வாசற்படியேறுகிறார். வெளிப்புறக் கேட்டில் உள்பக்கமாகப் போடப்பட்ட பூட்டைத் தன்னிடமிருக்கும் இன்னொரு சாவியால் திறக்குமொலி. மறுபடி இழுத்துப் பூட்டும் சத்தம். நடுக்கதவைத் திறந்து, மூடும் ஓசை, அவரது அறைக்குள் நுழைந்து, விளக்கின் ஸ்விட்சைத் தட்டும் விரல்கள். அவை தன் இமையைத் தொட்டதான உணர்வில் இன்னும் இறுகக் கண்களை மூடிக் கொள்ளுவாள்.

காலையில், வேலைக்காரி செவனம்மா பெருக்கும் ஒலியில் விழிப்பு வந்தாலும் அப்படியே படுத்துக் கிடப்பாள். அவள் வெளித்தொட்டியில் தண்ணீர் மொள்ளும் சத்தம் கேட்ட பிறகும் எழாமல் இருக்க முடியாது. பூட்டைத் திறந்து விட்டுவந்து, மறுபடி அலுப்போடு கட்டிலில் சரிவாள். அறைக் கதவினூடாக தெரிந்த கணவரின் பாதங்கள். வரிசையாகத்

தரையில் விரிக்கப்பட்ட மெத்தைகளில் உறங்கும் மூன்று பெண் குழந்தைகள். அம்மாவின் அருகே உறங்கும் கடைக் குட்டி மகன். எல்லாம் நிறைவாக, அழகாக இருக்கிறது என்று கண்களை மூடுவாள்.

செவனம்மா இழுத்துச் செருகிய சேலையோடு, தொட்டியில் குவிந்த பாத்திரங்களைத் துலக்கத் தொடங்குகிறாள்.

அம்மாவின் குரல் ஒரு மிருதுவான ரகசியம் போல, மறுக்க முடியாத கண்டிப்பான கட்டளையாக, நினைவூட்டலாக ஒலிக்கும்.

''ஜகி, மணி ஆறாச்சு'' குளிர் விலகாத காலை ஆழ்ந்த தூக்கத்தில் கல்லாய் விழுந்து அலையெழுப்பும் அம்மாவின் குரல்.ஜகி அந்தக் குரலை அலுப்போடு பற்றிக் கொள்வாள். அதைத் தொடர் சரடாக நீட்டுவிக்க வேண்டிய தனது கடமையை உணர்ந்து,விருட்டென்று போர்வையை உதறி எழுந்ததும், கால் பாதங்களை இறுகக் கட்டிய ரிப்பன்கள். பெண் குழந்தைகள் கால் விலகாமல் படுத்துறங்கப் பழகவேண்டும் என்று அம்மா பாதங்களை இணைத்து ரிப்பனால் கட்டச் சொல்வாள். ஒரு முனையை மற்றதன் மேல் வைத்து, உள் பக்கமாக விட்டுச் சுற்றி இறுக்கி நீள் வளையமாக முடிச்சிட்டு, சிறுமுனையைப் பிடித்திழுத்தால் அவிழும் படி உருவாஞ் சுருக்குப் போட அம்மா எத்தனையோ முறை கற்றுக் கொடுத்தாயிற்று. அப்படியே போட்டாலும், தூக்கத்தில் புரளும்போது முடிச்சு நன்றாக இறுகிவிடும்.

சமயோசிதமாகத் தன் கால் கட்டை நெகிழ்வாக அமைத்து வைத்திருக்கும் பொன்னி, நிதானமாக எழுந்து அந்தப் பெரிய வளையத்தை வெகு சுலபமாக தன் பாதங்களை விட்டு வெளித் தள்ளிவிட்டு, அருகில் படுத்திருக்கும் குட்டித் தங்கை பவானியைத்தட்டி, ''ஏய் பவி, எந்திரி, எந்திரி'' என்பாள் உற்சாகமாக.

அதற்குள் அடுத்த கட்ட உத்தரவாக அம்மா ''இன்னும் என்ன பண்றீங்க? மடமடன்னு குளி! போ,போ'' என்று விரட்டுவாள்.

தினம்தோறும் சொல்வதுதானென்றாலும், ஜகியிடம்,''நீ மாடி பாத்ரூமுக்குப் போ, பாப்பா'' என்றும், ''பொன்னிக் குட்டி, நீ கீழ் வீட்டு

பெரிய பாத்ரூமில் குளி. சின்னக் குட்டி வா, உன்னை அம்மா குளிக்க வைப்பேனாம்" என்றும் பவானியைத் தூக்கிக் கொள்வாள்.

ஜகிக்கு உலகத்திலேயே மிகவும் பிடித்த பொருள் அவளுடைய டூத் பிரஷ்தான். அம்மா வரிசையாக மூன்று ப்ரஷ்களில் சரியாக, அளவாகப் பற்பசையைப் பிதுக்கி வைத்திருப்பாள். நீல நிறம் ஜகிவுடையது பொன்னி தன் ப்ரஷ்ஷில் ஊக்கால் பி என்று கீறிவைத்திருப்பாள். பவானியுடையது. குழந்தைகளுக்கான ப்ரஷ்தான். அவளுக்கு மட்டும் அம்மாவே பல் துலக்கி விடுவது - அதுவும் இடுப்பில் தூக்கி வைத்து - ஜகதீஸ்வரிக்கும், பொன்னிக்கும் எரிச்சலான எரிச்சல் தரக்கூடியதாக இருக்கும்.

ஜகி தன் ப்ரஷ்ஷை எடுத்துக் கொண்டு படியேறும்போதே, அம்மா. "ஏ, சனியனே, ஸிம்மிஸும், ஜட்டி, துண்டும் எடுத்துக்கல?" என்பாள்.

மறுபடி இறங்கி படுக்கையருகே அம்மா வைத்திருப்பதை ஜகி எடுத்துக் கொண்டு மேலேறுவாள்.

வாய் பொங்க நுரை வைத்துக் கொண்டு, ப்ரஷ்ஷைத் தேய்ப்பாள். இடவலமாய், மேல் கீழாய், ஒவ்வொரு பல்லாய், பிறகு ஈறுகளில் மென்மயிர்கள் பற்களில் படும்போது ஏற்படும் கூச்சமும், சுகமும் அலாதியானவை. அது டீச்சர் பார்க்காதபோது நோட்டில் பென்சிலால் கிறுக்கி படம் வரைவதைப் போல் அற்புதமானது. கை ப்ரஷ்ஷை அசைக்கும்போதே, கண் வானத்தைப் பார்க்கும். அங்கு நுரை மேகங்கள். கசங்கிய நீலம் நீங்கி, சுடாத சூரியனின் ஆரஞ்சுக் கதிர்கள் வெளித் தெரியும்.

முல்லைக் கொடியின் இலை நுனிகளில், வாழை மடல்களில் குட்டிச் சாமந்திகளில் பட்டுத் தெறிப்பதைப் பார்த்துக் கொண்டே, பல் துலக்கிக் கொண்டே இருந்துவிடலாம். ஆனால் அம்மாவிற்குத் தெரியும். அவள் கீழேயிருந்து கத்துவாள்.

"ஜகி, மடமடன்னு குளிச்சிட்டு வரியா? மணி ஆறரை தாண்டியாச்சு" இட்லியை அவித்தெடுத்து வைப்பாள்.

"ஸ்கூல் பஸ் எட்டு மணிக்கு தானேம்மா?" என்று மனதிற்குள் கத்திக் கொள்வாள்.

"தலையை நனைக்காதேடி."

"சரிம்மா."

முடியைத் தூக்கிக் கட்டக் கட்ட எப்படியும் அவிழ்ந்து விடும். மடித்துக் கட்டியே இருக்கிற இரண்டு ஜடைகளையும் ஒன்றின் மேலொன்றாக வைத்துச் செருசி, ஒரு வழியாகக் கட்டி மறுபடி நுரையின் உலகத்துக்குள் புகுந்து விடலாம்.

"தளபதியே, நம் படை வீரர்களைக் கோட்டையின் வலப் பக்கம் செல்லச் சொல்லுங்கள். எதிரிகள் அங்கு தாக்குதலுக்குத் தயாராகி இருக்கிறார்கள்"

"ஓடுங்கள், ஓடுங்கள் பக்கவாட்டுக் கதவுகளில் பயங்கரத் தாக்குதல். அடித்துத் துரத்துங்கள்" என்றெல்லாம் ஒரு அரசி போல் உத்தரவிடுவாள் மனதிற்குள். மேல் வரிசைப் பல்லையும், கீழ் வரிசையும் இறுக்கிச் சேர்த்துக் கொண்டு, வெண்ணிற அட்டையில் வரைவது போல் தூரிகையை அசைப்பாள். விதவிதமான ஓவியங்கள். சின்னச் சின்னப் பூக்கள். பல்வேறு பாவங்கள் காட்டும் முகங்கள். கார்ட்டூன் சித்திரங்கள். மிருகங்களின் உருவங்கள் என்று வரைந்து கொண்டே, நீண்டு கொண்டே போகும். அவளுடைய ஓவியப் பயிற்சி.

அடுத்தபடியாக எஜமானியாக மாறுவாள். ப்ரஷ்ஷின் இழைகளுக்குப் பெயரிட்டுக் கூப்பிடுவாள்.

"முனியம்மா, அந்த மூலை அறையைப் பெருக்கு."

"லட்சுமி, அந்த இடுக்கிலே ஒரே அழுக்கு பார். சோப் போட்டுத் தேய்த்துக் கழுவணும்."

"ராஜம்மா, கண்ணாடி ஜன்னலில் தூசும், பிசுக்கும் உள்ளன அழுத்தித் தேய்."

அம்மா நல்ல மனநிலையிலிருந்தால், "பாப்பா" என்று பிரியமாகவோ, இல்லை, "ஏ, ஜகி" என்று எரிச்சலாகவோ குரல் தருவாள்.

ஜகி மனசேயில்லாமல் வாயைக் கொப்பளிப்பாள்.

பிறகு குளியலறையில் சோப்பு நுரைக் குமிழ்கள். அவற்றைக் கையிலேந்திக் கொஞ்சி, விளையாடி, மெதுவாக உடம்பெங்கும் தேய்த்து, அந்த வழுவழுப்பை ரசிப்பாள்.

கதவைத் தட்டும் சத்தம்.

"பாப்பா, பாப்பா" என்பாள் செவனம்மா.

"வந்துட்டேன், வந்துட்டேன், வந்துட்டேன்."

அவசரமாகத் துவட்டி ஸிமிக்குள் நுழைந்து கீழே ஓடுவாள், ஜகி

குட்டிப் பிள்ளை பவானிக்கு அம்மா இட்லியை ஊட்டிக் கொண்டிருப்பாள். பொன்னி சமர்த்தாக, யூனிபார்ம் போட்டுக் கொண்டு, தலை பின்னி முடித்து, நிதானமாகச் சாப்பிடும். அம்மா முறைப்பாள். ஜகி அறைக்குள் ஓடி யூனிபார்மைப் போடுவாள்.

விரித்த தலை முடியோடு, அம்மாவருகே சீப்பைக் கையில் வைத்துக் கொண்டு நிற்பாள்.

"எப்பப் பார் இதே லேட்தான். சோம்பேறி, சோம்பேறி, இரு, இவளுக்கு ஊட்டிட்டு வரேன்."

"பிள்ளையைத் திட்டாதீங்கம்மா. வா, நான் பின்னி விடுகிறேன்" என்பாள் செவனம்மா.

ஸ்கூல் பையைத் திறந்து அன்றைய வகுப்பிற்கான நோட்டுக்களை எடுத்து வைக்க ஓடுவாள் ஜகி.

"ராத்திரியே எடுத்து வைனு எத்தனை தரம் சொல்றது? ஜகி" அம்மா கத்துவாள்.

நீளக் காம்போசீஷன், சயின்ஸ், இந்தி, ஆங்கிலம், தமிழ் பார்த்துப் பார்த்து எடுத்து வைப்பாள். பென்சில் டப்பாவைத் திறந்து எல்லாம் இருக்கிறதாவெனப் பார்க்கும்போது, சரியாகக் கீழே தவறவிடுவாள்.

தங்கைகள் ராகமாக ''டப்பாவைக் கீழே போடாதே, கவனமாயிருனு எத்தனை தடவை ஜகி சொல்றது ?'' என்று இழுப்பார்கள் அம்மா மாதிரியே. குனிந்து பென்சில் பேனா,ரப்பர், ஸ்கேல் என்று பொறுக்கி அடுக்கும்போது ஜகிக்கு அழுகை முட்டிக்கொண்டு வரும். கண் குளமாகி விடும். இன்னும் ஐந்தே நிமிடம் 8.10-க்கு பஸ் வந்துவிடும் தெரு முனைக்கு. ஜகி ஸ்கூல் பேகை முதுகில் மாட்டிக் கொள்வாள்.

அம்மா பதறி, "பாப்பா, நீ இன்னும் சாப்பிடல, பார், டேபிளில் இட்லி எடுத்து வைச்சிருக்கேன்."

"எனக்கொண்ணும் வேணாம் போ."

"நல்ல பிள்ளையில்ல, வேகமாகச் சாப்பிட்டுடலாம், யே, நீங்க ரெண்டு பேரும் என்னடி அவளைக் கிண்டல் பண்றீங்க ?" அம்மா அதட்டுவாள்.

பவானியும், பொன்னியும் வாயை மூடிக்கொண்டு கண்ணால் சிரிப்பார்கள். ஜகி நின்று கொண்டே இட்லியை விழுங்குவாள். கை கழுவி வெளியேறும்போது, அம்மா பால் டம்ளரோடு ஓடி வருவாள் பின்னாலேயே.

"என்னம்மா, நீ!" என்று ஒரே மடக்கில் பாலைக் குடிப்பாள் ஜகி.

நாலு வீடு தாண்டி உற்சாகமாக ஒருவர் தோளில் ஒருவர் கை போட்டு நடக்கும் தங்கைகளை ஓடிப் பிடிக்கத் தோன்றாது ஜகிக்கு.

"போறாளுக பாரு! ஓடிப்போய் அவங்களோட சேர்ந்து போ!"

"இல்லைமா, டாட்டா!" அப்பா ஏன் இன்னும் தூங்குகிறார் ? ஆனால் அவர் இனிமேல் விழித்துக் குளித்துச் சாப்பிட்டு, 9-க்கு கடை திறக்கப் போய் விடுவார்.

"அப்பா டாட்டா என்றாவது சொல்லியிருக்கிறேனா ?" ஜகி யோசித்தபடியே நடப்பாள்.

“ஹாய் சித்ரா”

“ஹாய் லதா.”

“ஹாய் வேணி.”

இவர்களைத் தொடர்ந்தே ஏறும் பெரியப்பா பெண்கள் லதாவும், சுதாவும் “என்ன லேட்டா இன்னிக்கும்” என்பார்கள். சிரிப்பும் பேச்சும் உற்சாகமாகக் கிளம்பும்.

பொன்னியும், பவானியும் பக்கத்துப் பக்கத்தில் சன்னலோர சீட்டில் தனியாக உட்கார, கொஞ்ச நேரத்தில் அவளருகில் நெருக்கியடித்து யாரோ உட்காருவார்கள். அடுத்த ஸ்டாப்பில் பேரைக் கூடக் கேட்க மாட்டாள் ஜகி.மாட்டு மந்தை, பழைய பஸ் ஸ்டாண்ட், அந்தச் சிலை யாருடையது? அரிசிக் கடை ஸ்டாப். அப்புறம் ராதிகா வீடு இருக்கும் சந்தை ஸ்டாப். ஏறியவுடன் நீளமான பின்னலைப் பின்னால் போட்டுக் கொண்டு ஜகியின் பக்கத்தில் இடமில்லை என்பதைப் பார்த்துவிட்டு, “ஜகி” என்று அவள் தோளில் தட்டி நகர்ந்து வேறு இடம் பிடிப்பாள் அவள்.

அடுத்த சீட்டிற்குத் திரும்பி, “அது ஏன் உம்னு இருக்கு?” என்று மெதுவாகப் பொன்னியிடம் கேட்பாள்.

பொன்னி ஊருக்கே கேட்கும்படி உரக்க, ‘‘அது அழுதுச்சு அழுமூஞ்சி. அம்மா திட்டினாங்க’’ என்று கத்தும். உடனே ஜகிக்கு மறுபடியும் அழுகை பொத்துக் கொள்ளும்.

ராதிகா, ஸ்ஸ்ஸ் என்று உதட்டின் மேல் விரல் வைத்துக் காண்பிப்பாள்.

ஐந்தாம் வகுப்பிலிருக்கும் அபர்ணா ‘‘ரெண்டாம் வகுப்புப் படிச்சிட்டு, என்ன வாய், வாயாடி, வாயாடி! ஊரையே வித்துடுவா!” என்று பவானியைக் கொஞ்சுவாள்.

புது பஸ் ஸ்டாண்ட் வந்துவிடும். சுமிக்கா சொல்லியிருந்த வேன் இன்று கண்ணில் தென்படவில்லை. அப்படியானால் இன்னிக்கு ஏதோ பயங்கரமாய் நடக்குமோ? ஜகி இறங்கும்போது பெரியப்பா மகள் லதாவைக் கேட்பாள். முந்திக்கொண்டு சித்தப்பாவின் குட்டி மகள் பவித்ரா ‘‘ஒண்ணும் நடக்காது’’ என்று சொல்லி விட்டு ஓடுவாள் பாலர் வகுப்பிற்கு.

மரங்களடர்ந்த பள்ளியின் முகப்பில் பஸ் வந்துவிடும். நிறைய காட்டுத் தீ மரங்கள். நெருப்புப் போல் பூக்கள் கொத்தாக படர்ந்து அடர்ந்திருக்கும். வேப்ப மரங்கள் ஆசி கூறுவது போல் சிறு வெண் பூக்களைத் தலையில் தூவும். அந்த மரங்களை ஒவ்வொன்றாய்த் தொடவேண்டும். சொரசொரக்கும் மரப்பட்டைகளைத் தடவ வேண்டும். எதை நினைத்துக்கொண்டு முகர்கிறோமோ அதுவாகவே மணக்குமாமே, மனோரஞ்சிதப் பூ! சிவனம்மா சொல்லியிருக்கிறாள். அதை ஒரேவொரு தடவை பறிக்காமல் நுகர வேண்டும். அம்மாவை நினைத்துக்கொண்டு... இல்லை... அப்பாவை.

பள்ளிக்குள் நுழைந்த உடனேயே ஒழுங்குதான். வாட்ச்மேன் தாத்தா தவிர அனைவரும் பெண்கள். பெண்கள், பெண்கள். முதுகில் புத்தகச் சுமையோடு நடக்கும் சிறுமியர், செயற்கைக் குன்றில் இடப்பட்ட குகைக்குள் கையில் பாலகனோடு நிற்கும் கன்னித் தாயை வணங்க வேண்டியது தினசரி நியமம். மேரி அவளே ஒரு குழந்தை போல்தான் இருப்பாள். வேப்ப மரங்கள் சூழ்ந்த அந்த இடம்தான் உலகிலேயே தனக்கு பிடித்தமானது என ஜகி நினைப்பாள். ராதிகா, ரேவதியும் கூட அப்படியே நினைப்பதாகச் சொல்வார்கள்.

மணியடித்ததும் சிறிய கூட்டுப் பிரார்த்தனை. பிறகு வகுப்புகள். வகுப்புகள். வகுப்புகள். நீண்டு போகின்ற பாடங்கள். மதிய உணவு இடைவேளை. மணியை எதிர்பார்த்தபடியே தான் எல்லோரும். உட்கார்ந்திருக்கிறோம் என்று அவர்களுக்குத் தோன்றும்.

கூண்டுகள்போல் அடைத்துப் போட்ட மர டெஸ்குகள். உள்ளே அடைபட்ட சிறுமிகள் வெளியே சிறகடிக்கும் பறவைகளைப் பார்த்துக் கொண்டே உட்கார்ந்திருப்பார்கள்.

மணியடித்ததும் கூச்சலும், சிரிப்புமாய் வகுப்பறைகள் காலியாகும். வட்ட வட்டமாய் அமர்ந்த சிறுமிகளால் மரத்தடிகள் நிறையும்.

8

கொத்துக் கொத்தாகப் பூத்துக் கிடந்தவை கனவா... நினைவா? பார்த்துப் பார்த்துக் கண்விரிந்து சிரிக்கையில் ஒரு பூவிலிருந்து, இரு விழிகள் திறந்தன. கண நேரத்தில் அவை இமைத்தன. சிறிய உதடுகள் பாவையின் மார்பில் பதிந்ததும் உடல் சிலிர்த்து. அந்தப் பூமுகத்தை நெஞ்சோடு அணைத்துக் கொண்டாள் அதற்குள் இன்னுமொரு மஞ்சள் சூரியகாந்தி குலுங்கக் குலுங்கச் சிரித்தபடி அவளை நோக்கி ஓடி வந்தது. கூடவே வெள்ளை வெளேரென்ற நந்தியாவட்டைப் பூ அவள் மடியில் உதிர்ந்து முந்தானையைப் பிடித்திழுத்தது. தோளில் இரண்டு செண்பகக் குழந்தைகள் தொற்றிக் கொண்டன. தொடையில் முகம் பதித்தது முல்லை அரும்பு. அம்மா அம்மா வென்று அசைந்தன, செம்பருத்திகள். தலையிலிருந்து பாதம்வரை தழுவிக் குவிந்த பிள்ளைகளின் அணைப்பில் தடுமாறினாள், மூச்சிறைத்தாள். அரவணைக்க இரு கைகள் போதாமல் அல்லாடினாள். தொலைவிலிருந்து மேகமொன்று பஞ்சுக் கால், கைகள் முளைத்து நெருங்கி வரக் கண்டு திகைத்தாள். மார்பிலிருந்து பால் பீய்ச்சியடித்து முந்தானையை நனைத்துப் பாதம்வரை பெருக்கெடுத்தோடியது.

திடுக்கென்று எதுவோ நிற்கும் சத்தத்தில் கனவு கலைந்து முழு விழிப்பு வந்துவிட்டது. எதிர் சீட்டில் உறங்கும் கணவனின் முகத்தைப் பார்த்தாள். இது என்ன ஊர் என்று தெரியவில்லை. பட்டணம் அங்கிருந்து எவ்வளவு தூரமோ? போய்ச் சேர விடிந்து விடும் என்று சொன்னார். பாவை உடலைச் சேலைக்குள் சுருட்டிக் கொண்டாள். கண்களை இறுகமூடித் தூங்க முயன்றாள். தன் உடலுக்குள்ளிருந்து பூ வாசனை கிளர்ந்து எழுவது போல் உணர்ந்தாள். இல்லை, பால் மணம் வீசும் பச்சைக் குழந்தையின் வாய் வாசனை அது. ரயில் வெகு வேகமாக ஓடிக் கொண்டிருந்தது. போட்டது போட்டபடி கிளம்பியாயிற்று. ''மெட்ராஸில் இந்த டாக்டரம்மா நிறையப்

படித்தவளாம். ஃபாரினுக்கெல்லாம் போய் பிள்ளையில்லாக் குறை தீர ஆராய்ச்சி பண்ணி வந்தவளாம். அங்கேயும்தான் போய்ப் பார்த்து விடலாமே'' என்று கணவர் சொன்னதும் பாவைக்கு பயம் பிடித்துக் கொண்டது. மறுபடியும் பரிசோதனைகளா? ஒண்ணுக்குப் போறதப் பிடிச்சுக் கொடுக்கிறதும், ஊசி குத்தி ரத்தம் எடுக்கிறதும், அடி வயத்தப் போட்டோ பிடிக்கிறதும் மதுரயிலேயே பல தடவை பார்த்தாச்சு. கர்ப்பாகாம்பிகே, நீ கண் திறக்க மாட்டியா?'' அவள் புரளும் சத்தத்திலே கிருட்டிண சாமி கண் விழித்துவிட்டார்.

“பாவை! நீ தூங்கல்லியா?”

“நல்லாத்தேன் தூங்கினேங்க. ஒரு கனாக்கண்டு முழிச்சிட்டேன். மறுபடி தூக்கம் வரலை. பூப்பூவா பூத்திருக்கு. கண் கொள்ளல பார்க்க. பெறவு ஒவ்வொரு பூவும் பச்சப் பிள்ள முகமா மாறுது. என் மாரில முகத்தை வச்சுப் பால் குடிக்குது. அம்மா, தூக்குனு ஓடியாருது. என்னக் கட்டிப் பிடிச்சுக்குது”

அவர் முகத்தையே பார்த்தபடி மடமடவென்று மூச்சுவாங்கச் சொன்னாள்.

“அதொண்ணுமில்ல! குழந்தைப் பேறு வாய்க்கலியேன்னு நீ ஏங்கிகிட்டுப் படுத்திருப்ப. அதான்.”

“இல்லங்க! இந்தத் தடவ கண்டிப்பா வந்துடும்.”

“ம்ம், வரட்டும்” என்று ஆழ்ந்த பெருமூச்சோடு கிருஷ்ணசாமி குளியலறையை நோக்கி நடந்தார். கதவைத் திறந்து உள்ளே புகுந்ததும், தூக்கக் கலக்கத்தோடு கண்ணாடியில் தெரிந்த முகம் அறைவது போல் பிரமையுண்டாகியது.

“தெரிந்தே இதென்ன நாடகம்?”

அவர் உதடுகள் உலர்ந்துவந்தன. நாளை மற்றுமொரு நாடகம்தான். கண்கள் காந்தின. ரயிலின் கழிப்பறை குமட்டும் நெடி மூக்கைப் பொத்திக் கொண்டு திரும்பி நடந்தார். யாரை ஏமாற்ற இந்தப் பயணம்? என்று மனம் அறுத்தது. சேலையால் உடலை முழுக்கப் போர்த்திக் கொண்டு,

குழந்தைமை மாறாத முகத்தோடு பாவை படுத்திருக்கிறாள். கைகள் கும்பிடுவது போல் பிணைத்து கூப்பியிருந்தன.

“பாவை” என்று கூப்பிட்டுப் பார்த்தார் சிறு குரலில். அவளிடமிருந்து பதிலோ, அசைவோ இல்லை, அதற்குள் புண்ணியவதி தூங்கி விட்டாள்! அடுத்து என்ன கனவோ அவளுக்கு. தம் சீட்டில் கால் நீட்டிச் சாய்ந்து கொண்டார். ரயில் நீளமாக ஊதிக் கொண்டு தடதடத்து ஓடியது.

அந்த ஹோட்டல் அறைக்குள் நுழைந்ததும், அய்யோ, அழுக்கு என்று முகம் சுளித்தாள் பாவை. இத்தனைக்கும் சர்க்கரை மில் ராஜனிடம் விசாரித்து வந்த நல்ல ஹோட்டல்தான். சிறுவன் ஒருவன் ஓடி வந்து படுக்கை விரிப்புகளை மாற்றினான். அந்த அதிகாலையிலே குளித்து, நெற்றியில் விபூதிக் கீற்றும், உதட்டில் புன்னகையுமாக அவன் இருந்தான்.

“காபி கொண்டாரவா, சார்.”

“சரி” என்றார் கிருட்டிணசாமி, உற்சாகமாக வருபவனைப் பார்த்துக் கொண்டே நின்றார். பாவை அங்கு கிடந்த நாற்காலியில் உட்கார்ந்திருந்தாள்.

“தூங்கறியா, செத்த நேரம் ?”

“ஆமா, மணி ஆறு தாண்டியாச்சு, இனிமே என்ன தூக்கம் ? குளிச்சுக் கௌம்ப வேண்டியதுதேன்” என்றாள், என்னவோ திருவிழாவுக்குப் புறப்படுபவள் போல்.

திரும்பிப் போய் விடலாமா என்று யோசித்தார் கிருட்டிணசாமி. அப்படியே அடுத்த ரயிலைப் பிடித்து ஊருக்குத் திரும்பி விடலாம். ஒன்றும் வேண்டாம். ஆஸ்பத்திரி. ரத்த டெஸ்ட் எக்ஸ்ரே மருந்து மாத்திரை என நிறையப் பார்த்தாயிற்று. எதுவும் வேண்டாம், என்ன பயனும் இருக்கப் போவதில்லை. அவர் மனம் உளைந்தது. ஒரேவொரு தரமும் இதுதான் கடைசி என்று நினைத்துக் கொள்வார். அவள் அதற்குள் பெட்டியைத் திறந்து, துண்டும், சேலையும், சோப்புப் பெட்டியும் எடுத்துக்கொண்டு பாத்ரூமிற்கு நடந்திருந்தாள். ஆச்சரியமாய் இருந்தது. இவளுக்கு மட்டும்

எப்படி எந்தக் குழப்பமோ, கலக்கமோ, இல்லை? என்ன ஒரு தெளிந்த மனம்? படுக்கையில் சரிந்தார். அந்தப் பையன் காபியோடு வந்து விட்டான். சிறிய மேஜையில் வைத்து, ''வரேன் சார், வேறெதுனா வேணும்னா கூப்பிடுங்க'' என்று அறைக் கதவைச் சாத்தி விட்டு ஓடினான் வெளியே.

கிருட்டிணசாமி சோர்ந்த மனதோடு ஜன்னலோரம் நின்றார். காலைச் சுறுசுறுப்பில் இருக்கும் நகரம். இரையும் வாகனங்கள் மென்வெயில் கசகசப்பாக மாற ஆரம்பித்திருந்தது. வெறிச்சிட்ட மனதோடு வெளியே பார்த்தபடியே நின்றிருந்தார் நெடுநேரம்.

''ஏங்க, என்னங்க'' கூப்பிடும் குரலை வெகு நேரம் கழித்தே உணர்ந்திருந்தார்.

குளியலறையை நெருங்கி, ''என்ன?'' என்றார்!

வெட்கமும் படபடப்புமாக. ''இதென்ன குழாயி, திறக்கவும் வரல, ஒண்ணும் முடியல. நானும் திருகித் திருகிப் பார்த்துட்டேன்''

உள் தாழை நீக்கும் சத்தம். உயர்த்திக் கட்டிய பாவாடையோடு நின்றிருந்தாள். அவரை எந்தத் தூண்டுதலுக்கும் உட்படுத்தாதது ஆகிவிட்டிருந்தது அவள் உடல். வெற்று முதுகும், ரவிக்கையின் நிழலில் மிகவும் வெளுத்துத் தெரியும் தோள்களும், புதிய பளிங்குக் கற்கள் பதித்த குளியலறையைப் பார்த்ததில் குதூகலமாயிருக்கிறாள். அவர் பார்வையைத் தாழ்த்திக் கொண்டு. ''நகரு'' என்று குழாயின் நீள் விளிம்பை மறுபுறமாக ஒடித்துத் திறந்தார்.

''அட, ஒரு நிமிட்ல திறந்துட்டீங்களே'' உற்சாகம் துள்ளும் குரல்.

''இப்புடித் திருப்பினா மூடிக்கும்.''

''ஆங், சரி,''

அயர்ந்து வெளியேறுபவரைப் பார்த்தபடியே ஒருகணம் நின்றாள்.

''பாவம் ராவெல்லாம் தூக்கமில்லை. களைச்சுக் கிடக்காரு'' என்று வாய்விட்டே சொன்னபடி, தண்ணீரை மொண்டு ஊற்றத் தொடங்கினாள்.

'அவள் என் தொடுதலை விரும்பியிருப்பாளே? ஒரு கணம் அவளை ஏறிட்டாவது பார்த்திருக்கலாம். ஏன் என் மனம் இப்படி இறுகிப் போனது? இனி ஒரு போதும் மனத் தடைகளின்றி அவளைத் தழுவ முடியாதோ? அதனால்தான் எந்நேரமும் எனக்குள் விழித்துக் கிடக்கும் அந்த உண்மையின் கனம்தான் அவளை நோக்கி நகர விடாமல் என்னை அழுத்துகிறது. சொல்லிவிடலாம். இன்றுதான் சரியான நாள். இதுதான் நல்ல தருணம். மனதைத் திறந்து அவள் முன் கொட்டி விடலாம். அவள் காலடியில் வீழ்ந்து கதறினால் தீர்ந்துவிடும். அவளுக்குக் கோபமே வராது. என் மேல் இன்னும் பிரியம் கூடிவிடும். 'அதனாலென்ன, அதனாலென்ன' என்று மென் குரலில் கொஞ்சுவாள். 'நீங்க ஒண்ணும் கவலைப்பட வேண்டாம்' என்று தழுவிக் கொள்வாள். இன்னும் கொஞ்சம் என்னைத் தன்னோடு இறுக்கி வைப்பாள். அப்போது எல்லாம் கரைந்து விடும். இலகுவான மனதோடு அவளை அணுக முடியும். அவளுக்கு என் மீதிருக்கும் அன்போடு, பரிதாபமும்கூடச் சேர்ந்து விடுமாயிருக்கும். பரிதாபம், அனுதாபம். ஆமாம், அதைத்தான் என்னால் சகிக்க முடியாது. அது என்னை நூறு துண்டாக நொறுக்கிப் போடும். அவள் முன்பு நான் ஒன்றுமில்லாமல் கிடப்பேன், அதனால்தான். என்னால் முடியவில்லை. அதைச் சொல்ல ஒரு போதும் முடியாது'

கிருட்டிணசாமி தோள் துணியில் முகத்தை அழுந்தத் துடைத்தார். 'அழுகிறேனோ' என்று அதிர்ந்தார்.

குளியலறையில் ஷவரை திருகியிருக்கிறாள்! என்னவோ பாடுகிறாள். எவ்வளவு எளிமையாகவும், எப்படி ஆனந்தமாகவும் இருக்கிறாள்! இதோ, எதற்கோ களுக்கென்று தனக்குத்தானே சிரித்துக் கொள்கிறாள்.

தன்னுள் இருக்கும் என்னோடுதானே குலவிக் கொண்டிருக்கிறாள்? சொல்லிவிட்டால்? அதன்பின் இவள் இப்படியே இருக்க முடியுமா? அவர் மனம் நடுங்கியது. குளியலறையிலிருந்து பெருகிய நீரின் ஓசை பேரலையாகத் தன்னைத் தாக்குவதாக எண்ணினார். அடித்துத் தள்ளித் துரத்துகிறது. வாரிச் சுருட்டி எறிகிறது, இந்த அறையிலிருந்து நகரத்தை விட்டுத் தொலை தூரத்திற்கு அல்லது, இந்த உலகத்தை விட்டே! மேலே

அதிவேகத்தில் சுழலும் மின் விசிறியால் அவர் உடலைக் குளிர வைக்க முடியவில்லை. மிகுந்த களைப்போடு எழுந்து, நாற்காலியில் முதுகைச் சாய்த்து, குட்டை மேஜையில் காலை நீட்டி அமர்ந்தார். அவர் பார்வை தம் முன் மாபெரும் வெற்றிடமாக விரியும் அறையை வெறுமனே தடவித் திரிந்தது.

மௌனமாகக் கண்களை மூடி உட்கார்ந்துகொண்டு கதவு திறக்கும் அந்தக் கணத்திற்காகக் காத்திருந்தார்.

அப்படியே அசந்து தூங்கிவிட்டார் போல. கதவு திறந்த சத்தமே கேட்கவில்லை. அவள் அணிந்திருக்கும் ஜிலேபிக் கொலுசின் ஒலியும் அவரை எழுப்பவில்லை. உறங்குபவரைக் குழந்தையைப் பார்ப்பதுபோல் பார்த்தாள். மெல்லடிகளாக வைத்துப் பூனைபோல் நடந்தாள். அவசரமாகச் சுற்றி வந்திருந்த புடவையை, நீளக் கண்ணாடிமுன் நின்று நிதானமாகக் கட்டிக் கொள்ளும் போது பின் கொசுவம் வைக்கக் கூடாது என்று அவர் சொன்னது ஞாபகம் வந்தது. முன்புறம் அடுக்கு வைத்துச் செருகினாள். தலையை உதறும் சத்தத்திலும், சிறிய சாரலாக உதிர்ந்த நீர்த் துளிகளும் அவருக்கு விழிப்புக் கண்டுவிட்டது. மஞ்சள் மினுமினுக்கும் முகத்தோடு நிற்பவளைப் பார்த்ததும் அத்தனை மன உளைச்சலும் திரண்டு கடினப்பட்டு, எரிச்சலுடன் வெளிவந்தது.

''குளிச்சிட்டன்னா என்னை எழுப்பித் தொலைக்க மாட்டியா?''

அவள் முகம் சட்டென்று உற்சாகம் வடிந்து சுருங்கியது.

''பாவம், சோர்ந்து தூங்குறீங்களேன்னு...''

''ஆமா கிழிச்சேன், ஏற்கனவே கொள்ள நேரமாச்சு. ஒரேழவும் தெரியாது உனக்கு'' விருட்டென்று எழுந்தார்.

''நான் என்னங்க செய்ஞ்சேன்? நீங்க சீக்கிரம் போகணும்னு சொல்லவேயில்லயேங்க?''

அவள் பவ்யமும் பணிவும் இன்னும் எரிச்சலைக் கூட்டின.

"ஆமா சொல்லல. சொல்லாட்டி உனக்குப் புத்தியெங்கு போச்சு? மர மண்ட. முண்டம்" வரிசையாக வசவுகள் வந்து விழுந்தன. அவள் கண்கள் சிவந்து கலங்கிச் சொல்லற்று நின்றாள்.

படாரென்று பெட்டியைத் திறந்து வேட்டி, சட்டையை வெளியிலெடுத்து வைத்தார் தோளில் துண்டோடு விறைப்பாகக் கழிவறையை நோக்கி நடந்தார்.

"என்னங்க"

"என்ன?"

"சோப்பை மறந்துட்டிகளே!"

"ஆமா, அதை ஒருக்க சொல்லிக் காமி..."

"இல்லை..."

"என்ன நொள்ள? வாய மூடு" சோப்பு பெட்டியைப் பிடுங்கிக் கொண்டு, பெருஞ் சத்தத்தோடு குளியலறைக் கதவை மூடிக்கொண்டார்.

அவள் விக்கித்துப் போய் உட்கார்ந்திருந்து சற்றே அழுது, கண்ணைத் துடைத்துக்கொண்டு கூந்தலை வாரிப் பின்னத் தொடங்கினாள்.

தண்ணீர் மேலே பட்டதும் கிருட்டிணசாமியின் மனம் சட்டென்று தணிந்தது. அதிகமாகப் பேசி விட்டோம் அவளை. பாவம் என்று எண்ணியபடியே வேக வேகமாகக் குளித்தார். அவளுடைய முகத்தின் களங்கமின்மையைப் பார்த்ததுமே, தம் தவறுகள் மேலெழுந்து வரும். இயலாமையும் பொய்மையும் கலந்து கோபமாக அவள் மீது விசிறியடிக்கத் தொடங்கும்.

வெளியே வந்தபோது அமைதியாக உட்கார்ந்திருந்தவளிடம் ஒன்றும் சொல்லாமல் உடையணிந்து கொண்டார்.

"சாப்பிடப் போகலாம்" என்றார் பொத்தாம் பொதுவாக.

'எனக்கொண்ணும் வேணாம் என்று அவள் பிணங்கினால் தேவலை' என்று அவர் மனம் ஏங்கியது. அவளோ ஒரு வார்த்தையும் பேசாமல் கூட

நடந்தாள். குன்றிய மனதோடு அவளையே பார்த்தார். அழகாகத் தானிருக்கிறது. இந்த முன் கொசுவக் கட்டு. தலையைத்தான் ரொம்ப இறுக்கமாகப் பின்னிக் கொண்டுவிட்டாள். வெளியே நடக்கும்போதும், ஹோட்டலில் சாப்பிடும்போதும் கலைக்க முடியாத அந்த மௌனம். இடையில் உறுத்திக் கொண்டேயிருந்தது. ஒருதரம், ஒரேவொரு தரம், அவளைத் தொடமுடிந்தால் போதும், எல்லாவற்றையும் சரிப்படுத்தி விடலாம்.

மருத்துவமனையின் பெயரைச் சொல்லி ஆட்டோ அமர்த்தியதும் அருகில் பொம்மைபோல் உட்கார்ந்து கொண்டு வந்தாள். விரையும் கார்களையும், ஸ்கூட்டர்களையும் பஸ்களையும் பார்த்து அவள் விழிகள் விரிந்தன.

''எவ்ளோ கூட்டம், இம்புட்டுப் பேரும் இந்நேரத்துக்கு எங்கதான் போவாக?'' கேட்டு விட்டு நாக்கைக் கடித்துக் கொண்டாள்.

''அவங்கவங்களுக்கு ஆயிரம் வேலை''

சுவாதீனமாகக் கணவனை நெருங்கி உட்கார்ந்து கொண்டாள்

''இவ்வளவு பெரிய ஊரா இது?''

''இது மெட்ராஸில் ஒரு பக்கம் தாம்மா. இன்னும் பெரிசு?''

''பெருசுன்னா எம்புட்டு, மருதயளவா?''

அவருக்கும் தெரியவில்லை.

ம்ம் என்று யோசித்தார்.

''மருதயைக் காட்டிலும் 10 பங்கு பெரிசும்மா! மெட்ராஸுன்னா சும்மாவா?'' என்றார் இடையில் புகுந்த ஆட்டோக்காரன்.

''இது மௌண்ட் ரோடும்மா என்று...'' பெரிய கட்டிடங்களின் பெயர்களைச் சொல்லியபடி, வண்டியை அந்தப் புகழ்பெற்ற தனியார் மருத்துவமனையை நோக்கிச் செலுத்தினார் அவர்.

மருத்துவமனையின் பெரிய வெண்ணிறக் கட்டிடம் அச்சுறுத்துவதாக இருந்தது. அவள் முகத்தில் பயம் திரையிடுவதைப் பார்த்ததும் அவர் தீர்மானித்தார். இன்று முழுவதும் அவளிடம் மிகவும் பிரியமாகவும், கனிவாகவும் நடந்துகொள்ள வேண்டுமென. காலையில் நடந்த எல்லாவற்றுக்கும் ஒரு பிராயச்சித்தம் என்று ஒரு போலியான, தந்திரமிக்க எண்ணம் இது. தன்னுடைய அற்பத்தனத்தின் நீட்சியேதான் இதுவன்றி வேறொன்றுமில்லை. வெயில் சுட்டெரித்துக் கொண்டிருக்கும் வேளையில், அவர்கள் அயர்வாகி மருத்துவமனையின் வெளிக்கேட்டில் நின்றார்கள். காவலாளியிடம் அந்தப் பெண் மருத்துவரின் பெயரைச் சொன்னார். பாதையை நோக்கிக் கை நீட்டினார்.

அவளருகே நடக்கும்போது அவள் காலடிகள் தம்மோடு இசைந்தே இல்லையென்று உணர்ந்தார். அவள் ஓர் அழகிய சுதந்திரமான நீரோடை போல் நெளிந்து போய்க்கொண்டிருக்கிறாள். இயந்திரங்களை உருவாக்கும தொழிற்சாலைபோல் தோற்றமளிக்கும் இந்த மருத்துவமனையை நோக்கி அல்ல. வேறெங்கேயோ. அவர் எப்போதும் அணுகமுடியாத தொலைவிலிருக்கிற ஓர் அற்புதமான பிரதேசத்திற்கு. பிறகு எப்படி அவள் முகத்திலிருந்து அந்த அச்சத் திரை கரைந்து போய், புதிய உற்சாகம் கண்ணோரங்களில் மிதக்கின்றன? அவள் உதடுகள் ஏதோ சுவாமி பாட்டையோ, சினிமா மெட்டையோ முணுமுணுக்கின்றன. அவள் வாழ்க்கையை யோசனைகளற்று சுலபமாகத்தான் எடுத்துக் கொண்டிருக்கிறாள். அவளுடைய நிறமான, திருத்தமான, அழகிய முகம் ஒரு சிறுமியினுடையதைப் போலத்தான் இருக்கிறது. சதா தெரியும் புன்னகையோடிருக்கிற உதடுகளைப் பார்க்கும்போது அவள் எளிமையே உருவெடுத்தாற்போல் இருக்கிறாள்.

புழுக்கமான வெளிறிய உச்சிவேளை, மருத்துவமனையை இன்னமும் தொடவில்லை. கண்ணாடிக் கதவருகே நின்றிருந்த இன்னொரு காவலாளி ஒற்றை வார்த்தை விசாரிப்பிற்குப் பிறகு, அவர்களுக்காகக் கதவைத் திறந்துவிட்டார்.

வரவேற்பு அறையில் இருந்த உதவியாளர் புன்னகையோடு கேட்டாலும் அவள் குரல் ஓர் இயந்திரத்தின் சுழற்சி போலத்தானிருந்தது.

அவர் மருத்துவரின் பெயரைச் சொன்னார். அவர் வரிசையாக அவருடைய பெயர், மனைவியின் பெயர், ஊர் என்று விவரங்களைக் கேட்டு எழுதிவிட்டு, பிளாஸ்டிக் நாற்காலிகளை நோக்கிக் கை காட்டினார். அவர் சிறிது நேரத்தில் அவரை விரல் மடக்கி அழைத்து, 8 என்று எண்ணிடப்பட்ட ஒரு டோக்கனைத் தந்தார்.

பாவையின் முகத்தில் பயம் மறுபடியும் வரிவரியாகப் படரத் தொடங்கியது. அந்த அச்சத்தின் ரேகைகள் அவரை மிகுந்த மனத்தொந்தரவுக்கு உள்ளாக்கின. அவர் அவளைச் சகஜமாக்கும் பொருட்டு, புறங்கையை மெல்லத் தொட்டார். அவள் திடுக்கிட்டு, அவரது விரல்களைப் பற்றிக் கொண்டாள்.

“மூணு” என்று உதவியாளர் சொல்லவும், பூசிய வயிற்றோடு இருந்த ஒருத்தி எழுந்து போனாள்.

பாவை “அங்க பாருங்க” என்றாள். உடனே மேஜைப் பெண் உதட்டுக்குக் குறுக்கே விரலை வைத்து உஸ் என்றார். அவர் காட்டிய சுவரில் வரிசையாக நிறையக் குழந்தைகள் உட்கார்ந்திருக்கும் ஒரு அழகான படம். அவை வா வென்று அழைத்தால் மரச்சட்டத்தை விட்டு இறங்கி வந்து, மடியில் உட்கார்ந்து கொள்ளும் போலிருந்தன. சிரித்துக் கொண்டும், முகம் கோணியும், உதடு சுழித்தும் வாய்க்குள் விரலை விட்டும், ஒற்றைக் கையை நீட்டியும் அந்த அறையிலிருந்து இறுக்கத்தை மாற்றியிருந்தன, அந்தப் புகைப்படக் குழந்தைகள். பாவையின் முகத்திலிருந்த பயமும் முற்றிலுமாக வடிந்து விட்டிருப்பதைக் கண்டு கிருட்டிணசாமி ஆசுவாசமடைந்தார்.

வரிசையாக உள்ளே செல்பவர்கள் வெளியே வர ஏறக்குறைய அரை மணிநேரம் ஆகிறது என்பதைக் கணக்கிட்டு வைத்திருந்தார். அப்படியென்றால் தங்கள் முறை வர இன்னும் ஒன்றரை மணிநேரம் காத்திருக்க வேண்டும். மனம் எவ்விதத்திலும் லேசாக்க முடியாத

பாரமொன்றால் கனத்தது. ஒருகணம் சூழ்நிலை யாருமற்றதாகி, தான் மட்டும் தனித்து நிற்பதாகத் தோன்றிக் குழம்பினார்.

''எட்டாம் நம்பர் டோக்கன்'' என்று சத்தம் காதில் விழத் திடுக்கிட்டு எழுந்தபோது, அந்தப் பாரம் கால்களைக் கீழ் நோக்கி இழுத்தது.

உள் நுழைந்ததும், மேஜையில் தாள்களைக் குனிந்து பார்த்தபடியே, அந்த டாக்டரம்மா. ''ம்ம், சொல்லுங்க'' என்றாள். ''கல்யாணமாகி 17 வருஷமாச்சுங்கம்மா'' என்றாள் பாவை.

''மருதயிலயும், கோயம்புத்தூரிலும் பார்க்காத டாக்டரில்லை. சாப்பிடாத மருந்தில்லை, ஏறாத கோயில், குளம் எதுவுமில்லை. உங்க கைராசி பத்திக் கேள்விப்பட்டுத்தான் இங்க வந்தோங்க''

''சரி. சார்! நீங்க கொஞ்சம் வெளியிலிருங்க''

''அந்த மேஜைல படும்மா'' என்றார் டாக்டரம்மா. பாவையின் உடல் சட்டென்று இறுகியது. எத்தனையோ முறை அனுபவித்திருந்த பரிசோதனை என்றாலும், நரம்புகள் அதிரத் தொடங்குகின்றன.

''சேலையை லூஸ் பண்ணிக்கிங்க''

நடுங்கிக் கூசும் உடலோடு உடைகளைத் தளர்த்திக் கொண்டு, காத்திருந்தாள் பாவை. அடிவயிற்றில் சொருகப் போகும் வலி. கண்கள் மூட, வாய் அம்மன் கவசம் சொல்ல... இந்த நேரம் இழுபடுகிறது. கால்களுக்கிடையில் மின் விளக்கொளி தன் மேலேறி நடக்கிறது.

''அவ்வளவுதான், அவ்வளவுதான்'' இதமான குரலில் சொல்லித் திரும்பிய டாக்டர், வரிசையாகப் பரிசோதனைகளை எழுதினார்,

''பிளட், யூரின் டெஸ்ட் பண்ணிட்டு, கர்ப்பக் குழாயில் அடைப்பில்லாமல் இருக்கானு...''

''என் கர்ப்பக் குழாயில் அடைப்பில்லைன்னு ஏற்கனவே சொல்லிட்டாங்க டாக்டர்''

‘‘அப்படியானாக்கூட மறுபடி டெஸ்ட் பண்ணியே ஆகணும். உங்க கணவரைக் கூப்பிடுங்க’’

‘‘இது உங்களுக்கான டெஸ்ட். எல்லாம் சிம்பிள்தான். கர்ப்பக் குழாய் வழி எக்ஸ்ரே பண்ணும்போது மட்டும் அனஸ்தீஸியா தருவாங்க. நர்ஸ், நர்ஸ்’’

‘‘வாங்க சார், எல்லா டெஸ்ட்டும் ஆஸ்பத்திரிக்குள்ளேயே பண்ணிடலாம்’’

‘செய்து என்ன ஆகப் போகிறது ? ஒரு பாவமும அறியாத இவளை இன்னும் ஏன் வருத்துகிறேன் ?’ கிருட்டிணசாமிக்குள் அந்தக் குற்ற உணர்வு பூதாகரமாய் மேலெழ அவர் அதை மறைத்துக்கொண்டு, காகிதக் கற்றைகளை வாங்கிக் கொண்டார்.

9

ஆஸ்பத்திரியின் கழிவறைகள் சுத்தமாக இருக்க எந்த வாய்ப்பும் இல்லையோ! சுவர்களும் உப்பரித்து நின்றன. திட்டுத்திட்டாக கறைகள் படிந்த தரை. தரையில் எவ்வளவுதான் அழுத்தமாக ஊன்றி நின்றாலும் வழுக்கும் பாதங்கள். ஒரு கையைச் சுவரில் ஊன்றி, இன்னொரு கையிலிருந்த சிறிய பாட்டிலைத் தட்டில் வைத்தார் கிருட்டிணசாமி. அந்நேரத்தில் தம்முள் எழும் அந்த முகத்தை அவர் வியந்தார். அது ரேணுகாவுடையது. சோகத்தின் சுவடுகளாலும் அழிபடாத கவர்ச்சியோடு இழவு வீட்டில் பார்த்த அந்த முகம் இந்நேரம் மனதில் அசைகிறது. உடல் குளிர்ந்து, சிலிர்த்தது. அவர் அவசரமாகத் தட்டிலிருந்த புட்டியை எடுத்தார். அதை நிறைத்துக் கொண்டு, கை கழுவி, கதவைத் திறந்து வேகமாக லேபிற்கு நடந்தார்.

“என்ன?” என்றான் ஆய்வக உதவியாளர்.

“டெஸ்ட்”என்று இழுத்தார் கிருட்ணசாமி.

அவர் நீண்ட டேபிளின் மூலையைக் காட்டவும், அதில் பாட்டிலை வைத்தார்.

“பேரு”

“கிருட்டிணசாமி”

“சரி, அரைமணி நேரம் கழிச்சு வாங்க” அவர் மறுபடியும் குனிந்து கொண்டார்.

கிருட்டிணசாமி, மனைவி பரிசோதிக்கப்படும் அந்த அறைக் கதவை ஒட்டிக் கிடந்த பிளாஸ்டிக் நாற்காலியில் உட்கார்ந்து கொண்டார். அந்த முகம், அலையும் விழிகள், கன்னங்கள் வெளிறி இருந்தன. உதடுகளின் குவிப்பில் இருந்த அலட்சிய பாவம். அத்துடன் அம்முகத்திற்கு

அப்படியொரு அழகை உருவாக்கி விடுகிறதே!? அவள் முகம் மனதை விட்டு விலக்க முடியாததாகப் பல கோணங்களை விரித்தது.

அது உணர்வுகளைக் கொந்தளிக்கச் செய்தது. அவள் சாய்ந்து உட்கார்ந்திருந்த அந்தச் சுவர் கலைந்திருந்த இடத்தில் சற்றும் கசங்காத உடைகள். தரையில் ஊன்றிய நுனி விரல்கள். நீட்டிய ஒற்றைப் பாதம் மடக்கியிருந்த தொடைகளின் அழுத்தம். ஒவ்வொன்றாய் மனதால் தொட்டு வருடிக்கொண்டிருந்தார். மறுநிமிடம் பதைபதைத்து மனதைத் தட்டித் திருப்பி நினவுக்கு வந்தார். பூட்டிய அறையை நோக்கினார். அங்கே இரும்புக் கட்டிலில் மயக்க நிலையில் கிடத்தப்பட்டிருக்கும் பாவை. சேலையை அவிழ்த்து விடுவார்கள் என்று சொன்னார் போன தடவை. அப்போது அவள் முகம் குன்றிச் சிவந்து விட்டது. அறையில் ஆண் மருத்துவர்கள் இருந்தார்களா என்று திரும்பத் திரும்பக் கேட்டாள். என்னதான் மயக்க மருந்து கொடுத்தாலும், கருக் குழாயில் அடைப்பிருக்கிறதா என்று பரிசோதிக்கையில் அடி வயிறு வலியில் துடிப்பது தெரியும் என்று சொல்லியிருக்கிறாள். இப்போதும் அவளுக்கு வலித்துக் கொண்டிருக்கும். பாவம் என்று ஒருகணம் நினைத்தார். மறு நிமிடம். அந்த இடத்தை விட்டு இப்போதே ஓடிவிட்டால்தான் என்ன என்று யோசிக்கும் தம் மனதை வெறுத்தார். அவள் படும் இந்த வலிக்கு காரணகர்த்தா தாமே எனும் உண்மை அவரை மிகவும் சங்கடப்படுத்தியது. அவள் வெளியே வந்ததும், சொல்லிவிடலாம். இன்று நிச்சயம் சொல்லிவிடப் போகிறேன் என்று எத்தனையோ ஆயிரம் முறை நினைப்பது போன்றே இப்போதும் நினைத்தார். உடனே சோர்வும், நிம்மதியும் ஜுரம் தணிந்தாற் போல் படர்ந்தன. அப்படியே நாற்காலியில் சாய்ந்து கண்களை இறுகி மூடிக்கொண்டார்.

''சார், உங்கள் மனைவிக்கு டெஸ்ட் முடிஞ்சாச்சு. நீங்க உள்ள போலாம்'' சொல்லி விட்டு டக், டக் என்று செருப்பு ஒலிக்க நடந்து போனாள் அந்த நர்ஸ், இப்போது அவர் அறைக்குள் போகலாம்; ஆனால் போகவில்லை. களைத்து மயங்கிக் கிடக்கும் அவளைப் பார்ப்பது உறுத்தலை இன்னும் அதிகப்படுத்தி விடும். இதுகாறும் மறைத்து வைத்த

அந்த ரகசியத்தை இப்போது வெளிப்படுத்தி விடுவேன். பிறகு எப்படித்தான் அவளைத் தினமும் எதிர்கொள்வது? மனதின் அத்தனை மூலைகளும் சுதாரிப்படையும். தம்முடைய முகமூடிகளைத் தேடி எடுத்துக் கவனமாக அணிந்து கொள்வார்.

இத்தனை வருடங்களில் எத்தனையோ முறை தோன்றியிருப்பது தான் இந்த நிமிடங்கள்! எத்தனையோ ஆயிரம் முறை தம் பிழைகளைத் திறந்து காட்ட நினைத்திருப்பார். மறுநொடியே மெல்லுணர்வுகள் உறைந்து, மனம் இறுகத் தொடங்கிவிடும். தம் வேடங்களைத் தொடர்ந்து பூணுவதன் மூலம் சுயபிம்பத்தைத் திடமாகச் செதுக்க முனையும். இனி ஒரு போதும் மறைக்கமுடியாது என்று நினைத்த தம் குறையை அவளிடம் காட்டக் கூடாது என்ற முடிவுக்குள் திரும்பவும் சறுக்கி விழுவார்.

மறுபடியும் கதவு திறந்தது.

''சார், அவங்க முழிச்சிட்டாங்க'' ஒரு நர்ஸ் வந்து சொல்லி விட்டு உள்ளே போனாள்.

வேண்டா வெறுப்பாக எழுந்து உள்ளே போனார். 'எவ்வளவு பெரிய அற்பன் நான்' என்று கூடவே குமைந்துகொண்டார். அறை தவிர்க்க முடியாத வாழ்க்கையின் இருண்ட பகுதிபோல் அச்சுறுத்தியது. அதற்குள் மெல்லிய நிழலாக அவள் உடல் அசைந்ததே உள் நுழைவதற்கான திராணியைத் தந்தது.

அவள் படுத்திருந்த கட்டிலின் அருகே போய் நின்று குனிந்து, அவள் முகச் சோர்வைக் கவனித்தார்.

''இப்ப எப்படியிருக்க?''

தம் கேள்வி மிக அபத்தமாக. ஒலிப்பதை உணர்ந்தார். குரலை இன்னும் சற்றுக் குழைத்துக் கொண்டு, அடுத்த கேள்வியையாவது சரியாக அமைக்க முயன்று, ''பரவாயில்லையா?'' என்றார்.

பாதி கண்கள் திறந்த நிலையில் படுத்திருந்த பாவை, வெறுமனே தலையை ஆட்டினாள். தலையணை வைக்காமல் படுக்க வைக்கப்

பட்டிருந்தாள். ரப்பர் விரிப்பிலிருந்த மெத்தையில் கசங்கல்கள் ஒருவிதமான அருவருப்பை ஏற்படுத்தின. அவளை ஏன் இவ்வளவு அன்னியத்தன்மையோடு பார்க்கிறேன்? அன்போ, குறைந்த பட்ச பரிதாபமோ கூட இல்லாமல் தெருவில் நசுங்கிக் கிடக்கும் குப்பையைத் தாண்டிப்போவதுபோலப் பார்க்கிறேன்!

"முதல்ல தண்ணி குடுத்துட்டு பிறகு 2 மணிநேரம் கழிச்சு ஜூஸ் குடுங்க. இல்லாட்டி அனஸ்திஸியாவிற்கு வாந்தி வரும்"

"சரிங்க"

"அவங்க தூங்கட்டும். நீங்க இங்க உட்காரலாம். அல்லது, வெளியே இருக்கலாம்"

சொல்லிவிட்டு நகர்ந்தாள் அவள். இதற்காகவே காத்திருந்தாற்போல் அவர் வெளியேறி நாற்காலியில் திரும்பி உட்கார்ந்து கொண்டார். நிமிடங்கள் நீண்டன.

காலியாகக் கிடந்த அந்தக் கூடத்தில், நாற்காலியின் முதுகு விளிம்பில் கழுத்தைச் சாய்த்து, இருபுறமும் தளர்ந்து கிடக்கும் கைகளோடு அமர்ந்திருந்தவர், என்னவோ ஒன்று முதுகில் சுளீரென்று அடித்தாற் போல் விசுக்கென்று எழுந்தார். தண்ணீர் மூடியிருந்த எவர்சில்வர் டிரம்மில், குழாயைத் திறந்து ஒரு டம்ளர் பிடித்தார்.

அவள் சுருண்டு கிடக்கிறாள். தன் குறைகளின், இயலாமைகளின் ஒட்டுமொத்த வெளி வடிவம்போல்.

பாவையின் குரல் வறண்டிருந்தது.

அரைக் கண் திறந்தாள்.

"இந்தா, தண்ணீர் குடி"

பாதி சிந்தி மீதியை விழுங்கி குடித்து முடித்தாள்.

இனி இரண்டு மணியோ என்னவோ கழித்துதானே அவளுக்கு ஏதாவது தரச் சொன்னாள்? தம் கடமை முடிந்ததென்று நினைத்தவராக,

அவசரமாக வெளியேறும் அவர் முதுகையே பார்த்துக் கொண்டிருந்த பாவை, மறுபடியும் கண்களை மூடிக் கொண்டாள்.

அவர் பார்வை வெற்றிருக்கைகளைத் தடவியது. தீர்வு காணமுடியாத புதிராகக் குழம்பும் வாழ்க்கையென்று எண்ணினார்.

பரிசோதனையின் முடிவை வாங்கச் சென்றார். ஒட்டிய நீல நிற உறையைக் கொடுத்துவிட்டு, இருநூற்றைம்பது என்றவனின் கண்ணில் ஒரு கேலிச் சிரிப்பு இருக்கிறதோ ? அவர் மனம் பதைத்தது. பணத்தை வாங்கி இழுப்பறையைத் திறந்து உள்ளே போட்டுக் கொண்டான்.

அந்த உறையைப் பார்த்தார். நீல நிறத்தில் வெளிறி இருந்தது. மிகவும் சிறிய உறை அது. நீண்ட செவ்வக வடிவம். மொரமொரப்பான காகிதம். அதைப் பிரித்துப் பார்க்கும் சக்தி தமக்கு இல்லை என்று நினைக்கையிலேயே, உள்ளே என்ன இருக்கிறதென்று உனக்குத் தெரியாதா ? என்று கேள்வி உரத்து ஒலித்தது மனதிற்குள்.

இப்போது ஆஸ்பத்திரியின் அத்தனை அறைகளும் மூடிய கதவுகளோடு மதிய உறக்கத்திற்கு ஆயத்தமாக இருக்கின்றன. அந்த டாக்டரம்மா போய்விட்டிருப்பாள். அந்த எண்ணம் முடிவதற்குள்ளாகவே, நீண்டு செல்லும் அறைகளின் முடிவில் அவள் தெரிந்தாள். சற்றும் கசங்காத முகம். கையில் மடித்துத் தொங்கும் ஸ்டெத். தோளில் சிறிய கைப்பை. அவள் விறுவிறுவென நடந்து, கிருட்டிணசாமி இருக்குமிடத்திற்கு வந்ததும், அவர் அனிச்சையாக எழுந்து நின்றார்.

‘‘வணக்கம்மா, சோதனை முடிவு ?’’ என இழுத்தார்.

‘‘சாயங்காலம் பார்க்கலாம்’’ சொல்லிவிட்டு நடையைத் தொடர முனைந்தவளை, ‘‘அம்மா’’ என்றழைத்து நிறுத்தினார்.

‘‘என்ன ?’’

அவர் தயங்கினார்.

‘‘என்ன சொல்லுங்க ?’’

"அம்மா! இந்த முடிவு ஏற்கனவே எல்லா ஆஸ்பத்திரியிலும் பார்த்ததுதான். எம்மேலதான் குத்தம். ஆனா நீங்க இதை அவகிட்ட சொல்ல வேண்டாம்''

டாக்டரம்மாவின் முகத்தில் மிகவும் கனிந்த புன்னகையொன்று பூத்தது.

"என்ன பெரிய குத்தம்! எல்லாம் சாயங்காலம் பார்க்கலாம்''

"இல்லம்மா. நீங்க எதாயிருந்தாலும் அவகிட்ட ஒடைச்சுச் சொல்ல வேணாம்'' அவள் அவருடைய கூப்பிய கைகளையும், நீர் கசியும் கண்களையும் கவனித்துக் குழம்பினார்.

''பார்க்கலாம். கவலைப்படாதீங்க'' என்று சொல்லிவிட்டு விடுவிடுவென ஆஸ்பத்திரி வாசலுக்குப் போனார் அவர்.

பாவை படுத்திருக்கும் அறை வாசலில் கிடந்த நாற்காலியை நெருங்கி உட்கார்ந்தபோது, உள்ளிருந்து வந்த மெல்லிய முனகல் அவர் மனதைச் சிதறச் செய்வதாகவும், குறுக வைப்பதாகவும் இருந்தது.

''மன்னியுங்கள், உங்களிடம் உயிரணுக்களே இல்லை. ஒன்றும் செய்வதற்கில்லை. உங்கள் மனைவியிடம் ஒரு குறையும் இல்லை. சென்னையில் நீங்கள் செயற்கைக் கருத்தரிப்பு முறையை முயன்று பார்க்கலாம்'' என்று சென்ற முறை ஆலோசித்த டாக்டரின் வார்த்தைகள் ஞாபகம் வந்தன. பல்லி போல் நாற்காலியோடு ஒட்டிக் கொண்டார்.

10

மகா ஏல வாசனை பரவும் அந்தக் கடையில் உட்கார்ந்திருந்திருந்தான். பலசரக்கு, காய்கறி, பழங்கள் என்று எல்லாம் கலந்த வினோதமான மணம் பரவிய கடை வீதியில் வரிசையாகக் கடைகள் மூடத் தொடங்கியாயிற்று. ஒரு வெல்டிங் பட்டறையில் மினுக், மினுக்கென்று தீத்துளி தெரிந்தது. இன்று கணக்குகள் முடிந்துவிட்டன. சேட் கடைக்கு வரவில்லை.

முருகன் மூட்டைகளைச் சரியாகச் சுவரோரம் தள்ளி அடுக்கிவிட்டு, தரையைப் பெருக்கிக் கொண்டிருந்தான். சேர்ந்த குப்பைமீதே, தேய்ந்த விளக்குமாற்றைப் போட்டுவிட்டு, கைகளைத் தட்டியபடி, ‘‘டீ வேணுமாண்ணே?’’ என்றான்.

மகா தலையசைத்ததும், ஆவி பறக்கும் தேநீரைத் தெரு முனைக் கடையிலிருந்து வாங்கி வந்து நீட்டினான். லாரிகள் ஹாரனை அலற விட்டபடியே கடப்பதைப் பார்த்தபடியே டீயை ஊறிஞ்சினான் மகா.

‘‘உனக்கு?’’ என்றான்.

‘‘நா குடிச்சிப்புட்டேன். நீ சாப்பிடு’’ என்றான் முருகன். விளக்குகள் மெதுவாக ஒவ்வொன்றாகப் பற்றிக் கொள்ளத் தொடங்கின. அவன் குடித்து முடித்து டம்ளரை முருகனிடம் நீட்டினாள்.

‘‘கடையை அடைச்சிடுவோமா?’’

‘‘ஆகட்டும்னே’’

இருவருமாக ஷட்டரை இழுத்து இறக்கினார்கள். நான்கு பூட்டுகளைப் பூட்டி, சாவியை ஜிப் பைத்த தோல் பையில் போட்டுக் கொண்டான் மகா.

ஏழு மணிக்குள்ளாகவே குளிர் காலத்தில் அடங்கி விடுகிறது டில்லி நகரம். முருகன் மௌனமாகக் கூடவே நடந்து வந்தான்.

இன்னும் குழந்தைமைத்தனம் மாறாத முகம். இவனா?

‘‘நீ யாரைக் கொலை செஞ்சே?’’ கேட்டிருக்க வேண்டாமேயென்று நினைத்தான் மகா.

‘‘அத விடுங்கண்ணேன்’’ என்றான் சிறுவன் சோர்ந்த குரலில். உடனே குரலில் உற்சாகத்தை ஏற்றிக்கொண்டு, ‘‘ஒனக்கு இன்னிக்கு டெல்லிய சுத்திக் காமிக்கட்டுமாண்ணே?’’ என்றான்.

சரி எனச் சொல்லிக் கொண்டிருக்கும் போதே சேட் எதிரே வருவதைக் கவனித்தான். சாவிப்பை கையில் மிருதுவாகவும், கனமாகவும் உறுத்தியது.

சேட் ‘‘அடச்சாச்சா?’’ என்றார்.

‘‘ஆமா, சேட்ஜி, இவன் எனக்கு ஊர் சுற்றிக் காட்டறானாம்’’ என்றபடி சாவிப் பையை அவரிடம் மகா நீட்டினான்.

‘‘இவனா, போய்ட்டு வா, போய்ட்டு வா’’ என்று சிறுவனின் முதுகில் தட்டினார் சேட்.

‘‘மொதல்ல ஏதாவது சாப்பிடுவோம் வா’’

‘‘ஆட்டோ பிடிக்கவாண்ணே’’

‘‘சரி’’

இருண்டு குளிர்ந்த தெருக்களைத் தாண்டித் தடதடத்து ஓடியது ஆட்டோ.

‘‘என்னண்ணே, கம்னு வர்றீங்க? ஓ.கே.தானே?’’ என்று சிரிக்கும் சிறுவனைப் பார்த்தான் மகா. தலையசைத்தான்.

‘‘யாரை நீ?’’ என்று மகா கேட்டான் மறுபடி.

முருகனின் முகம் சுருங்கி விட்டது. அவன் கண்களில் எழுந்தபடியே அலைகள் வெப்பத்தைப் பரப்பின. புருவங்கள் நெரிந்து கொண்டன. பற்களைக் கடித்துக் கொண்டிருந்தான்.

‘‘சொல்றேண்ணே’’ முருகன் முனகினான்.

மகாவின் கூர்மையான பார்வையில் அவன் முகத்தை கவனமாகத் திரையிட முனைந்தான்.

''யாரைடா சொன்ன?'' அந்த நினைவுகள்!

''உங்கம்மாவத்தான்டா''

''சொல்ற,சொல்றா, இப்ப சொல்லு பார்க்கலாம்''

விலக்கி விட முயன்ற கைகளைத் தள்ளி, கட்டிப் புரண்டு மூர்க்கமான தாக்குதல். அவனுடைய கழுத்து கோழியைப்போல் இருந்தது. அழுத்தித் திருகியதும் மளுக்கென்று முறிந்து, ஒரு பக்கம் சரிந்து விழுந்தது. முருகன் சகதி தெறிக்க ஓடினான், சிறு ஓட்டு வீடுகள். கூரை வேய்ந்த குடிசைகள். அவனுடைய வீடு இருண்டிருந்தது. அம்மாவின் சிரிப்பொலி கேட்டது உள்ளே. அப்பா இறப்பதற்கு முன் அவன் கேட்டேயிராத கிளுகிளுத்த சிரிப்பொலி. அவன் கண் மண் தெரியாமல் மூச்சிறைத்த வீட்டைக் கடந்தான். கால் தடுக்கும் புதரில் விழுந்து கிடந்தான் சிறிது நேரம். பிறகு மறுபடி எழுந்து இருளில் ஓட்டம்.

''என்ன முருகா, பேச்சையே காணோம்?''

''ஒண்ணுமில்லண்ணே'' ஆட்டோ வேகமாக இருளைக் கிழித்துப் போனது.

வீடு தூங்கிவிட்டது. வாட்ச்மேன் மௌனமாகக் கதவைத் திறந்து விட்டான்.

மகா மாடிப்படிகளில் ஏறினான். முருகன் கார் ஷெட்டில் படுத்துக் கொள்வான்.

நெடுநேரம் படுக்கையில் புரண்டு கொண்டிருக்கையில், ரேணுவின் வாசனையை உணர்ந்தான் மகா. அறை இருள் நிரம்பியதாக, எந்த அரவணைப்பையும் தர இயலாததாக இருந்தது. மிருதுவாக தன் மேல் அழுந்திய உடலின் வெப்பம் இப்போதும் இருக்கிறது. ஏன் இது நடந்ததென்று இப்போது யோசிப்பது எவ்வளவு அபத்தமாக இருக்கிறது. மகாவின் கண்கள் குழம்பிய அரைத் தூக்கத்தில் மூடிக்கொண்டன. மனம் தனது பல்வேறு விழிகளைத் திறந்தபடியே இருந்தது, விடிய, விடிய.

11

கொதித்த பாலில் பனங்கற்கண்டு போட்டு நுரை பொங்க ஆற்றி, மூன்று டம்ளர்களில் ஊற்றி வைத்துவிட்டு, ''பாப்பு, செல்வம், குட்டி'' என்று கூப்பிட்டாள் தனராணி. படுக்கையறையில் தரையில் விரிந்த மெத்தைகளின்மீது, தலையணைகளால் வீடு கட்ட முயன்று கொண்டிருந்த ஜகி, பொன்னி, பவானிக்கு அம்மா மிக நல்ல மனநிலையில் இருந்தாலொழிய இப்படிக் கூப்பிடமாட்டாள் என்பது தெரியும். கூடாரமாக அடுக்கியிருந்த தலையணைகள் சரிந்து விழ, அவசரமாக ஓடினார்கள்.

''நான் தான் பர்ஸ்ட்''

''நான் தான்''

''நான் தான்...''

வழக்கம்போல பொன்னிதான் முதலில் அடுப்படி நிலையைத் தொட்டாள். பவானி இரண்டாவதாக ஜகி. எவ்வளவோ வேகமாக ஓடிவந்தாலும் வழியில் இருந்த சோபா விளிம்பு அவள் முழங்காலை இடித்துத் தொலைத்தது. பட்டாசாலையிலேயே உட்கார்ந்து காலைத் தேய்த்துக் கொண்டிருந்தாள்.

''ஜகி, பாப்பு எங்கடீ''

''அதோ, அங்க''

சொல்லி முடிப்பதற்குள் பொன்னிக்கு சிரிப்பு பொத்துக்கொண்டு வந்தது. பவானி குபுக்கென்று சிரித்து, புரைக்கேறி விட்டது.

''பார்த்து வந்தா என்ன பாப்பு ? நல்லா இடிச்சிச்சா ? எங்க காட்டு ?''

''இல்லைம்மா, சரியாப் போச்சு''

''வலிக்குதா, வீங்கியிருக்கா, காட்டுடி''

''ஒண்ணுமில்லம்மா, நீ பாலைக் குடு ?'' அம்மாவிடமிருந்து பாப்பு வெடுக்கென்று டம்ளரைப் பிடுங்கிக் கொண்டாள். தன் தோல்வியை அம்மா தன் பரிவால் அழுத்தமாக அடிக்கோடிட்டுக் காட்டுவது அவளுக்கு மிகவும் அவமானமாக இருந்தது.

அம்மாவோ மறுபடி மறுபடி. ''ரத்தம் வருதோ, என்னவோ, காட்டு பாப்பு'' என்று கெஞ்சிக் கொண்டிருந்தாள்.

''இப்ப நீ சும்மாயிருக்கியாம்மா, ப்ளீஸ்'' என்று கண்கள் தளும்பச் சொன்ன அவளை விட்டுவிட்டு, சின்னக் கட்டைச் சேரில் உட்கார்ந்த தம்பிவிக்கு ஸ்ட்ரா டம்ளரில் பாலைக் கொடுக்கப் போய்விட்டாள் அம்மா.

ரொம்ப நேரம் யோசித்துவிட்டு. ''ம்ம். நாளைக்கு பிரேயர் ஹால் போகணுமில்ல, திங்கட்கிழமையாச்சே''

''ஆமா, ச்சே, எனக்குப் பிடிக்கவே பிடிக்காது''

''என்ன குட்டி பிடிக்காது ?''

''இல்லம்மா, ஒவ்வொரு திங்கள்கிழமை, அப்புறம் புதன் கிழமை, வெள்ளிக்கிழமை பிரேயர் ஹால்ல போய் பைபிள் சொல்லணும்''

''அவங்க பிரார்த்தனையா ?''

''ஆமாம்மா''

''எப்படிச் சொல்லணும்''

''மண்டி போட்டு, கண்ணை மூடி உட்கார்ந்து, மதர் சுபீரியர் வாசிக்கிறதை திரும்பத் திரும்பச் சொல்லி பிரேயர் பண்ணனும். பெரிய போர்''

''இஷ்டமில்லாட்டி, போகாம இருக்கக் கூடாதா ?''

''இல்லம்மா, கட்டாயம் போயே ஆகணும்''

''இதென்ன அக்கிரமம். வேற இந்து ஸ்கூலும் இங்கேயில்லயே'' அம்மா முகம் கடுக்க யோசித்தாள்.

அவள் கண்கள் சட்டென்று பளிச்சிட்டன

''ஆங். அம்மா ஒரு வழி வச்சிருக்கேன், அதுபடி செய்றீங்களா?''

''என்னதும்மா என்றார்கள் மூவரும் கோரஸாக''

''அவங்க பாட்டுக்கு பைபிள் வாசிக்கட்டும். நீங்க பாட்டுக்கு உட்கார்ந்திருக்கிறது?''

''அய்யே, இல்லம்மா, மதர் அல்லது சிஸ்டர்ஸ் யாராச்சும் கண்டு பிடிச்சா கொன்னே போடுவாங்க. நல்லா தண்டனை தருவாங்க''

''ம்ம். அப்ப சரி, நீங்க வாய்க்குள்ளாறவே சஷ்டி கவசம், சிவ புராணம் ஏதாவது சொல்லிடலாமே''

''ஓ, இத நல்ல ஐடியா, அப்படியே செய்றோம்மா''

''ஆமாம்மா''

''ம்ம்'' என்றார் ஜகி.

''சரி. இப்ப போய்த் தூங்குங்க''

''சரிம்மா''

காலி டம்ளர்களை அடுப்பு மேடையில் வைத்துவிட்டு, படுக்கையறைக்கு ஓடினார்கள்.

''நான் தான் பர்ஸ்ட்''

ஜகி இந்த முறை மௌனமாகத் தன் மெத்தையில் படுத்துக் கொண்டாள். அதற்குள் ஓர் அழகிய தலையணைக் குடிலை அமைக்கத் தொடங்கியிருந்தார்கள் தங்கைகள். இரண்டு தலையணைகளின் முனைகளை முட்டுக் கொடுத்து கீழே இன்னொரு தலையணையை வைத்து, பிறகு மேலே இன்னொரு தலையணையை வைத்ததும் கோபுரம் சரிந்து விழுந்தது.

''அய்யோ...'' என்றொரு கத்தல்.

மறுபடி அடுக்கி, மறுபடி விழுந்து, மறுபடி கத்தி...

அம்மா தன் அறையில் தம்பியைத் தூங்க வைத்துக் கொண்டிருந்தவள்,

''என்ன சத்தம் அங்கே?''

''ஒண்ணுமில்லம்மா''

''பாத்ரூம் போயாச்சா?''

''போய்ட்டோம்மா''

''பல் தேய்ச்சாச்சா, இஸபெல்லா சிஸ்டர் சொல்லியிருக்காளே, ராத்திரியும் பல் தேய்க்கணும்னு''

''தேய்ச்சுட்டோம்மா''

''பொய் பொய், புளுகாதே! எங்க பொன்னி தேய்ச்சோம்''

''என்ன சத்தம் அங்கே? தூங்குங்க. காலைல ஸ்கூல் போகணும். தூங்குங்க'' என்று அதட்டவும், விளையாட்டு ஓய்ந்தது.

போர்வையை இழுத்து மூடிக்கொண்டு, ''யே, இந்த மாச அம்புலி மாமா'' என்று கிசுகிசுவெனக் கதை சொல்ல ஆரம்பித்தாள். பொன்னி தனியே படுத்துத் தூங்காமல், மர உத்திரத்தில் பதிந்த சிறுநீல விளக்கைப் பார்த்துக் கொண்டிருந்த ஜகியை பார்த்தாள்.

''நீயும் கதை பேச வறியா?''

''நான் ஒண்ணும் வரல போ, எனக்கு அந்தக் கதை ஏற்கனவே தெரியும்''

''அப்ப நீ சொல்றியா?''

''ம்ஹூம், நீயே சொல்லிக்க, எனக்குத் தூக்கம் வருது'' என்று புரண்டு தலையணையைக் கட்டிக் கொண்டாள் ஜகி.

பொன்னியின் கதை நீண்டு வளர்ந்து கொண்டே போகிறது.

அம்மா தம்பிக்காகத் தாலாட்டுப் பாடுகிறாள்.

"முன்னே தவமிருந்து

முன்னூறு நாள் சுமந்து

பெத்தெடுத்த ரத்தினமோ

முத்து மணிமாணிக்கமோ..."

மெல்லிய குரல் மழைச் சரம் போல் குளிர்ந்து இழைகிறது. தம்பியின் நெஞ்சில் மெதுவாகத் தட்டும் உள்ளங் கைகளின் அசைவிற்கேற்பக் குலுங்குகின்றன, தங்க வளையல்கள்.

12

பாவைக்குள் கனவொன்று வளர்ந்தது. தோட்டத்துக்குள் சிறகடிக்கும் மர்மங்கள் நிறைந்த புறாக் குஞ்சாக அது சிறகு வெட்டியது மன இருளுக்குள். வெறுத்தொதுக்கினாலும் விரிந்து பறந்தது பறவை. கணவனின் அசைவுகள். அவன் அவள் சொல்லப் போகும் எதையோ எதிர்பார்க்கிறான். இல்லை, அது அவள் திரும்பத் திரும்பச் சொல்லி வந்த ஒன்றுதான். ஒவ்வொரு முறை சொல்லும்போதும் கசந்த மனதோடு, தன் மேல் தானே ஏற்றிக் கொண்ட பெருஞ்சுமையான அந்தச் சொற்கள்.

பெரிய வட்டிலைக் கழுவிப் பரிமாறியபோது கிருட்டிணசாமி ஒரு விதப்பழக்கம் போலவே வந்து சாப்பிட்டார். ருசியில் அவர் ஒன்றவில்லை என்பதை அவள் அறிந்தாள். சாய்வு நாற்காலியில் அமர்ந்து கொண்ட போதும், டி.வி.யில் மாறி மாறி ஓடும் பிம்பங்களை வெறுமனே கண்டபோதும், அவர் அதை அவள் சொல்லிவிட வேண்டுமென எதிர்பார்ப்பும், அதன் மீதான வெறுப்பும் அவருள் திரண்ட படியே இருந்தன.

அவளுடைய அந்தச் சோகமற்ற தன்மை, ஒருவிதமான விடுதலையின் ஒளி. உதட்டு நுனிகளில் அமுழ்ந்தும் புன்னகை. அவரை உறுத்து உறைந்து சட்டென்று விலகிய கண்கள். எது அந்தத் தீர்மானத்தைத் தன்னுள் தூண்டியிருக்கும் என்று குழம்பினார். மனைவியின் மீது பரிதாபம் கொள்ளவில்லை. அதைச் சொல்ல வேண்டியது அவளுடைய பெண்மையின் சிறப்பென்றே கருதினார்.

அந்தச் சொற்களை இன்றுஅவள் சொல்லி விடக்கூடாதென்று கவனம் காத்தார். வழக்கம் போல ஆட்சேபனையையும், அதன் பின்னான ஆறுதலையையும் அவை இன்று அவளுக்குத் தரப் போவதில்லை என்பதை அறிந்திருக்கிறாள்.

மிக மௌனமாக ஓசையே எழுப்பிடாமல் அடுக்களை மேடையைத் துடைத்தாள். படுக்கையைச் சுருக்கமின்றி விரித்தபோது, அவருடைய காத்திருத்தலை கவனியாததுபோல் தவிர்த்தாள். ஆனால் ஒரு கட்டத்திற்குமேல் அந்த வார்த்தைகளை அவளால் போர்த்திவைக்க முடியவில்லை.

எல்லாம் தம் குறையென்று ஏற்றுக் கொள்ளும் விதமாக அதை அவர் மறுக்கவில்லை. மௌனமாக இருந்தார். அந்த மௌனத்திற்குள் ரேணுகா பற்றிய ஒரு கனவை வளர்த்தார். அந்தக் கனவை நிஜமாக நிகழ்த்துவதற்கான அடிகளை அவர் மனம் எடுத்து வைத்தது. அவளது சகோதரன் இதற்கு ஒத்துக் கொள்வானா என்று ஒரு நொடி குழம்பினார். மறுகணமே ஏன் சம்மதிக்காமல் என்று மனம் செருக்குற்றது.

பாவையை அவர் கவனிக்கவேயில்லை. தன் கணவரின் வெளிப்படையான பரவசத்தை வேதனையோடு கவனித்தாள் அவள். அவர் எதிர்பார்த்ததைச் சொன்னதன் மூலம் வலியோடு கூடிய திருப்தியை அனுபவித்தது அவள் மனம். தன்னை மிகமிகத் தனிமையானவளாக உணர்ந்தாள். அந்த நிமிடம் முதல், தான் அவருடைய மனைவியல்ல என நினைத்தாள். தன்னுடைய மனக்கலக்கத்தை, கண்ணீரை அவர் கண்டு கொள்ளாதிருந்ததுதான் மிகவும் வேதனையூட்டியது.

அவள் மௌனமாக அந்த மனவிரிசலை மறைக்க வீணாக முயற்சி செய்தபடி தன் வேலைகளைத் தொடர்ந்தாள்.

மசலா அரைத்தல், புளி கரைத்தல், சமைத்தல், பாத்திரங்களைத் துலக்குதல், துணி துவைத்தல் என எல்லாமே ஒருவிதத்தில் அலுப்புத் தட்டிவிட்டது என்று தோன்றியது. அவர்கள் உறவில் எதுவுமே இல்லையென்றாகி விட்டது. ஒரு குழந்தை இருந்திருந்தால் அத்தனையும் சரியாக இருந்திருக்கும்.

அந்தக் குழந்தை அவள் கற்பனையில் தெரிந்த சின்னஞ்சிறு பாதங்கள். அவை பூக்கள் போல் அசைந்தன. அழகிய சிறு முகம். அதில் களங்கமில்லாத புன்னகை. அவள் கண்களை இறுக மூடிக்கொண்டாள்.

கண்ணீர் வழியும் கன்னங்களோடு அவள் ஓர் இயந்திரம்போல் தன் வேலைகளைத் தொடர்ந்தாள்.

அவர் மிகவும் அமைதியாகி விட்டது போல் உட்கார்ந்திருந்தார். மனம் ஆர்ப்பரித்துக் கொண்டிருந்தது. உண்மையில் கட்டுக்கடங்காத சந்தோஷம். தம் வாழ்க்கையில் ஒரு புதிய கதவு திறப்பது போன்ற எண்ணம். அவர் அடுத்த நாளுக்காகக் காத்திருந்தார். விடிந்ததும், இல்லை. நாளை சாயங்காலம் அவனைப் பார்த்துவிட வேண்டியதுதான் என முடிவு செய்தார் கிருட்டிணசாமி.

14

சண்முகம் மிகவும் பதற்றமுற்றான். தன்னுடைய அலைச்சல் அர்த்தமற்றதாகத் தோன்றியது. மிகவும் அபத்தமானதாகக் கூட. இது கண்டுபிடிக்கப்படாமல் தானாகத் திறந்த வழியா என்று வியந்தான். திட்டமிடல்களுக்குள் சிக்காமல் நழுவுவது வாழ்க்கை என்று மனம் சோர்ந்து புரண்டது. தன்னை மூன்றாந்தல் ரோட்டில் இறக்கி விட்டுப் போகும் கிருட்டிணசாமியின் கார் பளபளப்பையே பார்த்துக் கொண்டிருந்தான். எண்ணங்கள் படபடத்து மாலை நேரத்து மரம் போல் ஆர்ப்பரித்தன. கிருட்டிணசாமி சொன்னதை நம்பவே முடியாமல் மனம் பதறியது. ஒன்றுமே சொல்லாமல் பழக்கமான டீக்கடைக்காரன் நீட்டிய சூடான டீயை ஒரே மடக்கு மட்டும் விழுங்கி விட்டு, கால் போன போக்கில் நடந்தான்.

அப்போது தென்னை ஓலைகள் காற்றில் சரசரத்துக் கொண்டிருந்தன. ஒரேவொரு குயிலின் கூவல் விடாமல் ஒலித்தது. தென்னங்குலைகளை வெட்டிக் குவித்துக் கொண்டிருந்தார்கள் வேலையாட்கள். கிருட்டிணசாமியின் குரலில் எந்தத் தயக்கமும் இல்லை.

''எனக்கும் கல்யாணமாகி பல வருஷமாக பிள்ளையில்லப்பா. போகாத ஆஸ்பத்திரியில்ல; கோயிலுமில்ல. அவளும் மாத்தி மாத்தி இன்னொரு கல்யாணம் செஞ்சுக்கச் சொல்றா''

சண்முகம் அவரையே கவனித்துக் கொண்டிருந்தான்.

''உன் தங்கச்சியைச் செஞ்சுக்கலாம்னு நினைக்கிறேன்''

சண்முகத்திற்கு குப்பென்று வியர்த்துவிட்டது. எல்லாச்சிடுக்குகளும் சட்டென்று அவிழ்த்து விட்டாற் போல் ஒரு நேரான, சீரான தன்மை மனதில் வந்து படிந்தது.

''எனக்கு என்ன சொல்றதுன்னு தெரியலங்கய்யா''

''அவளக் கேட்டுச் சொல்லு''

கிருட்டிணசாமி எழுந்து கொண்டார் தென்னைகளைக் கடந்து நடந்தார்கள். தான் எதுவும் பேசாமல் இருப்பது விருப்பமின்மையைக் குறிப்பதாக விடுமோ என்று அஞ்சினாற் போல். ''சரிங்கய்யா, சரிங்கய்யா'' என்றான் சண்முகம்.

அவள் என்ன சொல்வாளோ? மனம் கொள்ளும் பதற்றங்கள்.

''ரேணுகா என்ன சொல்வாளோ?'' என விழித்தான் சண்முகம்.

மெயின் ரோட்டிலிருந்து தெருவிற்குள் நுழைந்தான். பெண்கள் யாரும் வாசற்படியில் உட்கார்ந்திருக்கவில்லை.

இப்போது அவன் மிகவும் நிதானமுற்றிருந்தான். மனம் கணக்குகளைக் கவனமாய்ப் போட்டது. வீட்டு நிலம் மீது கிருட்டிணசாமியிடம் வாங்கியிருக்கும் கடன் இனிமேல் சுமையாய் இருக்கப் போவதில்லை என்று ஒரு எண்ணம் துள்ளியது. அவன் நடையில் வேகம் ஏறியது. அவளைச் சம்மதிக்க வைக்கவேண்டும் என்ற ஆவேசமும் ஏறியிருந்தது. உடல் சோர்வை மீறி அது அவனை விரைய உந்தியது. வீட்டுவாசலை மிதித்ததும், உணர்வுகள் இறங்கி விட்டன. மீண்டும் பதற்றமும், குழப்பமும் எழுந்தன. குப்பென்று வேர்த்து விட்டிருந்தது. விழுந்து விடுவது போல் எதுவோ தன்னைத் தள்ளுவதாகப் பட்டது. மிகவும் சிறிய அடிகளாக எடுத்து நுழைந்தான். ரேணுகாவின் வீடு யாரும் இல்லாததாக, அதன் தரை தனிமையின் சுடுகதிர்களைத் தன்னுள் பரப்புவதுபோல் பட்டது. சாத்திய அறைக்குள் அவள் உறங்கியிருக்க வேண்டும். அம்மா பட்டசாலை மூலையில் சுருண்டிருந்தாள். ஒற்றைச் சோபாவில் சத்தமெழுப்பாமல் உட்கார்ந்தான் சண்முகம். இந்த இடைவெளி மிகவும் ஆசுவாசமாக இருந்தது. வெளியிலிருந்த சிறிய பூச்செடிகளின் மணம் ஜன்னல் காற்றோடு இதமாகப் பரவியது. அப்படியே சில நிமிடங்கள் மனம் உறைய உட்கார்ந்திருந்தான். மின்சாரம் போய் நின்றிருந்த மின் விசிறி திடீரென்று தடதடவென்று ஓடத் தொடங்கியது. ரேணுவின் அறையிலிருந்த டிரான்சிஸ்டர் ஒலி உமிழ்ந்தது. தொலைக்காட்சிப் பெட்டி உயிர் பெற்று பிம்பங்களைக் கொட்டியது.

''எப்ப வந்தே?'' அம்மாவின் குரல் சாதாரணமாக இருந்தது.

''இப்பத்தாம்மா''

''சாப்டுறியா என்ன?'' அம்மாவிற்கு விஷயம் வேறென்னவோ என்று விளங்கி விட்டது. சாப்பிட்டு விட்டதாக அவன் சொன்னதை வெறும் தலையசைப்போடு கேட்டுக் கொண்டாள். ரேணுகா அறை வாசலில் நின்றாள். அவனது தடுமாற்றம். கண்களில் விரியும் எதிர்பார்ப்பு. அவள் மனம் அவற்றை நன்கு கவனித்தது. விரிந்த கூந்தலைக் கோதி மூச்சிட்டுக் கொண்டாள்.

''நீயும் எத்தனை நாளைக்கு இப்படியே இருப்பே?''

இதென்ன திடீரென்று இவனுக்கு? அவள் வேறு எப்படித்தான் இருக்க முடியும்?

அவன் வார்த்தைகள் மிகுந்த கவனத்தோடும், நேர்த்தியான செதுக்கல்களோடும் வந்து விழுந்தன.

''கிருட்டிணசாமி இவளைக் கல்யாணம் செஞ்சுக்கிறீங்கறாரு. ஒரு பொம்பள ஒத்தயா எத்தனை நாள் இருக்கிறது? இவளுக்கோ இன்னும் வயசிருக்கு. அவருக்கும் பிள்ளையா, குட்டியா? இவளால வம்சம் விருத்தியாகும்னு நினைக்கிறார் போல. வேற சின்னப் பொண்ணா, அவரு சொந்த பந்தத்திலேயே பார்க்க முடியாம இல்ல. அவருக்குப் பொண்ணு தரக் கசக்குதா என்ன? என்னமோ தோணி இவளைக் கேட்கிறாரு'' படபடவென்று எங்கிருந்து வந்தன வார்த்தைகள்.

ரேணுகா விரிந்த கண்களோடு மௌனமாக நின்றாள்.

அம்மாவின் கண்கள் கலங்கியிருந்தன.

''வழக்கமில்லாத வழக்கமில்லியாப்பா? சாதி விட்டுச் சாதி வேற? ஊர்ல என்ன பேசுவாங்களோ?''

''எவனும் என்ன பேசிட்டுப் போகட்டும். நாளைக்கு நீ மண்டயப் போட்டீன்னா, அவனா வந்து இவளைக் கட்டிக் காப்பாத்துவான்? என்னமோ ஊர்ல உலகத்துல நடக்காதது மாரித்தேன்''

''என்னமோப்பா'' அம்மா முழுவதுமாகத் தளர்ந்து விட்டாள்.

''பார்த்துச் செய்யி. அவளயும் கேட்டுக்க''

என்ன சொல்கிறாயென்பது போல் தங்கையைப் பார்த்தான். அவளுடைய நிமிடமௌனம் நெருடாததென்றாலுமே கனத்துத் தெரிந்தது.

''எனக்கு எதுவுமில்ல. என்னவோ செய்ங்க அண்ணா''

கைவிடப்பட்டாற் போல் தோய்ந்து விழுந்தன அவள் வார்த்தைகள். சண்முகத்திற்கும் அம்மாவிற்கும் முகம் பூரித்து விட்டது

''சரிம்மா சரிம்மா'' என்று சொல்லித் தன் அறைக்குச் சென்றுவிட்டாள் ரேணுகா.

''எதுக்கும் ரெண்டு நாள் ஆறப் போடுப்பா. பொறவு பார்த்துப் பரிவிச்சு முடிவு எடுத்துக்கலாம்''

''கிருட்டிணசாமி கிட்ட?''

''நாளப் பின்ன, பையப் பதறாமச் சொல்லிக்கலாம். என்ன அவசரம்?'' அம்மாவின் பெருமூச்சு மிகுந்த களைப்போடு வந்தது.

அவன் உறங்கவில்லை. அறை விளக்குகள் பகலில் மங்கலொளியிட்டன. ஆனால் ரேணுகாவின் உடலை இருள் அழுத்திக் கருமையாக்கியது. உறைந்த நினைவுகளைத் தளரவிட்டபடி படுத்திருந்தாள். அறைக்குள் சுழலும் ஞாபகங்கள் உண்மையில் தன் வாழ்வினது தானா என்று குழம்பினாள்.

எத்தனை நள்ளிரவுகள். இன்று சுவர்களால் பிளவுபட்டுக் கிடக்கும் அந்த வீட்டின் மூலையில் இருந்த அவளுடைய படுக்கையறை உலகம் உறங்கிய பின்னரே வீடு திரும்பும் கணவன். கதவு தள்ளப்படும் சத்தமும், அவனது நிழலான உருவமும் மனதில் அசைகின்றன. கதவு மௌனமாக மூடிக்கொள்ளும். அவளைப் பார்க்காமல், ஒரு சொல்லும் இல்லாமல் மெத்தையின் எதிர்ப்புறம் படுத்திருக்கும் அவனது பின்புறம். சில நிமிடங்களிலேயே சீரான மூச்சும், தூக்கமும், தனது உடல் உலோகமாக

இறுகுவதை உணர்வாள். ஒருவிதமான உராய்வோ, ஏக்கமோ தன்னை மீட்டுவதாக நினைப்பாள்.

காற்று வீசாமல் வானம் மூடிக்கிடக்கும். திசைகளுக்கு அப்பால் ஒரு நட்சத்திரத்தின் வெளிறலைக் கேட்டு சோம்பலாக எழுந்து உட்காருவாள். அறையின் அசைவின்மை அவளைத் தாக்கும் நகைகளும், பட்டுப் புடவைகளும் உறங்கும் அலமாரி. அலங்கார மேஜையின் இருளைப் பிரதிபலிக்கும் கண்ணாடி.

அந்த அறைக்குக் கதவுகளே கிடையாது என்று அவளுக்கு தோன்றும். படுக்கையில் தன்னைச் சிதறடித்துக் கொள்ளும் உடல், மெதுவாகச் சுழன்று மகாவிடம் ஒண்டிக் கொள்ளும். அப்போது அறையின் அத்தனை சுவர்களிலும் திறப்புக்கள் ஏற்படும். அவளால் அணையிட முடியாத வெள்ளத்தில் மிதந்து மிதந்து போவாள். ஞாபகமாக இறுக மூடி வைத்த ஜன்னல்கள் எப்படி அகலமாக விரிந்தனவென்று அவளுக்குப் புரியாது. அவனது அணைப்புக்குள் சுருண்டும் பரந்தும் கிடப்பாள். நட்சத்திரத் திவலைகள் சிந்திய வானம் மெதுவாகத் திறக்க மேகங்களின் பிணைவை அவள் இமைகள் உணரும். இனி எப்போதும் மூட முடியாதபடி கதவுகளும் ஜன்னல்களும் தங்கள் தாழ்களை இழக்கும். சீராக்க முடியாததாக அறை குலையும்.

மகா தன்னை விட்டும், வீட்டை விட்டும், போன நாளை மனதிற்குள் கனமாக உணர்ந்தாள். அந்தப் பிரிவின் தவிப்பை இப்போதுதான் அனுபவிப்பது போல. வாழ்க்கையின் விரிவில் அவள் உணர்ந்ததெல்லாம் இருள்தான். இதமற்ற கனமான இருள். மகா தன்னோடு ஒளியைக் கொண்டு வந்திருந்தான். இருட்டில் அதன் தளிர்கள் அவள் மீது உதிர்ந்திருந்தன. மிக அருகாமையில் எரியும் குளிர்ந்த சுடர் போல மிகவும் குறைந்த காலத்திற்குத் தான் அணைவது தெரியாமல் அந்த ஒளியின் விலகல்; பிறகு அந்தகாரத்தின் குவியல்தான். முடிவற்று நீளும் மலைத்தொடர் போல அவள் இருப்பின் மீது கருமையின் திரள் படிந்தது. சுடரின் மிருதுவான ஒளியை உணரவே உணராதவளாக ஆனாள். வெறுமையில் ஒரு பதிவையும் ஏற்படுத்தாதவனாக நிச்சலனமற்ற கரிய திட்டாகக்

கணவனின் அண்மை மட்டும் இருந்தது. எவ்வளவுதான் தவிர்த்தாலும் அது கனத்த நிழல் போல அவளை உறுத்தி, அழுத்திக் கொண்டிருந்தது. பிறகு ஒருநாள் கணவனை உயிரற்ற உடலாக கூடத்தில் கிடத்தியபோது, தன்னை இறுக்கிய நிழல் அவனல்ல என்று உணர்ந்தாள், மிகத் தாமதமாக. அவன் தன்னை அழுத்தவும் இல்லை; புறக்கணிக்கவுமில்லை. தனக்கு எதுவுமாகவும் இல்லை. அவனுடைய குடிப் பழக்கமே அவனை முடித்து விட்டிருந்தது. மரணம் உள்ளே நுழைந்தபோது, இருளும் ஒளியுமற்ற மங்கல் அவள் மீது பரவியது. மனதில் துக்கத்தின் திவலைகள் தெறித்து வீழ்ந்தன.

தொட முடியாத தூரத்திற்கு அவளுடைய ஆசைகள் தள்ளப்பட்டன. ஒரு பரிமாணமுமற்றதாக ஆயிற்று வாழ்க்கை. வலுவான சூன்யத்தின் அலைகள் அவளைச் சூழ்ந்தன. ஒரு பிடிமானமுமற்று தன்னைச் சுற்றிச் சுழலும் கடினமான வளையங்களைக் கவனிப்பவளானாள். இருளாலான பெரு வட்டத்தில் தனித்திருக்கிறாள். அவள் மட்டும் மிகமிகத் தனித்து எதுவுமேயற்று. இப்போது இந்தக் கிருட்டிணசாமியின் வருகை. தான் ஏன் மறுக்கவில்லை என்று வியப்பாகக் கூட இருந்தது. வேண்டுவதும், விரும்புவதுமாக தன்னுள் இருப்பதுதான் என்ன என்று குழம்பினாள். அவருடைய கண்களில் மின்னிய எதுவோ ஒன்று. அதைத் தான் பூர்த்தி செய்ய முடியாது என்ற போதும், அதை நோக்கி ஈர்க்கப்பட்டேனோ வென்று குழம்பினாள். அம்மாவும். அண்ணாவும் அடைந்த அந்த நிம்மதி அவர்கள் தன்னை வெறும் சுமையாகத்தான் கருதுகிறார்களா? ‘இந்த வாழ்க்கை தனக்காக இன்னும் எதையெல்லாம் வைத்துக் கொண்டிருக்கிறது’ என்று சலிப்போடும் ஆச்சரியத்தோடும் நினைத்துக் கொண்டாள். கண்கள் இறுக மூடினாள். கிருட்டிணசாமியின் உருவத்தை நினைவு கூர முயன்று தோற்றாள்.

ஒரு சிறு மூச்சின் ஒலியோ, பாதத்தின் ஓசையோ கூட அவளைத் திடுக்கிடச் செய்து விடுகிறது. இதில் இந்தப் புதிய திருப்பம் தடுமாற்றத்தைத் தவிர வேறெதையும் தரவில்லை. அவள் உடல் துடித்து அடங்குகிறது கதவு தாழிடப் பட்டிருக்கிறதா என்ற பதற்றத்தோடும், சலிப்போடும் இமைகளை அழுந்த மூடிக் கொள்கிறாள்.

14

பிரம்மாண்டமான ஒரு காடு போலத் தெரிந்தது கோயில். அன்று கூட்டமே இல்லை. தீபங்களின் ஒளி தவிர வேறு வெளிச்சம் நுழைய முடியாததாக இருந்தது கோவில். புலன்களை நெகிழ்விக்கும் அமைதி. நீண்ட பிரகாரத்தில் குழந்தைகள் ஓடிச் சிரிக்கும் சத்தம்.

அந்தச் சாலையில் மிகச் சிறிய குழுவாக அவர்கள் கூடியிருந்தார்கள். ரேணுகாவின் பக்கமிருந்து அவள் தாய் வீட்டாரும், புகுந்த வீட்டினரும், கிருட்டிணசாமியின் நண்பர்கள் சிலரும். எல்லோர் முகத்திலும் ஏதோ ஒரு பதற்றமும், சங்கடமும் மேவியிருந்தன. மறுமணம் புரிந்து கொள்ளப்போகும் பெண் போலன்றி, புதுமையும் இளமையும் பொலிவும் கொண்டசிறிய உடலோடு ஒரு பொம்மை போன்றிருந்தாள் ரேணுகா. காற்றில் ஊடுருவும் காலையின் இளம் ஒலி மெல்லிய தூசிப்படலம் போல நீண்டிருந்தது.

மிகவும் உற்சாகமாக இருந்தவர்கள் குழந்தைகள். பெரியவர்கள் எவ்வளவோ தடுத்தும் கோயிலுக்கு வந்துவிட்டனர். சிறிய கூச்சல்களும், சிரிப்பொலிகளுமாக சூழலைச் சமன்படுத்த இடைவிடாது முயன்றபடி இருந்தனர் பிள்ளைகள். இது மிக நல்ல நாள் என்ற முடிவோடு இருந்தாள் சுதா. கை விரல்கள் பட்டுப் பட்டு வழுவழுப்பாகி விட்ட தூண்களைத் தொட்டுச் சுற்றினாள் லதா. சதுரமான நடு மண்டபம். நீண்ட படிகள். சிவப்பாகச் சுத்தமாக இருந்த தரையில் கன்னத்தை வைத்துக் கொள்ளவேண்டும் போல குளிர்ந்திருந்தது. எங்கிருந்தோ மெல்லிய நாதஸ்வர இசை கமழ்ந்து கொண்டிருந்தது. சிறிய பிள்ளையார் சந்நிதி ஒன்று அந்தப் புதிய மண்டபத்தில் இருந்ததைப் பார்த்ததும், குழந்தைகள் இடது காதை வலது கையாலும், வலதை இடதாலும் பற்றிக்கொண்டு ஒன்று, இரண்டு என்று எண்ணியபடியே தோப்புக்கரணம் போடத் தொடங்கினர்.

ராஜியின் முகம் கருத்தாகவே இல்லை. ரேணுகா குழந்தைகளைக் கவனித்தபடியே மெல்லியதாகப் புன்னகைத்துக் கொண்டிருந்தாள். அவள் முகத்தையே ஆவலுடன் உற்றுப் பார்த்துக் கொண்டிருந்த கிருட்டிணசாமியின் பக்கமே அவள் திரும்பவில்லை. குழந்தையினது போன்றே ஆகிவிட்டிருந்தது.

ரேணுகா சித்திக்குக் கல்யாணம் என்று பாடுவது போல் சொன்னாள் பவானி. அவளை அவளுடைய அம்மா 'உஸ்' என்று அடக்கினாள்.

இது கல்யாணம்தான். ஆனால் ஏன் இந்தப் பெரியவர்கள் யாருமே சந்தோஷமாக இல்லையே?

ரேணுகாவை மணமகன் அறைக்குள் முகூர்த்தப்பட்டை உடுத்த அழைத்துக் கொண்டு போயிருந்தார்கள் பிற பெண்கள். இப்போது அவள் உடல் நடுங்கி குளிர்ந்தது. நேற்று பின்னிரவுவரை அவள் உறங்கவில்லை. படுக்கைமேல் உட்கார்ந்து இருண்ட வானத்தைப் பார்த்துக் கொண்டிருந்தாள். விடிகாலையில் தன்னையறியாமல் கண்ணயர்ந்து விட்டாள். திடுக்கிட்டு விழித்தபோது கிழக்கு வெளிறியிருந்தது. அம்மா அதற்குள் குளித்திருந்தாள். மங்கல் பச்சையில் ஒரு புடவை. அழுது சோர்ந்தாற் போலிருந்த கண்கள். எப்போதும் எந்தக் கணமும் அழுது விடுவாள் போல.

ரேணுகா மௌனமாக முடுக்கப்பட்டவள் போலக் குறியலறைக்குள் நுழைந்தாள். உடலும் மனமும் அயர்ந்து வந்தன. நீரின் தண்மை உணர்வுகளின் கொந்தளிப்பை மட்டுப்படுத்த முடியவில்லை. குளித்து அவசரமாகப் புடவையைச் சுற்றிக்கொண்டு வெளிவந்தபோது கூடத்தில் ராஜி, தனம், விஜிதா என்று அவளுடைய ஓரகத்திகள் கூடியிருந்தார்கள். அவர்களுடைய புத்தாடைகளும், கூந்தல் மலர்களும் எந்த உற்சாகத்தையும் சூழலில் ஏற்படுத்தவில்லை. ஒருவிதமான கலக்கமே வீட்டை ஊடுருவியிருந்தது. அவள் மிகச் சாதாரணமாக ஒரு புடவையை உடுத்தி அறையை விட்டு வெளியே வந்தபோது, ராஜிக்கா 'இதை உடுத்திக்கோ' என்று புதிய அரக்குப் பட்டு புடவை யொன்றை எடுத்து நீட்டினாள்.

"குளிக்கலையா இன்னும்?" என்றாள் சொர்ணம்மா

"அப்பவே குளிச்சிட்டேம்மா" என்றபடி ரேணுகா அம்மாவின் அழுத கண்களைக் கவனித்தாள். ஆனால் அவளை எதுவும் கேட்கவில்லை.

இரண்டு கார்கள் வந்து வெகு நேரமாக வெளியே நின்றன. குழந்தைகள் அதன் ஜன்னல்களைத் தட்டி விளையாடிக் கொண்டிருந்தன.

"சீக்கிரம் உடுத்திட்டு வா"

"எப்படியும் முகூர்த்தப்பட்டு அவர்கள் எடுப்பார்கள்" என்றாள் விஜிதா.

ராஜிக்கா எதை எதையோ நினைத்தவளாக. என்ன முகூர்த்தம்? என்று கேட்டுவிட்டு உதடுகளை அழுத்தி மூடிக் கொண்டாள்.

அறைக் கதவைச் சாத்திய ரேணுகாவின் விரல்கள் அனிச்சையாக புடவையைக் கொசுவிச் செருகிச் சுழற்றி தோள் பக்கமாகப் போட்டுச் சரி செய்தாள். பட்டின் மினுங்கல் அவளுக்குள் வெறுப்பையே ஏற்படுத்தியது. சலிப்போடு சோம்பல் முறித்தபடி தன்னைக் கண்ணாடியில் பார்த்துக் கொண்டாள். எத்தனையோ முறை, எத்தனையோ நாட்கள் முன் நின்று, தன்னைத் திருத்தி, அழகு பார்ப்பது, தன் பிம்பத்தோடு பேசி, உள் நகர்ந்து ஊடுருவி நேரம் போவதே தெரியாமல் அதற்குள்ளேயே தன்னைத் தொலைத்துக் கொண்ட கண்ணாடி; இப்போது அது தன்னோடு உரையாடுவதை நிறுத்தி விட்டது. வெறும் ஜடப் பொருளாக மாறிப் போயிருக்கிறது. ஒடுங்கிக் களைத்த தன் முகத்தில் அவள் ஓர் அழகையும் இப்போது காண முடியவில்லை.

கதவின் தட்டலில் திடுக்கிட்டு எழுந்தாள். வாய், "வந்துட்டேன்" என்று தன் போக்கில் சொன்னது.

அவள் பெருமூச்சோடு அந்த மரப் பேழையை, இனி ஒரு போதும் திறக்கப் போவதில்லை என்றிருந்த தன் நகைப் பெட்டியைத் திறந்தாள். அந்தப் பழைய தாலி, நந்தகோபால் அணிவித்த அந்தப் பொற்கொடி, பதினாறு வயதில் தன் கழுத்தில் விழுந்த அந்தச் சரம் - அதை அவள்

விரல்கள் அனிச்சையாக நெருடி, விலகின. தன் அரக்கு நிறப் புடவையைப் பார்த்தாள். அவளுக்கு வியப்பாகவும், வேடிக்கையாகவும் இருந்தது. புடவைக்குப் பொருந்தும் கழுத்தணியும், காதணியும், வளையல்களையும் தேடும் இந்த விருப்பங்கள். இவை இன்னும் எப்படி இருக்கின்றன? வியந்தவாறே ஒற்றைப் பொற்சரத்தையும், சிறிய முத்துத் தோடுகளையும் அணிந்து கொண்டாள். கதவைத் திறந்து வெளியே போக மிகுந்த சங்கடமேற்பட்டது. இத்தோடு எல்லாம் முடிந்துவிடக் கூடாதா என்று மனம் ஏங்கியது. நகைப் பெட்டியை மூடும்போது அதன் பளபளக்கும் விளிம்புகளில் மகாவின் விழி நுனிகளைக் கண்டு துணுக்குற்றாள், அவன் இருக்கிறானா? எங்கே? மனதின் பதறல் அர்த்தமே அற்றது என்று அடுத்த நொடியே தோன்றியது. இது, எதுவும் நானாகத் தேர்ந்தெடுத்தது இல்லையே. தானாக நேர்ந்ததுதானே. இது சரியான சமாதானமாகுமா? என்று குழம்பினாள்.

''ரேணுகா'' என்று கூட்டாகக் குரல்கள் எழுந்தன.

''வந்துட்டேன், வந்துட்டேன்'' என்று அவசரமாகக் கதவுத் தாழ்ப்பாளை நீக்கி வெளிவந்தாள்.

''ஐ, சித்திக்கு இந்தச் சேலை அழகாயிருக்கு'' என்றாள் லதாக் குட்டி.

''ஒரே ஒரு செயின்தானா?'' தனம் கேட்டாள்.

''போதும், போதும்'' என்ற சொர்ணத்தம்மாவின் குரல் கலங்கி இருந்தது.

''புள்ள குட்டி, பேரன் பேத்தி என்று சீரும் சிறப்புமா வாழ்ந்து போனவ அந்த மகராசி, அன்னம்மாவின் தாலிக் கொடிய இவளுக்குப் போடலா மாம்மா'' என்று தயங்கியபடியே கேட்டாள் காமாட்சிப் பாட்டி.

''வேண்டாம், வேண்டாம் தாலி வளையெல்லாம் அவங்களே புதுசு செஞ்சு போடறாங்களாம்'' என்றாள் ராஜியக்கா.

''வெங்காய முகரைக்கு ரெண்டாம் புருஷன், இல்லல்ல, மூணாவது கேட்குது. அதுவும் என்ன ஒரு வகையான இடம். சனியனுக்கு அடிச்ச ஜாக்பாட்டைப்பாரு'' மனதிற்குள் முனகினாள் விஜி.

அந்தப் பயணம் மிக நீண்டதாகத் தோன்றியது. காரில் நெருங்கி உட்கார்ந்திருந்தாலும் ஒவ்வொருவருக்கு இடையிலும் ஒரு அகண்ட அதல பாதாளமே இருந்தது. சொர்ணம்மாவின் மௌனமான அழுகையில் ராஜியின் கண்களும் கலங்கின. அவள் புடவைத் தலைப்பை இறுகப் பற்றிக் கொண்டாள்.

''எதுக்கும்மா கோயிலுக்குப் போறோம்? இன்னைக்கு காலைலயே?'' என்றாள் பொன்னி.

''சும்மாயிரு'' என்று அடக்கினாள் தனம்.

''ஏன் குழந்தையைப் போய்... அதுக்கென்ன தெரியும்?'' என்றார் காமாட்சிப் பாட்டி.

''உங்க ரேணு சித்திக்குக் கல்யாணம்மா''

ரேணுவின் முகம் உடனே இருண்டுவிட்டது. பிறகு பழைய நிலைக்குத் திரும்பவேயில்லை. அதற்குள் கோயிலும் வந்துவிட்டது.

நாதஸ்வரக்காரர்கள் அடக்கமாக வாசித்துக் கொண்டிருந்தார்கள். மாப்பிள்ளை வீட்டில் எடுத்த மஞ்சள் பட்டை, தனம் அவசர அவசரமாக உடுத்தி விட்டாள். புது பேஷனில் மஞ்சள் நிறமடிக்கும் கல் பதித்த நெக்லஸ், வளையல்கள்.

''சங்கடப்படாதே! நம்ம கையில் என்ன இருக்கு?'' தனம் மிகவும் ஆர்மார்த்தமாகத்தான் சொன்னாள். ரேணுகா தான் எந்தச் சொற்களும் தன்னைத் தொட முடியாத ஒரு இடத்திலிருந்தாள்.

நாதஸ்வரத்தின் மெல்லிய இசை மேளக்காரர்களின் நிதானமான தாளம். சந்தனக் காப்பிட்ட பிள்ளையார் ஊதுபத்திப் புகையூடே புன்னகைத்தார். வெண்கலத் தாம்பாளத்திலிருந்த தேங்காய், பூ, வாழைப் பழங்கள். ஒருவர் வேகமாக ஓடி வந்து வாழைப்பழத்தின்மீது இன்னொரு கொத்து ஊதுபத்தியை நறுக்கென்று குத்திச் செருகி விட்டுப் போனார். தனத்தின் மனதிற்குள் எதுவோ தைத்தாற்போல் அவள் நெஞ்சைப் பிடித்துக் கொண்டாள்.

தேங்காய் சீராக வெளேரென்று உடைந்ததும் சொர்ணம்மாவின் முகத்தில் ஒரு நிம்மதி படிந்தது. திடீரென்று வலுத்த மேளச் சத்தமும், கழுத்தில் விழுந்த தாலிச் சரமும், நொடியின் சிறு பகுதி போலத்தான் தெரிந்தன. ஒரு முடி கூட நரைக்காத தலையும், நெடுநெடு வென்ற உயரமும், தேக்கு நிற உடலும் கொண்ட கிருட்டிணசாமியின் முகத்தில் மட்டும் புன்னகை, மற்றவர்கள் வெறுமனே உட்கார்ந்திருந்தார்கள். குழந்தைகளின் பேச்சும் நின்று விட்டிருந்தது.

வெளியே வெயிலின் உக்கிரம் ஏறியது. ஜகியும், பவானியும் சண்டிகேஸ்வரன் சந்நிதிக்குள் இருந்தார்கள். சிறிய குறுகலான பொந்தைப் போலிருந்தது அது. அதன் வாசல்களைச் சிறு கைகளால் தட்டி ஓசையெழுப்பி அந்தச் சாமியைக் கூப்பிட்டு, ''சாமி, சித்திக்கு கல்யாணம். சித்தியை காப்பாத்து'' என்று மழலைக் குரலில் பிரார்த்தித்தார்கள். மாப்பிள்ளை மண்டபத்தில் இருந்து அவர்களைப் பார்த்து புன்னகைத்துக் கையசைத்தார்.

''ரேணு சித்தியைக் கல்யாணம் பண்ணிக்கிற மாப்பிள்ளை அழகா இருக்காரில்ல'' என்றாள் லதா.

''ஆமா, ஆனா கருப்பசாமி மாதிரி இருக்கார்'' ஜகி.

''ஆனா இவரைப் பார்த்தா பயம்மாவே இல்லை'' சுதா.

''சுமிக்கா ஏன் கல்யாணத்திற்கு வரல ?''

''அக்கா வயித்தில ஒரு பாப்பா வந்திருக்காமே''

''அம்மா வரும் போதே என்னைப் பிள்ளையாரிடமும், முருகனிடமும், எல்லாச் சாமிகளிடமும் சித்திக்காக வேண்டச் சொல்லியிருந்தாள். சித்தியின் முகத்திலிருப்பது துக்கமா, சந்தோஷமா தெரியவில்லை. சொர்ணப்பாட்டி ஏன் அழ வேண்டும் ? புவனாச் சித்தி கல்யாணத்துக்குப் போல் இப்ப ஏன் புதுப்பட்டுப் பாவடையே வாங்கித் தரவில்லை ?'' என வருந்தினாள் பொன்னி. குழந்தைகள் கோயில் பிரகாரத்திற்குள் ஓடினார்கள். அம்மாக்கள் யாருமே.

''பட்டுப் பாவாடையை அழுக்காக்கிடாதே''

''ஆட்டம் போடாம ஒரு இடத்தில உக்காரு''

''சுத்தாம இருக்க முடியாதா?'' என்றெல்லாம் வழக்கம் போலத் திட்டவே இல்லை.

சித்தி ரொம்ப நாளைக்கப்புறம் அழகாகப் பட்டுச் சேலை கட்டியிருக்கிறாள். அவள் கைநிறையத் தங்க வளையல்கள் குலுங்குகின்றன.

சரம் சரமாய் மல்லிகைப் பூ அவள் ஜடையில் மட்டும் வாடவே வாடாது போலத் தோன்றுகிறது. இப்போது சித்தியின் கழுத்தில் மஞ்சள் கலர் கயிறும், குண்டான செயினும் மாலையும் இருக்கின்றன. ஆனால் அவள் முகத்தில் சிரிப்பேயில்லை. ஏன் ஒருத்தர் முகத்திலயுமே இல்லை.

''வீட்டுக்குப் போகலாம் வாங்க'' பெரிய பெரியப்பா கூப்பிட்டார். அவர் முகம் ஏனோ அழுத்தமாக இருந்தது.

''கல்யாணத்துக்குக் சாப்பாடே போடலயே பெரியப்பா?'' பொன்னி கேட்டதும் அவர் சிரித்து விட்டார்.

''எல்லாம் வீட்லதான்'' என்று அவர் சொன்னதும், குழந்தைகள் அவர் பின்னால் ஓடினார்கள்.

ரேணுகா தன் கழுத்தில் கனக்கும் புதிய தாலியை அவநம்பிக்கையோடு தொட்டுப் பார்த்தாள். புதிய சேலையின் சரசரப்பில் வெட்கினாள். மண்டபத்தை விட்டு வெளியே வந்ததும் அவள் உடல் சட்டென்று குளிர்ந்துவிட்டது. கோயில் பிரகாரத்தில் ஒருவருமே இல்லை. புதிய கணவரின் முதுகு கோயில் வாசலில் தெரிவதைப் பார்த்தபடியே அவள் வேகமாக நடந்தாள்.

''கொஞ்சம் நில்லுங்களேன். நானும் வரேன்''

சொல்ல நினைத்த வார்த்தைகள் ஒலியெழும்பாமல் மடிந்தன.

தந்த நிறக் காரின் அருகே கிருட்டிணசாமி நின்றிருந்தார். அவள் புடவை

தடுக்க, தலை மல்லிகை கனக்க, வியர்த்து விறுவிறுக்கக் கோயில் வாசலை நோக்கி ஓடினாள். அத்தனை பேரும் அவளை விட்டு எவ்வளவோ தூரம் போய்விட்டது போலிருந்தது. இனி யாரையுமே அணுக முடியாதது போல் மனம் பதைத்தது. ஒரு குழந்தையின் சிறு கைவிரல் போதும் இந்தத் தனிமையைத் துடைக்க என்று எண்ணி நின்றாள்.

"சட்டென்று வந்து காரில் ஏறு" என்றாள் அம்மா. அவள் முகத்தில் மகளை விட்டு விட்டு வந்த குற்ற உணர்வு. விஜியக்கா வழக்கம் போல மனதிற்குள் என்னமோ 'புதுப்பொண்ணு போலப் பிலுக்குறா' என்றாள்.

ரேணுகா கால்கள் துவள, காரை நோக்கி நடந்தாள்.

அவளுக்குத் தலை சுற்றுவது போலவும், தான் விழுந்து விடுவேன் போலவும் தோன்றியது. கிருட்டிணசாமியின் புன்னகை அப்படியே இருந்தது, அழியாமலும் மாறாமலும்.

15

அதிகாலை வரை பாவை உறங்கவேயில்லை. வேதனை இரவெல்லாம் தொடர்ந்து கொண்டிருந்தது. பறி கொடுத்ததை இனி எப்போதும் மீட்க முடியாததின் வேதனை. வெளிக் காட்சிகள் எதுவுமே அவள் மனதில் பதியவில்லை. அவளுடைய நினைவுகள் சிதறிச் சீரின்றி ஓடிக் கொண்டிருந்தன. மனம் தாங்க முடியாத வலியும் ஏக்கமும் தாபமும் கொண்டு துன்புறும். ஒழுகும் கண்ணீரோடு தலையணையில் விரியப் படர்ந்த கூந்தலோடு முகத்தைப் புரட்டுவாள். திடீரென்று விழிக்கும் போது தானிருக்குமிடம் புரியாமல் வெறித்துக் கிடப்பாள்.

கைவிடப்பட்ட நிலையும் நிராதரவும் அதிகரிக்கும். எழுந்து கொள்ளவோ, விளக்கேற்றவோ ஏதாவது சமைத்துச் சாப்பிடவோ முடியாது. என் ஒருத்திக்காக என்ன சமையல்? என்ன சாப்பாடு? அவுங்க வரட்டும். வந்திடுவாங்க. வந்திடுவாங்க மந்திரம் போலத் தனக்குள் முனகிக் கொள்வாள். அவர் வரப்போவதில்லை என்பது தெரிந்தும் ஒரு பித்துற்ற எண்ணம் பிடிவாதமாக நம்பும். அதெப்படி வராமல் போவார்? வந்துடுவாங்க. - படுக்கையில் எழுந்து உட்காருவாள். நான் ஒரு கூறு கெட்ட ஜென்மம். பாவி, நான் பாவி இரண்டு கைகளாலும் தலையில் மடேர் மடேரென்று அடித்துக் கொள்வாள். நான்தானே சும்மா கிடந்த மனுஷனை இன்னொரு கல்யாணம் பண்ணிக்கோண்ணு சொன்னவ. மொதல்ல பிள்ளைதானே இல்ல இப்ப அவுங்களும் இல்லைன்னு ஆயிப் போச்சே.

'அய்யோ' வாய் விட்டு அலறியபடி, தலையில் அறைந்து கொண்டாள். என்னங்க, வேண்டாங்க. நமக்குப் பிள்ளையும் வேணாம், ஒரு மண்ணும் வேணாம். எனக்கு நீங்க வேணும். நீங்க எனக்கு மட்டும்தான் வேணும். இங்க வாங்க 'வந்துடுங்க' புலம்பியபடி படுக்கையில் புரள்வாள். 'அம்மா, தாயே மாரியாத்தா, பிள்ள கேட்டு நான் புரளாத கோவில் இல்ல. என்னை விட்டுப் புருஷனையும் போக

வைச்சுட்டியே. உனக்கு இது நியாயமா' பூஜையறையைப் பார்த்துக் கத்துவாள்.

வாசல் கதவை யாரோ தட்டியதுபோல் பிரமை கொண்டாள் வந்துட்டாங்க, வந்துட்டாங்க என்று சொல்லியபடியே, கதவை நெருங்கித் தாழ்ப்பாளை நீக்கினாள். யாரோ விளையாட்டாகக் கதவைத் தட்டி விட்டு ஒளிந்து கொண்டது போலத் தோன்றியது.

நீளத் தகரக் குவளையோடு போனார், தர்மக் கோனார். அவளைப் பார்த்ததும் தயங்கி நின்றார். என்ன சொல்வதென்பதே தெரியாத சங்கடத்தில் அவர் முகம் குன்றியது.

''என்னம்மா, மொதல்ல இங்க கறந்துடட்டுமா?''

'சரி' என்பதாகத் தலையசைத்தாள்.

'ஆகட்டும் கோனாரேன்னு எப்பவும் போலச் சொல்லவில்லை. இந்தப் புள்ளைக்கு இப்படி ஒரு கெதியா' என்று மனசுக்குள் மறுகினார் கோனார்.

''இருக்கட்டும்மா. அததுக்கு அந்தத் தெய்வம் ஒரு வழி வுடும். எதுக்கும் நீ மனசத் தளர விடாத. இப்பத்தான் தயிரியமா இருக்கணும்''

சொன்னபடியே பின்புறத்து மாட்டுக் கொட்டிலுக்குப் போனார்.

மாடுகளுக்குப் புல் அள்ளிப் போடக்கூட அவள் எழவில்லை. அவை வெற்றுத் தடுக்கையும், குளுதாடியையும் துழாவில் கொண்டிருந்தன. தோட்ட வேலையாள் யாராவது வந்து வழக்கம்போலப் பெருக்கி விட்டுப் போயிருக்க வேண்டும். கொட்டாய்த் தரை சுத்தமாக இருந்தது. வரிசையில் முதலில் நின்றிருந்த செவலைப் பசுவின் முட்டிய மடியில் பீய்ச்சத் தொடங்கினார் கோனார்.

வாடிக்கையாய் தரும் பூக்காரி, ''எப்பவும் போல ஆயிரம் தானே? பூ'' என்று கேட்டுக் கொண்டே பந்தைச் சுற்றத் தொடங்கினாள்.

''இன்னைக்குப் பூ வேண்டாம் தங்கம்மா'' வறண்ட குரலில் சொன்னாள் பாவை.

''என்னத்துக்கு பூ வோணம்கிற? நீ சொல்லித்தானே நடந்துதாமே? ஊர்ல நாட்ல நடக்காததா? நீ உன்னிய விட்டுக் கொடுக்காம பிடிச்சுக்கோ. அப்படியாக் கொந்த ஆளுமில்ல. உணிய விட்டுடமாட்டாரு. ஒண்ணும் மனசப் போட்டுக் குழப்பிக்காத. கஷ்டமாத்தேன் இருக்கும். அதுக்காவ சுருண்டு படுத்தா ஆச்சா? சாமிக்குப் பூவப் போட்டு, நீயும் ஒரு இணுக்கு வச்சுக்கோ. புதுப் பொண்டாட்டி மோகம் தீந்தா தன்னைப் போல வந்து சேருவானுங்க. ஆமா, கழுத கெட்டா குட்டிச் செவரு'' என்று வெளியேறி வேலிப் படலின் கதவைச் சாத்தி விட்டுப் போனாள் பூக்காரி.

பாவை கையில் மல்லிகைப் பூப்பந்தோடு வாசலிலேயே உட்கார்ந்திருந்தாள். ஈரமும் வாசனையும் கொண்ட சிறு சிறு வெண் மல்லிப் பூக்கள். 'எங்களைப் பாரேன், எதுக்காகப் பிறந்தோம்னு யோசிச்சிருக்கோமா? இன்னைக்கு ஓங்கையில சிரிச்சிட்டு இருக்கோம். நாளைக்கு வாடினதும் தூக்கிப் போட்டா, அழறோமா என்ன?' அவள் சீரான வெண்முத்துக்கள் மலர்ந்தாற் போலிருந்த பூக்களையே வெறித்துக் கொண்டு உட்கார்ந்திருந்தாள். நடுங்கும் கால்களோடு மறுபடி வீட்டினுள் நுழைந்தாள். கசங்கிய புடவையும், கண்ணீர் உலர்ந்த கன்னமுமாக... கண்ணாடியில் தெரிந்த தன் உருவத்தைப் பார்க்கவே சகிக்காமல் கண்களை மூடிக்கொண்டாள். பெருக்க வரும் சாமியம்மாள் புண்ணியத்தில் வீடு தூய்மையாக இருந்தது. சமைக்காத அடுப்படியின் துல்லியமான சுத்தத்தைத் தாள முடியவில்லை. இயந்திரம் போல் பூஜையறை மேடையைத் துடைத்து விளக்கேற்றினாள். பூப்பந்தைப் பிரித்துத் துண்டாக்கிச் சுவாமி படங்களுக்குச் சூட்டினாள். தடுமாறித் தடுமாறி நிலைகொண்ட சுடரைப் பார்த்தவாறே நின்றாள்.

பாலை அடுப்பிலேற்றி அது கொதிவந்து நுரைகூட்டிப் பொங்கி வழிவதற்குள் காஸ் அடுப்பின் குமிழை கணக்காக நிறுத்துவாள். இன்று சமையலறை மேடை முழுக்க பால் கொதித்துப் பொங்கிப் பரவுவதைப் பார்த்துக் கொண்டு நின்றிருந்தாள் -பிரமை பிடித்தவள் போல்.

'விளக்கேத்தின நேரம் அழுதா, மூதேவிதான் அடைவாள் வீட்டுக்குள்' அம்மாவின் குரல் மனசுக்குள் ஒலித்தது. அதை ஒதுக்கி விட்டு மறுபடியும்

படுக்கையின் ஜில்லிப்பிற்குள் தன்னை ஒப்புக் கொடுத்தாள். 'இங்கே நான் மட்டும் ஏன் தனித்து நிற்க வேண்டும்? எதன் பொருட்டு?' சுற்று முற்றும் பார்த்தபடியே மெதுவாக நடந்தாள்.

நின்று புடவை முந்தானையைத் திருத்திக் கொண்டாள். எங்கு எதை நோக்கி நடப்பதென்பதே தெரியாமல் திகைத்தாள். மஞ்சளும், சந்தனமும் சாத்தப்பட்ட அம்மன் முகமொன்று வேப்ப மர நடையில் உதித்திருந்தது. அதைத் தவிர வேறு யாரிடம் கேட்க முடியும்?

''என் வழி எங்கம்மா இருக்கு?'' கூட நடக்கும் சிநேகிதியிடம் கேட்கும் பாவளையில் ஒலித்தது அவள் குரல்.

''இதே பாதைதான் நீ பாட்டுக்குநட''

''ரொம்பத் தொலவெட்டா?'' கலங்கி வரும் கண்களோடு கேட்டாள் பூம்பாவை.

''ஆமா, ஆனால் சீக்கிரம் போய்ச் சேர்ந்துடலாம்'' அந்தக் குரல் சிரித்தது. உடனே கல்முகத்தின் கண்கள் நிலைத்து விட்டன.

''நான். எங்கேதான் போய்ச் சேரப் போறேன்?'' அவள் அலுப்போடு கேட்டாள்.

''அது நடை முடிஞ்சாத்தானே தெரியும்?'' சொன்னது கண்களா, குரலா.

வரிசையாக நின்ற. அந்த மரங்களுக்கிடையே ஓர் உருவத்தின் நிழல் அசைவதைக் கண்டாள். யாருடைய உடனிருப்பும் மிகப் பெரும் சுமையாக உறுத்தி வேதனைப் படுத்தும் என்ற நினைப்போடு தலையைத் திருப்பிக் கொண்டாள். அந்த உருவத்திலிருந்து ஒரு முகத்தின் வெளிக்கோடுகள் துலங்கின. சாம்பல் வர்ண விழிகளால் அது அவளைப் பிரியத்தோடு பார்த்தது. அவள் வெறுப்போடு திரும்பி வேகமாக நடந்தாள்.

''எப்படியாச்சும் அவுங்க வர்ற நேரம்தேன். வந்துடுவாங்க'' தனக்குத் தானே சொல்லிக் கொண்டாள். வியர்வை சொட்டச் சொட்ட முழங்கால்கள் இற்றாற்போல வலிக்க அவள் நடந்தாள்.

அவளுக்கு மூச்சு வாங்கியது. வெகு நேரம் நடந்து விட்டிருக்கிறாள். நெடும் தொலைவு வளைந்து மேலேறிச் செல்லும் பாலம், ஒரு கரடு முரடான தொட்டில் போல, குதித்துக் குலுங்கியது. ஆகாயத்திலும், நிலத்திலும் நிசப்தம் மூடியிருந்தது. காலடியில் ஆறு ஓடுகிறது. உடனேயே தன் தாகத்தை உணர்ந்தாள். நீர் கைக் கொட்டாமல் வெகு தூரத்தில் அலையலையாகச் சிலிர்த்தோடுவதைக் கண்டாள். எச்சிலை விழுங்கினாள். பக்கவாட்டுப் பிடிமானங்கள் இல்லாத பாலத்தில், நெஞ்சுலரும் தாகத்தோடு எப்படி நடப்பது ? அல்லது, நின்று ஆசுவாசம் கொள்வது ? கடந்துதான் ஆக வேண்டும். கால்கள் கழன்று விடுவன போல் கிடுகிடுத்தன. அவள் கண்கள் மங்கின.

பாலத்தின் அபாயகரமான பலகைகளில் முழங்காலை மடித்து அமர்ந்தாள். எந்த நொடியிலும் அது இற்று விழுந்துவிடும் என்ற அச்சத்தோடு பாலத்தின் இறுதியைத் தொட்டு விடுவேனென்ற நம்பிக்கையின் எழுச்சியும் அவளுள் எழுந்தது. பாலத்தின் முடிவை நெருங்கி விட்டதாக மனம் துடிதுடித்தது. எதுவோ நொறுங்கிக் கீறல் விழும் ஒலி கேட்கத் திகைத்து நின்றாள். பாலத்தின் மரப்பலகைதான். அடுத்த கணம் அவள் கால்வைத்திருக்கக்கூடிய சிறிய மரக்கட்டை, மையத்தில் நொறுங்கி சிலாம்புகள் தெறித்து நிற்க, அவள் பாத நுனி பட்டதும் கீழே விழக் காத்திருந்தது. நடுங்கினாள். துளி வினாடி பிசகியிருந்தால் ? பதைபதைத்தபடியே கீழே பார்த்தாள். இருளின் பாதாளம் எல்லா மர்மங்களோடும், எதுவுமே இல்லாத தன்மையோடும் கறுத்துக்கிடந்தது. தலையை உலுக்கி முகம். திருப்பிக்கொண்டாள். கால்கள் அனிச்சையாகப் பின்னகர்ந்து போயின. இனி செய்யக்கூடியது என்னவென்று குழம்பினாள்.

இரவின் நிசப்தம் பாறையென உருக்கொள்ள, உட்குடையப்பட்ட ஆழ் குகையொன்றாக அவளது எண்ணங்கள் நீண்டன. சிறிய மணியொலிகளுடன் பால் வண்டிகள் புறப்பட்டன. இறுகத் துவங்கிய இருட்டில் அவள் மனம் வெளிக் கதவோடேயே ஒட்டிக் கிடந்தது. அவிழ்ந்து கிடந்து கூந்தலை முடிந்தபடி வாசலை நோக்கி நடந்தாள். கதவு,

இறுக்கமாக உறைந்திருந்தது. அவள் அந்த ஒற்றை விரலின் அழைப்புக்காகக் காத்திருந்தாள். தாழ்ப்பாளை அகற்ற முனைந்தவள், வெளியில் அவர் நிற்கவில்லை என்ற நினைப்பின் உண்மையில் தாக்கப்பட்டவள் போல கதவோரமாகச் சரிந்து உட்கார்ந்தாள். நடுங்கும் கால்களை மடக்கி வெறும் தரையில் சுருண்டு படுத்துக் கொண்டாள்.

16

ஜோசியர் குறித்த நேரம் ஒன்பதே கால். அதற்குள் ரேணுகாவை அறைக்குள் அனுப்ப வேண்டும். ராஜி சொன்னபடி உள்ளே நுழைந்தாள். அவளுக்கு ஏனோ குரலில் ஒரு பதற்றம் இருந்தது. சுற்றிலும் பெண்களின் இருப்பு ரேணுக்குக் கூச்சமேற்படுத்தியது. விஜிதா அவளைப் பார்த்துத் திடுக்கிட்டாற் போல், ''என்ன, இன்னும் சேலையை மாத்திக்கல? நேரம் ஆகுது. அத்தை திட்டப் போறாங்க?'' என்றாள்.

ராஜியின் கைவிரல்கள் அவள் தலைப்பின்னலைச் சரசரவென்று பிரித்தன. காலையில் மணப்பெண் அலங்காரத்தின்போது, பூச் சுற்றியதில் கூந்தல் மிகவும் சிடுக்காக இருந்தது. பெரிய பல் கொண்ட அகலச் சீப்பால் அதை வாரி இறுக்கமாகப் பின்னி முடிக்கும்வரை அவள் பதுமைபோல் அசையாமல் உட்கார்ந்திருந்தாள்.

''ஏண்டி முகம் சோர்ந்திருக்கு''

''ஒண்ணுமில்லை'' ரேணுகாவிடமிருந்து தீய்த்த பெருமூச்சு வெளிப்பட்டது.

''குளிச்சியாம்மா?'' விஜிதா கேட்டாள்.

''சாயங்காலமே குளிச்சிட்டேங்கா''

நந்தகோபால் எங்கேயோ வெளியே போனான்.

''வேறெங்க?'' அர்த்தம் பொதிந்த குரலில் சொல்லிவிட்டு ''அந்த துணைச் சேலையை எடு'' என்றாள் சித்தி.

உள்ளே வந்த அன்னம்மாவின் முகத்தில், கல்யாணம் நல்லபடியாக நடந்து முடிந்த திருப்தியும், சோர்வும் இருந்தன.

''இந்த மகாப் பயல் வராமலேயே இவ்வளவு பெரிய விசேஷம் வீட்ல நடந்து முடிஞ்சிருச்சு'' என்று அவள் சொன்னபோது, ரேணுகாவின் முகத்தில் உலர்ந்த கீறலொன்று விழுந்தாற் போல் இருந்தது.

முதலிரவுக்கு மணமகன் வீட்டில் பெண்ணுக்குத் தரும் பட்டைத்தான் துணைச்சேலை என்பார்கள்.

''தொணைச் சேல கலரு ஒனக்குப் பிடிச்சிருக்காம்மா?''அன்னம்மா கத்தரிப் பூ நிறத்தில் சிகப்புக் கரையிட்ட பட்டைப் பிரித்துப் பார்த்தபடியே புதிய மருமகளிடம் கேட்டாள்.

''ம்ம்''

''மதுரையில் எடுத்தது''

''சரி, சரி. சேலைய உடுத்தட்டும். அப்புறம்தான் நகை போட முடியும்''

''அதிக நகை வேணாம்கா''

''அதுவும் சரிதான்'' என்று சிரித்தாள் ராஜி.

''நீயே உடுத்திக்கிறியா''

''அவ எந்தக் காலம் சேல உடுத்திப் பழகினா? சித்திரை வந்தாத்தான் பதினாறு முடியுது, நீ கட்டி விடு''

விஜிதா, ரேணுகா உடுத்தியிருந்த முகூர்த்தச் சேலையிலிருந்த ப்ருச்சுகளைக் கவனமாக நீக்கினாள். கனமான அரக்கு நிறப் புடவை ''என்னுத விட ஜரிகை ஜாஸ்தி'' அவள் மனம் லேசான பொறாமையோடு நினைத்தது.

முந்தானையை விலக்கியபோது ரேணுகா சட்டென்று கைகளால் தன்னுடலை மூடிக் கொண்டாள். ஒரு துண்டையும், புதிய ஜாக்கெட்டையும் அவளிடம் தந்து, ''குளிக்கிற ரூம்ல போய் மாத்திட்டு வா'' என்றதும் வேகமாகக் கதவுக்குப்பின் மறைந்து கொண்டாள்.

''அவரே விரியத் திறந்திருந்த வாசலுக்குள் நுழைய விடாமல் தன்னைத் தடுப்பது பயமா, ஆரம்பத் தயக்கமா? இந்த அட, அரண்மனை மாதிரியில்ல இருக்கு'' மறுபடி வீட்டைப் பற்றி நினைத்துக் கொள்ள முயன்றாள். பெண் மீதான ஆர்வம் கை வசமானதுமே தீர்ந்து போய் வெற்றாக இருக்கிறதென்று நினைத்துக் கொண்டார். பின்னிருந்து

தள்ளப்பட்டவர்போல் கனத்த கதவுகளுக்குள் நுழைந்தார். பிறகு அவற்றை இழுத்துச் சாத்தித் தாழ்ப்பாளும், அடித் தண்டாலும் இட்டுப் பூட்டினார்.

மார்பு படபடத்தது. தோள்கள் வியர்த்துக் குளிர்ந்தன. இழுத்து மூச்சுவிட்டபடி வேட்டி நுனியால் முகத்தைத் துடைத்தார். எல்லாமே அபத்தம் என்ற அலுப்பு மீண்டும் அவருள் எழுந்தது. இப்போது அது பழகியும் விட்டிருந்தது. கீழறைகள் ஒன்றில் நுழைந்தார். அதில் உடைகளை மாற்ற விடாமல் மிதமிஞ்சிய களைப்பேற்பட்டது. அங்கிருந்த ஒற்றைக் கட்டிலில் படுத்து உறங்கி விடவேண்டும் போலிருந்தது. ஜன்னலைத் திறந்து காற்றின் குளுமை பட்டதும் அயர்விலிருந்து விலகியதாக உணர்ந்தார். மாடிப்படிகளை அணுக முடியாத மலைத் தொடரைப் பார்ப்பது போல் வியந்து நோக்கினார். அவர் தம் கால்களை முதல் படியில் வைத்தார். படிக்கட்டு ஏன் இவ்வளவு துரிதமாக முடிவடைய வேண்டும் என்றெண்ணினார். உலர்ந்துபோன உதடுகளை ஈரப்படுத்தியபடி திறந்திருந்த அந்த அறையைப் பார்த்தார். மெத்தை விரிப்பு கசங்கலில்லாமல் இருந்தது. மங்கிய இரவு விளக்கொளியில் பொன்வண்டுநிறப் பட்டு பளபளக்க அவள் அசைவற்ற சிற்பமாக உட்கார்ந்திருந்தாள். உள்ளங்கைகள் தாடையைத் தாங்கியிருந்தன. பின்னலிலிருந்து பிரிந்த ஒற்றை முடி காற்றில் அலை பாய்ந்தது. சோர்ந்திருந்தாலும் கண்கள் பளீரென்று, ஆனால் ஓர் உயிருமற்ற பளிங்குத் தன்மையோடு பளபளத்தன. உறங்குதலேயற்ற மோகினியோ, தெய்வமோ, இவள் மனிதப் பெண்ணில்லையோ என்பதாகத் தெரிந்தது அரையிருளில், அவள் தோற்றம். அவளையே யுகங்களாகப் பார்த்தபடி நிற்கும் அவர் தனித்துப் பிரித்துப் பார்த்து வெட்கினார். அவளை நெருங்குவதற்கான தைரியம் தமக்குச் சாத்தியமே இல்லாதது என்று திணறினார்.

"நீ தூங்கணும்னா தூங்கு"

அவள் தலையசைந்ததைக் கூட அவர் கவனிக்கவில்லை. அடுத்த அறையில் போய்ப் படுக்கையில் சாய்ந்ததுதான். தெரியும், கண்களைத்

தூக்கம் சுழற்றியது. இவ்வளவுதான் என்றொரு நினைப்பு அரைத் தூக்கத்தில் தெறித்து மறைந்தது. விழிப்பு வந்தபோது விடிந்திருக்கவில்லை. தம்மை எதுவோ செலுத்தினாற்போல் அவளிருந்த அறைக்கு நடந்தார். தள்ளியதும் தாழிடப்படாமல் வெறுமனே சாத்தியிருக்கக் கதவு திறந்துகொண்டது. அவள் உடல் மிகப் பெரிய படுக்கையின் ஓரத்தில் நீண்டு, மெலிந்த தளிரைப் போல் தெரிந்தது. தூங்கும் முகத்தில் நிம்மதியின்மையும் மிரட்சியும் தெரிவதாக நினைத்தார். அவையே அவளை நோக்கித் தன்னை ஈர்ப்பவையென்றும் உறங்கும்போதுதான் அவளை நெருங்க முடியுமோ என்றும் குழப்பமேற்பட்டது.

விரிந்த மெத்தையின் விளிம்பில் அமர்ந்து அவளையே உற்றுப் பார்த்துக் கொண்டிருந்தார். அவ்வளவு துக்கங்களையும், உள் வாங்கிய வளாகவும், அவற்றைப் பொருட்படுத்தாது கடந்தவளாகவும் தோன்றினாள். அதே பட்டுப் புடவையில் உறங்கி விட்டிருக்கிறாள். அதில் துளிக் கசங்கலோ, சுருக்கமோ இல்லாமலிப்பதை கவனித்தார் அவர்.

"நீ தூங்கவேயில்லையா?" அவள் பதிலேதும் சொல்லாமல் பல வருடங்களாகப் பழகியது போல், அவரது அணைப்பிற்குள் சுருண்டு கொண்டாள். அவளுடைய உடலிலிருந்து விசித்திரமானதொரு தாவரத்தின், அல்லது வயற் பரப்பின் மணத்தை உணர்ந்தார். திடீரென்று விருப்பமேயில்லாமல் பாவையை நினைத்தார். உடனே அவர் கைகள் தளர்ந்தன. மறுபடி தம்மைத் திரட்டி அவளை இறுக்கிக் கொண்டார். அவள் கண்கள் இறுக மூடியிருப்பதையும், அவள் எதுவுமே பேசாமலிருப்பதையும் என்னவென்று அர்த்தம் கொள்ள என்று நினைத்தபடி இருக்கும்போது விரல்கள் அவளுடலில் நகர்ந்து கொண்டிருந்தன.

ஜன்னலில் தெரிந்த மரங்களின் கரும்பச்சைத் ததும்பல் ஒரு இடையூறாகவோ, இல்லை, ஆசுவாசமாகவோ இருந்தது. மனம் அவளை விட்டு விலகிவிடலாம் என எண்ணிக் கொண்டிருக்கும்போதே கைகள் பரபரவென்று இயங்கின. அவள் கண் விழித்து அவர் முகத்தைப் பார்க்கவில்லை. எந்த விதத்திலும் அவளுடல் தன்னோடு

ஒத்திசையவில்லை என்பதை உணர்ந்தாலும், எதுவோ ஒன்று அவளைப் பிரிய விடாமல் தடுத்தது. அவளைத் தொடுவதை நிறுத்தினார். தம் உள்ளங்கையில் அவள் முகத்தை நிமிர்ந்து உற்றுப் பார்த்தபடி, ''உன் சம்மதத்தோடு தானே எல்லாம் நடந்தது ?'' என்றார்.

அவள் கண்கள் திறக்கவில்லை. மெழுகில் வார்த்தது போலிருந்தது முகம். இந்தக் கேள்வியை எதிர்பாராதவள்போல் வெறுமனே 'ம்ம்' என முனகினாள். வேறெதுவும் கேட்கத் துணிவில்லாமல் இதுவே போதுமானதாகவும் இருந்தது அவருக்கு. தம்மைப் பிடித்திருக்கிறதா என்று கேட்கலாமாவென நினைத்து, என்ன அபத்தமாயிருக்கிறது என்று நினைத்துக் கண்களை இறுக மூடிக் கொண்டார். விரல்கள் அவள் உடலின் மென்மையையும், குளிர்ச்சியையும் உணர்ந்தபடியே இருந்தன. மனம் இது வெறும் தோல் அல்ல, சதையல்ல என்று சொல்லிக் கொண்டிருந்தது. தமது சட்டையின் வெளுத்த நிறம் மூடிய கண்களுக்குள்ளும் வந்து வடிவதாகத் தோன்றியது. சிறிய விடிவிளக்கொளியில் அவள் முகம் நீல அலைகள் மிதப்பது போல் பளபளத்தது. அவளுடைய நீள வட்டமான முகமும், சிறிய நீண்ட நாசியும், திருத்தமாகப் பின்னப்பட்ட கூந்தலும் ஒரு திரை மூடிய ஓவியம் போல் தெரிந்தன.

அவள், அவர் பார்வையை உணர்கிறாள் என்பதை அறிய முடிந்தது. ஆனால் அதை ஏற்கவோ மறுக்கவோ செய்யவில்லை. சும்மாயிருக்கிறாள். ஜடம் போன்று என நினைத்தவுடன் அவருடைய விரல்கள் நின்றன. ஆனால் அதே நொடியில் ஏன் என்று கேட்பது போல் திறந்த அவள் விழிகளில், தனக்கான அனுமதியும் அழைப்பும் இருப்பதாக உணர்ந்தார். மீண்டும் அவருடலில் நடுக்கமும், விறுவிறுப்பும் கூடின. அவளைத் தன்னோடு இறுக்கிக் கொண்டு, உடல்களின் நெருக்கத்தில் இவள் வெறும் பெண்ணல்ல எனும் சொற்றொடர் அவருள் ஓடியது. அதை அழிப்பதுபோல் அந்த உடலின் வளைவுகளையும் மிருதுத் தன்மையையும் காலம் காலமாக அறிந்தவர் போல் அவளை வெறியோடு முத்தமிடத் துவங்கினார். அவள் படுக்கையில் சரிந்தபடி தனது கைகளை லேசான அழுத்தமோ, பற்றுதலோ இல்லாமல், வெறுமனே அவர் முதுகில்

வைத்து கொண்டிருந்தாள். அவர் வரவழைத்துக் கொண்ட மூர்க்கத்தோடு அவள் உடலில் அழுந்தினார். அவள் சதைகள் தன்கைகளுக்குள் நசுங்குவதை உணர்ந்தார். விரிந்து விரிந்து கொடுத்தபடியே போகும் சரிவுகள். ஆம், பிடிமானமுள்ள வயல் வெளியின் சரிவுகள் தான் இவை என்று அவள் தோளை மோர்ந்தார்.

அந்தச் சரிவுகளுக்குள் தம்மைப் புதைத்துக் கொள்ள விரும்புவது போல தம் அணைப்பை இறுக்கினார். ஆனால் அனிச்சையாக வெளிவந்த ஒரு இரவுப் பறவையின் சிற்றொலி போன்ற அவளது 'ம்' அவருடைய தயக்கங்களையெல்லாம் தகர்த்தது. அவள் உடல் திடத் தன்மைகளை யெல்லாம் இழந்து, உருகிக் கொண்டிருப்பது போன்றும், ஆனால் அந்த இளக்கம் தன் கைகளுக்குள் அகப்படாமல் நழுவிக் கொண்டிருப்பது போன்றும் தோன்றியது. மெதுவாக நீரின் இயல்புற்றுச் செல்வது போல் உலவினார். அலைகள், அலைகள், பாதத்திலிருந்து படிப்படியாய் மேலேறித் தன்னை நனைத்துத் தழுவி மூழ்கடிக்கும் அலைகள். தான் மிதப்பது போலிருந்தது. 'இதுதான், இதற்காகத்தான்' என்று சுகத்தின் விரிவில் மனம் திளைக்கும் போதே எதனாலோ தள்ளப்பட்டது போல், ஈரமேயற்ற, முற்றிலும் வறண்ட ஒரு கரை மேட்டில் வந்து விழுந்தார். மிக அருகில் இருந்தாலும் ஒருபோதும் அணுக முடியாததாக, அவர் மிகுந்த களைப்போடு புரண்டு படுத்தார். அவள் ஓர் அசைவுமின்றி இருப்பதைக் கவனித்தார். இவள் தன்னுடையவள் என்று ஒரு கணம் எக்களித்தும் மறுநொடி இவள் பெண்ணல்ல என்று பிரமித்தும் குழம்பினார்.

தொடுதல் இன்றி இருக்கும்போது, நிச்சலனத்தின் மூலமாகவே தன் உடலில் அதிர்வுகளை எப்படி ஏற்படுத்துகிறாள் என்று வியந்தார். உடனடியாகக் களைப்பும், வெறுப்பும், கோபமும் அவருக்குள் புரண்டன. அவளுடைய இருப்பு தவிர்க்க இயலாததாகவும், தாங்க முடியாததாகவும் வளர்ந்து கொண்டிருந்தது. உறங்கிவிட்டால் எல்லாம் சரியாகி விடும் என்று தோன்றும்போதே, அவளருகில் தூங்கவே முடியாது என்று மனம் மறுத்தது. போர்வைக்குள் தன்னைச் செருகிக் கொண்டிருப்பவளின் முகம் மட்டும் வெளித் தெரிந்தது. அவர் ஓசையேற்படுத்தாமல் எழுந்து வேட்டியை உடுத்திக் கொண்டார். எவ்வளவோ மெதுவாக அடியெடுத்து

வைத்தாலும், காலடியோசை பெருத்து, அறையை அதிர வைத்தது. கதவருகில் சென்றபோது அவளைப் பார்க்க வேண்டும் என்ற உந்துதலில் திரும்பினார். அசையாத சுடர்கள் போல் அவள் கண்கள் திறந்திருந்தன. சட்டென்று இளகி, மீண்டும் அவளை நோக்கி நடந்தார். அவரை அருகே வரவழைப்பதற்காகவென்றே நீண்டிருந்த அந்தப் பார்வை, அவர் நெருங்கியதும் மூடிக்கொண்டது. எதுவும் பேசாமல் ஒற்றை விரலால் அவள் நெற்றியைத் தொட்டார். பிறகு விறுவிறுவென அந்த அறையை விட்டு வெளியேறி, பக்கத்து அறைக்குள் நுழைந்து கொண்டார். தனித்த கட்டிலில் சாய்ந்தபோது உடல் வியர்த்துக் குளிர்ந்திருந்தது. கதவைத் தாழிடவில்லை என்பது உறக்கத்தில் அமிழும்வரை உறுத்திக் கொண்டிருந்தது. தூங்கிவிட்டதாக நம்பும்போதே அவள் என்ன செய்கிறளோ வென மனம் ஒரு கணம் நினைத்தது.

தன் அறையின் நீல ஒளியில் அவள் மிதக்கும் ஒரு தளிரைப் போல் தெரிந்தாள். இருளைப் பார்த்தபடி நினைவுகளைக் கிளறியவாறே. எந்த ஒரு நினைப்பும் தனதேயல்ல என்பதான விலகலோடு விடிந்து விடும். விடிந்து என்ன செய்ய என்று மாறி மாறி ஓடும் எண்ணங்களோடு கிடந்தாள்.

17

சுமி வாழப்புகுந்த வீடு அது. ஆனால் மகிழ்ச்சியூர் வாரம் அற்ற வீடு.

ஆம்! நிசப்தத்தில் செய்த வீடு, இரட்டை வடமாக நீண்ட தாலிக் கொடியின் மத்தியில் தெரிந்த மாங்கல்யத் தகட்டின் முகடுகள் இன்னும் அந்நியமாகவே இருந்தன. அவை அகலமாகி உயர்ந்து தன் உடலுக்கிட்ட ஒரு சுவர் போல், மனதிற்கிட்ட ஓர் அரண் போல் உணர்ந்தாள்.

பாதங்களில் தீக்கங்கு பட்டதுபோல் எரிச்சல் படர்ந்தது. தினம் வரும் அந்தக் கருவியாவது வந்தால் தேவலை என்றெண்ணினாள். கட்டுக் கடங்காத கவலைகளற்ற ஜன்மம் அது என்று நினைத்தாள். அதற்கு ஒரு துக்கமும் இல்லை என்பது என்ன நிச்சயம் என்று மறுகணமே சிந்தனையை மாற்றிப் போட்டாள்.

''ஈரலை இன்னும் பொடியாய் நறுக்கு''

“வடைச் சட்டியை அடுப்பில் நேரா வைக்கத் தெரியல? நல்லா வளர்த்திருக்காங்க லட்சணமா. நல்லெண்ணெய் ஊற்றி, ஈரலைப் போடு, கைவிடாம கிண்டணும். தண்ணி ஊத்தாம, எண்ணெயிலே வேக விடணும். பார்த்துக்க, ரொம்ப வெந்துச்சு, பதம் தவறிம். ராஜாவிற்குப் பிடிக்காது. ஆங், கிண்டு கிண்டு, நிறுத்தாம கிண்டு”

“அடுப்படியில் உட்கார்ந்து கொண்டு நாட்டாமை செய்யும் எந்த மாமியாராவது உனக்கிருக்கிறார்களா குருவியே, நீ சொல்''

குருவி ‘இதென்ன தொந்தரவு’ என்று அவள் எண்ணத்தால் தொடப்பட்டது போல் தலையைச் சிலுப்பிக் கொண்டது. அது இப்போதுதான் செம்பருத்திச் செடி நிழலில் உட்கார்ந்திருந்தது. ''என்ன கேட்டாய்?'' என்று ஒரு நொடி அவளைப் பார்த்தபோது தன் தனிமையின் தகிப்பு முழுவதும் தணிந்து உடல் குளிர்ந்த விட்டதாக உணர்ந்தாள். குருவி

'க்க்ரிக்' என்று சின்னஞ்சிறிய மந்திரம் போல் சொல்லிக் கொண்டது. பிறகு அது சிமெண்ட் கட்டத்தில் குட்டிக் கால்களால் தத்தியது. அவள் ஜன்னல் கதவை வாகாகத் திறந்துகொண்டு விழி விரியப் பார்த்தாள்.

"உன் பேரென்ன குருவி. உனக்கு நீயே விளையாடிக் கொள்வாயா? ஒரு துணையும் உனக்கில்லையா, அல்லது வேண்டாமா?"

குருவி செவ்வகத்தின் அகலப் பகுதியிலிருந்து சிறு கட்டத்திற்குத் தாவுகிறது.

"இருக்கு, இல்லை"

"வேணும், வேணாம்" என்று சொல்லிக் கொண்டுதானே அது மாறி மாறிக் குதிக்கும்? வேறென்னவாக இருக்க முடியும்?

பசுமை உறைந்து கிடப்பதுபோல் தோட்டம் அசைவற்றிருந்தது. வெதுவெதுப்பான காற்று கனத்த திரையை விலக்கும் குழந்தை போல் சட்டென்று உள்வந்தது. காற்றை உணர்ந்தவாறு ஜன்னல் திட்டில் உட்கார்ந்து வெயிலின் மிருதுவான மினுமினுப்பைப் பார்த்துக் கொண்டிருந்தாள். கீழிருந்து தொலைக்காட்சியின் சத்தம் கேட்டது.

"இப்படி நீங்கள் சொல்வது எப்படி நியாயமாய் இருக்க முடியும்? இந்தத் தாலியைப் பற்றி நீங்கள் நினைத்தே பார்க்கவில்லையா? இனிமேல் நான் இந்த வாழ்க்கையை எப்படி வாழப்போகிறேன்" என்று சொல்லிவிட்டு மிகவும் உடைந்த குரலில் விம்மிய சத்தம் கேட்டது.

சுமிக்குச் சிரிப்பு வந்தது. குனிந்து தன் கழுத்தில் தொங்கிய தாலியைப் பார்த்துக் கொண்டாள். அது கழுத்திலேறியபோது பிடரியில் பட்ட அவன் விரல்களின் சூட்டை, இப்போதுதான் உணர்வதுபோல் முதுகு சொடுக்கியது. அவன் வரும் நேரம்தான். வருவான். அழைப்பு மணியை அழுத்துவான். அதன் இசை அவன் தொடுகையின் அதிர்வுபோல் உடலெங்கும் படரும். கால் அனிச்சையாக கட்டிலை விட்டிறங்கிக் கதவை நோக்கி ஓடும். படிக்கட்டு வளைவிற்குக் கீழ் மாமியாரின் குரல் ஒலிக்கும், உறுதியும் இனிமையுமாக.

"டேய் ஏண்டா அவளைப் போய் எழுப்பித் தொந்தரவுபடுத்திக்கிட்டு..."

"ரெஸ்ட் எடும்மா. நான் சாப்பாடு போட்டுக்கிறேன்"

எவ்வளவு தித்திப்பான, சாக்லெட் தடவிய, மென்மையான வார்த்தைகள்! ஆனால் அவை அவளுடைய காலை வலுவிழக்கச் செய்யப் போதுமானவை. அவை ஒடிந்தாற் போல் கட்டிலில் விழுவாள். தலையணைக்குள் முகம் புதையும். தன்னந்தனியே நொண்டி விளையாடிய குருவி இன்னும் அங்கே இருக்கிறதாவென்று எட்டிப் பார்ப்பாள். அந்தக் கட்டங்கள் மட்டுந்தான் இருக்கும். பல ஆண்டுகளுக்கு முன்பு பள்ளிச் சுற்றுலா சென்றபோது தாங்கள் கிழித்து விளையாடிய அந்தக் கட்டங்களும் இப்போது இருக்குமாவென்று நினைப்பாள். அவற்றின் மீது எத்தனை கால் தடங்கள் பதிந்திருக்கும்! எத்தனையோ வாகனங்கள் விரைந்து போயிருக்கும்! எவ்வளவு மழை! எத்தனை நாட்களின் வெயில்! காற்றின் நிற்காத சுழற்சி. தினங்கள் தீற்றுகிற புழுதி. அடியில் அவை இருக்கும். ஆமாம். இருக்கத்தான் இருக்கும்.

அவள் கால் கட்டை விரல், மெத்தைப் பரப்பில் சிறிய கோடுகளை வரைந்தது. அவை விரைந்து தன் உடல் மீதேறும் மோகத்தீயின் ஜ்வாலைகள். என்ன இது? பட்டப் பகலில். பெண்ணென்றால் கொஞ்சம் அடக்க ஒடுக்கம் வேண்டாமா? அவரைப் பார்த்தால்தான் என்ன? பார்க்காவிட்டாலும் எது முழுகிப் போய்விடப்போகிறது? கண்கள் நிரம்பித் தளும்பின.

கூண்டுக்குள்ளே இருப்பது யார்? "சிட்டுப்பெண்ணே, நீ கண்ணீர் சிந்தாதே? உன் காதல், கனவு, உன்துணை எல்லாம் ஒருபோதும் உன்னை விட்டு விலகாது. உனக்கொரு குறையும் வராது. அழாதே, கண்ணே" யாருடைய ஆறுதல் இது. அந்தக் குருவியின் குரலா? ஜன்னல் வழி வெளிர்வானில் அதன் சிறகுகளின் மெல்லிய வெண் உப்பல் தெரிந்தது. பறந்துகொண்டே தன்னிடம் பேசும் குருவி. அவள் ஒரு பதிலும் சொல்லவில்லை. கதவைத் தாண்டி, ஒரு குரல் ஒலியும் வெளியேற முடியவில்லை. பறந்து கொண்டே இருக்கும் குருவி, தன் சிற்றலகில் அவளுக்கான சிறகை ஏந்திக் கொண்டுவந்து கொடுக்கும் விரைவில்.

எப்போதாவது எப்படியாவது. அப்போது அவளும் வானில் நீந்த முடியும். வானிலா? தனியாகவோ? வேண்டாம். இல்லை. ஒற்றையில் முடியாது . அவரோடு கீழே சமையலறையில் தாய் பரிமாறும் உணவைக் குனிந்த தலை நிமிராமல் சாப்பிடும் அவர், சாப்பிட்டு முடிப்பார். கையை வாஷ் பேஸினில் அலம்பித் துடைத்தபின் அவருடைய கால்கள் மாடியை நோக்கித் திரும்பும். வேகமாகப் படிகளில் ஏறி வருவார். அவள் காத்துக் கொண்டிருக்கிறாள். நீண்ட நேரம் நெடு நேரம்.

மனம், அயிகிரி நந்தினி எனத் தொடங்கி சொல்லிக் கொண்டிருக்கிறது.

துக்க நிவாரணீ, காமாட்சி, மீனாட்சி, பார்வதி, சக்தி, பத்ரகாளி! அவள் யாரையும் எப்போதும் வஞ்சிப்பதேயில்லை. தன் கடமையையும், காவலையும் தராமலிருப்பதில்லை. சுமியின் சிறுமிப் பருவத்திலிருந்தே அவளோடிருக்கிறாள். அவள் வாழ்க்கையில் எல்லாமே சரியாக நடந்தது. பெரியவளான பிறகு பள்ளிக்கூடம் போவது நின்றது. அதன் பிறகு உடனடியாகக் கல்யாணம். பொட்டுப் பொடி நகையெல்லாம் நிறுக்கவேயில்லை. நாழியிலே அளந்துதான் போட்டார்கள். சிவப்புக் கல் செட், முத்து செட், வெள்ளைக் கல் அட்டிகை. கல்யாணமும்தான் எப்படி நடந்தது! மறுநாள் கறிச் சாப்பாட்டுக்கு நூற்றுக் கணக்கில் கிடாக்களையும் கோழிகளையும் வெட்டினார்கள். எல்லாம் கோலாகலமாக நடந்தன. எல்லாம். சரிதான். ஆனால் இந்தக் காத்திருத்தல்... புழுக்கம் மீறிய சுவர்களின் கரைகளில் மோதித் திரும்பிக் கொண்டிருக்கிறாள். எல்லாப் படிகளும் மூழ்கிவிட்டன. ஆனால் அவன் வருவதற்கான படி கிடக்கிறது. வேட்கை மங்கிப் பளீரிடுகிறது. அப்பாவிற்குப் பரிமாறுகிற அம்மாவின் கையோ, அதைப் போதும் என்று அமர்த்துகிற அவரது கண்ணசைவோ, விஜிச் சித்தியும், சித்தப்பாவும் வெளியில் கிளம்பும்போது அவர் தோளில் விழுகிற அவள் தலைப் பூச்சரத்தின் ஒற்றை அரும்போ, தொலைக்காட்சிப் பாடலின்போது கதாநாயகியின் கன்னத்தில் கோடிடுகிற நாயகனின் விரல் நுனியோ, அவளைக் கிளர்த்தப் போதுமானதாக இருக்கின்றன. ஒருக்களித்து ஜன்னல் வழியாகத் தெரியும் மேகவிளிம்பு ‘வந்து விடுவான், வருத்தப்படாதே’ என்று நகர்ந்தது. மலை முகடுகள் ‘ஆமாமாம்’ என்று உறுதி சொல்லின. அவன் கீழே நடமாடிக் கொண்டிருந்தான்.

அம்மா என்னவோ சொல்ல. ''அது வாஸ்தவம்தான்'' என்றான். அவன் உடைகளின் சரசரப்பும், சிற்சில இரவுகளில் உணர்ந்திருந்த உடலின் வாசனையும் அவளுக்கு மிக அருகாமையில் மூண்டன. அவன் விரைவாகப் படிகளில் ஏறுகிறான். அவன் வந்து சேரப் போகும் கணம், தொலைவிலில்லை. விழி நுனிகளில் ஈரம் பூக்கிறது. நீலப் புடவை அவளுடலை வெறுக்கிறது. பிசிறற்ற பின்னல் கலைவிற்கு ஏங்கினாற் போல், தலையணை தாண்டித் துவள்கிறது. அசைவுகளின் வெடிப்பில் அவளே அவளுக்கு அன்னியமாகிறாள். அவன் வருகிறான். கடைக்குப் போக வசதியான உடையாக, மடிப்புக் கலையாத வேட்டி இன்றைக்குக் காலை அவன் அணிந்த சட்டை என்ன நிறம், இளநீலம். அதை முழங்கைப் பக்கத்தில் மடித்து விட்டிருப்பான். அந்த மடிப்பு அவள் தோளில் கை படும்போது, தாழம்பூ மடல் போல் உரசும். அவளுடைய உடல் படபடப்பில் ஈரமுற்று இறுகியது. கணவன் மீதென்றாலும் இந்தக் காமம் பிழைதானோ என்று குழம்பினாள்.

எழுதினாற் போல் புருவங்கள். சிப்பி திறந்தாற் போல் அழகும், ரகசியமும் அடர்ந்து அடங்கிய கண்கள். அவை அவளுடைய முகத்தில் மோதப் போகும் அந்த நொடியைப் பிடிக்கத் துடித்தாற் போல் இமைகளைக் கொட்டாமல் வைத்துக் காத்திருந்தாள். அவளுடைய அசைவுகள் அவளுக்கே கூச்சமளித்தன. அவன் கேட்டான்.

''எனக்காகவா காத்திருக்கிறாய்?''

''அப்புறம் யாருக்காகவாம்?''

இப்படிச் சொல்லும்போது நுனி மூக்கைச் சற்றே உயர்த்தி, விழிகளைச் செல்லமாகச் சுழற்றி, உதடுகளைக் காற்றின் நலுங்கும் பூவிதழ்போல் பிதுக்கினால் போதும். அவனைப் பற்றியிழுத்து ஈர்த்து வசீகரிக்கும் வல்லமை அவனுடையதா, என்னுடையதா?

''ம்ம், யாருக்காகவாம்?'' அவளுடைய வார்த்தைகளைத் திரும்பிச் சொல்லிக் காட்டி, சிறிய அபூர்வமானதொரு புன்னகையைப் பூக்க விடுவான்.

"எதற்காகவாம்?"

"வேறு என்னத்துக்காகவாம்?"

"எதற்கென்று சொல்?"

"சொல்லாட்டா, தெரியாதா?"

"சொன்னாத்தானே கண்ணே, தெரியும்?"

"சொல்லாட்டியும் தெரிஞ்சிக்கங்களேன்"

இப்போது இறைஞ்சின அவள் கண்கள். தலையை அழுத்திக் கொண்டு புரண்டாள். கதவின் பக்கம் காதுகளைப் பதித்துக் காத்திருந்தாள். தொலைவின் அவன் காலடிகள் கேட்கின்றன. அவை அவளுடைய அம்மா இருக்கும் கூடத்தைக் கடந்து, வராந்தாவிற்கு வருகின்றன. அவ்வளவு மிருதுவான காலடிகள்! அவளுக்கான காதலை, காமத்தை, அன்பை, ஆர்வத்தை ஏந்தியிருந்தாலும். எப்போதுமே சுமை கொள்ளாத காலடிகள். செம்மை கன்னங்களில் பரவ, இமையோரங்களில் துளிகள் சிதறின. இவ்வளவு நீளக் காத்திருத்தலுக்கான வலுவை இழந்தாற் போல் அவள் இதயம் தெறிக்கும் நிலை கொண்டது. அவன் இன்னும் வருவதாயில்லை.

கட்டிலை விட்டு இறங்குகையில், கசங்கிய பூவைப்போல உணர்ந்தாள். படிகளை நோக்கி நடந்து எந்த இடத்திலாவது அவன் பாதத் தடம் இருக்கிறதாவென்று தேடும் தன் மேல் வெறுப்பின்றி வேறென்ன கொள்ள இயலும்? அவனுடைய பெரிய பாதத்தின் சுவடு, அல்லது காலடி ஒலியின் துளி போதும், தன் பாதங்களைப் பொருத்தி நடக்க, பாதுகாப்பின் தன்மையை உணர, சோர்வை ஒதுக்கித் திடம் கொண்டு நடக்கிறாள் அவள்.

பூட்டிய வாசல் கதவு, யாருமற்ற கூடம். அவருடைய பைக் வெளியில் நிற்கிறது. எங்கே போனார் இவர்? செல்லமாய் வாய்க்குள் முனகியபடியே தேடினாள். மாமியாரின் அறைக் கதவு மூடியிருந்தது. ஒரு நொடி மட்டும் அதே மூடிய கதவைப் பார்த்தபடி நின்றாள். பிறகு மீண்டும் தன் அறை

நோக்கி நடந்தாள் உயிரேயற்றவளாக. மனமெங்கும் வலி படர்ந்தது. தன் அறையில் பாலையின் அனல் விரிந்து கிடப்பதாக உணர்ந்தாள். கண்களை இறுக மூடிக் கொண்டாள். உறங்க முடியவில்லை. புரண்டு கிடந்தபோது எண்ணற்ற பூக்கள் எரியும் காட்சியைக் கண்டாள். நெஞ்சைக் கமற வைக்கும் நெடி. அது பரவிக் கொண்டிருக்கும்போதே அவனுடைய பைக் கிளம்பிச் செல்லும் சத்தம், அவளுடைய பகலை நீட்டிக் கனக்க வைத்து நகர்ந்தது.

18

ரேணுகா வீட்டின் மூலையில் இருக்கிறாள். மிகச் சிறிய பதுமை போல. மல்லாந்து படுத்துக் கொண்டு வெறிக்கும்போது மர உத்திரக் கட்டைகள் மிக உயரத்தில் தெரிகின்றன. நுணுக்கமான வேலைப்பாடுகள், அழகை மட்டும் செதுக்கி வைத்ததாக இல்லை. காரை பெயர்ந்த இடங்களே இல்லாமல் அதிசுத்தமாக வெள்ளையடிக்கப்பட்ட சுவர்களிலிருந்து கீறல்கள் கிளை விடுகின்றன. ஒரு மெல்லிய சத்தம் சுவர்களுக்கு நடுவே அலையடிக்கிறது. வெறுமையின் வீறிடல் போன்ற பேரோசை. அது அறைகளுக்குள் அலைந்து, அலைந்து அவளிலேதான் நிலை கொள்கிறது? விருப்பமில்லாத தொடுகைபோல் அது அவளை உறுத்துகிறது. மிருதுவான குஷன் போட்ட சோபாக்கள். விதவிதமான கோலங்கள் போடப்பட்ட கம்பள விரிப்புகள், சுவர்களில் தொங்கும் தெய்வ உருவங்கள். நிலைக் கதவுகளிலும், ஜன்னல்களிலும் தொங்கும் திரைகள். அழகழகான அலங்கார மேஜைகள், கட்டில்கள். எவையுமே அந்தச் சத்தத்தைச் சிதறடிக்கும் வல்லமை கொண்டதாக இல்லை.

ரேணுகா அந்த வீட்டை விட்டு வெளியேறி விட நினைக்கிறாள். அவள் முடிந்த மட்டும் ஓடியாடி வாசலின் விளிம்பை நெருங்குகிறாள். நெருங்கிப் பாதங்களைப் படியில் வைத்தவுடன் அசையாமல் நிலைக்கச் செய்து விடுகிறது சூன்யம். அந்தப் பேரோலத்தையே மரங்களும், வானமும் எதிரொலிக்கின்றன.

யாருமற்ற இந்த வீடு, தன் வாயை அகலத் திறந்து அவளை விழுங்கக் காத்திருக்கிறதா? அவள் அந்தக் கூட்டு வீட்டை நினைத்தாள். புன்னகைகளின் மினுங்கல்களும், காலடிகளின் சரசரப்பும் அதை எந்நேரமும் நிறைவீடாக வைத்திருந்தன. கரண்டிகள், தட்டுகள், டம்ளர்கள் புழங்கும் ஒலி. சதா எரிந்தபடியே இருக்கும் அடுப்பு. நாற்காலிகள் நகர்த்தப்படும் ஓசை. கூழாங்கற்கள் தரையில் விழும் கிளுகிளுப்பு. தாயக்

கட்டைகள் உருளும் ஒலி. சிரிப்பும், பேச்சும், சச்சரவும் அடங்காமல் இரையும் பட்டாசாலை. இடையிடையே தொலைபேசியின் மணி. இல்லை, அவற்றை இனி ஒருபோதும் உணர முடியப் போவதில்லை. மனிதர்களேயற்ற இந்த மாபெரும் வீடு, எங்கிருந்தோ வந்து அவள் சொன்னதைச் சமைத்துவிட்டுப் போகும் சமையல்காரக் கிழவர். பேச்சேயற்ற யந்திர பொம்மை போல் வாசலைக் காக்கும் காவல்காரர். இரவுகளில் வீட்டுக்குள் நுழைகிற இரண்டாவது கணவர். அவரது பரிச்சயமற்ற தொடுகைகள். இறுதியில் மிஞ்சும் வெற்றிடம். அதன் கோரப் பற்கள், மிக நீண்டவை. அவற்றின் பயங்கரத் தன்மையை அவளால் அனுமானிக்க முடியாது. அவள் தனிமையின் குரல் தன்னைத் தழுவுவதாகக் கற்பனை செய்து கொள்கிறாள். மிக மிருதுவாக, மிகத் தண்மையாக இதுவரை அனுபவித்திராத அன்னியோன்யத்தோடு அவள் கண்கள் கிறங்கின. கிருட்ணசாமியின் கார் வீட்டை நெருங்கி வருவதை ஹார்ன் சத்தம் சொல்லியது.

பின் கதவைத் திறந்து விட்டார். ஒரு பெண்மணி இறங்கினாள். ரேணுகா பால்கனியில் நின்றபடியே பார்த்துவிட்டு, நிதானமாகப் படியிறங்கிப் போனாள். முதுமையின் ரேகைகள் தெரியாத முகம். ஆனால் மிக இளமையும் அவளிடம் இல்லை. உழைத்துக் காய்ப்பெடுத்த உடல்.

''சுத்து வேலைக்கும், உனக்குத் துணையாயிருக்குமேன்னு...'' கிருட்ணசாமி சொன்னதும் வெறுமனே தலையாட்டினாள் ரேணுகா. வந்தவள் சேலையை இழுத்துச் செருகிக் கொண்டு அடுக்களைக்குள் நுழைந்தாள்.

''இன்னைக்கு எதுவும் செய்ய வேண்டாம். சமையல்காரர் சமைத்து வைத்திருக்கிறார். நாங்கள் சாப்பிட்டதும் சாப்பிட்டுப் படுக்கலாம். நாளைக்கு வேலை துவக்குங்க''

ரேணுகா சொன்னதும், வேலைக்காரி தலையாட்டிவிட்டு அடுப்பு மேடையில் சாய்ந்து நின்றாள்.

கணவரின் எல்லா அசைவுகளுமே வல்லமை பெற்றவை என்றெண்ணினாள். இதுதான் ஆண்மையா என்றும் தன்னையே

கேட்டுக்கொண்டாள். வெள்ளை வெளேரென்று வேட்டியும், மெல்லிய தங்க நிறத்துச் சட்டையும். முழங்கையில் அருகிலிருக்கும் சீரற்ற மடிப்பும் அவரது உடையை முழுமை செய்தன. அடர்ந்த கேசம் பின்னோக்கி வாரப்பட்டிருந்தது. தேர்ந்த ஓவியனால் எழுதப்பட்டது போன்ற புருவங்கள். எதிர்பாராத கணத்தில் தன்னை நோக்கி அந்தக் கண்கள் திரும்பியதும் அவள் சட்டென்று பார்வையை விலக்கிக் கொண்டாள்.

தன் மீதே அவளுக்கு வெறுப்பும், வெட்கமும் ஏற்பட்டது. தனது நினைப்புகள், செய்கைகள், மனம் புரளும் விதங்கள் எல்லாமே அதிருப்தி தருபவையாக இருந்தன. ஏனென்றே விளங்கவில்லை. புளித்த நெடியடிக்கும் நந்த கோபாலின் நினைவுகள். காதல் மிகுந்த மகாவின் அணைப்புகள். அவன்தான் அறைக் கதவைத் தட்டினான் என்று இக்கட்டான கணத்தில் சொல்ல நேர்ந்தபோது அவன் விழிகளில் கண்ட எதுவுமின்மை. பிறகு அவன் இல்லாத அந்த வீட்டின் வெறுமை. இப்போது இந்தப் புதிய கணவனின் ஈர்க்கும் பார்வை எதை நோக்கிப் போகிறது? வயதாகி விட்டாற்போல், உடல் அசந்து உறக்கத்திற்குக் கெஞ்சியது. கண்ணாடியில் தெரிந்த தனது வனப்பின் நிழல் இல்லையில்லை என்று அவளை ஆசையுறுத்தியது.

அவள் ஜன்னல்களை நெருங்கினாள். தன்னையே உணர்பவள் போல் அவற்றை மென்மையாகத் திறந்தாள்.

அவள் மூச்சுகள் தீபத்திலிருந்து எழும் புகைத் துணுக்குகள் போல் சிறிது சிறிதாக துண்டுபட்டு வந்தது. மனம் ஓர் உணர்வாலும் நிரப்பப்படாத காலிப் பாத்திரம் போல் இருந்தது. அவரை உரிமையோடு அழைக்க முடிந்தால், எவ்வளவு நன்றாக இருக்கும்? ஆனால் அது ஒரு போதும் முடியாத காரியமென்று மனதில் பட்டது. அவரது முகத்தை ஞாபகத்தில் மீட்டிக் கொண்டதும், புன்னகை வந்தது. உடனே அவரது அருகாமையை விரும்பினாள். தோளில் புடவைத் தலைப்பை அழுத்திச் சரி செய்தபடியே திரும்பினாள். இரவு பழுத்துக் கொண்டிருந்தது. கதவை நெருங்கி எட்டிப் பார்த்தாள். சமையலறையில் அவள் மூலையில் படுத்திருப்பது தெரிந்தது. குளியலறையில் வாளி நீர் வெதுவெதுப்பாக இருந்தது. சாயங்காலத்தை

எதிர்பார்த்துக் கொண்டே இருந்தாற்போல் முல்லைகள் மொக்கவிழ்ந்து இருப்பதை ஜன்னல் வழியே பார்த்தாள். அவருக்கு என்ன பூ பிடிக்கும்? என்று தனக்குள் கேட்டுக் கொண்டாள். நீரின் வெதுவெதுப்பு கன்னங்களைக் கழுவிக் கழுத்தில் இறங்கியது. ஒரு முல்லைச் சரம் தன் கூந்தலில் இருந்தால் முகமே அழகில் பூத்துவிடும் என்று எண்ணும் போதே கதவில் சிறு தட்டல் கேட்டது. அவர்தாம் என்று மனம் படபடக்க, முகத்தை துண்டால் ஒற்றியபடி கதவை நோக்கி விரைந்தாள்.

அவர் இல்லை, அந்தச் சமையல்காரப் பெண். அவளது கையில் தொடுக்கப்பட்ட பூச்சரமும், தண்ணீர்ச் செம்பும். ரேணுகாவிற்குள் வியப்பும், சிறு கோபமும் எழுந்தன. அவற்றைக் கையில் வாங்கிக் கொண்டே, ''பேரென்ன?'' என்றாள்.

''பரமேஸ்வரி''

''காலையில் என்ன சமைக்க?'' என அவளே மேலும் கேட்டாள்.

''காலையில் சமையல்காரரும் வந்தபிறகு பார்த்துக் கொள்ளலாம்''

''சரி'' யென்று தலையாட்டி நகர்ந்தவள் போன பிறகும் அவள் பார்வை படுக்கையறைக்குள் படர்ந்திருந்தது. மிருதுவான கைத்தறிப் புடவையும், தள்ளித் தள்ளி நார் தெரியத் தொடுக்கப்பட்ட முல்லைச் சரமிட்ட கூந்தலும் அவளை வேறொருத்தியாகக் காட்டின, கண்ணாடியில். அவள் அறிந்தேயிராத புதியவள். இது ஒரு புதிய இரவு. மரத்திலிருந்து பார்க்கவே முடியாத அந்தப் பறவை பாடுகிறது, இதுவரை கேட்டேயிராத பாடலையென்று நினைத்தாள். காற்று அறையைத் தாலாட்ட, ஒரேயொரு மனிதக் குரல் வேண்டும் போலிருந்தது.

அவர் ஏன் இன்னும் வரவில்லை? எனக் குழம்பினாள். பிறகு தீர்மானித்தவள்போல், பக்கத்து அறையை அணுகினாள். தாழிடாமல் சாத்தியிருந்தது. படுக்கையில் நீண்டுகிடக்கும் அவரைக் கண்டதும் புறக்கணிப்பின் நோவு அவளுள் எழுந்தது. அதை ஒதுக்கிப்புறந் தள்ளியடியே, உறங்கும் அவர் முகத்தை உற்று நோக்கினாள். ஏதோ பதற்றமும், அச்சமும் நிரம்பிய முகம். உறங்கும்போதும் விழித்துக்

கொண்டிருக்கும் பாவனை. ஆம், தோற்றுவிட்டேன் என்று ஒப்புக்கொள்ளும் இயலாமை. அவள் மூச்சுக் காற்று நெற்றியில்படக் குனிந்தபோதும் அவர் தூக்கம் கலையவில்லை. திரும்பி நடக்க முனைந்தபோது, அவருடைய கை நீண்டு தன்னைப் பற்றுவதை அறிந்தாள். வெறிக்கப் பார்க்கும் அந்தக் கண்களில் நிறைந்து கிடப்பதென்ன, வெறும் கலைந்த தூக்கம் மட்டுந்தானா?

''ரேணுகா நீயா?'' என்றார் வியப்போடு.

''தூங்கிவிட்டேன்''

''இல்லை'' இழுத்தவாறே அவளைப் படுக்கையில் சாய்த்தார். முல்லையின் வாசனை அவரை அச்சுறுத்தியது.

''இது எதற்கு? வேண்டாமே''

''சரி'' சட்டென்று மனமும், உடலும் சுருங்கிவிட அதை எடுத்து, கண்ணாடி மேஜையை நோக்கி எறிந்தாள்.

அவர் குரலைக் கேட்க விரும்பினாள். ஒரு பொருளுமற்ற, உளறலென்றும் சொல்லிவிட முடியாத கொஞ்சு மொழிகள். ஆனால் அவருடைய மௌனமும், இறுக்கமும் அவளை இன்னும் பனிப்பாறையாக்கின. உடலின் மையம் ஓர் அதிர்வுமற்றுக் காத்திருந்தது. விரல் நுனிகள் குளிரத் துவங்கியிருந்தன. சலிப்போடு அவர் கைகளை விலக்கி எழவேண்டும் போலிருந்தது. அப்படிச் செய்து விடாமலிருக்க வேண்டும் என்ற எச்சரிக்கை உணர்வோடு விழிகளை இறுக மூடினாள். அவர் விரல்கள் தன் பிடரி, முதுகு, இடுப்பு என்று மெதுவாக நகர்வதை உணர்ந்தாள்.

எதுவோ தீய்ந்தாற் போலிருக்கிறது என்று ஜன்னல் திறப்பை நோக்கியபோது, அவர் கைகள் சோர்ந்து விலகின. தனக்குள் எழும் ஆசுவாசப் பெருமூச்சை வெளிப்படுத்தாமல் அடக்கியபடியே எழுந்து கலைந்திருந்த புடவையை நிதானமாக மடிப்பு வைத்து உடுத்தத் துவங்கினாள். தரை ஜில்லென்றிருந்தது. அவர் முகத்தில் மறைக்க முடியாமல் வெடிக்கும் பயத்தின் ரேகைகள் தன்னையும் பற்றிக்

கொள்ளுமோ என்றெண்ணினாற் போல் அறைக் கதவை விரியத் திறந்தாள். யாரோ பார்ப்பதான உணர்வில் தூக்கி வாரிப்போட்டது. அவள் தான், சமையலறை வாசலில். பெயரென்ன சொன்னாள்? என்னவோ கடுமையான கோபம் அவளுக்குள் திரண்டெழுந்தது.

"ஏன் நின்று கொண்டிருக்கிறாய்? நீ தூங்கவில்லை"

கடுகடுத்த குரலில் கேட்டாள்.

"விடியப் போகுதே, வாசலைக் கூட்டித் தெளிக்கலாமென்னு"

அவள் தயங்கியவாறே சொன்னதும் ரேணுகாவின் மனம் தணிந்து விட்டது.

"அவ்வளவு நேரமாச்சாயென்ன" முனகியபடியே தன் அறைக்குள் போனாள் ரேணுகா.

"தண்ணி வேணுமா?" அவள் குரலிருப்பதென்ன பரிவா, கிண்டலா? இது வெறும் கேள்வியா?

"வேணும்னா நானே குடிச்சுப்பேன்" என்று எரிச்சலோடு சொன்னாள். அயர்ந்து போய் மெத்தையில் விழுந்தாள். தலையணையை முகத்துக்கு மேல் வைத்து அழுத்திக் கொண்டாள். இளம் சூடாகக் காதோரங்களில் கண்ணீர் வழிந்தது. காலியாயிருந்த நீர்க் குடுவையைப் பார்த்தபோது அவளை அழைக்க எண்ணினாள். பிறகு வறண்ட உதடுகளை இறுக்கிக் கொண்டு புரண்டு படுத்தாள் வாசலில் பெருக்குமாற்றின் சத்தம் இடையூறாக இருந்தபோதும், அவள் கண்கள் காந்தின. ஆனால் தூங்க முடியவில்லை. படுக்கையில் புரண்டாள். வெளி வாசலில் நீர்த் துளிகள் விழுந்து கொண்டேயிருந்தன.

19

இந்த வாழ்க்கையை வேறு எவ்விதமாய், என்ன வார்த்தைகளில், எப்படிச் சொல்ல முடியும்? கண்ணீரினூடாக அவள் முகம் மகாவுக்குத் தெரிந்தது. நான் செத்துடட்டுமா என்று குழந்தை போல் கேட்ட அந்த முகம். அப்போது மாடியின் இருண்ட நிழலில் அவள் பார்வையின் கலக்கம். இருவரும் இணைந்ததை அவன் மீது பழிசூட்ட நேர்ந்த நிலை. எதையெதையோ எண்ணியபடி மகா தன் அறைக்குள் உலவினான். தொலைபேசி அழைத்தது.

''ஹலோ'' என்றான் அசுவாரஸ்யமாக.

''மகா, நீதானா?'' இது யார் குரல் என்று அவனுக்குப் புரியவில்லை.

''டேய், எங்கடா போய்த் தொலைஞ்ச? நான் தாண்டா பிரகாஷ்''

இவனா? இவனுக்கெப்படி நான் இங்கிருப்பது தெரிஞ்சது? என் எண் எப்படிக் கிடைத்தது? ஒரே ஊர்க்காரன். பள்ளியிலும், கல்லூரியிலும் உடன் வந்தவன். இவன் எப்படி என்னை...

''டேய், பேசேண்டா, எப்படி இருக்கே?''

''ம்ம், நல்லாயிருக்கேன். நீ எப்படி இருக்க பிரகாஷ்? என்னை எப்படிக் கண்டுபிடிச்ச? இந்த நம்பர் யார் தந்தா?''

''ஆமா, கண்டுபிடிக்கிறது பெரிய சீம வித்தை. ஏண்டா இப்படி எங்கேயோ போய் ஒளிஞ்சு கிடக்க?''

எதுவும் சொல்ல விரும்பாதவனாய் மௌனம் காத்தான் மகா.

''சரி, அத விடு. நீ போன இரண்டு வருஷத்திலே உங்க வீட்ல என்னென்ன நடந்தது தெரியுமா? உங்கப்பா இறந்துட்டாங்க''

''என்ன? எப்படி?'' மகா அதிர்ச்சியோடு கேட்டான்.

''ஹார்ட் அட்டாக். அதற்கப்புறம் உங்க நந்தகோபால் அண்ணா இறந்து போனாரு''

மகா எதுவும் கேட்க முடியாமல் அதிர்ந்து போனான்.

''அந்தக் கோராமையை ஏங்கேட்கிறே? அவர் குடிச்ச குடியே அவரக் கொன்னுடுச்சு. பிறகு உங்க குடும்பம் பிரிஞ்சது. அப்புறம் உங்கண்ணிக்கு அதாம்பா, உங்க அத்தை மவ ரேணுகா, அவங்களுக்கு இன்னொரு கல்யாணமும் ஆகிப் போச்சு. இவ்வளவும் நடந்தது, உனக்கு சேட் மூலியமாகக் கூட தகவல் வல்லியா?''

''இல்ல, அவரோடான வியாபாரத் தொடர்புகள் இல்லைங்கிறதால தான் நான் அவரிடம் வந்து தங்கினேன். அவள்... அவ... எப்படி இருக்கா?''

''அத யார் கண்டா? பெரும் பணக்காரன் ரெண்டாந்தாரமா கட்டிட்டு போயிருக்கான்... பொம்பள ஜன்மத்துக்கு வேறெதுதான் கதி? அத்த விடு. நீ எப்படி இருக்கச் சொல்லு'' பிரகாஷின் குரலில் பிரியமும், பரபரப்பும் இருந்தன.

''இருக்கேன்பா. நீ எனக்கு ஒரு உதவி செய்வியா?''

''என்னடா செய்யணும்? ஏண்டா இப்டி கேக்கிற?''

''நான் இங்க இருக்கிறதயோ, என் தொடர்பு போன் நம்பரையோ எங்க வீட்டில் யாருக்கும் குடுத்துடாத''

''அட நீ வேற, நான் ஏண்டா சொல்லப் போறேன்? உன்னோட பேசணும்னு தோணுச்சு. ஒரு ஏலக்கா கடைப்பையன் கிட்ட இந்த சேட் நம்பர் கிடைச்சது. நானும் விசாரிக்காத எடமில்ல. இந்த சேட்டு ரொம்ப யோசிச்சுதான் உன் நம்பர தந்தாரு. நீ நல்லா, சௌரியமா இருந்தாச் சரி, எனக்குத் தெரிஞ்சுடுச்சேனு இடம் மாத்திப்போணும்னும் நெனைக்காத என்னடா''

''சரி'' மகாவின் கண்கள் கலங்கின.

''என் வீட்டு நம்பர் குறிச்சுக்க. நீயா பேசணும்கிறப்ப கூப்பிடு. எனக்கும் புள்ள குட்டியாகிப் போச்சுடா. வேறெதுக்கும் கவலைப்படாத.

இதான்டா வாழ்க்கை. நீ பாட்டுக்கு உன் நோக்கத்துக்கு இரு. நல்ல பிள்ளையாக் கிடைச்சா, மனசுக்குப் புடிச்சா கல்யாணம் பண்ணிக்க. உங்கம்மா இருந்தா, இப்படி விடுவாங்களா?''

''சரி''

''சரி, நான் வைக்கட்டுமா'' என்றது மறுமுனை.

அந்தக் குரல் ஓய்ந்த பிறகு சரேலென்று அறை முழுவதும் நிசப்தம் நிரம்பி விட்டது. உணர்வேயற்று அதிர்ந்து கிடந்தான் மகா. மனம் எதையுமே யோசிக்கவில்லை. எல்லாம் யாரோ எழுதிய கதையின் பக்கங்கள் போலத் தோன்றின. நீ எப்படியிருக்கிறாய்? நீ என்ன ஆனாய்? என்று மனம் மறுபடி அவளை நினைத்தது. நீங்கள் உங்கள் கடைசி நொடியில் என்ன நினைத்தீர்கள்? அப்பா என்னை நினைத்தீர்களா? என்று தன்னுள் கேட்டான். அண்ணா இறந்ததை ஏற்க முடியாமல் தவிப்புற்றான்.

''நீ பாவம். கைதி நீ. நீதான் என்ன செய்ய முடியும்? உன்னைச் சூழ்ந்தழுத்தும் இந்த வாழ்க்கையை எப்படித் தாங்கிக் கொண்டிருக்கிறாய்?'' அவளைப் பற்றி இப்படி மட்டுமே எண்ண முடிந்தது. அபத்தம், எல்லாமே அபத்தம் என்று பிதற்றவும் தோன்றியது. அழ முடியாமற் போனேனே என்று தவித்தான். எழுந்து, அறைக் கதவைத் திறந்து, படிகளிறங்கி வெளியே நடந்தான். இருள் குமைந்து கொண்டிருந்தது.

மகா இலக்கற்று நடந்து கொண்டிருந்தான். அது முடியவும், விடியவும் சாத்தியமேயற்ற இரவு என்று எண்ணினான்.

இந்த நிமிடத்தில் வாழ்க்கை எனக்குக் கற்பிப்பதென்ன என்று கேட்டுச் சலித்தான். நான் என்ன ஆகப் போகிறேன்? என்ற கேள்வியின் கடுமையும், தீவிரமும் தாண்டி யோசனைகளை முறித்துப் போடும் துயரத்தின் தீய வெம்மை அவனுள் பரவியது. இருத்தலென்பது அர்த்தமின்மை என்று ஒரு நொடி மனம் சலித்தது. தெரு முனையில் பூட்டிய கடையொன்றின் மரப்படிக்கட்டில் கால் நீட்டி அமர்ந்தான்.

20

அந்த ஆறாம் வகுப்பறை மிகவும் அமைதியாக இருந்தது. இஸபெல்லா டீச்சரின் குரல் தவிர்த்து வேறெந்த ஒலியுமற்று எல்லோரின் கவனமும் டீச்சர் மீதே குவிந்திருந்தது. கூடிக்கூடிப் பிரியும் சிறிய உதடுகள். யார் மீதும் நிரந்தரமாகப் படியாமல் தாவும் பார்வை. என்னையே கவனி, என்னை மட்டும் என்று அழுத்தந்திருத்தமாக வற்புறுத்தும் அசைவுகள்.

விவேக சிந்தாமணியைச் சொல்லிக் கொடுத்துக் கொண்டிருந்தார் இஸபெல்லா டீச்சர். கூடவே தெளிவுரையும்.

நித்யாவிற்கு ஒரே கொட்டாவி. நாசூக்காக இடது கையை வாய்க்கருமே வைத்து அதைத் தடுத்து மறைத்தாள் ரோஸலின். வயிற்றையும், வாயையும் தொட்டுக் காட்டி கையை ஏந்தி, அம்மா பசிக்குதே என்று அபிநயம் பிடித்தாள்.

மணியடித்ததும் மதிய உணவு. வேம்பின் அடியில் உட்கார்ந்தார்கள் எல்லோரும் கல்பனா, கவிதா, ராதிகா, வசந்தா, சுமதி, வானதி.சலசலவென்று பேச்சு.

''இன்னிக்கு காலைல அம்மா கூப்ட்டுட்டே இருந்தாங்களா, நான் சோம்பேறியா தூங்கிட்டேன். 5 நிமிடம் லேட். அம்மா சுட்டு வைச்ச தோசையச் சாப்பிடாமலேயே வந்துட்டேம்பா''

''நேத்திக்கு ஒளியும், ஒலியுமில் செந்தூரப் பூவே பாட்டுப் போட்டான் பாத்தியா?''

''ம்ம்''

''ஏய், மாரீஸ்வரி டீச்சர் வராங்க, வாய மூடு''

தலையைக் குனிந்துகொண்டு பவ்யமாகச் சாப்பிட்டார்கள்.

"யே! எங்கம்மா இன்னிக்கு வெஜிடபிள் பிரியாணி பண்ணினாங்க. எல்லோருமே டேஸ்ட் பாருங்க"

பொன்னி அனைவரின் டிபன் பாக்ஸ் மூடியிலும் ஒரு ஸ்பூன் எடுத்து வைத்தாள்.

அந்தக் கலர் டிரஸ், இந்தத் தொங்கட்டான், ரஜினி படம், புதிய பாட்டு என்று எல்லோரும் கலகலப்பாகப் பேசியபடி சாப்பிட, நித்யா மட்டும் சாதத்தை அளைந்தபடி உட்கார்ந்திருந்தாள்.

"என்னடி! நீதான் கிளாஸ்லயே பசிக்குதுன்னே, இப்ப சாப்பிடாம உட்கார்ந்திருக்க?" ராதிகா கேட்டாள்.

"என்னவோ மாதிரி இருக்கு ராதி" நித்யாவின் குரல் கம்மியிருந்தது. கண்கள் கலங்கியிருந்தன. என்னம்மா இவளுக்கு பசிக்குது சாப்பிட முடியல; தூக்கம் வரும்; தூங்க முடியாதோ? இது வேற வியாதியா?" என்றாள் வாயாடி வானதி.

"ச்சே. என்னமோ செய்யுது அவளுக்கு. சும்மாயிரு வானரம். கிண்டலடிக்காம" கல்பனா அதட்டினாள்.

நித்யா சட்டென்று மடிந்து உட்கார்ந்து கொண்டாள்.

"யேய், என்ன"

"ஏதாவது குடிக்கிறயா?"

"என்ன பண்ணுது"

மிரண்ட குரல்கள் சூழ்ந்தன.

நித்யாவின் பாவாடையில்சூபடர்ந்த ரத்தத் திட்டைக் கண்டு எல்லாச் சிறுமிகளும் பயந்து போனார்கள்.

"அவளுக்கு ஏதோ காயம்"

"என்ன செய்யன்னு தெரியலயே"

"மிஸ்கிட்ட சொல்லலாமா?"

உமா மகேஸ்வரி

கல்பனா நிறுத்து முன்பே மெஸ்ஸிலிருந்து திரும்பி நடந்து வந்த இஸபெல்லா சிஸ்டர் தென்பட்டார். இவர்களின் பரபரப்பைக் கவனித்தாற் போல் நெருங்கி வந்து, ''என்ன பிரச்னை இங்கே?'' எனவும், நித்யாவை நோக்கி மௌனமாக நீண்டன கைகள்.

''இவளுக்கென்ன, கல்பனா?'' ஆதாரமாகத் தோளில் பட்டன. இஸபெல்லாவின் விரல்கள்.

கல்பனா விவரமாகச் சொன்னாள்.

''சிக்ஸ்த் ஸ்டாண்டர்லேயே வருமா?''

''தெரியல''

''ஸ்ஸூ, சும்மாயிரு''

கிசுகிசுப்பாய்ப் பேசினார்கள் சிறுமிகள்.

நித்யாவால் எழவே முடியவில்லை. புரிந்து கொண்டவளாக இஸபெல்லா ஆசிரியைகளுக்கான ஓய்வறைக்கு ஓடினாள். அவள் கையில் ஒரு டவலோடு நிமிடத்தில் வெளிவந்தாள்.

''பாவாடையெல்லாம் ஆகிடுச்சா'' இதைச் சுத்திட்டு எழுந்திரிக்கிறாயா? என்று அவளிடம் அந்த டவலை நீட்டினாள்.

கலங்கிய கண்களில் நன்றி பெருக நித்யா டவலை வாங்கிக் கொண்டாள். அதைப் பாவாடைக்கு மேல் சுற்றிவிட்ட போதும் கூனிக் குறுகியே எழ முடிந்தது அவளால்.

''இதில் எந்த அவமானமுமில்லை. உனக்கு எதுவுமே ஆகிவிடவில்லை. மெதுவாக நடந்து ஓய்வறைக்குப் போய் விடலாம்''

இஸபெல்லா சிஸ்டரின் குரலும், நித்யாவின் தோள்மீது அழுத்தமாகவும், ஆறுதலாகவும் பிடித்த அவள் விரல்களும் மற்ற மாணவிகளுக்கு பொறாமையையே ஏற்படுத்தி விட்டன.

''ச்சே, நானும் நித்யாவா இருந்திருக்கலாம் இஸபெல்லா சிஸ்டரின் செல்லமாகி இருப்பேன்'' சொன்னாள் கவிதா.

"அதுக்காக இவ்வளவு வலியா" என்றாள் கல்பனா.

"முருகா, ஒரு காபி வாங்கிட்டு வா"

"அவள் வீட்டு நம்பருக்குப் போனப் போடுங்க டீச்சர்"

"வேறொதாவது சாப்பிட வேணுமா நித்யா"

"இது ஒண்ணுமில்லம்மா. பயப்படாதே"

ஓய்வறையில் குரல் அமளி துமளிப்பட்டன. அந்த நாளில் கதாநாயகி நித்யாவானாள். இஸபெல்லா சிஸ்டருக்கோ, தேவதை அந்தஸ்தே கிடைத்துவிட்டது.

நித்யாவின் வீட்டிலிருந்து அம்மா, பெரியம்மா, அத்தை என்று நிறையப்பேர் வந்தனர். அவள் புதிய மஞ்சள் சுடிதாரோடு வெளியே தலைகாட்டினாள்.

21

''என்னென்ன வாங்கிட்டுப் போகணும், அத்தை?''

''பாவை! நீ அங்க போயித்தான் ஆகணுமா?'' என்றாள் அத்தை.

''ஆமா, அவளைப் பார்ப்பதற்காகவாவது போகணும்'' முணுமுணுத்தது மனம். எவ்வளவோ வருடம், எத்தனையோ விதங்களில் சொல்லிப் பார்த்த போதெல்லாம் கரையாமல் இருந்த என் கணவனின் வைராக்யத்தைத் தகர்த்த அவளுடைய அழகு எப்பேர்ப்பட்டது என்று அறிந்து கொள்ளவாவது...

பெரிய கூடைகளில் பழங்கள், பூச்சரங்கள், புதிய பட்டுப் புடவை ஒன்று, முறுக்கு, அதிரசம் என்று வரிசையாக எடுத்து வைத்தாள். சிறிய மர அலமாரியில் இருந்த தன்னுடைய நகைகளை ஒவ்வொன்றாக எடுத்துத் தன் கையில் வைத்துப் பார்த்து ஒரு சிறிய ரசப் பச்சைக் கல் வைத்த நெக்லஸைப் பட்டுப் புடவைக்குள் வைத்தாள். மிகவும் யோசித்து மறுபடி அலமாரித் தட்டிலேயே வைக்கப் போனாள். ஒரு பெண்ணுடைய ஸ்நேகத்தை அடைய நகையை விட்டால் வேறு சிறந்த வழியேயில்லை என்று நினைத்தவள் போல், மீண்டும் அதை எடுத்து உற்றுப் பார்த்தாள். ராமுடு ஆசாரி செய்தது.

'ரொம்ப அபூர்வமான கல்லும் முத்தும் இது' என்றாரே ஆசாரி. சிறிய தங்கப் பூக்களுக்கு நடுவில் மரகதப் பச்சையாக அந்தக் கற்கள். அரும்பரும்பாக நீள முத்துக்கள்.

அவளிடமே இது இருக்கட்டும், அவருடைய கருவைத் தாங்கப் போகும் அவளிடமே என்று நினைத்தவளுக்கு தன் பெருந்தன்மையையும், தியாக குணத்தையும் தாங்க முடியாமல் கண்ணில் நீர் கோத்துக் கொண்டது.

பாவை மிக நறுவிசாகத் தனது உடைகளைத் தேர்ந்தெடுத்தாள். தன் கணவனின் இரண்டாவது மனைவியின் முன் மிகச் சிறப்பான தனது தோற்றத்தை நிறுவிக் கொள்ளும் பொருட்டு. கூந்தலை சீகைக்காயும், செம்பருத்தியும் போட்டுக் கழுவி, நல்லெண்ணெய் தேய்த்துக் குளித்ததில் கிடைத்த பளபளப்பை விரல் நுனிகளில் உணர்ந்து ரசித்தாள். லேசான மஞ்சள் பூச்சில் மினுக்கும் கன்னங்களை வருடிப் பூரித்தாள். நானும் அழகிதான், என்ற மமதையைத் தொடர்ந்து, ஆனால்? என்ற கேள்வியின் ஏக்கமும், உடமை உணர்வும் குபீரென்று எழுந்தன.

இப்போதைக்கும் இனி வருவதற்குமான இடைவெளியை உருவாக்குகிற அச்சம் மேவிய எண்ணங்கள். அவை துக்கத்திற்கு மூலமாய் நிற்கின்றன. பூம்பாவை துக்கமும், பயமும், பதற்றமும் நிறைந்தவளானாள்.

அங்கே போவதற்கான திட்டத்தையே கைவிட்டு விடலாம் என்று நினைத்தாள் ஒரு கணம். எல்லாவற்றையும் களைந்தெறிந்து விடலாம். இந்தச் சீர் வரிசைகளை அல்லது அன்பளிப்புகளை அலமாரியில் அடுக்கிவைக்கலாம். நிம்மதியாக ஒரு கோலமிட்டு, விளக்கேற்றி, தெய்வத்தை வணங்கி, வீட்டுக்குள் தன்னைப் பொதிந்து கொள்ளலாம்.

டிரைவர் வந்து, "கிளம்பலாமாம்மா?" என்றதும், அவள் நினைப்பு மறுகதிக்கு மாறியது. விரைவாகப் புடவையைச் சீர் செய்துகொண்டு வெளியேறினாள். பொருட்கள் வண்டியிலேற்றப்படுவதை ஒருவிதத் துடிப்போடு கவனித்தாள்.

ஜன்னலின் முகத்தைப் பதித்து உட்கார்ந்திருந்தவளுக்கு, இந்தப் பயணம் தாங்கவே முடியாதபடிக்கு கடினமானதென்று தோன்றியது.

ஒரு குலுங்கலுமில்லாத காரின் நகர்வுகூட மனதில் படபடப்பை அதிகரிப்பதாக இருந்தது. கடந்துபோகும் ஊரின் பரபரப்புகளை பதியாமல் கவனித்தாள். முன் உச்சி முடியை அழுத்திக் கொண்டாள். முன்புறம் போகும் வாகனங்களின் ஹாரன் ஒலியைத் தாங்கவே முடியா தென்றிருந்தது. ஊரைத் தாண்டிக் கார் விரைந்து கொண்டிருந்தது. உடலைக் கதவோரம் ஒட்டி வைத்துக் கொண்டாள்.

மரங்களின் வரிசை விரைவாக நகர்ந்தது. அந்தக் கார் ஒரு குறுகிய பாதைக்குள் இறங்கியது. தனித்து ஒற்றையாக நீளும் காட்டு வழி. அது குறுகலிலிருந்து சட்டென்று விரிந்து பெருகிப் பெருகிச் சென்றது. தன் வாழ்வில் எதிர்பாராத இக்கட்டுகளைக் கொண்டுவந்த சாலை இது என்று நினைத்தாள். வெயிலின் தகிப்பு அண்ட முடியாத குளிர்ந்த தோப்பு. அதன் நடுவில் அந்த வீடு மகாராணிக்கு ஏற்ற மாதிரிதான் கட்டிக் கொடுத்திருக்கிறார். பூம்பாவையின் மனம் நொடித்தது. மரங்கள் நெருக்கமாக நின்று பகலிலும் தண்ணென்ற இருட்டை அமைத்திருந்தன. ஓசைகள் ஓய்ந்த இறுக்கமான நிசப்தம். எப்போதாவது காற்றின் சன்னமான சரசரப்பு. ஏதாவது பறவைகளின் சிறகடிப்பு தவிர வேறு ஒலிகள் இல்லை. பூம்பாவைக்கு மிகுந்த தயக்கமும், படபடப்பும் ஏற்பட ஆரம்பித்தன. இருபுறமும் செதுக்கப்பட்ட புல் தரைக்கு நடுவே நீண்டு வளையும் நடைபாதையில் சில அடிகள் நடந்தாள். டிரைவர், கையில் பொருட்கள் நிரம்பிய பெரிய பையோடு வாசலுக்கு விரைவதைப் பார்த்தபடியே மாமர நிழலில் நின்றுவிட்டாள். ஒட்டுமா மரம் குட்டையாக அடர்ந்து, மிகப் பசுமையாகவும், நீண்டு தழைத்த இலைகளோடும் இருந்தது. காய்க்க ஆரம்பிக்கவில்லை. போதும் நடந்ததெல்லாம் என்று ஆயாசம் வந்தது. அங்கேயே கிடந்த குத்துக்கல்லில் உட்கார வேண்டும்போல் கால்கள் கெஞ்சின.

ஆனால் அதற்குள் வெளியே தெரிந்த ரேணுகாவின் முகத்தைக் கண்டவுடன் வியப்பில் விழி விரிய நின்றாள்.

"இவள் யார்? இப்படியொரு கண் கூச வைக்கும் அழகா? இவள் நிறமென்ன! ஆகாயத்தின் வர்ணமா? கரைகாண முடியாத கடல்களை உட்கொண்ட கண்களா? கன்னங்களில் மிதப்பதென்ன! சோகத்தின் எல்லையில் கிடைத்த ஞானத்தின் பிரகாசமா? செதுக்கினாற் போன்ற அந்த உடல். சித்திர முகம். தவறேயில்லை! அவர் மேல். இப்படியொருத்தி இருந்தால், அவர் மனம் இளகாமல் என்ன செய்யும்? இளகாவிட்டால் அது மனம்தானா என்ன?" என நினைத்தாள் பாவை.

''ஏன் அங்கேயே நின்றுவிட்டீர்கள்?'' என்ற குரல்தான் அவளும் வெறும் மனுஷியென்று சொன்னது.

''உள்ளே வாங்க'' டிரைவர் முன் வராண்டாவில் அடுக்கியிருந்த பைகளைப் பார்த்தபடி உள்ளே நுழைந்தாள். ''இவளுக்கு முன் இது என்ன? இந்த அழகின் பேரதிசயத்திற்கு முன் இதுவெல்லாம் எம்மாத்திரம்?'' என்று பாவையின் மனதிற்குள் சொற்கள் ஓடின.

''உட்காருங்க'' என்று கூடத்தின் முன் போட்டிருந்த நீண்ட மர சோபாவை ரேணுகா காட்டினாள். தன்னை எப்படிக் கூப்பிடுவது என்று தயங்குகிறாளென்று நினைத்த பூம்பாவை, சும்மா என்னை அக்கான்னே கூப்பிடு என்றாள்.

ரேணுகாவின் புன்னகை மிகவும் மெல்லியதாக இருந்தது. ''இவள் ஏன் இப்போது இங்கே வந்திருக்கிறாள்?'' என்று நெற்றியைச் சுருக்கிக் கொண்டாள். ஆனால் அதை வெளிக்காட்டாமல் உறைந்த புன்னகையோடு அவள் சொல்லப் போவதிற்குக் காத்திருந்தாள். பாவையோ பேசாதிருந்தாள்.

அகலமான மேஜை மீது டிரைவர் அடுக்கிய பைகள். பழங்கள், பலகாரங்கள் பூச்சரங்கள், புதிய புடவை. எதற்கு இவையெல்லாம்? ரேணுகாவின் முகத்தில் சங்கடம் குழம்பியது. 'இருக்கட்டுமே, உன்னை முதல் முதலாகப் பார்க்க வருகிறேன். எப்படி வெறுங்கையோடும் வருவது?' அவள் பொய்யற்ற குரலில்தான் சொன்னாள். ரேணுகாவின் முகமோ வெட்கிச் சிவந்து விட்டது.

பரமேஸ்வரி ஆப்பிள் துண்டங்களையும், சாக்லேட் கேக்குகளையும் கொண்டு வந்து வைத்தாள். 'சாப்பிடுங்க' என்றாள் ரேணுகா.

பூம்பாவையின் கண்கள் பளபளவென்று மெருகேற்றப்பட்ட வீட்டைச் சுற்றிப் பார்த்தன. அவள் மனம் பொருமத் தொடங்கியதை வெளிக்காட்டாமல், ஒரு கேக் விள்ளலை வாயில் போட்டாள். ஆனால் உரையாடலில் சகஜம் கொள்ள முடியவில்லை. அவளைப் பார்த்த பிரமிப்பு இன்னும் போகவில்லை.

கழுத்தின் வழவழப்பான சரிவு. சட்டென்று சிறுத்து இறங்கும் இடுப்பு. உடலின் அழகிய வடிவின் மீது பாந்தமாகப் படிந்திருக்கும் புடவை. தொடைமீது விசிறியாக விரியும் அதன் மடிப்பு. பார்வை தன்னை உறுத்தி, சங்கடப்படுத்தத் தொடங்கி விட்டன என்பதை அறிந்ததும் அதை சிரமப்பட்டு விலக்கிக் கொண்டாள். அவசரமாகத் தண்ணீர் சொம்பை வாயில் கவிழ்த்துக் கொண்டாள். மிகவும் யோசித்து நிதானமாக வார்த்தைகளை அடுக்கினாள்.

'நீ சீக்கிரம் ஒரு குழந்தையைப் பெற்றுக் கொள்' சொல்லி முடித்த போது அவளே திட்டமிடாத பெருமூச்சு ஒன்று சேர்ந்து கொண்டது. நீயாவது ஒரு பிள்ளையைப் பெற்றுக் கொடு என்று புண்படும்படி தான் சொல்லவில்லையே என்று இறுமாந்து கொண்டாள்.

ரேணுகாவிடம் ஒரு மௌனம் கூடி நிற்க, அவள் காலங்கள் சுமத்தப்பட்ட பெண்மையைக் கொண்டவள் போல் நின்றாள். தனக்கும் கிருட்ணசாமிக்குமான உறவின் ஒவ்வாமையை நினைத்த போதும், அவள் சிறிய புன்னகை தவிர வேறெதுவும் காட்டவில்லை.

அதிரசமும், மல்லிகைச் சரங்களும் கலந்த வாசனை, கூடத்தில் பரவியது. உதட்டில் கனிவான புன்னகையைத் தெரிவித்தாலும் பூம்பாவை மனம் விரிசலுற்றுச் சிதறி, அழுதுவிடுவாள் போலிருந்தது. தன் புடவையின் கொசுவங்களை நீவியபடியே உட்கார்ந்திருந்தாள். முற்றிலும் கைவிடப்பட்டவள் போன்று அவள் உடலே துன்புறுவது போல் வாதையும், நோவும் தெரிந்தன. ரேணுகாவோ அவளோடு மிகவும் அன்னியோன்யம் கொண்டுவிட்டதற்கான இதத்தைப் பார்வையால் தந்தாள்.

பூம்பாவை. நீள மரசோபாவில் உட்கார்ந்திருந்தாலும், ரேணுகா பவ்யத்தோடும் அடக்கத்தோடும் தரையில் சுவரோடு முதுகைச் சாய்த்து அமர்ந்திருந்தது மூத்தவளை லேசாக நெகிழ்த்தியது. தானும் கீழிறங்கி, அவளை அணைத்துப் பக்கத்தில் உட்காரவேண்டும் என்று எண்ணவைத்தது. உடனேயே அந்த நினைப்புக் கருகி உதிர்ந்தும் விட்டது.

வேகமாக எழுந்தாள். ஞாபகம் வந்தாற் போல் மஞ்சள் துணிப் பையில் முடித்திருந்த அந்தப் பொட்டலத்தை ரேணுகாவிடம் நீட்டினாள்.

''என்னாங்க, இது ?'' என்றாள் அவள் தயக்கமான குரலில்.

''வாங்கிக்கோ'' என்று பாவை சொல்லவும், அவள் கை அனிச்சையாக நீண்டது ''பாவி, கையுமா இப்படி அழகாயிருக்கும் ? கெளுத்தி மீன் போல் வழுவழுத்து மின்னுதே விரலெல்லாம்'' என்று பாவை மனதுக்குள் பிதற்றினாள்.

''உனக்கொரு நகை''

''அய்யோ, எதுக்கு இதெல்லாம்'' பதறிப் போனாள் ரேணுகா.

''வாங்கிக்கம்மா, உன் கல்யாணத்துக்கு நான் எதுவுமே தரலியே'' ரேணுகாவின் முகம் கூச்சமும், குற்றமும் கொண்டாற் போல் குழம்பியது.

''சொன்னாக் கேளுங்க'' தன்னை அவள் அக்கா வென்றழைக்காத்ததைக் கவனித்தாள், பாவை.

''வச்சுக்கோ, ரேணுகா! நான் என்னத்த இனி ஒண்ணொண்ணையும் மாட்டிக்கப் போறேன்''

''ஏன் இப்படிச் சொல்றீங்க ?''

''ஒண்ணுமில்ல. இதப் போட்டுக்கோ. ஒண்ணொண்ணா உதிர்ந்துட்டு வருது. பார்த்துக்க. என் வாழ்க்கையில. ஒண்ணிலியும் பிடிமானமில்ல''

''நான்...''

''தெரியும். தெரியும்... நீயும்தான் என்னம்பே, பொம்பள ஜன்மம்தானே. ஆனா...''

அதிகமாக இளகிக் கொட்டிவிடக் கூடாதென்ற ஜாக்கிரதை உணர்வோடு நிறுத்தப்பட்ட வார்த்தைகள். அவற்றை அவள் சொல்லிவிட வேண்டுமென்ற விரும்பினாள் ரேணுகா.

''நான் கிளம்புறேன்'' வாசலுக்கு நடந்த பாவை சற்று நின்று, ''நீயும் வீட்டுப் பக்கம் வா'' என்றாள்.

பொழுது சட்டென்று புலர்ந்தாற் போல், ரேணுகாவின் முகம் தெளிந்து பூத்தது.

''ம்ம்'' என்று தலையாட்டினாள்.

இயன்றவரை விலகாத புன்னகையோடு ரேணுகா நிற்க, பூம்பாவை கார் ஜன்னலோரமாக உட்கார்ந்து தலையசைத்தாள். டிரைவரும் விடைபெறும் முகமாகத் தலையாட்டவும் கார் கிளம்பியது.

வாசலில் நின்றிருந்த பரமேஸ்வரி, ''ஆமா, ஊரிலில்லாத அதிசயமாத்தேன் வந்துட்டா, ஆட்டிக்கிட்டு. என்ன செய்றா, ஏது செய்றா எப்படியிருக்கான்னு நோட்டம் பார்க்கத்தேன். நீ வாம்மா உள்ள. உனக்குச் சுத்திப் போடட்டுமா'' என்று வார்த்தைகளை அடுக்கிக் கொண்டே போக, ரேணு அவளை ஒரே முறைப்பில் அடக்கினாள்.

''என்னமோம்மா, இதெல்லாம் ஒரு பாவ்லாதேன். சூதானமா இருந்துக்கோ''

யாரிடமிருந்து யார் சூதானம் காக்க? ரேணுகாவிற்குச் சிரிப்பு வந்துவிட்டது.

''நல்லாச் சிரிச்சியா? குழந்தப் புள்ளயா இருக்கியேம்மா. உன்னைப் பார்க்க எனக்குத்தேன் பொங்கிப் பொங்கி வருது'' என்றபடி அடுப்படிக்குள் நுழைந்து கொண்டாள் பரமேஸ்வரி.

ரேணுகா அவளுடைய எந்தச் சொல்லும் தன்னைத் தொடவே தொடாதது போல் மர சோபாவின் குஷனில் சாய்ந்து கொண்டாள். அதன் கதகதப்பு, கண்ணீரை வரவழைப்பதாய் இருந்தது.

22

சுமிக்குத் திருமணமானதை ஒட்டி... மிகவும் அன்னியமான வீட்டில் கால் பதித்ததால், அச்சமும், ஆர்ப்பரிப்பும் இன்னும் பெருகிக் கொண்டேயிருந்தன. அவனுக்கு உறுத்தலும், ஒவ்வாமையும் அதிகரிக்க, பரிச்சயமற்ற முகங்களும், பொருந்தாத கலகலப்புகளும், சூழ்ந்தன அவளை. பிடுங்கப்பட்ட நாற்றங்காலின் நுண் வேர்கள் வெளியில் படக் கூசி வதங்கி அஞ்சி நடுங்குவதாக இருந்தது அவள் நிலை. தாயக் கட்டத்தின் காய் போல், தான் நகரும் புதுத் திருப்பம் மிகுந்த நெருடலை ஏற்படுத்தியது.

திருமணம் முடிந்ததும் சுமியின் அத்தை வெள்ளிக்கிண்ணத்தில் பாலை நிரப்பி, வாழைப்பழத் துண்டுகளை மிதக்க விட்டாள். முதலில் மாப்பிள்ளையின் வாயருகே பாலில் நனைந்த துண்டைக் கொண்டு போனபோது, ''டேய், நீ பால் பழம் தரும்போது வாயைத் திறந்தா, கையைப் பின்னாடி இழுத்துக்குவாங்க. நீ ஏமாந்த சோணகிரியா திறந்த வாயை ஆன்னு திறந்துட்டே இருக்க வேண்டியதுதான். ஹோ ஹோனு பொம்பளைங்க சிரிச்சுக் குமிச்சுடுவாங்க. சூதானமாயிரு. மானத்தை வாங்கிடாத'' என அவனுடைய சின்ன அத்தை எச்சரித்திருந்தாள்.

நன்றாக ஞாபகம் இருந்தது மாப்பிள்ளை ராஜாவிற்கு.

அத்தையின் கை அவனருகே வாழைப் பழத் துண்டோடு வந்தது. அவன் பல்லைக் கடித்து, வாயை இறுக மூடிக் கொண்டான்.

''வாயத் திறங்க, மாப்பிள்ளை'' அத்தை சிரிப்போடு சொன்னாள்.

''அட, சரியான கல்லுளிமங்கனா இருப்பீங்க போலயோ, சும்மா திறங்க மாப்பிள்ளை'' இன்னொருத்தி சிணுங்கினாள்.

‘‘அட, போதும் மாப்பிள்ளை, இத்தினி நாள் மூடி மூடி வச்சு என்னத்தக் கண்டீங்க, இனிமே நல்லா திறந்து... வச்சுக்க வேண்டியதுதான்...’’ என்றாள் ஒருத்தி.

‘‘எதுக்கும் கடைசி கடைசியா இப்பத் திறந்தாதேன் மாப்பிள்ளை, வாயை. திறங்கப்பா’’ என்றொரு தாவணிப் பெண் சொல்லவும் அவனுக்குச் சிரிப்பு பொத்துக் கொண்டது. வாயைச் சன்னமாகத் திறந்து நாசூக்காக ஒரு இணுக்குப் பழம் மட்டும் தின்ன முற்பட்டான்.

அதற்குள் குறும்புக்கார அத்தை, மொத்தப் பழத்தையும் அவன் வாயில் அடைத்து அப்பி விட்டாள். அவசரமாக மாப்பிள்ளைத் தோழன் கைக்குட்டையோடு உதவிக்கு வந்தான்.

அடுத்தது பெண்ணின் முறை.

‘‘நாங்க ஏம்மா உன்னை ஏமாத்தப் போறோம்? நல்லாச் சாப்பிட்டு தெம்பா இருந்தாத்தான் எல்லாத்துக்கும் நல்லது பார்த்துக்க. அத்தை உனக்கு இனிமே எப்ப ஊட்டப் போறேன்? வாங்கிக்கடா’’

சுமி வாய்க்குள் இரண்டு துண்டு பழம் போனது.

பிறகு மாப்பிள்ளை கடித்த விள்ளலில் பாதி போனது.

‘‘ச்சீ, அடுத்தவங்க சாப்பிட்ட எச்சில் சாப்பிடக் கூடாது என்றுதானே அம்மா சொல்வாள்? அவள் ஏன் இப்போது ஆனந்தப் பெருமிதத்தோடு இந்தக் கூத்தையெல்லாம் பார்த்துக் கொண்டிருக்கிறாள்?’’

மறுத்து தலையாட்டினாள் சுமி.

‘‘ய்யே, சும்மா வாங்குடி’’ என்று தோழிகள் கூட்டம் கிண்டல் செய்தது. தங்கைகள் புன்னகையோடு வேடிக்கை பார்த்தார்கள்.

அதேபோல் மணப்பெண் உண்டதில் பாதியை மணமகனுக்குத் தரப்போனபோது, ஆவேசமாக மேடைக்கு வந்தாள் ராஜாவின் அம்மா.

‘‘இதென்ன வரைமுறையில்லாம? ஆம்பள சாப்பிட்ட மிச்சத்தைத் தான் பொம்பள சாப்பிடணும். பொம்பள தின்ன எச்சிலை புருஷனுக்கு

குடுக்கிறதா? இது வழக்கமில்லாத வழக்கம். டே, ராஜா, நீ வாடா கீழே எறங்கிப் பெரிய மாமா, சின்ன மாமா கிட்டயெல்லாம் ஆசீர்வாதம் வாங்கு.

''சரிம்மா, மன்னிச்சுக்கோங்கம்மா. தெரியாம நடந்து போச்சு. மாப்பிள்ளை பொண்ணுக்கு ஊட்டிக்கிடட்டும். அது ஒண்ணுதான் பாக்கி'' அத்தை தாழ்ந்த குரலில் கெஞ்சினாள்.

''டே, எந்திரிங்கிறேன்? இன்னும் என்ன சேலையைக் கண்டதும் உரசிட்டு உட்கார்ந்திருக்க? தாலி கட்டின மறு நிமிஷமே பெத்தவளை மறந்துட்டியா? இதுக்குத்தான் ஆம்பளை துணையில்லாம, உன்னை உயிரக் குடுத்து வளத்தனா?'' மாமியார் புலம்பவும் சுற்றியிருந்த எல்லோருக்கும் வாயடைத்துப் போனது. மாப்பிள்ளை தலையைத் தொங்கப்போட்டுக் கொண்டு எழுந்திருந்தான். அவன் அன்று காலை, தான் பற்றி இருந்த மணப்பெண்ணின் மருதாணி விரல்களை தன் விரலிலிருந்து விடுவித்துக் கொண்டான். ஆசி வாங்கத் தன்னையும், அழைப்பாரோ என்று தலை குனிந்து உட்கார்ந்திருந்த மணப்பெண்ணை விட்டுவிட்டு இறங்கிப் போயே போய்விட்டான்.

ராஜாவின் பெரிய மாமா வேர்த்து வழிந்த வழுக்கைத் தலையைத் துடைத்துக்கொண்டு வெள்ளை வேட்டியைக் கண்ணியமாகப் பாதம் வரை இழுத்துவிட்டுக் கொண்டு நின்றிருந்தார்.

''என்ன மாப்ளே, நீ மட்டும் வரே? பொண்ணை அம்போனு விட்டுட்டு. அவளையும் கூட்டிட்டு வா மாப்ளே. இல்லாட்டி, நீ எத்தனை வாட்டி காலில் விழுந்தாலும் வரும்படி பேராது. பார்த்துக்க'' அவர் மிகவும் கறாராகச் சொல்வது போல் வேடிக்கைத் தொனியில் பேசினார்.

''அதானே, ஆமாம்பா மாப்ளே, நானும் இதேதேன் சொல்லுவேன்''

ராஜா திருதிரு என்று விழித்துக்கொண்டு நின்ற அந்தக் கணத்தில் சுமி மிகுந்த அசூயையும், அவனிடமிருந்து நகர்ந்து எதிர்த் திசையில் தள்ளிப் போகும் மனவிசையும் கொண்டாள்.

மாப்பிள்ளை ராஜா மிகுந்த சங்கடமும், பயமும் கொண்டவனாகத் தன் அம்மாவைப் பார்த்தான்,

அவன் அம்மாவின் முகம் இறுகியது. அப்பளத்தைப் போட்டால் பொரித்து எடுத்து விடலாம் போல கொதித்து ஆவி பறந்தது. என்ன செய்வதென்று புரியாதவள் போல ஒரு நொடி மட்டும் திகைத்து நின்றாள். உடனேயே அதிகார தோரணை துளியும் குன்றாமல், ''பொண்ணக் கொஞ்சம் கீழ வரச் சொல்றீங்களா, இடிச்சுவச்ச புளி மாதிரி உக்காந்துக்கிட்டு என்ன அர்த்தம்?''

அவள் ஆணையிடவும் சுமியின் தாய்க்குக் கண்ணில் நீர் கட்டிக் கொண்டது.

''அய்யய்யோ! மாமியா ரொம்பக் கடிசான பொம்பளையா இருக்கும் போலிருக்கே. இது ஒரு பச்ச மண்ணு. என்ன செய்யப் போகுதோ?''

''அய்யோ பாவமே''

பெண்கள் தங்களுக்குள் கிசுகிசுத்தனர். தோழிப் பெண்களாக விசேஷமாய் அலங்கரிக்கப்பட்ட தங்கச்சிகள் இருபுறமும் துணைவர, மணமகள் இறங்கி மணமகனின் அருகில் தயக்கி நின்றாள்.

''முதலில்... தாத்தா காலில் விழுங்க''

முகம் முழுக்கச் சுருக்கமும், தலை நிறைய நரையும் ஓடிய அந்த முதியவர் தம் பாதங்களைப் பின்னிழுத்துக் கொள்ள, மணமக்கள் நெற்றி நிலத்தில் படக் குனிந்து வணங்கினார்கள்.

''மவராசனா இருப்பா''

''மவராசியா இரும்மா''

அவர் இரு உள்ளங்கைகளையும் அசைத்து ஆசி வழங்கி, ஆளுக்கு நூறு ரூபாயும் தந்தார்.

அடுத்த வடுகப்பட்டி ஆச்சி.

கிழவி காது வளர்த்துத் தண்டட்டி போட்டிருந்தது. சதுரங்கள், முக்கோணங்கள், வளையங்கள் அடுக்கின. அந்தத் தண்டட்டியின் செய்முறைச் சூத்திரம் அறிந்த பொன்னாசாரி யாராவது இருக்கிறார்களா என்று நினைத்தாள் சுமி. அவளுக்கும் அப்படியொரு கலை நேர்த்தியுள்ள காதுத் தொங்கட்டானை அணிய ஆசை வந்தது.

தன் ஜிகுஜிகு சுருக்குப் பையைத் திறந்து பாட்டி வெத்தலயும், பாக்கும், ஒத்த ரூவாக் காசும் வச்சு, நல்லாயிருங்க சாமிகளா என்று வாழ்த்திக் கொடுத்தாள்.

''என்ன பாட்டி, கொள்ளக்காசு குடுக்கிற? எப்படித்தேன் சொமக்கப் போறாகளோ?'' என்று கிண்டலடித்தார் மீனாச்சிபுரச் சித்தப்பா.

பெரியவர்கள், தம்பதிகள், முகமே தெரியாதவர்கள் என மாமியார் காட்டியவர்கள் காலிலெல்லாம் விழுந்து, விழுந்து கும்பிட்டு எழுந்து, எழுந்து சுமிக்கு குறுக்கு இற்றுப் போயிற்று, புதுக் கல்யாண ஜோடிக்கு. எப்போது தான் கும்பிட்டது போதும் என்று அம்மா சொல்லப் போகிறார்களோ தெரியவில்லை என்றிருந்தது மாப்பிள்ளைக்கு. சாரி சாரியாக வந்து கொண்டிருக்கும் கூட்டமும் குறைந்த பாடில்லை. மதியப் பந்தியும் ஆரம்பித்து விட்டது. சுமி கணவனின் உள்ளங்கையை ரகசியமாகச் சுரண்டினாள். அப்படிச் செய்யும்போது அவுரு திருப்பிச் சுரண்டினால் உன்னய ரொம்பப் பிடிக்குதுனு அர்த்தம் என்று கூடப்படித்த சிறுமிகள் சொல்லியிருந்தார்கள். மாப்பிள்ளை திரும்பிச் சுரண்டுவாரா என்று எதிர்பார்த்துக் காத்திருந்தாள். தன் சுரண்டலை அவன் கவனிக்கவில்லையோ எனக் குழம்பி, இன்னொரு முறை சுரண்டவும் வெட்கமாயிருந்தது. அவன் மிக நிதானமாய் ஞாபகம் கொண்டாற் போல் உள்ளங்கையின் இறுக்கிய சதைகளால் அவள் விரலைப் பற்றியும் பற்றாமலும் இருந்தால் என்ன பொருளென்று அவளுக்குப் புரியவில்லை. யாரும் சொல்லித் தந்திருக்கவுமில்லை.

புருஷன் வீட்டில் வாழப் போகும் பெண்ணே,

தங்கச்சி கண்ணே!

சில புத்திமதிகள் சொல்றேன் கேளு முன்னே!

அரசன் வீட்டுப் பெண்ணாக
இருந்தாலும் அம்மா!
அகந்தை கொள்ளக் கூடாது எந்நாளும்
என்று பாட்டு ஒலித்தது.

அதன் வரிகளைக் கேட்கக் கேட்கப் பயமாக வந்தது.

அவள் மாமனாரை, மாமியாரை மதிக்கணும், மாலையிட்ட கணவனைத் துதிக்கணும், சாமக் கோழி கூவுமுன்னே முழிக்கணும் எழுந்து சாணம் தெளித்துக் கோலம் போட்டுச் சமையல் வேலை துவக்கணுமாம். அம்மாடி! இவ்வளவு பெரிய பட்டியலா என்றிருந்தது. ஆனால் பாட்டி, பெரியம்மா, அம்மா, அத்தை, சித்தி எல்லோருமே இதே வேலைகளைச் செய்து, தினம்தோறும் வாராவாரம், எத்தனையோ மாதங்கள், வருடக் கணக்காக வாழ்ந்து கொண்டிருப்பவர்கள்தாமே என்று ஒரு நினைப்பும் வந்தது. பொண்ணு கூட வாழப் போகும் புருஷனே என்று ஆரம்பித்து ஆணுக்கு அறிவுரை சொல்லும் பாட்டு ஏதாவது உண்டா என்று யாராவது சொல்லுங்களேன் எனப் புலம்பியது மனம்.

அவள் உயிர் மீட்பவள், பொழுதை நிறுத்துபவள், சிலம்பும் கையுமாகத் தன் தீர்ப்பால் மன்னனை நடுங்கச் செய்தவள். அவள் ஆஸ்திக் கணக்கு கற்பு மட்டும்தான், அதென்ன கற்பு?

பாரதியின் பாடலை ஒருவன் கண்ணைத் தீர்க்கமாக விரித்துப் பாடினான் ஒலிபெருக்கியை மீறி,

கற்பு நிலையென்று சொல்ல வந்தால் இரு கட்சிக்கும் அதைப் பொதுவில் வைப்போம்.

இந்நேரத்தில் வேறெந்த இனிய உணர்வும் கொள்ள முடியாதபடிக்கு இதென்ன இப்படிச் சிந்தனைகள். தன்னையே கடிந்து கொண்டாள். சடங்குகள் தொடர்ந்து கொண்டேயிருந்தன. அம்மா, அப்பா முகத்தில் பெண்ணைக் கட்டிக் கொடுத்தவிட்ட நிம்மதியும், அவளை இன்னொரு வீட்டுக்கு அனுப்பப் போகிற பதற்றமும் சேர்ந்து படர்ந்திருந்தன.

அஞ்சாங்கல் காலம்

23

இரவு முடியுமுன்னரே கிருஷ்ணசாமிக்குத் திடீரென்று விழிப்புக் கண்டது. எழுந்து, போர்வையை விலக்கியவாறு மெத்தை மீது உட்கார்ந்து, பூம்பாவையைப் பார்த்தார். விடிய இன்னும் வெகுநேரம் இருக்கிறது. அவள் உறங்குகிறாள். புடவையிலோ கூந்தலிலோ ஒரு சிறு கலைவோ, சுருக்கமோ இல்லை. அவள் தன்னைப் பேணுபவளாகவும் இல்லை. அனைத்தையும் கடந்தவளாகவும், ஒன்றே ஒன்றில் மட்டும் ஒன்றிக் கிடப்பவளாகவும் தோற்றமளித்தாள். அவளது நிச்சலனமான உறக்கம் நிம்மதியையும், அலைக்கழிப்பையும் ஏற்படுத்தியது அவருக்கு உடனேயே அவளைத் தாண்டி ரேணுகாவின் நினைப்பை உண்டுபண்ணுவதாகவும், ஒருபோதும் அவளருகில் இல்லாதவிதமாகக் கிருட்டிணசாமியின் உடல் கிளர்ந்தெழுந்தது. தலையணையில் சரித்துக்கொண்டு, அவள்மீது படரும் இச்சைகளைக் கவனித்தார். தன் உடல் திடமும் ஒருமையும் கூடிய ஆயுதமாகக் கூர்மையுறுகிறது. ஒருபோதும் வெல்லவோ கையாளவோ முடியாதவள் அவளே.

நெருங்க முடியாதவள். அவளுடைய காமத் தவிப்புகளை என் வசப்படுத்த முடியாது ஒருகாலும் - என்றெண்ணினாரேயொழியத் தம் பலவீனங்களை உள்ளூறக் கூட ஒப்புக்கொள்வதாக இல்லை.

''ரேணுகா, நான் உன்னை அணைக்கும்போது விழிகளில் ஊறும் காட்சித் திரளில் நீ ஒரு சிறுமியாகவும், தேவதையாகவும் மாறி விடுகிறாய்''

''உனது தேகத்தில் பூஜை மலர்களின் வாசனையை உணர்கிறேன். பெண்மையே சக்தி வடிவம் என்று வேதங்கள் சொல்வதை நான் ஞாபகம் கொள்கிறேன். உன் உடலோ அறிவதற்கு இயலாத பூடகத்தன்மை உடையது. உன் பதிவுகளும், நிலவொளியும் அசைவுகளும் பிம்பங்களும் கூட தெய்வீகமானவையே''

''நீ வழக்கமான நியதிகள் தொடாதவள். ஆம், நீ தெய்வம். உன்னை அடைய முடியாது. நீ பூஜைக்கு உரியவள். கூடலுக்கு உகந்தவளல்ல'' என்ற மாபெரும் உண்மையை உணர்ந்தாற்போல் அவருடல் பொங்கி வியர்த்தது. இது உண்மை, இதுவே சத்தியம். அவளை என் நா மணந்ததும் என் உடலால் வெல்ல நினைப்பதும் எத்தகைய பேதைமை!

அவர் உடலின் அதிர்வுகளைக் கேலி செய்வதுபோல் சுவர்கள் ஓங்கி இறுகி நமட்டுச் சிரிப்போடு நின்றன. ''தேவி இனிமேல் உன்னை வணங்குவேன், பூஜிப்பேன்'' என்று நினைத்தபோது, மூலையில் கிடந்த பூம்பாவையின் உடல் வெறும் பொட்டலமாகச் சுருண்டு விட்டது. அது இனி பொருட்படுத்தத் தேவையற்றது என்று எண்ணினார். அந்த இருளில் அந்தக் கணத்தில் ரேணுகாவைச் சந்தித்தே ஆகவேண்டும் என்ற பரிதவிப்புப் படர்ந்தது அவருக்குள்.

''ரேணுகா, இனி இப்படித்தான் உன்னை நான் கூற முடியும். எல்லாமும் நீயாக இருக்கிறாய். உனக்கெனவே நானிருக்கிறேன் என்பதே சத்தியம். நீயே அகிலாண்டேஸ்வரி. எங்கும் நிறைந்தவள். யாதுமாகியவள். நீயே என்னில் நிறைந்து உதிரமாக ஓடுகிறாய். உன் சௌந்தர்யம், வசீகரம், ஆகர்ஷணமே என்னில் விரிந்து அசைகிறது. நீ என் சருமத்தின் நுண் துளைகளிலும் அணுவிலும் பரவி இருக்கிறாய்.

''நீ ஒரு பெண்ணாகவே எனக்குத் தோன்றவில்லை. என் மனதையும், இந்திரியங்களையும் தடம் புரளச் செய்கிறாய். என்னைக் கொண்டு போய் உன்னிடம் ஒப்படைத்தால் போதும். எல்லாம் நிவர்த்தி பெறும். நான் பரிபூரணமாகிய உன்னாலேயே பூரணமுற முடியும்'' என்றெல்லாம் அவர் மனம் பிதற்றியது. அந்த நள்ளிரவில் முழுக்கத் தூக்கம் கலைந்து போய்விட, படுக்கையறையை விட்டு வெளியேறினார். வீட்டின் மௌனமும். பூம்பாவையின் மௌனமும். வலி தருவனவாக இருந்தன. எல்லாவற்றையும் விட்டு வெளியேறிவிட வேண்டும் என்று தோன்றியது. கூடத்தின் மூலையில் இருந்த தொலைபேசி ஒரு செல்லப் பிராணி போல் சுருண்டிருந்தது. அதை அணுகிக் கையிலெடுத்தார். அவசரத்தில் அவள் எண்கள் சட்டென்று நினைவுக்கு வரவில்லை. விரல் நுனியில்

இருப்பவைதான். அந்த எண்கள் தொலைபேசியில் தாமாகவே அழுத்தம் கொண்டன.

''இந்நேரம் என்ன செய்து கொண்டிருப்பாள் என் தேவி, தேவி, தேவி'' என்று அவர் உதடுகள் முனகின. விழிகளில் வெறி கொண்ட பக்தனின் செம்மையேறியது. என்ன செய்வாள்?அவள் கூந்தல் படுக்கையில் விரிந்திருக்கும். அதன் சிற்சில பிசிறுகள் நெற்றியில் படர்ந்திருக்க, கண்கள் ஏதோ ஒரு கனவில் சுகத்தில் திளைத்துக் கிறங்க, கன்னங்களில் இரவு விளக்கின் நீல ஒளி ரேகைகள் படிய, கொலுசு வளைத்த பாதங்கள் கட்டிலை மீறிக் காற்றிலசைய, ஆழ்ந்த தூக்கம். இந்தக் கணமே அவளைக் காணவேண்டும் என்று பித்தேறுகிறது.

எதிர் முனையில் தொலைபேசி அடித்து அடித்து ஓய்ந்தது. ஒருவரும் எடுக்கவேயில்லை. அதன் மணியொலி அவள் துயிலைக் கலைக்க முடியவில்லை போல.

அகிலாண்டேஸ்வரி, பார்வதி, ஆதி பராசக்தி, என் தாயும் சேயும் நீயே.

உச்சாடனம் செய்தவாறே, கண்களில் நீர் ததும்பத் தொலைபேசி அருகே இருந்த காகிதத்தில் நீண்ட எட்டைப் போன்ற சிறு சிறு பாதங்களை வரைந்தார். எண்ணற்ற பாத கமலங்கள். நூறு நூறு எழிற்பாதச் சித்திரங்கள். அவை அந்த ஒற்றைத் தாளை அடைத்துக் கொண்டு நிறைந்தன. பூப்பூவாகப் பூத்தன.

பெருநதி ஒன்றின் கரையில் செந்நிறத் துகிலும், சரியும் கூந்தலும், துவளும் முல்லைச் சரங்களும், கழுத்திலசையும் ஒரேயொரு கருக மணிச் சரத்துடன் வனங்களின் அரசி போல அவளைக் கண்டார். உடனே என்னவோ தீர்மானம் கொண்டவர் போல கதவு நிலைக்கு மேலிருந்த மாடத்தில் கைகளால் துழாவி இரண்டு பெரிய சாவிகளை எடுத்தார். பூஜையறையிலிருந்த சிறிய இரும்புப் பெட்டிச் சாவிகளைத் திருகி எண்களை ஒற்றித் திறந்தார்.

கீழ்த் தட்டில் ஒரு சிறிய வெல்வெட் பை. அதை எடுத்துக் குலுக்கிப் பார்த்தார். தங்கத்தின் சங்கீதம். அதை மஞ்சள் துணிப்பையொன்றில்

வைத்துவிட்டு, கைகொள்ளுமட்டும் ரூபாய் நோட்டுக்களை அள்ளினார். அவளுக்கு உடனடியாக ஏதாவது நகைகள் வாங்க ஆவல் எழுந்தது. நடுநிசி தாண்டியிருந்தது. எந்தப் பொன்னாசாரியும் கடை திறந்திருக்க மாட்டான். ரூபாய்க் கட்டுக்களைத் திரும்பப் பெட்டியின் உள் எறிந்தார். மறுபடி சாவிகளைத் திருகப் பொறுமையற்றவராக அப்படியே திறந்து போட்டுவிட்டு பூஜையறையிலிருந்து வெளியேறிக் குளியலறைக்கு ஓடினார். மூலையறையில் விரித்த கட்டில் மெத்தை கசங்காமலிக்க, வெறும் தரையில் படுத்திருப்பவளைப் பற்றி அவர் மனம் துளியும் எண்ணவில்லை.

பாவை உறங்குகிறாளா, விழித்திருக்கிறாளா, மௌனத்தை மட்டும் பரவ விட்டுவிட்டு இருக்கிறாளோ என்பதெல்லாம் அவருக்கு எந்த ஓர் உறுத்தலையும் ஏற்படுத்தவில்லை. பெருமூச்சுக்களை விட்டபடி அவசர அவசரமாகக் குளித்தார். தன் முழு உயிரையும் சுழற்றும் இந்தப் பிரேமையின் வெள்ளம் தாங்க முடியாத வேகத்தோடு, நுங்கும் நுரையுமாகப் பிரவகித்துப் பெருக்கெடுத்திருக்கிறது. மணி மூன்றோ, நான்கோ. தெரு நடமாட்டமேயற்றதாக இருக்கிறது. சிறிய மின் விளக்கு மங்கலாக எரிகிறது.

ரேணுகா அவரது மனதுள் நிறைந்து பிரம்மாண்டமாய் அடைத்து நிற்கிறாள். அவரைத் தரையில் காலூன்றி நிற்கவொட்டாமல் பைத்தியமாக அடிக்கிறாள்.

இந்த உண்மையின் நிதர்சனம் தாங்க முடியாததாக இருக்கிறது. இவளுடைய தாக்கத்தை எந்த உறவும் அசைக்க முடியாது. இப்படிக் கணந்தோறும் வேறு யாரையும் அவர் எண்ணித் தவித்ததில்லை. அவளுடைய கறுப்போ, சிவப்போ அற்ற பிள்ளை நிற உடல், இல்லை, வெண்கல வண்ணமா? கோயில் சிலைகளின் மழுமழுப்பும் பிரகாசமும் கூடிய தேகம். கர்ப்பகக் கிரக விக்ரகங்களின் நிறம் அவளுடையது.

ஆமாம், அவள் பூஜைக்குரியவள் தான். அதிலென்ன சந்தேகம்? தான் அவளை வேறுவிதமாக நினைத்ததுதான் தவறு. மாபெரும் பிழை.

மனதிற்குள் செதுக்கப்பட்டதுபோல் நின்றது அவள் முகம். தாங்க முடியாத உணர்வு வேகத்தில் மனம் தளும்பியது வீட்டுக் கதவு திறந்தே கிடக்க விடுவிடுவென்று வெளியில் விரைந்தார். கார் ஷெட்டின் ஓரமாக சுருண்டு தூங்கும் டிரைவரை எழுப்பாமல் தாமே காரைச் செலுத்தினார். மனம் அவளின் இருப்பிடத்தை எப்போதோ அடைந்து விட்டிருந்தது.

அங்கே ரேணுகா கர்ப்பக்கிரகம் போன்ற அறையில் பிரதிஷ்டை செய்யப்பட்டிருக்கிறாள். உள்ளுணர்வின் சுடரால் மட்டுமே அவளை அறிந்து கொள்ள முடியும், மனம் பதறியது. அந்தத் தோட்டத்தைத் தூரத்தில் கண்டதுமே குளிர்ந்து விட்டது மனம். அந்தப் பரபரப்பான புத்தம் புதிய உணர்வைக் கொண்டது.

உடலால் தாள முடியாததாக மனதின் தகிப்பு அதிகரித்தது. காரை ஓசையெழாமல் நிறுத்தினார். தோட்டக் கவனிப்பிற்கும் வாசல் காவலுக்கும் என்று அமர்த்திய வேலையாள் நல்ல உறக்கத்திலிருப்பதைக் கண்டபோது கடுங்கோபம் கிளர்ந்தது. அவன் கார் நின்ற ஒலியில் யாரோ தொட்டு உலுக்கியது போல் விழித்தான்.

''எஜமான், இந்நேரத்தில்...'' என்று குழறியபடி பெரிய இரும்புக் கதவைத் திறந்தான். கைகளை இடுப்புக்கு மேல் கோத்துத் தலை குனிய பவ்யத்தோடு...

''வீட்டுக் கதவத் தட்டட்டுமாங்கய்யா'' என்றான்.

அவன் கண்களில் தூக்கக் கலக்கமும், குழப்பமும்.

''வேண்டாம்'' என்று கையமர்த்தினார். காரை அணைத்து விட்டுக் கீழிறங்கி மரத்தடியில் நின்றார். உடல் நடுங்கியது. மூடிய சந்நிதி போல் தெரிந்தது வீடு. மரத்தின் தூரின் உடலைச் சாய்த்து விழிகளை மூடிக் கொண்டார். கதவு திறந்து அவள் முகம் கண்டால் போதும் என்று மனம் துடிதுடித்தது.

கதவு ஒரு மெல்லிய திரை போலாகி விலகியது. கையில் நீர் வாளியுடனும், துடைப்பத்துடனும் வேலைக்காரி பரமு வெளியில் வந்தாள். காரைப் பார்த்ததும் முகத்தில் திகைப்பு. கிருஷ்ணசாமி வாயில்

குறுக்கே ஒற்றை விரலை வைத்துப் பேசாதிருக்க எச்சரித்துவிட்டு, திறந்த கதவைத் தள்ளிக் கொண்டு உள் நுழைந்தார். விரைந்து அவளுடைய அறையை நோக்கி நடந்தார். ஆழ்ந்த உறக்கத்திலிருக்கும் ரேணுகா, அபூர்வ ஒயிலோடு அசைவற்றுச் சிலைத்திருக்கிறாள். இருளும், ஒளியும் பிணைந்த அந்த அறையில் கிடந்த நிலையிலிருக்கும் பதுமை. ஆனால் அவள் சிலையல்ல. மென் மூச்சின் ஒலி அவரைத் தொட்டது. அவள் விரல் நுனியே பட்டாற் போல் உடல் சிலிர்க்க, மெதுவாக அருகே நெருங்கினார். இரண்டே எட்டுகள் தூரம் போல் தெரிந்த அவள் நாலெட்டுக்குள் நடந்து அண்மையுற்றபோது, அவள் இன்னும் சிறிது அவரை விட்டு விலகிப் போனாள்.

இந்த முறை எப்படியும் அவளருகில் இருப்பேன் என்று பெரிய பாய்ச்சலாகத் தாவியபோது அவள் எட்டாத் தொலைவிற்குப் போயே விட்டாள். மனம் சோர, மூலையில் சரிந்து உட்காரப் போனபோது, அவரது கைப்பிடிக்குள் அந்தப் பாதங்கள் இருந்தன. குளிர்ந்த மலர்கள் போல் மிக மிருதுவான பாதங்கள். முழு அர்ப்பணிப்பிற்கும், சரணாகதிக்கும் ஏதுவாக உலகிலுள்ள அத்தனையையும் தனக்கு கீழ் அடிமைப்படுத்துகிற, ஆட்சி செய்கிற பாதங்கள். நினைத்து முடிக்கும் முன்பே அவள் விழித்து விட்டாள் திடுக்கிட்டுப் பாதங்களை அவரிடமிருந்து, விடுவித்துக் கொண்டு, புடவைக்குள் மறைத்துக் கொண்டாள். கருஞ்சிவப்புப் பட்டுத் திரைக்குள் மறைந்த பாத கமலங்கள். அவள் நகர்ந்தபோது அந்தத் தங்கக் காசுகள் நிரம்பிய பை குலுங்கிக் கட்டிலிலிருந்து நழுவிக் கீழே விழுந்தது. என்னது எனத் திடுக்கிட்டு எழுந்து நின்றாள். அவள் விழிகளில் கலைந்த தூக்கம், மிக அழகாகப் படலமிட்டிருந்தது. கூந்தல் காற்றிலசைய, மேலாடை தோளில் நழுவியிருக்க, அவள் முற்றிலும் மானிடப் பெண்ணாக மாறிவிட்ட அந்தக் கணம் சகிக்க முடியாததாக இருந்தது. மறுபடியும் அந்தப் பரவச உணர்வைக் கூட்டி மீட்டெடுக்க அவரால் முடியவேயில்லை. பாதங்களில் சமர்ப்பித்த அந்தக் காசுப் பையை அவர் அவள் கைகளில் திணித்தார். நீண்ட மென்விரல்கள் சுருக்குப்பையின் நுனியைப் பற்றியும், பற்றாமலும் இருந்தன.

அவள் கண்கள் கதவிற்கு அப்பால் எதையோ வெறித்துக் கொண்டிருந்தன. கிருட்டிணசாமி கூனிக் குறுகியவராக எழுந்து, எல்லாம் வியர்த்தம் என்ற உணர்வு தலைதூக்க உடல் வேர்த்துத் துவள அறையை விட்டு வெளியேறப் பார்த்தார். அவள் விரல்கள் ஒரு சிறு கிலுகிலுப்பையை அசைத்துப் பார்க்கும் குழந்தை போல் அந்தத் தங்க நாணயப் பையை அசைத்து எழும் சிற்றொலியில் மகிழ்வு கொண்டன. செல்லப் பூனையின் தோல் போலிருந்த வெல்வெட்டை வருடிப் பார்த்தன. நன்றாக விடிந்திருந்தது. வெயில் எங்கும் பரவியது. பக்கவாட்டு ஜன்னல் வழி நுழைந்தன அந்த விழிகள். அவை ஒரேயொரு கணம் உற்றுப் பார்த்து விலகி விட்டன. கிருட்டிணசாமி மீண்டும் தோல்வியின் சரிவில் வீழ்ந்து அடிபட்டவராகத் தமது அறைக்கு விலகிச் சென்றபோதும், ரேணுகா மறுபுறமாகப் புரண்டு சுருண்டு உறக்கத்தைத் தொடர்ந்தாள்.

உமா மகேஸ்வரி

24

ஞாயிற்றுக் கிழமைகளின் இனிய சோம்பல் படிந்த காலை அது. உற்சாகமாக எழ முற்பட்ட போது, பாவாடையைக் கணுக்காலோடு சேர்த்துச் சுற்றிக் கட்டிய ரிப்பன் தடுக்கும், எரிச்சல் மேலிட முடிச்சு நீக்கும்போது, அடுக்களையிலிருந்து அம்மா பொரிக்கும் உளுந்தம் வடைகள் எண்ணெயில் வேகும் மணம் நாசியைத் துளைக்கும். அதை அம்மா கொதித்து மினுமினுக்கும் சீனிப்பாலிற்குள் சுடச்சுட அரி கரண்டியால் எடுத்துப் போடுவாள். அப்போது சூடான வடைகள் இனிப்புப் பாகைச் சந்திக்கும் கணத்தில் உருவாகும் 'ஸ்ஸ்ஸ்' என்ற சத்தம் ஞாயிற்றுக்கிழமைகளுக்கானது.

தனராணி சீரான வட்டங்களாகப் பூரிக்குத் தேய்த்து தாம்பாளத்தில் அடுக்குவாள். பிள்ளைகள் எழுந்திருந்தால் வேலை முடியுமே என்ற எண்ணமும் இன்னும் கொஞ்சம் தூங்கட்டும் பாவம் என்னும் சலுகையும் கலந்து அவர்களைக் கூப்பிடுவாள். பொன்னீஸ்வரி எழுந்து தன் துணி மெத்தையைச் சுருட்டி வைத்து விட்டு கலைந்த ரெட்டைப் பின்னல்களைக் கோதியபடியே, சமையலறைக்குள் நுழையப் போனவள் அம்மாவின் எச்சரிக்கை நினைவில் வர, குளியலறைக்குள் நுழைந்து, பல் துலக்கி முகம் கழுவிய பிறகு அடுப்படிக்குப் போனாள்.

தனராணி நல்ல தூக்கத்திற்குப் பின் கிட்டும் முகக் களையோடு இருந்தாள் அவள் குளித்திருக்காவிட்டாலும் படியத் தலை வாரி, கழுவிய முகத்தில் சிறிய குங்குமப் பொட்டு இட்டிருந்தாள்.

''அவங்க ரெண்டு போரும் எங்கடி?'' ஜெகதீஸ்வரியையும் பவானியையும் பற்றி அம்மா கேட்டாள்.

''தூங்கறாங்கம்மா''

எதுவும் சொல்லாமல் வடைக்குச் சீரான சிறு உருண்டைகளை உருட்டித் தட்டில் அடுக்கிக் கொண்டிருந்த சிவனம்மாவிடம். ''இப்படியே ஒண்ணோடொண்ணு ஒட்டாமல் எண்ணெயில் போடணும். எண்ணெய்ப் புகை வரக் காய விட்டுடாத. சடசடப்பு அடங்கிட்டா, வெந்துடுச்சுன்னு அர்த்தம், என்னா? புரிஞ்சுதா? நான் ரெண்டு செம்பு மேலுக்கு ஊத்திட்டு வந்திடறேன்'' என்று சொல்லவும் சிவனம்மா பவ்யமாகத் தலையை ஆட்டினாள். ஈரிழைக் குற்றாலத் துண்டும், இளமஞ்சள் சுங்கிடிப் புடவையும் தோளில் தொங்கக் குளியலறைக்குள் போனாள், தனராணி.

''அம்மா, எனக்குக் காபி வேணும்மா'' மறுபடி பொன்னியின் சிணுங்கல்.

''ஒரு நிமிஷம் நிம்மதியாக் குளிக்க முடியாதா இந்த வீட்டில? நீ செவனம்மா கிட்ட காபி வங்கிக் குடி போ'' என்று விட்டு குளியலறை கதவைத் தாழிட்டாள் அம்மா.

டி.வி.யில் யாரோ பேச ஒலியளவைக் குறைத்துவிட்டு, ரெட்டைப் பின்னல்களை மடக்கிக் கட்டிக் கொண்டே கொட்டாவியோடு சமையலறையை நோக்கி நடந்தாள் பொன்னி. அதற்குள் ஜகி எழுந்தாயிற்று. சமையலறையை நோக்கிப் போன இருவரில் முதலில் நிலையைத் தொட்டாள் ஜகி. இடது ஆள் காட்டி விரலை உதட்டுக்குக் குறுக்கே வைத்தாள் பொன்னி. அவள் முதுகில் கைவைத்து நின்று கொண்டாள் செவனம்மா. அம்மாவின் கட்டளைப்படி தலைமுடியைப் படிய எண்ணெய் தேய்த்து வாரிப் பின்னிக் கொண்டையிட்டிருந்தாள். அப்படியும் அடங்காத சுருள்கள் அவள் நெற்றியிலும், பிடரியிலும் நெளிந்தன. அவள் உளுந்தம் உருண்டைகளை வாணலியில் போட்டாள். அதே சமயம் வெந்தெடுத்ததை சீனிப் பாகில் அநாயாசமாக அமிழ விட்டாள்.

மந்தக்கிடங்கில - என்னப் பெத்த மாதாவே

மண்ணில போட்டயில்ல?

மண்ணில போட்டயின்னா - நான்

அரளி மரமாவேன்

ஆலயங்கள் பூவாவேன்

என்ன ஆயிரஞ் சனம் கையெடுக்கும்.

என்று அதி சுதந்திரமாகப் பாடியபடியே, செவனம்மா இனிப்புப் பாகில் மிதக்கும் குட்டி வடை களைக் கரண்டியால் கிளறினாள். அவள் கண்கள் ஆவலில் பரபரத்தன. எச்சில் ஊற, உள் நாக்கை மடித்து ஓசையெழுப்பினாள். நொடியில் அவள் வலது கை விரல்கள் கிண்ணத்திற்குப் போய் ஒரு கொத்து இனிப்பு வடைகளை அள்ளின. அப்படியே அண்ணாந்து வாயில் போட்டுச் சப்பினாள். பிறகு தொடைச் சேலையில் துடைத்துக் கொண்டாள்.

''அய்யய்யே!'' என்று முகம் சுளித்தன குழந்தைகள். கையைக் கழுவாமலேயே எண்ணெயில் போட்ட உருண்டைகளை அரித்து எடுத்து விட்டுப் புதிதாக ஒரு கொத்தை, கரண்டியால் அள்ளாமல் கையாலே தூக்கி எண்ணெயில் போட்டாள்.

''அய்யோ, அம்மாக்கு மட்டும் தெரிஞ்சது'' என்று கிசுகிசுத்தாள் ஜகி. 'உஸ்' என்று எச்சரித்த பொன்னி, மிகவும் சத்தமாக ''செவனம்மா, ஒரு காபி'' என்று கத்தியதும் பதறிக் கையிலிருந்த கரண்டியைக் கீழே போட்டுத் திரும்பினாள்.

செவனம்மா, ''எப்ப வந்ததீங்க'' அவள் கண்களை இடுக்கிக் கொண்டு சந்தேகமாகக் கேட்டாள்.

''இப்பத்தேன், செவனம்மா! நீ கையச் சேலைல துடைச்சியே! அதுக்கு அப்புறமாதான் வந்தோம். சிவனம்மா. டோன்ட் வொர்ரி சிவனம்மா, பீ ஹாப்பி'' என்றாள் பொன்னி.

சிவனம்மாவின் முகம் இருண்டுவிட்டது. அவள் மௌனமாக மறு அடுப்பில் காய்ந்து கொண்டிருந்த பாலை, பொன்னிக்கென்று பிரத்யேகமாக உள்ள வெண்பளிங்குக் கோப்பையில் ஊற்றி டிகாஷன் போட்டு காபி கலந்தாள்.

''அப்படியே வச்சுடுங்கம்மா தாயே, நானே எடுத்துக்கறேன்'' பெரிய மனிதத் தோரணையில் சொன்னாள் பொன்னி. பேசாமல் நின்றிருந்த ஜகதீஸ்வரியிடம். ''செல்லம், என் ராசாத்தி! உனக்குக் காபி வேணுமாடி! என் குஞ்சாலாடு'' என்று கொஞ்சினாள் செவனம்மா.

''நான் அம்மா வந்தப்புறம் குடிக்கிறேன்'' என்றாள் ஜகி, கறாராக.

குளியலறைக் கதவு திறக்கும் சத்தம்.

சட்டென்று செவனம்மாவின் முகத்தில் ஒரு மூர்க்கம் ஏறியது. சொன்னீங்க... என்பது போல் ஆள்காட்டிவிரலை ஆட்டி, இமை விளிம்பை மடித்து உள் சிவப்பைக் காட்டி, நாக்கை முழுவதுமாய் வெளியில் நீட்டினாள். பிள்ளைகள் அடுப்படியை விட்டுச் சுவடு தெரியாமல் ஓடின. ஜகி மிரண்டு போனாள். பொன்னிக்கும் நடுக்கம் தான்.

''என்னாச்சு இப்ப ?'' என்றாள் தனராணி.

''பசிக்குதும்மா'' ஜகதீஸ்வரியின் குரலில் அழுகை பொங்கியது.

''நீ காபி குடிக்கல ?''

''எனக்கு நீதான் போட்டுத் தரணும்''

''சரி, இனிப்பு வடை சாப்புடுறியா ?''

''அதும் நீயே சுட்டுத் தாம்மா. ப்ப்ளீஸ்''

''ஏன், ஏற்கனவே இருந்துச்சே''

''அது எனக்கு வேணாம்'' - அவளுக்கு ஏன் இப்படி அழுகை வெடிக்கிறதென்று அம்மாவிற்குப் புரிபடவில்லை.

அம்மாவின் முந்தானையை இழுத்துச் செருகிக் கொண்டு அடுப்பாங் கரைக்குள் நுழைந்தாள் ஜகி.

செவனம்மாவின் முகத்தில் படுபவ்யமான அமைதி. அவள் வேலையே கருத்தாக இயங்கிக் கொண்டிருந்தாள். மூடியிருந்த வடைச் சட்டியைத் திறந்து பார்த்த அம்மாவிற்குப் பரிபூரண திருப்தி.

"உன் கை திருத்தந்தாஞ் செவனு எப்பயுமே" என்றாள் அம்மா மனப்பூர்வமாக.

பட்டாசாலையிலிருந்து குழந்தைகள் பக்கென்று சிரிக்கும் சத்தம் கேட்டது. டி.வி.யில் என்னவோ தமாஷாகயிருக்கும்.

"அவங்கப்பா வேற வீட்டிலில்லை, அதான் இந்த அட்டகாசம்" தனராணி நினைத்தபடியே தோசைச் சட்டியை அடுப்பில் ஏற்றினாள். செவனம்மா குனிந்த தலை நிமிராமல் விளக்கு மாற்றைக் கையிலெடுத்துக் கொண்டாள்.

25

தினந்தோறும் வேலைக்காரி பரமு போடுகிற கோலங்கள் ரேணுகாவை வியப்பில் ஆழ்த்துகின்றன. அவளிடம் கோல நோட்டு என்று ஒன்றும் கிடையாது. அவள் குட்டையான ஈர்க்குச்சி விளக்கு மாறோடு பெரிய மரக் கதவைத் திறப்பாள். தலையைக் கோதிக்கொண்டு, அந்த விளக்கு மாற்றின் உச்சியை மண்ணில் கவிழ்த்து, ஒரு செல்லத் தட்டு தட்டுவாள். பிறகு பெருக்க ஆரம்பிப்பாள். அழுத்தமாகவும், மென்மையாகவும் இருக்கும் பெருக்குமாற்றின் இயக்கம். தூசேயில்லாத வாசலை மேலும் எதற்குத் தூய்மைப்படுத்துகிறாளென்று ரேணுகாவிற்கு தோன்றும். சிறு வாளியில் இருக்கும் தண்ணீரைத் தெளிப்பது சீராகக் கேட்கும். மாடி ஜன்னல் திரைகளை நன்கு விலக்கிவிட்டு வேடிக்கை பார்ப்பாள் ரேணுகா. சாதாரண சுண்ணாம்புக் கோலப்பொடி பெருவிரலுக்கும், ஆள்காட்டி விரலுக்குமிடையில் வெள்ளிச்சரடு போல் நெளிந்து, வளைந்து தரையில் புதுப்புதுக் கோலங்களைத் தீட்டும். நீள் கோடு, குறுக்குக் கோடு, இடையில் குட்டிக் குட்டிக் கோடுகள்.

"காபி குடிக்கிறியா கண்ணாட்டி?" என்று அவளைக் கேட்டுக் கொண்டே, பாலை அடுப்பிலேற்றுவாள் பரமு. அவள் அசைவுகள் மனதைக் கவர்வனவாக இருக்கும். நுரை பொங்கக் காபியை ஆற்றி நீட்டுவாள் பரமு.

"ஏங் கண்ணு, இந்த வீடு யார் பேருல இருக்கு?" மிகவும் சாதாரணம் போலத்தான் வந்து விழும் அவள் கேள்வி. அதனடியில் வண்டலாகப் படிந்திருப்பது என்னவென்று இனம் காண முடியாது.

பரமுவின் முகம் புதிர் கொண்ட முடிச்சுகள் நிறைந்து இறுகியிருக்கும்.

"ரேணும்மா, நான் ஒண்ணு சொன்னா தப்பா நினைச்சுக்க மாட்டியே?"

"சொல்லுங்க"

"இந்த வீடு யாருதுன்னேன்?"

"தெரியல, பரமு" - ரேணுகா அசுவாரஸ்யமும், அசட்டையுமாகச் சொன்னாள்.

ரகசியம் போல் பரமு குரலைத் தழைத்துக் கொண்டாள். உதட்டில் வெற்றிலையின் சிவப்பு, அபாய விளக்குப் போல் பளபளத்து நின்றது.

"அடி அசட்டுப் பெண்ணே! முதல் வேலை அந்த மனுஷன் வந்ததும் வீட்டை உன் பேரில் எழுதி வாங்கு, புரிஞ்சதா?" என்றாள் பரமு அதட்டலாக. "எதுக்குப் பரமு?" என்றாள் ரேணுகா, சலிப்பும் ஒவ்வாமையும் குரலில் ஓட.

"என்னத்தச் சொல்லி உனக்குப் புரிய வைக்கட்டும்? எழுதி வாங்கி வச்சுக்கயேன். ஒண்ணு கெடக்க ஒண்ணாச்சுன்னா உனக்கு என்னதான் ஆதரவு?" -சொல்லிவிட்டு அவள் ரேணுகாவை நெருங்கி அணைத்தாற் போல் நின்று கொண்டாள். அவள் விரல்கள் ரேணுவின் கூந்தலுக்குள் நுழைந்தன. ஊடுருவின. இதமாக அழுத்தின. சுகத்தில் ரேணுகா கண் கிறங்கினாள்.

பரமு அடுப்படியில் சுழலும் வேகம். திருகிக் குவியும் தேங்காய்ப் பூ. ஒரே சீராக நறுக்கிய வெங்காயத் துண்டுகள். தனியா, சீரகம், மிளகாய், தேங்காய் சேர்ந்து அரைபடும் மசாலா மணம்.

"பாப்பா என்ன சமைக்க?" பரமு கேட்டாள்.

"என்ன வேணா"

"என்ன பிடிக்கும் கண்ணு ஒனக்கு?"

"எனக்கு எதுவும் வேண்டி இருக்கல, பரமம்மா"

"ஐயா வருவாகளா இன்னிக்கு"

"யாருக்குத் தெரியும்? போனும் வரலையே" என்றாள்.

"சரி, இந்த வெண்டைக்காய வதக்கித் தக்காளியைக் கடைஞ்சு

அப்பளம் பொரிக்கவா, சிம்பிளா ?''

''என்னவோ செய்யேன் பரமு''

''பாப்பா, ஈரத் தலையோடு படுத்துக்காத. நீர் கோத்துச் சளி பிடிக்கும்'' ரேணுகாவிற்கு தன் அம்மா மற்றும் ராஜிக்கா நினைவில் கண்கள் நிரம்பின. சிவப்புத் துண்டை தலையில் அழுத்தித் துவட்டி விட்டாள் பரமு.

''பாரு, கழுத்து முதுகெல்லாம் சீயக்கா. என்னமோ சாம்புவாமே, அத வாங்கிப் போடு, தங்கம்'' என்று பரமு நுனி விரல்களால் முதுகையும், இடுப்பையும் ஒற்றி எடுத்தாள். ரேணுகாவிற்கு தூக்கமும் மயக்கமுமாய் வந்தது.

''பரமு''

''என்னடா. குட்டி''

''நீ இப்பவே சமைக்கப் போகாதே''

''சரி'' என்று தரையில் உட்கார்ந்து தன் மடியில் சாய்ந்தவளின் தலையை வயிற்றோடு சேர்த்து அணைத்துக் கொண்டாள் பரமு.

26

பள்ளியில் அன்றைய மதிய சாப்பாட்டு வேளை கொஞ்சம் நீண்டதாய்த் தெரிந்தது. ஜகி, பொன்னி, பவானி, சுகந்தியை கொடி வீட்டுப் பிள்ளைகள் என்று இன்னும் கூப்பிடுகிறார்கள் பள்ளிக் கூடத்தில். பெரிய பெரியப்பா எனப்படும் தர்மராஜுவின் பெண் குழந்தைகளான சுமித்ரா, லதா சுதா ஆகியோரையும் அப்படியேதான் கூப்பிடுகிறார்கள். பாகப்பிரிவினையின்போது ஒவ்வொரு தனி வீட்டிலும் சிறு பூங்கொடிகள் தளிர்த்துக் கொண்டிருக்கின்றன. அது பிள்ளைகளின் கைவண்ணம். சுமிக்கா கலியாணமாகிப் போய்விட்டாலும், பெரியம்மா வீட்டுப் பிச்சிப் பூக்கொடிக்கு சுமி என்றே பெயர் வைத்துத் தினம் குழந்தைகள் தண்ணீர் ஊற்றும். ஸ்கூல் போக அம்மா தலை பின்னி விட்டதும், அவசரமாக ஒரு தரம், சாயங்காலம் பள்ளிப் பையை திண்ணையில் வைத்துவிட்டு முதல் காரியமாய் சுமிக்கொடிக்குத் தண்ணீர் கொண்டு ஓடுவாள் சுதா.

"பசிக்குதாடா?" என்று சுதா.

இன்று மதியம் சாப்பாட்டு மணியடித்ததும் ஜகிக்கும், பொன்னிக்கும் வீட்டிலிருந்து செவனம்மா சாப்பாடு கொண்டுவந்து நின்று கொண்டிருந்தாள்.

"ஏன், மணிவண்ணன் வரல?" என்று கேட்டுக் கொண்டே சாப்பாட்டுக் கூடையை வாங்கிக் கொண்டாள் பொன்னி. சாதம், குழம்பு, தயிர் எல்லாம் அம்மா வைத்து வைத்தபடியே இருக்குமா? என்று அவளுக்கு சந்தேகம் தோன்றியது.

"அது தென்னந்தோப்புச் சேவ போயிருக்கு" என்றாள் சிவனம்மா.

"சரி, நீங்க போங்க, சிவனம்மா"

"சாப்புடற வரைக்கும் இருந்து கூடையை வாங்கிட்டு வரச் சொல்லுச்சு அம்மா"

மாணவிகள் மதிய உணவு சாப்பிடும் வாதாம் மரத்தடி ஏற்கெனவே நெரிசலாக இருந்தது. அதன் நிழலில் ஜகி, பொன்னி, பவானி, சுகந்தியோடு உட்கார்ந்தார்கள், அவர்களோடு பெரியம்மாவின் பிள்ளைகளும் சேர்ந்துகொண்டார்கள். குழந்தைகளின் நெருக்கமும் அன்புப் பிணைப்பும் பிரிவினைக் கடுப்பிலிருக்கும் பிள்ளைகளின் அம்மாக்களுக்குத் தெரியாது.

''அய், அம்மா இன்னிக்குத் தட்டாம் பயத்துக் குழம்பும், உருளைக் கிழங்கு வறுவலும் வச்சிருக்காங்க''

''எங்க வீட்டில் கருவாட்டுப் பொரியல்'' என்றாள் சுகந்தி.

ஜகி மூக்கைச் சுழித்துக் கொண்டாள்.

''என்னமோ எப்படித்தான் நம்ம வீட்ல வந்து பிறந்தாளோ'' என்றாள் லதா.

''கருவாடு, பாவம் செத்த மீன்தானே? ஆடு, கோழியெல்லாம் கொல்லலாமா? அதான்'' என்றாள் ஜகி.

''ஏன் கத்தரிக்கா, காரட் மட்டும் செத்துப் போகலயா, செடியில இருந்து?''

''கத்தரியக் காயாத்தான பிடுங்கறோம்? செடி உயிரோடதானே இருக்கு'' - ஜகி விவாதங்களின் போதுகூட மிகத் தயங்கிய குரலில் தான் பேசுவது வழக்கம்.

''ஏன், கீரை பறிச்சா, கீரை செடியோட சாகுது. நெல்லு கூட வேரோட தான அறுக்கிறாங்க. அது மட்டும் கொலையில்லையா? அப்ப நீ ஒண்ணுமே சாப்பிடக்கூடாது'' - சாமர்த்தியமாக மடக்கிவிட்ட சந்தோஷத்தில் சத்தமெழுப்பினாள் சுபா.

''ஆமா, ஜகி கொல்லா நோன்பிருப்பதால் எதுவுமே சாப்பிடக் கூடாது'' என்று அவள் டிபன் பாக்ஸைப் பிடுங்கிக் கொண்டாள் லதா. ஜகிக்கு என்ன சொல்வதென்று புரியவில்லை. கண்கள்தான் வழக்கம்போல் மளமளவென்று நீர் நிறைந்து வந்தது.

''யேய், அதப் போட்டு இம்சைப்படுத்துறியே லதா, அவ சாப்பாட்டக் குடு'' என்று அதட்டினாள் சுபா. அவள் வாய் சுவாரஸ்யமாகக் கருவாட்டுத் துண்டை மென்று கொண்டிருந்தது.

''சரி, போனாப் போகுது. பிழைச்சுப் போ. சாப்பிட்டுக்கோ'' அவளிடம் டிபன் பாக்ஸைத் தள்ளினாள், சுபா.

தன்னை நோக்கி மண் தரையில் விழுந்து வந்த டிபன் டப்பாவைப் பதறிப் பிடித்துக் கொண்டாள் ஜகி. அவள் உதடுகள் உருண்டு கொண்டன. கண்கள் நீண்டு நீர்ச் சிவப்போடிருந்தன. அவள் அடக்க அடக்கப் பொறுக்காமல் அந்த அணை சட்டென்று கீறல் விட்டது. சிறு விசும்பல் வேறு. அடிபட்ட மைனாவுடையது மாதிரி. கண்ணில் பொங்கிய நீரை அவசரமாக இரண்டு உள்ளங்கைகளாலும் பொத்திக் கொண்டாள்.

பொன்னி துடித்துப் போனாள் ''அழாத ஜகிக்கா, அழாத'' என்று அவள் குரல் பதறியது. ''யே, சும்மா கிண்டல்பா. இதுக்குப் போய் அழுவாங்களாக்கும்?'' என்றாள் சுபா.

லதாவுக்கு என்ன சொல்வதென்று புரியவில்லை. தங்கையின் கண்ணீர்க் கோடுகளைப் பார்த்துக்கொண்டு உட்கார்ந்திருந்தாள். ''சரி, சரி, வேணாம் வேணாம். நீ இப்பச் சாப்பிடுவியாம். சாப்பிடு ஜகி. ப்ளீஸ் ப்ளீஸ்'' என்று முகத்தைக் கெஞ்சலாக வைத்துக் கொஞ்சினாள் சுதா, ''எனக்கு ஒண்ணும் சாப்பாடும். கீப்பாடும், கூப்பாடும் வேணாம்'' என்று தன் டிபன் டப்பாவை மூடி விட்டாள் ஜகி. அழுகை அதன் பாட்டில் தொடர்ந்து கொண்டிருந்தது. ''சாப்பிடு ஜகிக்கா, அப்புறம் நானும் சாப்புட மாட்டேன் போ'' என்று அடுத்த அழுகையைப் பொன்னி தொடங்கி விடுவாள் போலிருந்தது.

''போச்சுடா, இது இவ்வளவு பெரிய பிராப்ளமாவா ஆவும்? ஐ நெவர் தாட். ஓ.கே. சாப்பிடுங்க பெல்லடிச்சடுவாங்க'' என்றாள் லதா.

சுபா ஜகியின் டிபன் பாக்ஸைத் திறந்து வைத்தாள்.

''நல்ல பிள்ளை, சாப்பிடுவியாம்''

''அப்புறம் தனராணி சித்தி என்னைத்தான் திட்டுவாங்க'' என்றாள் அவள். ஒரு வழியாக நின்ற கண்ணீரோடும் சிவந்து வீங்கிய முகத்தோடும் சாதத்தை ஒரு பருக்கை எடுத்தாள் ஜகி.

''இப்படித்தான் சிட்டுக் குருவி மாதிரி சாப்பிடுவாங்களாக்கும் அப்புறம் நீ வளரவே முடியாது. குள்ளத் தாரா மாதிரியே இருப்ப'' என்று விரலை ஆட்டிப் பயமுறுத்தினாள் லதா.

''இல்ல, லில்லிபுட் மாதிரி'' சிரித்த சுபா சுதாரித்துக் கொண்டு ''யே. நீ சும்மாயிரு. மறுபடி அழுதுருவா. நிறைய அள்ளி வேகமாகச் சாப்பிடு ஜகி, தாத்தா பெல்லடிச்சுடுவாரு'' என்று அவள் தன் சாதத்தில் கொஞ்சம் பொன்னிக்கும் அள்ளி வைத்துவிட்டு அவசர அவசரமாகச் சாப்பிடத் தொடங்கினாள். சாப்பிட்டு முடித்த மாணவிகளின் பேச்சொலி கிளிக் கூச்சல் போலக் கேட்டது. அவர்கள் கைகழுவும் இடத்தில் முண்டியடித்துக் கொண்டு, இடித்தபடியிருந்தார்கள். சப்புக் கொட்டியபடியே, ''பெரியம்மா கருவாடு சூப்பரா பொரிக்கிறாங்க'' என்று பொன்னியை வலிக்காமல் குட்டினாள் லதா. கணகணவென்று பெரிய வெண்கல மணியைப் பிடித்திழுத்து அடித்தார், பெல் தாத்தா. கிளாஸ் ரூமிற்குள் கொலுசுக் கால்கள் ஓடின.

மதியம் திடீரென்று ஆசிரியைகளுக்கு ஏதோ கூட்டம். பெல் தாத்தா மணியடிக்காத குறைதான். மற்றபடி பிள்ளைகளை அவிழ்த்து விட்டாயிற்று, செவன்த் ஏயில் ஜகி. ராதிகா, கீதா மற்றும் ஆறாம் வகுப்பு பி கிளாஸ் பொன்னி, பூங்குழலி, எய்த் லதா, நைன்த் சுபா எல்லோரும் பள்ளி மைதானத்தின் வடக்கு மூலையில் உள்ள இலவ மரத்தடி நிழலுக்கு ஓடினார்கள். அங்கேதான் காம்பவுண்ட் சுவரை உயர்த்தவென்று மூன்று, நான்கு வண்டி மணலடித்துப் போட்டுக் கிடந்தது. அன்னை மாதா கோயில் தளத்திற்குப் பதித்திருந்த பளிங்குக் கற்களின் உடைசல்கள் குவிந்திருந்தன. பற்றாக்குறைக்குக் கொஞ்சம் செங்கற்களும், ஜல்லிகளும் கூட. பிள்ளைகளின் குதூகலத்திற்கும் விளையாட்டிற்கும் வேறென்ன வேண்டும்? நேரம் போனதே அவர்களுக்குத் தெரியவில்லை. மணலாலும் உடைசல்களாலும் மாளிகை கட்டினார்கள்.

"வகுப்பு நேரத்தில் டீச்சர்ஸ் இல்லன்னாக்கூட, நீங்கள் எங்க இருக்கணும்?" - அங்கே வந்த இஸபெல்லா டீச்சர் மெல்லிய கோபத்தால் குரல் மாறிப் போய்விடாமல் சாந்தமாக வைத்துக் கொண்டிருந்தார். ஆனால் அந்தக் கன்னத்தில் மட்டும் ரத்த ரேகைகள் வலை போலப் படர்ந்தன.

"க்ளாஸில்தான் இருக்கணும் டீச்சர்" என்றாள் ராதிகா நடுங்கும் குரலில்.

"வகுப்பு நேரத்தில் டீச்சரோடு நீங்கள் எந்த மொழியில் பேச வேண்டும்" இஸபெல்லாவின் கேள்வி ஆங்கிலத்தில் இருந்தது.

"இங்கிலிஷ்" என்றாள் ராதிகா. இல்லாவிட்டால் ஒரு ரூபாய் அபராதம் என்பதை அவள் மறந்து விட்டிருந்தாள்.

"இதென்ன அது?"

அவள் சுட்டு விரல் நீண்ட இடத்தில் அழகிய அந்த மணல் மாளிகை இருந்தது. இலவ மரத்தைச் சார்ந்து காம்பவுண்ட் சுவர் வரை அது நீண்டது. பளீரென்று வெண்பளிங்குச் செவ்வகங்கள் அதன் வெளிச் சுவர்கள். சரியான முக்கோணப் பளிங்குத் துண்டுகள் உள் கட்டிடத்திற்குக் கூரையாக இருந்தன. நடைபாதையில் பொடி ஜல்லி பரவி இருந்தது. செம்பருத்திச் செடியின் சிறு கிளைகள் அந்தக் கட்டிடத்திற்கு இரு புறமும் மரங்களாக அடர்ந்து அழகூட்டின.

"இது எங்களோட ஏசு கோயில் டீச்சர்"

வியப்பையும், ரசிப்பையும் மறைத்து இஸபெல்லா ஆழ்ந்த கடுகடுப்பை முகத்திற்கு வரவழைத்துக் கொண்டாள்.

"டீச்சர் இல்லன்னா ஏதாச்சும் புத்தகத்தை எடுத்துப் படிக்கிறது. இல்லை. நடத்தின பாடத்தை எழுதிப் பார்க்கலாமே? இந்த வேல உங்கள யார் பார்க்கச் சொன்னது?" கண்களில் கூர்மையான முறைப்பு. இருந்தாலும் அவர் மனம் கட்டிடத்தின் நேர்த்தியான கூம்பு வடிவமைப்பையும், அதன் உச்சியில் வாகாகச் செருகப்பட்டிருந்த ஈர்க்குச்சிச் சிலுவையையும் வியந்து பார்த்தது.

''கேட்கிறேனில்ல, யார் சொல்லிப் பண்ணின வேல இது ?''

''யாருமே சொல்லல டீச்சர். நாங்களாவேதான்'' என்றாள் பூங்குழலி ஈனஸ்வரத்தில். இஸபெல்லா பொத்துக்கொண்டு வந்த சிரிப்பைக் கீழுதட்டைக் கடித்து அடக்கிக் கொண்டார்.

''சுத்துச் சுவர் கட்டிய கொத்தனார் யார்'' டீச்சர் புருவம் நெரிந்ததில் இருந்து குரலில் இருப்பது வேடிக்கையா ? கோபமா என்று கண்டுகொள்ள முடியாத மாணவிகள் மௌனம் காத்தனர். டீச்சரின் முகத்தையே பார்த்துக் கொண்டிருந்தாள் கீதா.

''நீதானா அது ?'' அவள் பதில் சொல்லவில்லை. உம்மென்று நின்றிருந்தாள்.

''சொல்லு, நீயா ?''

அவள் தலையை மட்டும் ஆட்டினாள். இன்னும் ஒரு சிறு அசைவில் கண்ணீர்த் துளிக் கன்னங்களில் தெறித்துவிடும். டீச்சரின் முகம், சட்டென்று இறுகி முறுகிய கட்டுகள் தளர்ந்து புன்னகைத்தது.

''ரொம்ப நல்லாக் கட்டிருக்கீங்க, கொத்தனார். இவ்வளவு அழகான சுத்துச் சுவரை நான் பார்த்ததே இல்லை''

இப்போது சிறுமிகள் முகத்தில் நிம்மதி பூத்தது.

''அதுசரி, பிளான் போட்ட என்ஜினியர் யார் ?''

''எல்லோரும்தான் டீச்சர்'' என்று பதில் வந்தது உடனடியாக.

''நல்லது, ரொம்ப நல்லது''

''டீச்சர் நாந்தான் முன்னாடி இருக்கிற ரூம்பு கட்டினேன்''

''நடைபாதை நான், டீச்சர். ஜன்னல் வச்சது, ராதிகா''

''தோட்டம் நான் நட்டது டீச்சர். நல்லாருக்கா'' அடுத்தடுத்த வாக்கியங்கள் வந்து குவிந்தன, டீச்சர் முன்.

''டீச்சர், சிலுவை நான் செஞ்சேன் டீச்சர்'' என்றாள் பூங்குழலி.

"நல்லா பிடிக்குது. ரொம்பவே பிடிக்குது"

"இந்தக் கற்பனை, ஐடியா எல்லாமே நல்லாயிருக்கு. ஆனா, இது உங்கள் பாடத் திட்டத்தில் இல்லையே, இது விதிமுறைக்குப் புறம்பானது இல்லையா? ஹெட் மிஸ்ட்ரசுக்குத் தெரிஞ்சா, கோவிச்சுப்பாங்களே" என்றார் இஸபெல்லா.

"என்னதான் அழகுன்னாலும் எப்படிப்பட்ட கலைப் படைப்புன்னாலும் எத்தனையோ சந்தோஷம் தந்துச்சுன்னாலும் சட்ட திட்டங்களுக்கு மீறி நடக்க நமக்கு அனுமதியில்லையே? அதுக்குத் தண்டனையும் உண்டு" டீச்சரின் சொற்கள் துவண்டன.

"சரி, நீங்கள் இப்போது வகுப்பறைக்குப் போகலாம்?"

பிள்ளைகள் மௌனமாகத் தலையாட்டின.

"இந்தக் கட்டிடத்தை கலைச்சு... சரியாக்கிவிட்டு" டீச்சரின் குரலில் உறுதி. லேசான வருத்தம்.

சுவர்களைப் பிரித்த சிறு விரல்கள் கற்களாக அடுக்குகின்றன. நடைபாதை சுருட்டப்பட்டு, வெறும் ஜல்லிக் குவியலாகியது. கூம்புக் கூரை தரையில் சரிந்தது. சிலுவை வெறும் இரு குச்சிகள் தான் இப்போது.

இஸபெல்லா டீச்சரின் முதுகையே பார்த்தபடி மாணவிகள் வகுப்பறைக்குத் திரும்பினர்.

பெல் தாத்தா, வெண்கல மணியின் கயிற்றை ஒரு சிறுவனின் உற்சாகத்தோடு பிடித்தசைத்தார். வகுப்பறையில் மௌனம் இறுகியது. புத்தகங்கள் பிரிபட்டன. உதடுகள் கவனமின்றியே உறைந்தன.

மேரி டீச்சர் கொண்டையை அழுத்திக் கொண்டு நியூ மேத்ஸ் பாடங்களோடு வகுப்பறைக்குள் நுழைந்தாள். அவள் குரல் ஓங்கி ஒலிக்க ஆரம்பித்தது.

27

சுமித்ரா சூட்கேஸைத் திறந்து புடவைகளை வெளியில் எடுத்து வைத்தாள். மடிப்புக் கலையாத அழகிய மென்மையான புடவைகள். சுமி தாவணியில் இருந்து புடவைக்கு மாறுவதையும், அவள் திருமண வாழ்வில் நுழைவதையும் கருத்தில்கொண்டு, அவள் அம்மா ஆசை ஆசையாகத் தேர்ந்தெடுத்தவை. சரிகைக் கொடிகள் ஓடும் மெல்லிய நைலான். பட்டின் மிருதுவோடு, ஆனால் கனமற்ற பெங்களூர், மைசூர் சில்க் புடவைகள். டெல்லி, சூரத் சேலைகள். நீலநிற நீர்த் தடாகத்தில் வயலட் தாமரைகள் மிதக்கிறது ஒரு சேலையில். இன்னொன்றில் வெள்ளிப் புட்டாக்கள் தெறித்துக் கிடக்கின்றன.

ஒவ்வொரு புடவையையும் பெட்டியில் எடுத்து வைக்கும்போது, சுமி அதைக் குறித்து அழகழகான கற்பனைகளையும் பொதிந்து வைத்தாள். அவனுடன் கோக்கர்ஸ் வாக்கின் அழகிய வளைவான பாதையில் நடக்கும்போது இந்தத் தாமரைக் கொடிச் சேலை பாந்தமாக இருக்கும். வெண் நட்சத்திரங்கள் மின்னும் செம்பட்டு அவன் மார்பில் முகம் புதைக்கும்போதுதான் தன் நிறைவான அழகை அடையும்.

சுமி ஒவ்வொன்றாக எடுத்துக் கட்டிலில் வைத்தாள். தானும் மடிப்புக் கலையாத, விரல்கள் படாத, வாசனை நுகரப்படாத, பிரிக்கப் படாத புத்தம் புதிய புடவையே போலாகி கட்டிலில் மடிந்து கொண்டாள்.

தங்கராஜா, ''இருதலைக் கொள்ளி எறும்பென்றால், நான்தானா? அவள் என்னதான் செய்வாள் பாவம். எத்தனை கனவுகளோடிருந்தாளோ - எவ்வளவு ஆசையாகச் சொன்னாள் அத்தான் என்று கூப்பிடவான்னு? அதில் எத்தனை பாட்டுகள் வேறு தேடித் தேடி முனகினாள்'' என நினைத்தான்.

அன்புள்ள அத்தான் வணக்கம், திருமணம் ஆகுமுன் வேண்டாம் பிணக்கம்.

பருவம் நிறைந்திருந்தும் எனக்கென்ன சுகமே, பருகும் இதழிரண்டு...

"அதென்ன அத்தான்? தேவடியாக் குடிபோல், நல்ல குடும்பத்துப் பொண்ணா?" சுரீரென்று நெருப்புச் சாட்டைகளாக வார்த்தைகள்.

"அந்தச் சொற்களை அம்மா எப்படிச் சொல்ல முடிந்தது? ஆனால் நான் ஏன் அம்மாவை எதிர்த்து எதுவும் சொல்ல முடியாத கையாலாகாதவனாக இருந்து விட்டேன்? அவள் மனம் எப்படி வெறுத்ததோ? நொறுங்கியதோ? ஆனா, அம்மா சொல்வதும் சரிதான். பொம்பளங்களை வைக்கிற இடத்தில் வைக்கணும். எடத்தைக் கொடுத்தா மடத்தையே பிடிப்பாளுங்க"

"இங்கிருந்து அவளை நாலு நாள் எங்காவது கூட்டிப் போகலாம் என்றுதான் இந்தக் கொடைக்கானல் திட்டம். நண்பனிடம் சொல்லிக் காட்டேஜ் ஏற்பாடு பண்ணியாயிற்று. வாசலில் காரும் வந்து நின்று விட்டது. அவளது பாதங்கள் மெட்டியும் கொலுசும் அணிந்து அடுப்படிக்கும் சமையலறைக்கும் நடந்து கொண்டிருந்தன. பெட்டிகள் கார் டிக்கிக்கு ஏறியும் ஆயிற்று. அப்போதுதானா அம்மாவுக்கு உடம்பு முடியாமல் போக வேண்டும்? அம்மாவும் பரிதாபத்துக்குரியவள்தான். திடீரென்று எவ்வளவு நீலம் பாரித்துவிட்டது அவள் முகம்"

அவள் கண்கள் சிவந்து செருகிப் போயின.

"எனக்கு ஒண்ணுமில்லை, தம்பி. நீங்க போயிட்டு வாங்க. இருந்திருந்து கிளம்பினீங்க. ஆசை, ஆசையா" என்று எத்தனை கனிவோடும் பெருந்தன்மையோடும் சொன்னாள் அம்மா? 'ஆனால் அவளை இப்படி விட்டுவிட்டுப் போக நான் என்ன மிருகமா' - ராஜா நினைத்துக் குமைந்தான்.

"இல்லம்மா, இன்னொரு நாள் போனாப் போச்சு, நீ காரில் ஏறு டாக்டரிடம் போகலாம். கொடைக்கானல் எங்கியும் ஓடிடாது"

"இல்லடா ராஜா, எனக்கொண்ணும் இல்ல. நீ போயிட்டு வா. சும்மா லேசா நெஞ்சடைச்சுச்சு. அம்புட்டுத்தேன்"

"சரி, வா ஆஸ்பத்திரிக்குப் போயிட்டு வந்துடலாம்"

பெட்டிகள் கார் டிக்கியில் இருந்து வராண்டாவிற்கு வந்துசேர்ந்தன. பூட்டப்பட்ட விழைவுகள் போன்ற பெட்டிகள். சுமி ஏங்கிய முகத்தோடு வாசலில் நின்றிருந்தாள். அவன் அவள் முகத்தைப் பார்ப்பதைத் தவிர்த்து, காரில் அம்மாவோடு ஏறி, "சீக்கிரமாகப் போங்க டிரைவர்" என்றான்.

அம்மா ஒரு பாவமும் அறியாத குழந்தையைப்போல் மகனுடைய உள்ளங்கையைப் பற்றிக் கொண்டாள். புருஷனின்றி ஆண் துணையற்று வளர்த்து ஆளாக்கியவள் - அவள்தான் என் உயிர். அவள் உடல்நலம் குறித்துக் கவலையாக இருந்தது.

என்ன பொல்லாத கொடைக்கானல் - கார் வேகமெடுத்தது. சுமியின் முகம் வெறுமை புள்ளிகளாகிக் கரைந்து போயிற்று.

சுமி வீட்டில் தனியே நின்று கொண்டிருந்தாள். நாவல்பழக் கலர் புடவையைக் கொடியில் அவிழ்த்தெறிந்து நைட்டிக்கு மாறினாள். பிரிக்கப்படாத பயணப் பெட்டிகள் அவள் நெஞ்சில் பாரமாக ஏறின.

28

பள்ளியின் பெரிய வெண்கல மணியை வாட்ச்மேன் தாத்தா அடித்தபோது 4.30க்கு ஒரு நிமிஷம் கூடவோ குறையவோ இருக்காது. அவ்வளவு துல்லியம். 11.30-க்கு சிறு இடைவேளை. ஒரு மணிக்கு மதிய இடைவேளை. எல்லாமே அதே துல்லியத்தோடுதான். இன்று மாலை மணியடித்த நிமிஷத்தில் 8-ஆம் கிளாஸ் மாணவர்கள் வெளியே வந்து விட்டார்கள். காத்திருந்தாற்போல் பிள்ளைகள் ஸ்கூல் பஸ்ஸிற்கு ஓடிவிட்டார்கள். ஜகிதான் அறைக்குள் மிஞ்சியவள். அவளுடைய கோனார் நோட்ஸைக் காணோம். நேத்துதான் காக்கி அட்டையும் அதற்கு மேல் பாலிதின் பேப்பர் கவரும் போட்டுப் பின்னடித்து வைத்திருந்தாள். தன் டெஸ்கின் அடியில் குனிந்து தேடோதேடென்று தேடியும் அது இருக்குமிடம் தெரியவில்லை.

வகுப்பு மாணவிகள் ஒருத்தியும் நிற்கவில்லை. அவளுக்கு அழுகை வந்துவிடும் போலிருந்தது. மறுபடியும் நிதானமாக அங்குலம் அங்குலமாக வகுப்பறை முழுக்கத் தேடினாள். அது கிடைக்கவில்லை. யாருக்காவது இரவல் கொடுத்தோமோ என்று யோசித்து யோசித்துப் பார்த்தாள். இல்லையென்றுதான் தோன்றியது. உறுதியாகச் சொல்ல முடியவில்லை. ஜாதிகள் எல்லாம் ஒழித்தாலும் கோனாரை ஒழிக்க முடியாது என்று தமிழாசிரியை சொன்னது இந்தச் சமயம் பார்த்து ஞாபகம் வந்து சிரித்துவிட்டாள். நாற்காலி மேஜைகள் நிறைந்த அறையில் கரும்பலகைக்குமுன் தனியொருத்தியாகி உட்கார்ந்திருப்பது மிக விசித்திரமானதொரு அனுபவமாக இருந்தது.

ஏதோ நினைப்பில் பைக்குள் கை விட்டுத் துழாவினால், அங்கே உட்கார்ந்து கொண்டிருக்கிறது இந்தக் கோனார் நோட்ஸ். பத்திரமாக அதை உள்ளே திணித்தாள். பையைத் தோளில் மாட்டிக் கொண்டு வேப்ப மரங்களின் குளிர்ந்த நிழல் விட்டங்களைத் தாண்டி ஓடும்போதே ஸ்கூல்

பஸ் கிளம்புவது தெரிந்தது. லதா, ''சுபா, வேணி, பானு, மிஸ் நான் வரேன்'' என்றெல்லாம் கத்தினாள். ரெண்டு கைகளையும் அசைத்தபடியே வாசலை நோக்கி ஒடினாள். அவள் வருவதை யாரும் கவனிக்கவில்லை. ''இந்தப் பொன்னி எருமமாட்டிற்குக் கூட வர நான் வரலனு தோணல'' நினைத்தவுடன் அவளுக்கு அழுகை வந்துவிட்டது.

அவள் செய்வதறியாது பஸ் நிற்கும் இடத்தில் நின்று கொண்டிருந்தாள். ''நான் எவ்வளவு பெரிய முட்டாள். பஸ் வந்துடுமேன்னுகூடத் தெரியாமல் நோட்டைத் தேடிக்கிட்டிருக்கேன். யாருக்குமேவா என் ஞாபகம் வராமல் போயிருக்கும்? இந்நேரம் எல்லாப் பிள்ளைகளும் வீடு போய்ச் சேர்ந்திருப்பாங்க, அம்மா என்னக் காணோம்னு என்னெல்லாம் நெனைச்சுப் பயப்படுவாங்களோ. எல்லா டீச்சர்ஸும் விட்டுப் போயிட்டாங்க போல. ஹாஸ்டல்ல தங்குற சிஸ்டர்ஸும் பிள்ளைங்களும் அங்கிட்டு இருக்காங்க. எனக்கு ரொம்ப பயமா இருக்கே. இப்ப நான் என்ன பண்றது. இப்ப நானே நடந்தே வீட்டுக்கும் போயிடலாமா? வீடு ஒரு ஊர் தூரம்னு உஷா சொல்வா. அல்லது கடைக்குப் போலாம்னா எனக்குச் சரியா வழியே தெரியாதே. எனக்கு ரொம்பப் பசிக்குது. பயமாயிருக்கு'' எனப் புலம்பினாள் ஜகி.

ஜகியின் நிராதரவை அறிந்தாற்போல் வாட்ச்மேன் தாத்தாவின் தலை வெளிவாசலில் தெரிந்தது. அவர் ஒரு தூக்கு வாளியோடு பள்ளிக்குள் நுழைந்து கொண்டிருந்தார். அவளைப் பார்த்ததும் ஆச்சரியத்தில் அவர் கண்கள் அகலமாயின. ''என்னம்மா, நீ வீட்டுக்குப் போகல? இங்க ஏன் நின்னுட்டு இருக்க?'' தாத்தாவின் வார்த்தைகளுக்குக் காத்திருந்தாற்போல் அவள் கண்கள் உடைப்பெடுத்துக் கொண்டன. அழுத கண்ணீரை மாறி மாறித் துடைத்துக் கொண்டே, ''தாத்தா நான் க்ளாஸ் ரூமில் ஒரு நோட்ஸக் காணோம்னு தேடிக்கிட்டு இருந்தேன். தேடியெடுத்துட்டு வர்றதுக்குள்ளே ஸ்கூல் பஸ் என்னைய விட்டுட்டுப் போயிடுச்சு தாத்தா'' எனச் சொல்லி முடிக்கும் முன்னே அவள் அழுகை அதிகமாகி விட்டது.

''சரி, சரிம்மா அழாத... உன் வீடு உனக்குத் தெரியுமில்ல?''

‘‘தெரியும் தாத்தா. ஆனா ரொம்பக் கரெக்டா தெரியாது!’’

‘‘சரிம்மா, உங்க வீட்டு அட்ரஸாவது தெரியுமா? இல்லையா?’’

‘‘ஆமா, தாத்தா. அது நல்லாத் தெரியும் தாத்தா’’

‘‘அப்புறமென்ன, எல்லா டீச்சரும் வீட்டுக்குப் போயிட்டாங்க. நான் ஹாஸ்டல் மிஸ் கிட்ட சொல்லிட்டு நானே உன்னக் கொண்டு வந்து வீட்டில் விட்டுறேன் ஓ.கே.வா? இப்ப இந்த டீயைக் குடிக்கிறியா? உனக்குப் பசியாய் இருக்குமே’’

தாத்தாவின் வாஞ்சையில் இன்னும் அழுகை அதிகமாகி விட்டது. அவள் கண்களைப் புறங்கையால் துடைத்துக் கொண்டே, ‘‘இல்லல்ல தாத்தா. வேணாந்தாத்தா. நீங்க குடிங்க. என்னய வீட்டில் மட்டும் கொண்டு போயி விட்டுடுங்க’’

‘‘இப்ப நீயும் நானும் இந்த டீயக் குடிக்கலாம். பிறகு மிஸ் கிட்டப் போய்ச் சொல்லலாம். அப்புறம் வீட்டுக்குப் போயிடலாம்’’ தாத்தா வேப்ப மரத்து சிமெண்ட் பெஞ்சில் உட்கார்ந்து கொண்டு சின்ன டம்ளரில் டீயை ஊற்றி ஆற்றி அவளிடம் நீட்டினார்.

‘‘வேணாம் தாத்தா வீட்டுக்குப் போகணும்’’ சிணுங்கிக் கொண்டே அவள் டீ டம்ளரை வாங்கிக் கொண்டாள்.

‘‘குடி, குடிம்மா’’ தாத்தா வற்புறுத்தவும் டீயை மெதுவாக உறிஞ்சிக் குடித்தாள். ‘‘என்ன அருமையான ருசி! எவ்வளவு சூடாகவும் அற்புதமாகவும் இருக்கு! இதவிட அற்புதமான டீயை நான் வாழ்க்கையில குடிச்சதில்ல’’ நினைத்து மடமடவென்று குடித்து முடித்தாள். இன்னும் கொஞ்சம் வேணுமா என்று அவர் மறுபடி ஊற்றியதையும் தாத்தா உங்களுக்கு? என்று கேட்டுக்கொண்டே குடித்தாள். மேரி மாதா சொரூபம் நிற்கும் சேப்பலில் பிரார்த்னை செய்து கொண்டிருந்த இஸபெல்லா சிஸ்டர் வணங்கி சிலுவை போட்டு முடித்துவிட்டுக் கொஞ்சம் காலாற நடக்கலாம் என்று மைதானம் தாண்டி வந்தாள். நீலமும், ரோஜா நிறமும் கலந்த யூனிபார்ம் பாவாடை அவள் கண்ணில் படவும், துரிதமுற்றது அவள்

நடை. வாட்ச் மேன் தாத்தாவும் வேகமாகி அவளை நோக்கி நடந்தார்.

''என்னாச்சு? ஏன் இந்த மாணவி இங்க இருக்கா?'' சிஸ்டர் பதற்றத்துடன் கேட்டார். ''சிஸ்டர், இது வகுப்பில் எதயோ தேடிட்டு இருந்துச்சாம். பஸ் போயிட்டாப்ல'' என்றார் தாத்தா. ஜகி எழுந்து மரியாதையுடன் நின்றாள். சிஸ்டரின் முகத்தை தூரத்தில் கண்டதுமே கடவுளையே தரிசித்ததுபோல் அவள் அழுகையெல்லாம் போய் மனம் நிம்மதியுற்று இருந்தது. எப்போதுமே அப்படித்தான். மாணவிகள் இஸபெல்லா சிஸ்டரையே பள்ளிக்கு வந்ததும் பார்க்க விரும்புவார்கள். கும்பலாக மரத்தடியில் காத்திருப்பார்கள். ஹாஸ்டலுக்கும் ஸ்கூல் மைதானத்திற்கும் இடைப்பட்ட பாதை நுனியில் ஒரு புள்ளி நட்சத்திரமாகச் சிஸ்டரின் உருவம் தெரிந்ததும், ஹே, சிஸ்டர் வராங்க என்று மகிழ்வார்கள் மாணவிகள். சிஸ்டர் அருகில் வந்ததும் அவர்களின் முகங்கள் பிரகாசம் அடையும். நான் முதல்ல, நான்தான் பர்ஸ்ட் என்று போட்டி போட்டுக்கொண்டு ''குட்மார்னிங் சிஸ்டர்'' ''சிஸ்டர் குட்மார்னிங்'' ''வணக்கம் சிஸ்டர்'' என்று காலை வணக்கங்களை சிஸ்டர் மேல் கொட்டுவார்கள். இனம் தெரியாத கவர்ச்சியும், ஈர்ப்பும், பிரியமும் பிள்ளைகளுக்கு இஸபெல்லா மேல் கூடியிருந்தன. அது ஏன் என்ற வியப்பும் அதற்குத்தான் தகுதியானவளா என்ற கூச்சமும் கொண்டவராகத் தலையசைத்தும் புன்னகைத்தும் அவர்கள் முகமன்களை ஏற்பார் இஸபெல்லா. இப்போது ஜகி அதே விதமான உணர்வைத்தான் கொண்டாள். ''சிஸ்டர் என்னய விட்டுட்டு பஸ் போயிருச்சு'' விசும்பலோடு சொன்னாள் அவள்.

''சரி, அழாத, தைரியமா இருக்கணும்'' சிஸ்டர் யோசித்தவாறே சொன்னாள். ''அம்மா தேடுவாங்க சிஸ்டர். பயந்திருப்பாங்க'' என்றாள் ஜகி.

''வீட்டில் போன் இருக்கா?'' சிஸ்டர் கேட்டதும், ''ஓ! இருக்கு சிஸ்டர்'' என்று எண்களைச் சொன்னாள் அவள்.

''வாட்ச் மேன், ஹாஸ்டல்ல போய் இந்த நம்பருக்குப் போன் செய்து இவ இங்க இருக்கானு சொல்லிடுங்க''

"சரிங்க சிஸ்டர்"

"நீங்க கொண்டு போய் விடுறது அவ்வளவு சரியா வராது. தவிர, நீங்க கேட்டில் இருந்தாகணுமே"

"ஆமாங்க சிஸ்டர்"

"அதனாலே, நானே இவளைக் கொண்டுபோய் விட்டுட்டு வந்துடறேன். நீங்க போன் மட்டும் உடனே பண்ணிச் சொல்லிடுங்க, வாம்மா"

ஜகி நிம்மதியாகிப் பையைத் தோளில் மாட்டிக் கொண்டாள். சிஸ்டரும் அவளும் பள்ளிக் கட்டிடத்தை விட்டு வெளியே வந்தார்கள். தெரு நடமாட்டமேயில்லாமல் இருந்தது. மாங்காய்த் துண்டம் விற்கும் பாட்டிகூட இல்லை. தூரத்தில் போன ஆட்டோ ஒன்று சிஸ்டர் கையசைத்துக் கூப்பிட்டதும் அருகில் வந்தது. சிஸ்டரின் அருகே உட்கார்ந்தபோது ஜகதீஸ்வரி மிகவும் பெருமிதமாக உணர்ந்தாள். சிஸ்டரின் தோளோடு அவள் ஒட்டும்படி உட்கார்ந்தது அவளுக்கு வெட்கமாகவும் சந்தோஷமாகவும் இருந்தது.

"எங்க போகணுங்க" ஆட்டோக்காரர் கேட்டார்.

"உன் வீட்டு அட்ரஸ் என்ன?"

"சோமலாபுரம், அழகம்மன் கோவில் தெரு"

நல்ல பெண். - சிஸ்டரின் உள்ளங்கை அவள் முதுகில் பதிந்தது. அவளுக்குள் ஒரு வெதுவெதுப்பான மின்னல் ஓடியது. மின் விளக்குகள் எரியத் தொடங்கி இருந்த ரோட்டில் ஆட்டோ ஒரு தங்க ரதம்போல் ஓடுவதாக ஜகி உணர்ந்தாள். ஒரு தேவதையின் அருகில் மிக அருகில் நெற்றி உரசுமாறு பக்கத்தில் உட்கார்ந்து பார்த்தபோது மஞ்சள் பூசாமலேயே அந்நிறத்தின் மினுமினுப்போடு தெரிந்தது. அவள் பார்ப்பதை உணர்ந்த சிஸ்டர் தன் நெற்றி முக்காட்டை இன்னும் இறக்கி விடவும் சுதாரித்து பார்வையைத் திருப்பிக் கொண்டாள். சிஸ்டரிடம் இருந்து என்னவென்று கண்டுபிடிக்க முடியாத ஒரு இனிய நறுமணம்

கமழ்ந்தது. சிஸ்டரின் சுண்டுவிரல் மிகவும் சின்னதாக இருந்தது. சீராக வெட்டப்பட்ட சின்னஞ்சிறு நகம் இளஞ்சிவப்பாகவும் உறுத்தாத பளபளப்போடும் தெரிந்தது. முழங்கைக்குக் கீழ் நீண்ட அங்கி அவள் கைகளின் அழகைக் கொஞ்சமும் குறைக்க முடியவில்லை.

நவ்வாப் பழம் விற்றுக் கொண்டு போகிற பெண்ணும், வண்டி நிறைய வேர்க்கடலையைக் குவித்து ஆவி பறக்க வின்கின மனிதனும், சூடான பருத்திப் பால் என்று சைக்கிளில் போகிறவரும் தினம் பார்க்கிறவர்கள்தாம் என்றாலும், இன்று புதிய முகமும், பொலிவும் கொண்டவர்களாக இருக்கிறார்கள்.

''சோமலாபுரத்தில் எங்கே ? அம்மன் கோவில் தெருவா ?''

''எங்க வீட்டுக்குப் பக்கத்தில் பெரிய ஆல மரம் இருக்கும் சிஸ்டர். நெறய கோயில் எல்லாம் இருக்கும். அதோ அந்தத் தெருதான்'' என்று உற்சாகமாகச் சொன்னாள் ஜகி.

வாசலில் சிறு கூட்டம் கூடியிருந்தது. அம்மா ஊரைக் கூட்டாமல் இருந்தால்தான் ஆச்சர்யம். ஆட்டோவிலிருந்து தயங்கிக் கொண்டே இறங்கினாள் ஜகி. இதோ வந்துட்டா, வந்துட்டா என்று சித்திகள் சொல்லினர். பொன்னியும் பவானியும் அழுவதுபோல் நின்றிருந்தார்கள். அம்மா நறநறவென்று பல்லைக் கடித்துக்கொண்டே ''உள்ளே வா சொல்றேன். எங்க போய்த் தொலைஞ்சே, சனியனே'' என்று முதுகில் ஓங்கி அறைந்தாள்.

இந்தக் களேபரத்தில் உள்ளே ஆட்டோவிலிருந்து கீழே இறங்கித் தயக்கத்துடன் நின்றிருந்த இஸபெல்லா சிஸ்டரை யாருமே கவனிக்க வில்லை. அடிச்ச ஒலி கேட்ட சிஸ்டர் பதறி வீட்டுக்குள் நுழைந்தாள். அம்மாவின் முகம் அவளைப் பார்த்ததும் சங்கடத்தில் குன்றியது.

''வாங்க சிஸ்டர்'' என்றாள் கலங்கிய குரலில். ''அடிக்காதீங்க. அவ ஏதோ நோட்டக் காணோம்ன்னு தேடுறப்ப பஸ் விட்டுட்டுப் போயிருச்சு. அவ மேல ஒரு தப்புமில்ல'' என்று சொன்னதும் அம்மாவின் முகம் அமைதியுற்றது.

கூடத்தில் கலைந்து கிடந்த செய்தித்தாள்களையும் பள்ளிக்கூடப் பைகளையும் அம்மா ஒழுங்கு செய்தாள். வயர் பின்னிய சோபாவில் குஷனைப் போட்டு உட்காருங்க சிஸ்டர் என்று பணிவோடு அம்மா சொன்னதும் நன்கு நிமிர்ந்து வெகு இயல்பாகி உட்கார்ந்து கொண்டார் சிஸ்டர். அம்மாவும், சிஸ்டரும் நெடுநாள் பழகியது போல் உட்கார்ந்திருக்கும் பாங்கு, ஜகி தன் முதுகில் வாங்கிய அறையை மறக்கடித்து விட்டது. அவளுக்குசந்தோஷமும் கட்டுக்கடங்காமலிருந்தது.

அம்மாவிற்கு சிஸ்டரைப் பிடிக்கவேண்டும் என்று ஜகிக்கு ஏற்பட்ட பதற்றம் ஒரு காரணமும் அற்றது எனத் தோன்றியது. இஸபெல்லா சிஸ்டரை யாருக்குத்தான் பிடிக்காமல் போகும்? அவர் கண்களில் பிரகாசமாய் நிரம்பியிருக்கும் கருணை - குரல் உயராமல் பேசும் பேச்சு - பளீரென்று சருமத்தின் நிறம் - பதுமை போன்ற உடல் வாகு - அவர் யார் மனதையும் நொடியில் பறித்துக் கொள்ளும் வசீகரம் நிறைந்தவர் அல்லவா?

வந்தவர்களுக்கு ஏதாவது சாப்பிடத் தரவேண்டும் என்று அம்மா சிவனம்மாவிடம் அடுப்படியை நோக்கிக் கை காட்டினார்.

''பிள்ளைகள் எப்போதும் உங்களைப் பத்தித்தான் பேசிக்கும்'' என்றாள் அம்மா. அவள் கண்கள் மடிப்புக் கலையாத காவி நிற அங்கியையும், விரல் நுனிகளின் மென் சிவப்பையும் புன்னகை மாறாத கண்களையும் லேசாகச் சுழித்த உதட்டு நுனியையும் பார்த்துக் கொண்டே இருந்தன.

''இவ வரலைன்னதும் பதறிப் போயிட்டோம். இவங்க அப்பா கடையிலிருந்து நாலு பேரை ஸ்கூலுக்கு அனுப்பி வைச்சார். அதுக்குள்ளே ஸ்கூலில் இருந்து போன் வந்ததும்தான் நிம்மதியாச்சு. நீங்களே கொண்டு வந்து வீட்டில் விட்டதில் ரொம்ப நன்றிங்க டீச்சர்'' என்றாள் அம்மா.

''சாப்பிடுங்க சிஸ்டர்'' என்று கேக் துண்டங்கள் நிரம்பிய தட்டை சிஸ்டர் முன்னிருந்த டீபாயில் வைத்துச் சொன்னாள். ''எதுக்குஇதெல்லாம் இப்ப?'' சிஸ்டரின் குரல் லஜ்ஜையோடு இருந்தது. ''வராதவங்க வந்திருக்கீங்க, சாப்பிடுங்க சிஸ்டர், ப்ளீஸ்'' என்றாள் அம்மா.

அவள் ஆங்கில வார்த்தையெல்லாம் உபயோகிப்பதைப் பார்த்துப் பிள்ளைகள் ஒருவர் முகத்தை ஒருவர் பார்த்துச் சின்னப் புன்னகையைப் பரிமாறிக் கொண்டன. சிஸ்டர் ஒரே ஒரு கேக் விள்ளல் மட்டும் எடுத்துக் கொண்டார். அம்மாவுடைய காப்பி அருமையாக இருக்கிறதென்றார். ''ஆட்டோ வெய்ட் பண்ணுது. அப்ப நான் கிளம்புறேங்க'' என்றார்.

''அத நான் அப்பவே அனுப்பிட்டேன். நீங்க எங்க காரில்தான் போகணும்'' என்ற அம்மா, ''ஜகி ஸ்கூலில் எப்படி இருக்கா?'' என்றார் தொடர்ந்து.

''அவளுக்கென்ன, ஒரு பிரச்னையில்ல. நல்லா படிக்கிறா. ரொம்பப் பணிவு. என்ன எதுக்கெடுத்தாலும் ஒரு பயம்தான்'' என்று சிஸ்டர் சொன்னது அம்மாவிற்கு மிகுந்த திருப்தியைத் தந்தது. ஜகிக்கு அப்புறம்தான் மூச்சு சீராகி வந்தது.

''அதுக்கென்ன பொம்பளப் பிள்ளைங்களுக்கு கொஞ்சம் பயம் இருக்கத்தான் வேணும். என்ன சொல்றீங்க சிஸ்டர்?''

''அதுவும் சரிதான், ஆனா இவ்வளவு பயம் இவளைக் கஷ்டப் படுத்தும்மா'' என்றார். சிஸ்டர் ஏறுவதற்காக கார் கதவைத் திறந்து வைத்து டிரைவர் காத்திருந்தார். சாமி தேர் வருவதைப் பார்ப்பதற்காக நிற்பதைப் போல் எல்லா வீட்டு வாசலிலும் தலைகள் முளைத்திருந்தன. ''அப்ப, நான் வரேங்க'' என்று கை கூப்பி விடை பெற்றார் இஸபெல்லா சிஸ்டர்.

''சரிங்க சிஸ்டர், அடிக்கடி வீட்டுக்கு வாங்க. ரொம்ப ரொம்ப தேங்க்ஸ்'' என்றாள் அம்மா.

வேடிக்கை பார்த்த பிள்ளைகள் தோளை உயர்த்தி இறக்கிப் புன்னகை செய்துகொண்டனர். பொன்னி. ''அப்படி என்னத்தைத்தான் தொலைச்சுட்டுத் தேடின, சொல்லு முதல்ல'' என்றாள்.

''எல்லோரும் என்ன பஸ்ஸில் தேடவே இல்லயா? அதச் சொல்லுங்க மொதல்ல'' என்று கத்தினாள் ஜகி. ஒரு வாரத்திற்கு வீட்டிலும் பள்ளிக்கூடத்திலும் பேச ஒரு கதை கிடைத்திருந்தது.

29

தோட்டத்திலிருந்து வெகுதூரம் தள்ளியிருந்த அந்த வீட்டுச் சுவர்களுக்குள் அவருடைய சிரிப்பொலி ஒருவர் காதையும் எட்டியிருக்க வாய்ப்பில்லை. அந்தச் சிரிப்பு ரேணுகாவின் செவிகளை ஈர்த்து, சொல்ல முடியாத வசீகரத்தை ஏற்படுத்தியது. அது அவள் உணர்வுகளைத் தீண்டிக் கிளர்த்தியது. படுக்கையறையின் சுவரில் சாய்ந்து, இரு கைகளையும் ஊன்றிக் கட்டிலில் ஒரு காலைத் தூக்கி வைத்தபடி இருந்தார் கிருட்டிணசாமி. அவர் கண்களில் நீர் திரண்டது.

''இவ்வளவு தானா, இதைக் கேக்கத்தானா இத்தனை பீடிகை போட்டே ரேணு ? உனக்குத் தெரியுமா, ஏற்கனவே இந்த வீடும் தோட்டமும் உன் பெயரில்தான் இருக்கு'' ரேணுகா மௌனமாக இருந்தாள். பரமு சொன்னதின் பேரில்தான் அவள் அந்தப் பேச்சை ஆரம்பித்தாள்.

''நான் ஒண்ணு கேட்டா தப்பா எடுத்துக்க மாட்டீங்களே, கோவிச்சுக்க மாட்டீங்களே'' என்று ஆரம்பித்துத் தயங்கியபடிதான் கேட்டாள்.

கிருட்டிணசாமிக்கு எதுவும் புரிபடவில்லை. எதற்கு இந்த உழட்டு உழட்டுகிறாள் என்பதும் தெரியவில்லை. 'எதுவானாலும் சொல்லலாம் என் தங்கத்தின் மேல் ஏன் கோபம் வரப் போகுது' - என்று அவர் தந்த ஊக்கத்திற்குப் பிறகுதான் ரேணுகா மெதுவாக அதைத் தொடங்கினாள்.

''இந்த வீடு யார் பேரில் இருக்கு?'' அவர் முகம் சுருங்கும், சொற்கள் தடிக்கும் என்று எதையெல்லாமோ நினைத்தவளை, அவருடைய கலகல என்ற சிரிப்பு ஆச்சரியப்படுத்தியது. ''கொஞ்சம் பொறு, குட்டிம்மா. ஒரே நிமிடத்தில் நான் வரேன்டா கண்ணும்மா'' என்றெல்லாம் கொஞ்சிய படியே வெளியேறினார்.

கார் கிளம்பிச் செல்லும் சத்தம் கேட்டது. அவர் அதற்குப் பிறகு கோபமும், வெறுப்பும் கொண்டு ஒருபோதும் வரமாட்டாரோ என்று பயந்தாள் ரேணுகா.

பரமு, ''தோசை ஊற்றட்டுமா? சட்னி என்ன வைக்கட்டும்? விசாரிச்சயா?'' எனத் துருவினாள்.

''நீ சொன்னியேனு கேட்டு வச்சேன். வேகமா கார எடுத்துட்டுப் போனாங்க பயமாயிருக்கு பரமம்மா''

பரமு பெருக்கிக் கொண்டிருந்த துடைப்பத்தைக் கீழே போட்டுவிட்டு ரேணுகாவின் கட்டிலை நெருங்கினாள். படுத்திருந்த அவள் பாதங்களை வருடியவாறே ''நீ ஒண்ணும் கவலைப்படாதே. இப்ப சொத்தோ பத்தோ வரதானு மட்டும் பாரு. இதெல்லாம் நம்ப கைக்குள்ளதான் வச்சுக்கணும் கண்ணு. சூது, வாதோடதான் இருக்கணும் பொம்பள. வாயில்லா புள்ள பொழைக்காதம்மா'' - என்று நான்கு விரல்களால் அவள் உள்ளங்கால்களைத் தேய்த்தாள். உடல் கூசப் பாதத்தை உருவிப் புடவைக்குள் மடித்து வைத்துக் கொண்டாள் ரேணுகா.

''இப்ப ராத்திரிக்கு என்ன டிபன் செய்யணும்?'' ரேணுகா புரண்டு படுத்துக் கண்களை இறுக மூடிக் கொண்டு ''ஏதோ, அதுவா இப்ப முக்கியம்?'' என்றாள்.

''நல்லா சாப்பிடணும். உடுக்கணும். அதான் முக்கியம். அதவிட வேறென்ன முக்கியங்கிற வாழ்க்கைல சொல் கண்ணு, சரி நீ ஒரு குட்டித் தூக்கத்தைப் போடு. ஒனக்கு என்ன புடிக்கும்னு எனக்குத்தான் தெரியுமே நானே செய்யுறேன்'' என்றபடி அறையை விட்டு வெளியேறினாள் பரமு.

ஒரு மணி நேரம் போல ஆயிருக்கும். காலியான படுக்கையறையில் ரேணுகா தலையணையில் குப்புற முகத்தை அழுத்திப் படுத்திருந்தாள். வெளிப்புற கேட் திறக்கப்படும் சத்தத்திற்காகவும், கார் உள்ளே நுழையும் ஒலிக்காகவும் காத்துக் கிடந்தாள் ரேணுகா.

''நான் அதைக் கேட்டிருக்கக் கூடாது. ஏன் புத்தி இப்படி மழுங்கிப் போனது? எனக்கு இங்கே என்னதான் குறைச்சல்? அப்படி அதை எழுதி வாங்கி அலமாரியில் வச்சிப் பூட்டியுந்தான் ஆகப் போவதென்ன? போறப்ப தலைல தூக்கிட்டா போகப்போறேன்? அர்ணாக் கொடியக்கூட அத்துட்டு விட்டுடுவாங்க என்பான் மகா. ஆம், மகாதான். இப்போது ஏன்?

அவனை நினைத்தேன்? எங்கிருப்பான்? இனி எப்போதாவது அவனைப் பார்க்க முடியுமா? போதும், போதும் பார்த்ததெல்லாம் போதும். பட்டு அனுபவித்ததும் போதுண்டாசாமீ. இனிம இந்த மனுஷன் வராமயே போயிட்டா என்ன பண்ணப் போறேன்?''

கிருட்டிணசாமி வீட்டுக் கதவைத் தட்டுவதையும், பரமுவோ வீட்டு உதவியாளோ கதவைத் திறப்பதையும் கேட்டுக் கொண்டே படுத்திருந்தாள். அவள் மனதில் நடுக்கம் கூடிப் பெருகியது. நிம்மதியாக மூச்சும் ஓடியது. நீண்ட வராந்தாவைக் காலடிகள் கடப்பதை, கூடத்தின் அமைதியில் அழுத்தி ஒலிப்பதை, நிதானமாகப் படியேறி வருவதைக் கவனித்துக் கேட்டவாறு கண்களை அழுத்தி மூடிக் கொண்டாள். அந்தக் காலடிகள் அறைக் கதவை அண்டிய பிறகும், அவளால் பொறுத்துக் கொள்ள முடியவில்லை. அவள் தன்னையறியாமல் எழுந்து உட்கார்ந்தாள். உள்ளே நுழைந்த கிருட்டிணசாமியின் கண்களில் ஓர் உல்லாசமான புன்னகை. அவர் கையில் ஒரு சிறிய கறுப்பு நிறத் தோல் பை. அவளுடைய பார்வையைக் கண்டதும், உதடுகளில் விரிந்த கிருட்டிணசாமியின் புன்னகை கேலியாக உதடுகளுக்கு இறங்கி விரிந்தது.

''இந்தா'' என்று அவர் அவளிடம் அந்தப் பையை நீட்டினார். அவள் மனம் சுருங்கியது. பையோடு நீண்ட கை நீண்டபடியே இருக்க அவள் அதைப் பெற்றுக் கொள்ளவில்லை. ''இந்தா, கேட்டியேம்மா, வாங்கிக்கோ'' அவள் கையைப் பிடித்து அதில் பையைத் திணித்தார் அவர். ''அதைத் திறந்து பார்'' - எனச் சொன்னார்.

''இல்ல, இருக்கட்டும் வேணாம்'' என்றாள். ''சும்மா திறந்துதான் பாரேன்'' அவள் ஜிப்பை மிகவும் மெதுவாக தள்ளித் திறந்தாள். உள்ளே காகிதக் கற்றைகள். அவற்றை உற்றுப் பார்த்தபடி உட்கார்ந்திருந்தாள். ''அதை எடுத்துப் பாருன்னு வேறு சொல்லணுமா? எடுத்துப் பாரும்மா'' அவர் உரக்கச் சிரித்தார். அவரே அந்தக் காகிதங்களை எடுத்து விரித்துக் காண்பித்தார். ''என் பேரில் இருந்த சொத்து. இந்தப் பத்திரத்தில் தேதியப் பார்''

"உன் கழுத்தில் தாலி கட்டன அன்னிக்கே இந்த வீடு, சுத்திய தோட்டம், வெத்து இடம் எல்லாத்தையும் உன் பேரில் மாத்தி எழுதிட்டேன் பாரு" என்றார். அவர் குரல் பறைசாற்றலா, உறுதி கூறலா, காதலா, உரிமையா? சட்டென்று படுக்கையறை அலமாரியில் அவர் அந்த பத்திரங்களை வைப்பதைப் பார்த்தாள். அடுத்த கணத்திலேயே பெருந்துயரமும் அலுப்பும் கூடி அவள் நெஞ்சை நெருக்கின. படுக்கையில் சரிந்து விக்கி விக்கி அழ வேண்டும் போலிருந்தது. மரத்த உடலுடன் புரண்டபோது அவருடைய அணைப்பு தாங்க முடியாததாகி அந்த இரவு நகர்ந்தது.

30

கல்லாவை மூடி சாவியைக் கையிலெடுத்துக் கொண்டார் செல்வமணி. சரக்கு மூட்டைகளை மேற்பார்வை பார்த்து இறக்கியவர்களிடம் மதுரை மொத்தக் கடைக்கு பணமும் கொடுத்துவிடச் சொல்லி தொலைபேசியில் சொன்னார். பணம் வசூலிக்க வந்த இளைஞன் கூர்ந்த நாசியும், விரிந்த விழிகளும், மெலிந்த தேகமுமாக வழக்கமாக வருபவன்தான். மூட்டைகளைக் கோடவுனில் அடுக்கியாயிற்று. அரிசி, ஐயாரேட்டு, ஐயாரிருபது, பொன்னி, உளுந்தில் முழு உளுந்தும், கருந்தோல் உளுந்தும், உடை பருப்பும், துவரம் பருப்பு இந்த முறை மணி மணியாக இருக்கிறது. பணக் கட்டுகளை அதிகம் கடையில் வைப்பதில்லை.

''ஒரு நாலு ரூபா குறையுது தம்பி. வேற கடை பார்த்துட்டு வர்றீங்களா? அதற்குள்ளாற நான் வீட்டுக்குப் போய் எடுத்துட்டு வந்துர்றேன்''

அவருடைய வீடு நாலு தெரு தள்ளி இருப்பது இது போன்ற சமயங்களில் மிகவும் வசதியாக இருக்கிறது. நடுக்கதவு சாத்தியிருந்தது. ஸ்பிரிங் கேட் சும்மா இழுத்து வைத்திருந்தது. பிள்ளைகளின் சத்தத்தைக் காணோம். சந்தில் நிற்கும் காரும் இல்லை. கோயிலுக்கோ கடை வீதிக்கோ போயிருப்பாங்க, இந்தச் சாயங்கால நாலு மணிக்கு. கதவைத் தள்ளினார். திறந்து கொண்டது. ஏ என்று குரல் கொடுத்தார் யாரையும் பேர் சொல்லி கூப்பிடுவது அவர் வழக்கமில்லை.

செவனம்மா குளியலறையில் இருந்து ஓடி வந்தாள். ஈரப் புடவை முழங்காலுக்கு மேலேறி இருந்தது. கருத்துத் திரண்டு பளபளத்த தொடை விளிம்பை நான் பார்த்ததும் அவசரமாகச் சேலையைக் கீழே இறக்கி விடுகிறாள். ஆனால் முழுக்க நனைந்திருந்த மேல் முந்தானையை அவள் சரிசெய்த போதும் அதனால் எதையும் மறைக்க முடியவில்லை. கிண்ணுனு

இருக்காளே. திரண்டு இறுகிய அது ரெண்டும், திடமான கழுத்தில் ஏதோ ஆரஞ்சுப் பாசிச் சரம். மார்பு விளிம்பில் வடியும் நீர்க்கோடு. அவள் துவைத்துக் கொண்டிருந்திருப்பாள் போலும். பூஜையறைக்குப் போய் இரும்புப் பெட்டி கிட்ட உக்காந்தேன். அதத் திறக்கக் கை வரலை. மறுபடி மறுபடி அந்தத் தொடைகளின் திரட்சி. திமிறும் மார்புகளின் திண்மை. கரிய உருண்டைக் கன்னங்கள். சதைப்பற்றான உதடுகள். எனக்கு இரும்புப் பெட்டிச் சாவியைத் தொட மனமில்லை. பூஜையறையை விட்டு வெளியே வந்தபோதும் கடைக்குப் போன் பண்ணி லச்சுமண சாமியைக் கூப்பிட்டு கடையைப் பார்த்துக் கொள்ளச் சொல்லி ஆணையிட்டேன். பணம் நாளை வரும்போது வாங்கிக் கொள்ளச் சொல்லி கடைச் சிப்பந்தியிடம் சொல்லச் சொன்னேன். சோபாவில் சாய்ஞ்சு உட்கார்ந்துகிட்டேன். ஒடம்பு ஒரு மாதிரியாதான் இருக்கு. நரம்பெல்லாம் பரபரன்னு... தினவெடுத்தாப்ல. அவளக் கூப்பிடணுமின்னு நெனைச்சேன். ஆனா வேல முடிஞ்சு வரட்டும்னு உக்காந்துட்டேன். வந்தா. வந்தவ இந்த வாட்டி ஈரச் சேலய இறக்கி கணுக்கால் வரைக்கும் இறக்கி விட்டிருந்தா.

செவனம்மாவின் கன்னக் கதுப்பும், காதும் சேருமிடத்தில் இருந்து வியர்வைத் துளிகளைப் பார்த்தேன். பட்டாசாலக் கதவுக்குப் பின்னாடி இருந்த வெளக்கமாத்த எடுக்கப் போனா. எடுத்துட்டு நடுக் கூடத்தில் இருக்கிற என்னயப் பாத்துட்டு என்னங்கறதுனு புரிபடாம பிள்ளைங்க படிக்கிற ரூமைக் கூட்டத் திரும்பினா. ஒரேயொரு விரலத்தான் அவளப் பாத்து அசச்சேன். வெளக்கமாத்த அப்படியே போட்டுட்டு ஓடி வந்தா. ரொம்ப மருவாதயா மூணடி தூரம் தள்ளி நின்னு ''என்னங்கய்யா, காப்பி, கீப்பி வேணுங்களா அம்மா கோயில்ல ஏதோ விசேஷம்னு பிள்ளைங்களக் கூட்டிட்டு...'' உதடுகள் துடிக்க, மார்புகள் பதற்றத்தில் ஏறி இறங்கப் பேசினா.

செல்வமணி தொடர்கிறார்.

அந்த இடைத் தூரம் மூணடியோ, நாலடியோ. அது எப்புடி இல்லாமப் போச்சு? செவனம்மாவிடம் கிட்ட எந்த வேகத்தில் போனேன். புரியல. கையை இழுத்து இறக்கிக் கட்டிப் புடுச்சுக்கிட்டேன். அவ முரண்டல. என்

கிட்டயிருந்து வெலகணும்னு முயற்சி ஏதும் பண்ணல. ''ஐயா, இது...'' என்று ரொம்ப ஈரெட்டான பயம் போன்ற ஏதோடயே சொல்ல வந்தாள். அதுக்குள்ளே நான் செவனம்மாவின் உதடுகளைக் கவ்விக்கிட்டேன். ஈரமும் மினுமினுப்புமான அந்தக் கன்னங்களை என் நெஞ்சோடு அழுத்திக்கிட்டா. என் கைகள் அவள் உடம்பில் நகர நகர வாகாக வளைஞ்சு கொடுத்தா. பயமாயிருக்கு, வெக்கமாயிருக்குன்னு ஒரு சிணுங்கலோ பிகுவோ இல்லை. என் இறுக்கத்துக்குப் பதிலுக்குப் பதில் முரட்டு இறுக்கம். முத்தத்துக்குப் பதில் காரசாரமான முத்தங்க.

அந்தக் குதிரப் பாய்ச்சல்ல நாந்தேன் தோத்துடுவேன் போல இருந்துச்சு. அப்புடி நினைக்கிறோனேன்னு என்ன அவ ஒடம்போட அழுத்திக்கிட்டா. ''இப்படிப்பட்ட ஆனந்தத்த நான் இதுநாள் வரைக்கும் அனுபவிச்சதே இல்லடின்னேன்''

''ஒங்களுக்கு சந்தோஷம் தானுங்களே மொதலாளி''ன்னாள் செவனம்மா.

'' நீதாண்டி சக்கரக்கட்டி என் மொதலாளி''ன்னுட்டிருக்கேன். வந்து நிக்கறா என் தர்ம பத்தினி தனராணி. அவளுக்கு யாரு சொன்னாங்களோ, எப்புடி வந்தாள்னே தெரில. இவ பதறிப் போய் கைக்குக் கிடைச்ச துணியக் கட்டிட்டு நிக்கிறா. தணராணி கத்துறா. தலையிலடிச்சு அழுது கூப்பாடு போட்டு... எனக்கென்ன சொல்றதுன்னு தெரியல. ஊர்ல உலகத்துல இல்லாததா விட்டெறிஞ்சு... அண்ட வீடெல்லாம் கூட்டி... பொம்பளயானவ கமுக்கமா நாலு வார்த்த அதட்டிச் சொல்லி செவனம்மாவை அனுப்பியிருக்கலாம். இப்படியொரு களேபரமாகும்னு நானும் நெனைக்கல. இவ குடுத்த காசத்தான் நானுங் குடுத்தனுப்பியிருப்பேன். தூக்கு வாளிய பெறக்கிட்டு போகுது செவனம்மா. பாவம். ஆம்பளன்னா நாலுந்தேன் இருக்கும்.

செல்வமணி புலம்புகிறார். கண்டும் காணாம நீக்குப் போக்கா இருக்க வேணாம்? இந்தப் பிள்ளைக ஏற்கெனவே என்னக் கண்டா அண்டாதுங்க. இனிமே கேக்கவே வேணாம். அதுங்கள நெனைச்சாத்தான் லேசாக் கெதங் கெதங்குது. மத்தபடி எனக்கென்ன? நாம் ஆம்பள, அப்டி இப்டித்தேன் இருப்பேன். இவள தள்ளி வச்சேனா? இவளுக்கென்ன உண்ண உடுத்த

நகை நட்டுக்குக் கொறயா? என்னதேன் இருந்தாலும் இவ பதிவிரதயாயிருந்தா கட்டினவன விட்டுக் கொடுப்பாளா? வருந்தியபடி கடையை நோக்கி நடந்தார் செல்வமணி.

சீரகம், பச்சரிசி, பட்டை சோம்பு, கசகசா என வியாபாரம் விறுவிறுப்பாக நடந்து கொண்டிருந்தது. படுக்கையில் உச்சக் கட்டத்தில் அய்யா, சாமி, என செவனம்மா தன் முதுகில் அறைந்தபடி அலறியது ஞாபகம் வர, சின்னப் புன்னகையோடு விலை சொன்னதைச் சரி பார்த்து ரூபாய் நோட்டுகளைக் கல்லாப் பெட்டியில் போட்டார்.

விலக்கப்பட்ட வேட்கையின் பாதையில் அவர் காலடி எடுத்து வைத்தார். கவிந்த ஒட்டடை போலும், கனியொன்றின் புளித்த இனிப்புப் போன்றும் அவர் மனம் அன்றைய கலவி தந்த இன்பங்களில் திளைத்தது. கடையின் நாடித் துடிப்பாகச் சுழன்று கேட்கும் பட்டியல்கள். செய்தித்தாள் துண்டங்களும், பாலிதின் உறைகளிலும் பொதிந்து கொடுக்கப்பட்ட மளிகைப் பொருட்கள். அங்குமிங்கும் நடமாடும் கடைப் பையன், சில்லறைக் கிண்ணங்களில் நாணயங்கள் விழும் சத்தம். ரூபாய் நோட்டுக்களின் கசங்கல்களும், மொரமொரப்பும் இவையூடே, கட்டுகளற்ற சுதந்திரத்தில் அவர் மனம் செவனம்மாவின் கரிய உடலின் மேடு, பள்ளங்களில் இயங்கிக் கொண்டிருந்தது.

அதன் மினுமினுப்பில் முகம் புதைத்தது. மீண்டும் மீண்டும் அவளைப் பார்த்தது. படாதபாடுபட்டுத் தம்மை மீட்டெடுத்து வியாபாரத்தில் கவனத்தைப் பதித்தார்.

வீடு, போகத் துணிய முடியாத இடமாக உருக் கொண்டிருந்தது. வாசலை ஒட்டிய சந்தில் நின்றிருந்த தம் மூன்று பெண் குழந்தைகளின் விழிப் பளபளப்பும், ஸ்படிகத் தன்மையும் தம் அப்பாவின் மீது படிந்தபடியே இருந்தன.

31

மேளம், தாரை, தப்பட்டை முழங்க வெண்கலச் செம்பின்மீது செய்து வைத்த அம்மன் முகத்தைப் பூச்சரங்களால் அலங்கரித்தார் பூசாரி. சுற்றிலும் பெண்கள் குலவையிட, கரகம் தூக்க, விரதமிருந்தவரின் தலையில் அதைத் தூக்கி வைக்கவும் உருமியும் துந்துபியும் ஒலித்தன.

"இந்த தடவை மௌப்பாரி செல்லம் போல, அழகு மினுங்க மொளச்சிருக்கு" என வியந்தார் தர்மதுரை. மூத்த அண்ணன்.

"அப்ப இந்த வருஷம் எல்லாமே ஏத்தம்தான். சீரும் சிறப்பும்தான்" பெண்மணிகள் பேசி மகிழ்ந்தனர். இழுத்து வரிந்து கட்டிய டிஷ்யூ தாவணிகள். மஞ்சள், சிவப்பு, பச்சை, நீலப் பட்டுப் பாவாடைகள். ஜரிகை மின்னும் புடவைகள், நெக்லஸ்கள், ஜிமிக்கிகள் ஜொலிக்க சிறுமிகள், இளம் பெண்கள், புது மனைவிகள், குடும்பத் தலைவிகள், கிழவிகள் என்று எல்லா வகைப் பெண்களுமாக, பச்சைப் பசேலென்று நார்க் கூடைகளில் வரிசையாக வைக்கப்பட்டு, தழைத்துப் பளபளத்த முளைப்பாரியைச் சுற்றிச் சீராகக் குனிந்து வளைந்து, "தானானே, தானானே, தானானே என்பவர்க்குத் தயவு செய்வாள் மாரியம்மா" என்று முதியவள் ஒருத்தி பாடப் பாடக் கும்மியடித்தார்கள். இந்த அழகுக் காட்சி ஒரு மணி நேரத்துக்கு. சுற்றிலும் இளவட்டங்கள், திறந்த வாய்க்குகள் ஈ நுழைவது தெரியாமல் வேடிக்கை பார்த்தார்கள். கூட்டுக் குலவையொலிக்குப் பிறகு முளைப்பாரிகள், பிரிமணை வைத்த பெண்களின் தலையில் ஏறி ஊர்வலம். சொக்கலால் பீடி, மாரி பிஸ்கட், அத்தை மசாலா, விளம்பர விளக்கு வாகனங்கள் ஜொலிக்க, தாரை, தப்பட்டை, உருமி மேளம் முழங்க ஊர்வலம் மடத்துக்குப் போய், முளைப்பாரிகளை அங்கேயும் வைத்துக் கும்மியடித்து மூலையில் இருந்த கிணற்றில் சாமியையும் முளைப்பாரிகளையும் போட்டு வீடு திரும்பினார்கள்.

திருவிழாவிற்கு ராஜியின் அண்ணன் சண்முகக் குமரண்ணா வந்திருந்தான். கோழிக் கறியைத் தேங்காய்ப் பாலில் மல்லி, வத்தல், சோம்பு அரைத்துக் கரைத்து ராஜி வேக வைக்கும் வாசனை வீடெங்கும் பரவியது. சீனிப் பாலில் ஊறிய, எண்ணெயில் பொரித்த உளுத்தம் உருண்டைகள்.

"ஏன் அண்ணா, நம்ம அம்மன் கரகத்தைப் பத்திர காளியம்மன் கோயில்ல இருந்து மடத்துக்குத் தூக்கிட்டுப் போறோம்? அது என்ன மடம்? ஏன் அங்க இருக்கிற கிணத்தில போடுறோம்?" மாமாவை கேட்டாள் பொன்னி.

"யாருக்குத் தெரியும்?" தோளை உயர்த்திக் குலுக்கிக் கையை விரித்தான் குமரண்ணா.

கை, கால் கழுவியபின் முகத்தை டர்க்கி டவலால் ஒற்றியபடியே பட்டாசாலைக்குள் வந்து தர்மதுரை வழக்கமில்லாத வழக்கமாக ஒற்றை நாற்காலியில் உட்கார்ந்தார். காலைச் சாப்பாடு முடிந்தாயிற்று. மறுமுறையாகக் குளியலறைக்குள் போய்விட்டு வந்துவிட்டார்.

"என்னவோ புதுமை நடக்கப்போகிறது" என்று பிள்ளைகள் அவரை ஆர்வமாகப் பார்த்தார்கள். அதிகம் பேசும் பழக்கமில்லாத அவர் தொண்டையைச் செருமிக் கொண்டார். "ஏன்னா அந்த மடம், கிணறெல்லாம் நம்ம முன்னோர் இருந்த எடங்க. சொல்லப் போனா நமக்கும் சாமிதேன். பத்திரகாளிம்மா மாதிரி. நம்ப எல்லாருமே காளியோட பிள்ளைகதான். எவ்வளவோ போராட்டத்தின்போது அவதான் பனமரத்தைக் குடுத்து நம்மளப் பொழச்சுக்கங்கடான்னு சொன்னா. நம்ப முன்னோருங்க, மூத்தவங்க எல்லாமே பனையேறிப் பதநீர் இறக்கிக் கள்ளும், சாராயமும், கருப்பட்டியையும் காய்ச்சி பொழச்சவங்கதேன்."

"கண்டதெல்லாம் எதுக்குப் பிள்ளைககிட்டச் சொல்லிக்கிட்டு..." ராஜி அங்கலாய்த்தாள்.

"தெரிஞ்சுக்கட்டும்" தர்மதுரை தொடர்ந்தார்.

‘‘அந்தக் கிணறு எதுக்குன்னா பன வெல்லமும், கருப்பட்டியும் சொமந்துக்கிட்டு ஊருக்குள்ள வித்து வரும்போது, தவிச்ச வாய்க்கு ஒரு பய நமக்குத் தண்ணி தரமாட்டேன்னுட்டாய்ங்க. வண்டி இழுத்துட்டு வந்த எருதுங்க ஓட்டி வந்த ஆளுங்க காலாற இளப்பாற ஊருக்குள்ள நிக்கக் கூடாதுன்னாங்க. ஒரு எடமில்ல நமக்கு. அதுனால நம்ப முன்னோருங்க தண்ணி குடிக்க ஊருக்கு வெளியே அங்கனே ஒரு கிணறு வெட்டிக்கிட்டாங்க. மடத்தக் கட்டி, மாடு, வண்டி, மனுஷர்னு படுத்துக் கிடந்தாங்க. மறுநா யாவாரத்துக்குப் போனாங்க. அங்க தங்கி கருப்பட்டியும், வெல்லமும், கள்ளும் வித்து, மிளகும், ஏலமும் வாங்கிக்கிட்டு, அதக் கொண்டு போயி வேத்தூர்ல வித்தாங்க. அப்படி எருது கட்டி ஊர் ஊராய்ப் போயி யாவாரம் பார்த்ததால நம்மள, ‘‘எருது கட்டி... ஊர்ஊராப் போயினு எளக்காரமா சொல்லுவாங்க’’

‘‘அப்புறம்’’

‘‘பெண் குழந்தைகள படிக்க விடமாட்டாங்க. பெரிய கோவிலுக்குள்ள நுழயவிடமாட்டாங்க தோள்ல இன்னைக்கு மாதிரி சேலை போட்டுக்க நம்ம வீட்டு பொண்ணுகள விடமாட்டாங்க’’

‘‘அத மாத்தத்தான் நமக்குனு தனியா கோவிலு தனியா குளம் தனியா மடம்னு வச்சிக்கிட்டோம். நாமே நமக்குனு தனியா பள்ளிக்கூடம் கட்டிக்கிட்டோம்’’

‘‘ஏன் பெரியப்பா, தண்ணீ கூடவா தரமாட்டாங்க...’’

‘‘ஆமா தரமாட்டாங்க. தந்தாலும் தனியா கொட்டாங்கச்சில தருவாங்க’’

‘‘என்னது. கொட்டாங்கச்சியிலா’’ என்று பெரியம்மா சூப் தந்த ‘லா ஓபலா’ பளிங்கு கோப்பையை வெறித்தான்.

‘‘ஏன்’’ என்றாள் ஜெகதீஸ்வரி கம்மிய குரலில்.

‘‘நாமெல்லாம் தாழ்த்தப்பட்ட, தீண்டதகாதவங்களாம்’’

‘‘ஓ… அதனாலதான் ஸ்கூல் சர்ட்டிபிகேட்ல பேக்வேர்ட்னு போட்டாங்களா’’

‘‘எங்க காலத்துல மோஸ்ட் பேக்வேர்ட்னு போட்டாங்க. கிராமத்துல டீ கடையிலகூட தனி டம்ளர் வச்சியிருக்காங்க’’

‘‘இதெல்லாம் எப்ப’’

‘‘இதெல்லாம் ஒரு 100, 200 வருஷத்துக்கு முந்தி’’

‘‘என்னது’’ சுதாவுக்கு பெரிய அதிர்ச்சி. அவள் தன் டிஷ்யூ தாவணியை கவனமாக இழுத்துவிட்டுக் கொண்டாள்.

‘‘ஏன்’’ என்றார்கள் எல்லோரும் உடைந்த குரலில்.

‘‘பெரிய, உசந்த சாதிக்காரவுகதான் மேல் சட்ட போட்டுக்குவாங்க. அவங்களப் போல கீச்சாதிக்காரங்க, நாம பகட்டா உடுத்திக்கக் கூடாதாம். இதெல்லாம் 1820 வாக்குல’’

‘‘இப்ப உங்கம்மா, பெரியம்மா, சித்தி எல்லாம் பட்டும் சிஃஃபானும் தோள் தெரியாம, கசங்கலில்லாம சேல போடறது மாதிரி அப்ப உடுத்த முடியாது’’

‘‘உன் பாட்டிக்கு, பாட்டிக்கு, பாட்டிக்கு, பாட்டிக்கு, பாட்டிக்கு, பாட்டிக்கு, பாட்டியை நடுத்தெருவில் அடிச்சாங்க சேல உடுத்துனதுக்காக’’

தர்மதுரையின் கண்கள் சிவந்து கலங்கின.

பெண் குழந்தைகள் அச்சமும் கண்ணீரும் உறைந்த விழிகளோடு கேட்டுக்கொண்டிருந்தனர்.

‘‘அப்புறம்’’

‘‘எவ்வளவோ போராடி வம்பாடு பட்டுதான் நாம இந்த நிலயில இருக்கோம். இப்படி வாழறோம். இதையெல்லாம் பொம்பளப்பிள்ளைங்க ஞாபகம் வச்சிக்கோங்க. ஓயாத உழைப்பு, ஒற்றும, சிக்கனம் இதெல்லாம் தான் நம்மள ஒசத்துச்சு. மறக்கக்கூடாது. ஆம்பளங்க நீங்க சொன்ன

சொல்லும் கொடுத்த வாக்கும் தப்பக்கூடாது. ஒரு பைசா அனாவசியமா செலவழிக்கக்கூடாது. ஏழ பாழகளுக்கு ஒதவணும். இழிஞ்சவங்கணு யாரையும் மட்டமா நெனைக்கக்கூடாது'' நேர்மை தவறாம இருக்கணும். பண விஷயத்திலயோ, பொய், புரட்டு, பித்தலாட்டம், துரோகம் கூடாது. அப்பா சம்பாதிச்சு வச்சாரேன்னு சொகுசாத் திரியாம கடுமையா உழைக்கணும். நம்ம முன்னவங்க மூத்தவங்கள தெய்வமா வணங்குணும்.''

''சரிங்கப்பா'', ''சரிங்க பெரியய்யா.'' என்று பையன்கள் தலையை ஆட்டினார்கள்.

''பெறவு பொட்டப் பிள்ளைக'' - சிறுமிகள் சொல்லப் போகும் வார்த்தைகளுக்காகக் காத்திருந்தார்கள். ஆனால் தர்மதுரை என்ன சொல்வதென்று தெரியவில்லை என்பதாகவோ, எல்லாம் பெண்கள் அறிவார்கள் என நினைத்தவராகவோ கடைச் சாவியைக் கையிலெடுத்த படி, குனிந்த தலையோடு பட்டாசாலை கடந்து வாசலுக்குப் போனார்.

32

சுமிக்கான படுக்கையறையின் தளம் குறுகியது. ஜன்னல் திட்டில் கால்களை மடக்கி உட்கார்ந்திருந்தால் நிம்மதி தரும் அசௌகர்யத்தோடு, மிகவும் பழக்கமான, அதனாலேயே இதமான பாதுகாப்பைத் தரும் அமர் நிலை. ஒரு பதற்றமோ, எதிர்பார்ப்போ அற்ற மனதோடு பிறை நிலவை வெறித்துக் கொண்டிருந்தாள். இயக்கம் துறந்து தளர்ந்த உடலைச் சன்னலோடு அழுத்திக் கொண்டாள்.

அவன் தன் அம்மாவின் அறையிலிருந்தான். ரத்தினம்மா தரையில் கால் நீட்டி உட்கார்ந்து கொண்டிருக்க, அவள் ஏதேதோ சுவாரஸ்யமாகப் பேசியபடி இருப்பானோ? அல்லது அவன் அம்மாவின் பாதங்களைத் தன் உள்ளங்கைகளால் பற்றி நீவியவாறு, கிடப்பானோ? அதற்கு மேல் எந்தக் காட்சியையும் அவள் மனதால் வரைய முடியவில்லை. அச்சமும், சோர்வும் அவளுக்குள் பரவின. ஆழ்மனதில் தத்தளிப்பும், தாளாத சஞ்சலங்களும் மூண்டன.

கண்ணீர் படிந்த கன்னங்களோடு படுக்கையை அணுகினாள்.

கணவனுடைய புறக்கணிப்பின் முட்புதர்கள். சுமி முணுமுணுக்கிறாள். படுக்கையில் உழல்கிறாள். திடீரென்று கட்டிலை விட்டெழுந்து எங்கோ செலுத்துவதை உணர்ந்து அதை நோக்கி நகர்கிறாள். ரகசியமான பொந்துகளிலிருந்து விஷக் குளவிகளின் மண் கூடுகள் பிளந்து, அவற்றின் ரீங்காரம் தாங்க முடியாமல் வளர்கிறது. முட்கள் அடர்ந்த கிளைகளை விலக்கி, விலக்கி முன்னேறுகிறாள்.

எங்கெங்கிலும் அந்த ஓயாத குளவியின் ரீங்காரம். இருண்ட அறைக் கதவில் பார்வை மோத நின்றாள். மாமியாரின் அறை. நெருங்குவதற்கான துணிவு வரவில்லை. அதன் இடுக்குகளில் இருட்டு. தரை மட்டும் மங்கிய ஒளித் தடங்களை விரிந்திருக்கிறது. மனப்பதைப்போடு அந்தச் சுவட்டை

ஆராய்கிறாள் சுமி. மிக மிகப் பரிச்சயமான அந்தத் தடம். அவன் காலடியின் பதிவு ஒரு தெளிவான வரைபடமாக இருளுக்குள் கிடக்கிறது. நரம்புகள் சூடேற, உடலெங்கும் குருதி கொதித்தோட விரிந்து சிவந்த கண்களோடு, கூந்தல் பறந்து கலைய நின்றாள் சுமி. மெல்ல திடங்களை இழந்து துவள்கிறது அவளுடல். ஒன்றுமில்லாதவளாக மீண்டும் படிகளை நெருங்குகிறாள். தடுமாறும் அவள் பாதங்களைத் தழுவ விரிந்த அவற்றின் மடியில் தன்னை. ஊன்ற முடியாதவளாக அலைக்கழிகிறாள். திறந்த அறையின் கதவுகள் தவித்துத் துடிக்கின்றன. தனித்த படுக்கை அவளை ஏந்த இயலாததாகச் சிதறி விரிகிறது. ஏமாற்ற உணர்வு, ஊற்றாகப் பெருகுகிறது.

கணவனோடு வாழவந்தவள், அந்த வாழ்வை அடையமுடியாத கொடுமை... அது சதியா? அவளுடைய அழகோ, அவள் கொண்டு வந்த சீதனமோ, செல்வாக்கோ புகுந்த வீட்டில் மதிக்கப்படவில்லை! அவள் வெறும் பொம்மை.

33

அந்தக் குரல் தோட்டத்தில் கேட்ட போது ரேணுகாவிற்கு எரிச்சலாகத்தான் வந்தது. மிகவும் உரத்த, எந்தவித நளினத்தையும் பேண விரும்பாத குரல். 'இந்நேரம் பார்த்து இந்தப் பரமு எங்கே போய்த் தொலைந்தாள்?'

"யாரது" என்றபடியே தன் படுக்கையிலிருந்து எழுந்து சேலையைச் சரி செய்தபடியே வாசலை நோக்கிப் போனாள். "வணக்கங்க" தன் முன் குனிந்து கும்பிட்ட அவனை யார் என்பது போல் பார்த்தாள்.

"என் பேரு சின்னமணிங்க. தோட்டத்தைப் பார்த்துக்கச் சொல்லி அய்யா என்னய அனுப்பி வச்சாங்க" என்று கட்டிய கையைப் பிரிக்காமல் சொன்னான். கரிய, திருத்தமான முகமுள்ள இளைஞன். அவள் பதிலுக்குக் காத்திருந்து கைகளைக் கட்டிக் கொண்டே நின்றான்.

என்ன சொல்லவென்றே தெரியாமல் "அப்படியா" என்றாள் மையமாக.

"என்னசெடி நடணுங்க? அதாவது உங்களுக்கு பிடிச்ச பூச்செடி மரம்..." இழுத்தான்.

"எந்தச் செடியும் எனக்குப் பிடிக்காது"

அவள் மனதில் அந்தப் பழைய வீட்டின் கொடி முல்லை ஊசலாடியது. நட்சத்திரம், நட்சத்திரமாக பூக்கள் உதிர்ந்த மொட்டை மாடியின் குளிர்ந்த மூலை. அதன் வாசனை பரவும் மாலைப் பொழுதுகள். மகாவோடான இரவுகள்.

"ஒரு செடியும் வேணாம் எனக்கு" என்றாள், அவள் அலுப்போடு. அவன் வியப்புக் கூடிய முகத்தோடு அவளைப் பார்த்தான்.

"என்னவேணும்னாலும் நட்டு, எதை வேணுமோ வளர்த்துக்கங்க. என்னை எதுவும் கேக்காத?" - என்றாள்,

"ஒண்ணுமில்லங்கம்மா. களைக்கொத்து, மண்வெட்டி வேணுங்க"

"முன் பக்க சாமான் ரூமில இருக்கலாம். எனக்குத் தெரியல. முதலாளி அய்யா வர்ரப்ப கேட்டுக்கங்க" - சொல்லிவிட்டு அவள் உள்ளே போகத் திரும்பினாள். பரமு காய்கறிக் கூடையோடு வருவது தெரிந்தது.

"எங்கே போய்த் தொலைஞ்ச" என்று சிடுசிடுத்தாள் அவளைப் பார்த்து.

"காய்கறி பழம் வாங்க" என்றாள் பரமு.

"இவங்க ஏதோ கேட்கிறாங்க விவரம் சொல்லு" ரேணுகா தன் படுக்கையறையை நோக்கி நடந்தாள்.

"என்னப்பா" - என்று விசாரித்தாள் பரமு.

அவன் தோட்ட மண்ணைக் களைக்கொத்தியால் கொத்திச் சீர் செய்யும் சத்தம். ரேணுகா தன் படுக்கையறைக் கதவைத் தாழிட்டுக் கொண்டாள். அவளுக்குத் தூக்கம் வரவில்லை. மிருதுவான படுக்கை. ஆண் தடங்களே அற்றது போலிருந்தது. அடுப்படியில் உருட்டல்கள் எரிச்சலை ஏற்படுத்த, தலையணையால் காதுகளை அழுத்தி மூடிக் கொண்டாள். ஐந்து நிமிடத்தில் உறக்கம் போன்ற ஒன்றில் ஆழ்ந்தாள்.

"கண்ணு" - என்ற பரமுவின் மெல்லிய குரல் கதவை ஒட்டிக் கேட்டது. திறக்கச் சோம்பலும், அலுப்பும் முணுமுணுப்போடும் கதவைத் திறந்தாள்.

"ஒரு பத்து நிமிஷம் படுக்க விடமாட்டியா"

"இந்தக் காய்கறி சூப்பைக் குடிச்சிட்டுப் படுத்துக்க. பசிச்ச வயிறும் பட்டினியுமாவா இருக்கிறது?

பரமுவின் கையில் இருந்த டம்ளரின் இருந்த ஆவி பறந்தது. அதை மறுகையில் வைத்திருந்த இன்னொரு டம்ளரில் ஆற்றி, வெதுவெதுப்பாகக் குடிக்கக் கூடிய பதத்தில் அவளிடம் நீட்டினாள். ரேணுகா வேண்டா

வெறுப்பாக வாங்கிக் கடகடவென்று குடித்து முடித்தாள். காலி டம்ளரை முகச் சுளிப்போடு தந்தாள்.

"ருசியாய் இல்லயா கண்ணு" - பரமுவின் கை அவள் உச்சந்தலையில் படிந்து கூந்தலைத் தடவியது.

"பச்" - என்றாள் ரேணுகா. பரமுவின் கை தன் கூந்தலில் இருந்து முதுகுக்கும், இடுப்பின் துவக்கத்திற்கும் இறங்கப் போவதை எதிர்பார்த்தபடியே.

"கண்ணு நான் சொல்றனேனு தப்பா நினைக்காத"

"சொல் பரமு"

"சாமர்த்தியமாப் பொழைக்கணும் கண்ணு. பத்திரம் கிடைச்சதேனு சும்மா இருந்துறக் கூடாது."

"இன்னும் என்ன தான் பரமு செய்யச் சொல்ற."

"அப்பப்ப நகை நட்டு, வேற சொத்து பத்துனு கேட்டு எழுதி வாங்கிட்டே இருக்கணும்."

"எதுக்கு" - உண்மையிலேயே ரேணுவிற்கு வியப்பாகவும் இருந்தது.

"சொன்னதைச் செய்" - இப்போது பரமுவின் குரல் அதிகாரத் தோரணை பூண்டதாக உரத்து ஒலித்து, சட்டென்று தணிந்தது.

"நீ ரெம்ப வெள்ளந்தியா இருக்க கண்ணு. இப்படி இருந்தா எப்படிப் பொழைப்ப?" என்றாள் கனிவாக. "ஏன் பரமு அவரு என்னய நல்லாத்தானே பார்த்துக்கிறாரு?"

"அது சரிதேன். ஆனா ஒரு நேரம் போல மறு நேரமிருக்காது. பாத்துக்க" "மாறிடுவாருங்கிறியா?" - கவலை தோய்ந்த குரலில் ரேணுகா கேட்டாள்.

"என்ன நிச்சயம்மா மாற மாட்டாருனு? ஏற்கனவே ஒரு பொண்டாட்டி இருக்க. என்னதேன் இருந்தாலும் நீ இரண்டாவது தான்."

"அவருக்கு நானுன்னா ரொம்ப ஆசை."

“யாரில்லனா, ஆசை அறுபது நாளும்பாங்க - அதுவுமில்லாம இன்னொன்னு. மொதத் தாரத்துக்குப் புள்ள பொறந்துட்டா ஒங் கதி என்னா’’

ரேணுகாவிற்குச் சிரிப்பு பொத்துக் கொண்டு வந்தது. அது நைந்த கண்ணீர்ச் சொட்டாகவும் விழியோரத்தில் துளிர்த்தது. விஷயத்தின் வினோதத் தன்மை அவளுக்கு வேடிக்கையாக இருந்தது. நிலைக் கண்ணாடியை நெருங்கிப் பின்னலைத் திருத்திக் கொண்டாள். கன்னங்களை ஒற்ற, சிறு தேங்காய்ப் பூத் துவாலையால் அழுத்தித் துடைத்து கோகுல் சாண்டல் பவுடரை லேசாக ஒற்றினாள்.

“என்ன சிரிக்கிற? அப்படி பிறந்துட்டா உன் வாழ்க்கைக்கு யார் காரண்டி.”

“நீ வேற பரமு அப்படியொண்ணும் நடக்காது.”

“என்ன நிச்சயத்தில் சொல்ற? ஏங்கண்ணு?”

விஷயத்தை பரமு யூகித்து விட்டிருந்தாள். அவள் ரேணுகாவை நெருங்கித் தலையைத் தன் உடலோடு அணைத்தாள். வியர்வையும் மஞ்சளுமான தேக வாசனை.

“அப்படியெல்லாம் பிள்ள உண்டாகாது.”

“அந்தப் பூம்பாவ மேலயா மிஸ்டேக்கு? அப்ப ஒனக்குப் பிறந்துடுமா?”

ரேணுகாவின் கண்கள் மூடின. தன் மீது பரமுவிற்கு இருக்கும் அக்கறை நிஜமானதுதானா? தன்னை நேசிக்கும் ஒருத்தி இந்த உலகத்தில் இருக்கத்தான் செய்கிறாளா? எனக்கிருக்கும் ஒரே இதமும், அரவணைப்பும், அன்பும் இவளிடமிருந்து கிடைப்பதுதானா?

ரேணு சட்டென்று தன் கையை அவளிடமிருந்து விடுவித்துக் கொண்டாள்.

“யாருக்கும் பிறக்காது பரமு. அவருக்குப் புள்ளயே பிறக்க வாய்ப்பில்ல’’

இதற்குமேல் இந்தப் பேச்சைத் தொடரப் பிரியப்படாதவள் போல் அடுப்படிக்கு நடந்தாள்.

திறந்த ஜன்னல் வழியே தோட்டம் தெரிந்தது. சீராகச் சருகுகளை ஒதுக்கித் தள்ளி, களைகளை வெட்டி ஓரமாகக் குவித்திருந்தான் அந்தச் சின்னமணி. புதிய சிறிய நாற்றுகள், மரக்கன்றுகளை எங்கிருந்து கொண்டு வந்தானோ, அவை பாலிதீன் பைகளில் குட்டிக்குட்டியாகக் காத்திருந்தன. பார்க்கவே வாழ்க்கையின் நம்பிக்கைகளைச் சொல்வனவாக அவை வேர் பதித்து நின்றன. “உன் மண்ணில் வேரூன்றுவேன்; துளிர் விடுவேன்; பூத்துக் காய்ப்பேன்” என்றது சிறிய மாங்கன்று. அதன் செல்லக்குரல். ரேணுகாவிற்கு ‘என்ன உறுதி! என்னத்த பூத்தல், காய்த்தல்’ எனச் சலித்தது அவள் மனம். அவள் அவனையே கவனித்தாள். வேர்வை மினுமினுக்கும் கருத்த முதுகு. மண்ணை வெட்டி வெட்டி லாவகமாக வேறுபுறம் ஒதுக்கிக் குவிக்கும் நேர்த்தி. அவன் அகழ்ந்தெடுக்கும் குழிகள் ஈரமும், உயிர்ப்பும் மிகுந்தனவாக, வேர்க்கடலை வாசம் உண்டாக இருந்தன.

“ஒரு டீ போடவா” கேட்ட பரமுவிடம் மூணாகப் போடச் சொன்னாள்.

“ஆமா, அந்தப் பையனுக்கும் குடுக்கணுமில்ல?” என்றபடி உள்ளே போனாள் பரமு, தனக்கும், ரேணுகாவிற்கும் இரண்டு கோப்பைகளில் ஊற்றி விட்டு, சின்னமணிக்காக ஒரு டம்ளரைத் தோட்டத்திற்கு தூக்கிக் கொண்டு போனாள்.

அவன் அவசர அவசரமாக டீயை வாயில் ஊற்றுவதை ஜன்னல் வழியாகப் பார்த்தபடியே துளித் துளியாகக் குடித்தாள் ரேணுகா.

பரமுவின் அண்மை வேண்டும் போலிருந்தது. அவளோ நறுக்கிய காய்கறிகளை மேடையில் பரப்பி வைத்து விட்டு, அரிசியை உழக்கில் அளந்துகொண்டு, “அந்தப் பையனுக்கும் சாப்பாடு போடணுமா என்ன?” என்று ரேணுகாவைக் கேட்டாள்.

“ம்ம்” - என்று மட்டும் சொல்லி விட்டு, கட்டிலில் விழுந்து தூங்க முயன்றாள் ரேணு. தலையணையை அணைத்துக் கொண்டாள். அரைத் தூக்கத்திற்குப் பிறகு எழுந்தாள்.

“சாப்பிடலாமா கண்ணு, கொள்ளத் தேரமாச்சே” பரமுவின் குரல்.

ரேணுகா வாஷ்பேஸின் குழாயைத் திறந்து நீரை வாரி முகத்தில் அடித்துக் கொண்டாள். சாப்பாட்டு மேஜையை நோக்கி நடந்தாள் “இன்று அவர் ஏன் வரவில்லை? ஏதோ விலகலா?” அவள் மனம் அலைமோதிற்று. இன்னும் தோட்டத்தில் மண்வெட்டிச் சத்தம் கேட்டுக் கொண்டிருந்தது. வேகமாகச் சாப்பிட்டு முடித்தாள். மறுபடி கட்டிலில் சரிந்தாள். பரமு சாப்பிட்டு முடிந்து, அவனுக்கும் உணவு கொடுத்து இருக்கக் கூடும். பெரிய ஏப்பம் ஒன்றை வெளியேற்றியபடியே அவள் ரேணுகாவின் படுக்கையறையை எட்டிப் பார்த்தாள். சாயங்காலத்தின் மஞ்சள் வெயில் ஜன்னலில் இறங்கியது. அவள் உடல் வியர்த்து அயர்ந்திருந்தது. பரமு கட்டிலிற்கு கீழ் வெறும் தரையில் சுருண்டு படுத்திருந்தாள். ரேணுகா வெளியே எட்டிப் பார்த்தாள்.

அவன் ஒரேவொரு நொடிப் பிளவு ஜன்னலை உற்றுப் பார்த்தான். ரேணுகாவின் தோளின் வளமான சரிவும், மார்புகளின் துவக்கமும் தூரத்திலிருந்தும் பளிச்சென்று கண்ணில் பட்டன. உடனடியாகப் பார்வையைத் திருப்பிக் கொண்டான். நிதானமாகப் பாலிதீன் உறையிலிருந்து நாற்றுகளை அவன் எடுத்து, கணக்காக வெட்டியிருந்த குழிகளில் கவனமாக இட்டான். தன் புறங்கைகள் சிலிர்ப்பதை உணர்ந்தாள் ரேணுகா. வேகமாக மெத்தையில் ‘பொத்’தென்று விழுந்தாள் மீண்டும். அவள் மறுபடி உறங்கி விழித்தபோது சிறிய சிறிய கன்றுகள் சீரான இடைவெளியில் நடப்பட்டிருந்தன. அவன் மாமர நிழலில் குத்துக் காலிட்டு உட்கார்ந்திருந்தான். வெற்று மேலோடு. அவனுடைய நீல நிறச் சட்டை கிளைநுனியில் தொங்க விடப்பட்டுப் படபடத்துக் கொண்டிருந்தது.

34

குழந்தை தொட்டிலில் சிணுங்கியது. தனராணி அவனை அள்ளிக் கையிலெடுத்துக் கொண்டு ஓரகத்தி விஜிதாவின் வீட்டை நோக்கி நடந்தாள். ''இவனைக் கொஞ்சம் பாத்துக்கிறியா விஜி'' விஜியின் குழந்தை தரையில் உட்கார்ந்து ஒரு பெரிய எவர்சில்வர் சட்டிக்குள் கரண்டிகளைப் போட்டு விளையாடிக் கொண்டிருந்தான்.

''இரண்டு பேரையும் நான் பார்த்துக்கிறேன்கா. நீயொண்ணும் கவலைப்படாத. சமையல முடிச்சுட்டு நானும் அங்க கிளம்பி வரேன். சிங்காரபுரம் பெரியப்பா வந்துட்டாங்களா''

''இன்னும் காணோம்? விஜி. எனக்கு என் வாழ்க்கையை நெனச்சா உடம்பெல்லாம் பதறுது.''

''ஒண்ணும் கவலைப்படாதக்கா பிள்ளைங்க பள்ளிக்கூடம் போயிட்டுதுங்க, இல்ல.''

''அதுங்க இந்தக் களேபரத்தயெல்லாம் பார்த்துக் கலங்கிடும்க.''

''ஆமாம்ல. அதுங்க ஒண்ணுக்கொன்னு தலையப் பின்னித் தட்டு தடுமாறிப் போச்சுங்க'' மூச்சு வாங்கச் சொன்னாள் தனராணி.

''உன் புருஷன் சந்திரவேல்தான் அல்லார்கிட்டக்கயும் போயி என்னமோ பேசிட்டு வந்துச்சு.''

''சரிக்க, நீ போ. நான் பின்னாடியே வாறேன். புள்ளைங்க இருக்காங்க. நீ தைரியமாத்தான் இருக்கணும்?''

தனராணி தோளில் துவளும் சேலை முந்தானையைச் சரிசெய்யக் கூடத் தோன்றாமல் வாசல்படி இறங்கப் போனாள். ஒரேநாள் அவளை உருக்குலைத்து விட்டது. இனித் தேறிவிடுவாள் என்பதற்கான அறிகுறிகளும் அவளிடம் இல்லை. வீட்டை ஒரு இருள் வலை

மூடியிருப்பதைப் போலத் தோற்றமிட்டிருப்பதை அவளால் நீக்க முடியவில்லை. அந்த வலை மெல்லச் சிடுக்குற்றுக் கொண்டிருந்தது. சிடுக்கின் நுனி ஒருவராலும் அறிய முடியாத இடத்தில் முடிச்சிட்டுத் திருகிக் கிடந்தது. குழந்தையற்ற தொட்டில் தொங்கிக் கொண்டிருந்தால் பிள்ளை வேறிடத்தில் தூங்க மாட்டான் என்றும் அவனுக்கு மேல் வலிக்கும் என்றும் சொல்வார்கள்.

தனம் தொட்டில் சேலையை கம்பியின் கொக்கியோடு சேர்த்துச் சுருட்டிப் போட்டாள். பெரிய மாமனாராகிய சிங்கராபுரம் பெரியப்பா படியேறி வந்தார். அவரை வாங்க என்று சொல்லக்கூட முடியாமல் வாயை முந்தானையால் பொத்திக்கொண்டு விசும்பினாள் தனராணி.

“சரி, சரி நடந்தது நடந்து போச்சு. கஷ்டந்தேன். இனிமே மேற்கொண்டு நடக்கப் போறது என்னன்னு பார்ப்போம். நீ போடுற காபிக்கு ஈடு எணையே இல்லம்மா. இன்னிக்குக் கிடைக்காதா?” பெரியய்யா மிகவும் சாதாரணமாகவும் சகஜமாகவும் விளையாட்டுத் தொனியில் பேசவும் தனராணி முகத்தைத் துடைத்துக் கொண்டாள்,

“ஏம் பெரிய்யா கெடைக்காது? இந்தா ஒரு நிமிஷம்” என்று அடுப்பாங்கரையை நோக்கி நடந்தாள். ஒரு நிமிஷம் கூட இல்ல, அரை நிமிஷந்தான், தனம் காபி போட அவர் சூடான டம்ளரை கையில் வாங்கிக் கொண்டார்.

“இன்னமும் காற்படி டம்ளர்லதேங் காப்பி தருவீங்களா? கப் செட்டெல்லாம் இந்த வீட்டுக்கு இன்னும் வறலயா. ஒரு நேரஞ் சாப்பாடே வேண்டியதில்ல போலிருக்கே”

சிரித்தபடி காப்பியை உறிஞ்சினார். அவர் குடித்து முடிக்கும் வரை பொறுமை காத்த தனராணி குடித்ததுமே வெடித்து அழுதாள்.

“பெரிய்யா, நா பிள்ளைங்களைக் கூட்டுட்டு எங்கம்மா வீட்டுக்குப் போய்டறேன்யா.”

“இதென்னமோ சொன்னா மாதிரியிருக்கு. உங்கம்மாப்பா இருக்கிற வரைக்கும் தாங்குவாங்கன்னே வச்சுக்குவம் சரி, அதுக்கப்புறம்...?

இரும்மா. பொறுமையா இரு. என்ன பண்றது, ஏது பண்றதுன்னு யோசிச்சு முடிவு பண்ணலாம்'' ''முதல்லே அவனை இங்கே வரவழைக்கிறேன்''

அவர் தொலைபேசியில் டயல் செய்து, ''செல்வமணி, நாந்தேன் பெரிய்யா, ஒரு அரை மணி நேரம் வீட்டுக்கு வந்துட்டுப் போ''

எந்தப் பதிலையும் எதிர்பார்க்காதவராக போனைக் கீழே வைத்தார்.

பெரியண்ணன் தர்மதுரை, தம்பி சந்திரவேல் இருவரும் உள்ளே நுழைந்தபடியே ''பெரியப்பா எப்ப வந்தீங்க. சௌரியமா இருக்கீங்களா?'' என்று நாற்காலிகளில் உட்கார்ந்தார்கள்.

''அண்ணி என்னங்கறாங்க?''

''அழுதா, அம்மா வீட்டிக்குப் போறேங்கறா. ஆனாலும் இந்தப் பயலுக்கு இருக்க அக்குரும்பப் பார்த்தயா? கிரிசை கெட்டப்பய. அப்படியென்னாலும் கண் மறைவா இருந்துட்டுப் போறத விட்டுட்டு பிள்ளைகளயாச்சும் நெனைச்சுப் பார்த்திருக்கலாம்'' என்றார் தர்மதுரை.

''இது எல்லாருக்கும் தெரிஞ்சுபோனதேன் ரொம்பச் சங்கடமா போச்சு'' தம்பி சந்திரவேல் பேசினான்.

விஜிதா உள்ளே வந்தாள். ''பிள்ளைகள் எங்க?'' கேட்ட கணவனிடம் ''ரெண்டும் தூங்குதுக. மரகதம்மாவ பார்த்துக்கச் சொல்லி இருக்கேன்''

ராஜி வந்து மௌனமாக தனராணி இருக்கும் உள்ளறைக்குச் சென்றாள். எண்ணியிராத ஒரு கணத்தில் வாழ்விலிருந்து தான் நினைத்த ஒன்று சிதைந்து போய் விட்டிருப்பதை நம்பமுடியாதவளாகத் தனராணி இருந்தாள். உலகமே பிளவுபட்டுக் கிடக்கிறது. மூத்த ஓரகத்தி ராஜி அவள் பக்கத்தில் உட்கார்ந்து அவள் கையை எடுத்துத் தன் உள்ளங்கைக்குள் பொதிந்து கொண்டாள். செல்வமணியின் சைக்கிள், வாசலில் நிற்கும் சத்தம் கேட்டது. அண்ணனையும் தம்பிகளையும் பார்த்ததுமே அவனுடல் படபடவென்று கோபத்தில் ஆடியது.

''என்ன, இப்ப மறுபடி ஊரைக் கூட்டியிருக்கா? எழவு, கிழவா விழுந்திருக்கு இங்க? ஏன் இப்பக் கூட்டம் போட்டு உக்காந்திருக்கீங்க.

வேற ஜோலி இல்லயா'' கடகடவென்று பேசிக் கொண்டே போனான்.

"மொதல்ல உக்காரு. எங்கள வேத்தாளா நெனைக்கிறயா? உன் வீட்டுக்கு நான் வரக் கூடாதுங்கிறியா? இப்ப பஞ்சாயத்துப் பண்ண வர வேண்டிய தேவை என்னங்கிறேன். ரெண்டு கட்சி இருந்தாதான செல்லும்?''

"நீ யார்? எந் தம்பி மகன், அவ யாரு ஒன்னக் கட்டினவ. நீங்க ரெண்டு பேரும் நல்லாயிருக்கணும்னுதான்பா நா நெனைக்கிறேன். நீ ஏன் கட்சி கட்டிக்கிட்டு நிக்கிற.'' தர்மதுரையும் சந்திரவேலும் எதுவும் பேசவில்லை. செல்வமூர்த்தி கொஞ்சம் ஆசுவாசமடைந்து "கேக்கச் சங்கடந்தான். ஏன் இப்புடி. என்னமோ நடந்து போச்சு. அதுக்கு என்ன பண்ணுறது பெரிய்யா'' என்றான்.

"இப்பச் சொல்ற பாரு, இதயே சொல்லு, உன்ன நம்பி வந்தவ கிட்ட சொல்லு, எல்லாம் சரியாப் போகும்''

"அதெல்லாம் முடியாது, பெரிய்யா''

குரலைத் தழைத்துக் கொண்டார் பெரிய்யா, "ரொம்ப நாள் தொடுப்பா? எப்புடி? அந்தப் பொம்பளைக்கும் புருஷன் புள்ள குட்டி இருக்கில்ல?''

"அய்யோ பெரிய்யா, அன்னிக்குத்தேன். அதுவும் தற்செயலாக. புத்தி கெட்டுப் போச்சு''

"இது நல்ல புள்ளக்கு அடையாளம். இத தனத்துக் கிட்ட சொல்லுப்பா, தங்கப் புள்ள''

"நான் ஏன் பெரிய்யா சொல்லணும். அவ கால்ல விழுந்து மன்னிப்புக் கேக்கணும்கிறீங்களா?'' உயராத குரல்களோடு கிசுகிசுப்பாகப் பேசிக் கொண்டிருந்தார்கள்.

அழுது வீங்கிய முகமும் விரிந்த கூந்தலுமாக கண்கள் சிவக்கச் சிவக்க பட்டாசாலைக்கு வந்த தனராணி,

''யாரும் மன்னிப்பு கேட்க வேணாம். நான் இங்கிருந்து இல்ல... இல்ல... இந்த உலகத்தவிட்டே போயிடறேன்'' என்றாள்.

‘ஆமா... இப்ப என்ன சொல்ற... நான் பொறுக்கி தான்... ஸ்தீரிலோலந்தான்’ செல்வமணி கத்தினான்.

“அய்யா, என்னப் பேச விடுங்க பெரிய்யா! செல்வமணி, கொஞ்சம் நிதானமாயிரு” அண்ணன் தர்மதுரை வாய் திறந்தார்.

“என்னண்ணே, இது குடும்பம்னு நெனைச்சுப்பாரு” வருத்தம் இழைந்தது தம்பி சந்திரவேலின் வார்த்தைகளில்.

“ஏ, தனம் பொறுமையாப் பேசு. நாமதான் அனுசரிச்சிப் போகணும். ஏன் மரியாதைக் கொறவாப் பேசிக்கிட்டு. ஆயிரந்தேன் இருந்தாலும் ஒன்னக் கட்டினவரு. ஓம்புள்ளங்களுக்கு அப்பா”

பட்டாசாலை மூலையில் குத்துக்காலிட்டு அமர்ந்து தனராணி பாத நுனி வரை சேலையில் மூடிக்கொண்டு பகலில் குழல் விளக்கைப் பார்த்துக் கொண்டிருக்கிறாள். திடீரென்று எதையோ நினைத்தாற் போல் சாமியறை வாசலில் தொங்கும் மாமியாரின் படத்தைப் பார்க்கிறாள்.

“சரி, நடந்தது நடந்து போச்சு, செல்வமணி. எப்படிப் பார்த்தாலும் நீ செஞ்சது தப்புதேன். அத ஒப்புக்கோ” என்றார் பெரிய்யா.

“அதெல்லாம் முடியாது” என்றான் செல்வமணி, விறைப்பாக.

“அப்புறம் என்னதேன் பண்ணப் போற ? என்ன செய்வது நீயே சொல். இனிமே இது நடக்காதுன்னாச்சும் வார்த்த குடுக்கறியா ?”

“நான் எந்த உத்தரவாதமும் தர முடியாது.”

“இப்புடிப் பேசினா எப்புடி ? அப்ப மறுபடியும் நீ இத மாரிதான் இருப்ப.”

“எனக்குத் தெரியாது ?”

“என்ன பதிலுப்பா, நாலு புள்ளங்களுக்கு அப்பன் சொல்ற பதிலா இது.”

“அது எங்களுக்கும் தெரியும். எனக்கு மட்டும் புள்ள குடும்பம்னு இல்லயா. நான் என்ன இவள விட்டுட்டு அவ வீடே கதியேன்னா இருக்கேன்.”

“இங்க பார் பொருத்தமில்லாமப் பேசக்கூடாது. எனக்குத் தெரிந்ததை நாஞ் சொல்றன். கேக்கறதும், கேக்காததும் ஒம்பாடு. அன்னிக்குத்தேங்கிற, அத்தோட அத விடு. காசோ பணமோ குடுத்துத் தீர்த்துரு. உன்னால பாக்க முடியலன்னா நம்ப நாலு பேர் சேர்ந்து பேசி முடிப்போம். இனிமே நீ பாட்டுக்கு யாவாரம் பொண்டாட்டி புள்ளன்னு இருக்க வேண்டியது. யம்மா, நீ ஆனது ஆச்சு. போனது போச்சுன்னு பிள்ளைகளைப் பாத்துட்டு, குடும்பத்தக் கொண்டு செலுத்த வேண்டியது. இதுக்கு மேல ரெண்டு பேரும் போன காரியத்தைப் பத்தி நொத்ச் நொத்ச்ன்னு பேசாம இருந்துக்கணும், என்னங்கற. அட சொல்லப்பா செல்வமூர்த்தி”

“சொல்டா, டே, சொல்டா” என்றார் தர்மதுரை.

“பார்ப்போம், பார்ப்போம்” மெத்தனமாகச் சொன்னான் செல்வமணி.

“பெரிய்யா, நான் கொஞ்சம் பேசலாமா?” பெரிய மாமனாரிடம் வேண்டினாள் தனராணி,

“பேசு, மவராசியாப் பேசு, தாயி.”

“எனக்கு இந்த வீட்ல இருக்கவே மனசு ஒப்பல. தீக்கிடங்கில நிக்ற மாதிரி இருக்கு. ஆனா இந்தப் பிள்ளைங்க அதிலயும் பொட்டப் புள்ளங்க. அதுங்களுக்காக எல்லாத்தையும் பொறுத்துக்கறேன். என் புள்ளங்களுக்குத் தாயா மட்டும்தான் என்னால இருக்க முடியும். மத்தபடி எனக்கும், இந்தாளுக்கும் இனிம ஒரு ஒட்டுமில்ல, ஒறவுமில்ல. மாசா மாசாம் வீட்டுச் செலவுப் பணம் போக பொம்பளப் புள்ளங்க மூணு பேருக்கும் தனித்தனியா பணம் என் கையில குடுத்திடணும். இதுக்கெல்லாம் சம்மதம்னா இந்த வீட்ல இருக்கேன், இல்லன்னா, நான் போயிடறேன்.”

ராஜிக்கும், விஜிக்கும் பேயறைந்தாற் போலிருந்தது. அவள் குரலின் உறுதி. அழுத்தம் திருத்தம். பெரிய்யா அசந்து போய்விட்டார். செல்வத்தின் கண்ணில் கோபத்தில் சிவப்புக் கனன்றது. அது விளிம்பு கட்டி செய்வதறியாது நின்றது. நீண்ட மௌனத்திற்குப் பின் பெரிய்யா தொண்டையைக் கனைத்துக் கொண்டார். நிறுத்தி நிதானமாகச் சொன்னார்.

“இந்தப் புள்ள சொல்றதிலும் நியாயமிருக்கு, இதுக்கென்ன சொல்றே”

இப்போது அவர் குரலில் கெஞ்சல் மறைந்து மிடுக்கு ஏறி இருந்தது.

“ம்ம், பணம்தானே வேணும் அவளுக்கு, சரி” அலட்சியம் ஏறியிருந்தது செல்வமணியின் குரலில்.

“அவ கேக்கிறது பணத்த இல்ல. அவளோட வாழ்க்கைக்கு; அதவிட ஒம் பிள்ளைகளோட வாழ்க்கைக்கான பாதுகாப்பு. இனிம அவ ஒன்னய எப்டி நம்புவா? நீயே செஞ்சது சரித்தேங்கிற மாதிரி பேசுற”

தர்மதுரை முதல்முறையாக நீளமாக எடுத்துச் சொன்னார். “சரி” என்று முடித்துவிட்டு வெளி வாசலுக்குப் போனான் செல்வமணி.

“இருந்து சாப்பிட்டுப் போங்க பெரிய்யா, மச்சான், தம்பி நீங்களும்தேன்” என்று கூந்தலைச் சுருட்டி முடிந்து கொண்டு சகஜமாகச் சொல்லியபடியே அடுப்பங்கடையை நோக்கிப் போனாள் தனராணி. அவள் முகத்தில் உலர்ந்த கண்ணீர் தாண்டிய ஒரு தெளிவும் கம்பீரமும் மெருகூட்டிருந்தன.

“என்னம்மா சமைக்கப் போற? இந்த மனச வச்சிக்கிட்டு”

“இதென்ன பெரிய்யா, நாங்க மூணு பேர் சேர்ந்தா மளமளன்னு வச்சு இறக்கிடமாட்டோம்!” என்றாள் விஜி. ‘சொத்து பத்து பண்ட பாத்ரம் பாகம் பிரிவினை என எங்களுக்குள் ஆயிரந்தேன் இருந்தாலும் ஒரு பிரச்னைன்னு வந்தா நாங்க ஒண்ணுக்குள்ள ஒண்ணுதேன்’ என்றாள் ராஜி.

“அப்படியா?”

“அக்கா, உன் கூடமாட வேலை செய்ய எங்க வீட்டு வேலைக்காரி பெரியாயியைக் கூப்பிட்டுக்கலாம். அதுவே இனிம ஒனக்குச் செஞ்சு குடுத்துட்டுப் போகட்டும், சரியாக்கா?”

“சரி விஜி” என்று முனகினாள் தனராணி. எதிர்காலம் எப்படியிருக்குமோ என்ற கவலை.

ஆனாலும் உறுதிபடைத்த நெஞ்சம் கொண்ட அவள் எதையும்

சமாளிக்க வல்லவள்தான். கறாரான, கண்டிப்பான, வெட்டு ஒன்று துண்டு இரண்டு என்ற போக்குடைய அவள் தன் பிள்ளைகளின் எதிர்காலத்தைத் தானே பட்டை தீட்ட முடிவு செய்தாள். அந்த முயற்சியில் எத்தனை எத்தனை கடப்பாடுகள்! வெற்றிகள் பல. தோல்விகள் சில.

35

அம்மாவின் விசும்பல். உலக இருள் முழுவதும் கருத்து, இறங்கிய ஜகியின் முகம். கோயில் புறாக்கள் குதுகுதுக்கும் குரல். பெரியம்மாவின் உள்ளங்கையின் வெதுவெதுப்பு. விழிகளை அசத்தும் அரை மயக்கம். “கண்ணைத் திறந்து பார், சாமியைப் பார்” என்று சூழ்ந்து சொல்லும் பெண் குரல்கள். அவள் பாதிப் பார்வையில் கரிய, பெரிய முட்டைக் கண்களும், அரிவாளும், முறுக்கிய மீசையும் தெரிய, “அய்யோ, பேய்!பேய்!” என்று அலறினாள்.

பூசாரி “பாத்தீங்கள்ளம்மா, இது காத்து, கருப்போட சேட்டதான். சாமியையே பேயாக் காட்டுது” என்று மஞ்சள் தண்ணீர் நிரம்பிய செம்பில் வேப்பிலை நுனியை நனைத்து, “அய்யா, காடு காத்த கருப்பசாமி! காப்பாத்தய்யா இந்தப் பிள்ளைய” என்று நீர்த் துளி கொட்டும் வேப்பங்கொத்தை அவள் தலைமீது வைத்தார்.

“பில்லி, சூனியம் பெரும்பகை அகல, வல்ல பூதம் வாலாட்டிய பேய்கள், அல்லற் படுத்தும் அடங்காப் பிசாசுகள், பிள்ளைகள் தின்னும் புழக்கடை முனியும் எல்லாப் பேயும் நிக்காம ஓடிடு. ஓடு ஓடு” என்ற அவர் ஓங்கியடித்தார்.

“அய்யோ, வலிக்குது” என்று வயல் வரப்பைத் தாண்டி ஓடிய அவளை விரட்டிப் பிடித்தார்கள்.

“ஒண்ணும் வலிக்காது தாயி. இது உன் வலியேயில்ல. ஒன்னப்பிடிச்ச பேயிக்குத்தேன் வலிக்கும். அல்லாஞ் சௌரியமாய்டும்” என்று மணியடித்துச் சூடம் காட்டி விபூதி பூசினார் பூசாரி.

“தைரியமா போய்ட்டு வாங்க”

ஏரியை ஒட்டிய பொற்கொன்றை மரங்கள் மலர்களை உதிர்த்திருந்தன.

“எனக்கு அந்தப் பூ ஒண்ணு வேணும். ஒண்ணே ஒண்ணு” என்று கேட்டாள் ஜகி. “இப்படித்தேஞ் சாமி, அருத்தம், பொருத்தமில்லாம உளறுது” என்றாள் சித்தி. விஜி.

“பூக் கேக்குதுன்னா தூக்குப் போட்டுச் செத்தாளே செல்லி, அவதான் பிடிச்சிருப்பா. செரியாயிடும்மா. சங்கடப்படாதிய” என்று பூசாரி சொல்லவும், “கும்பிடு, கும்பிடு” என்று கை கூப்ப வைத்தாள் தனராணி. ஜகி கொன்றை மலர்களையே பார்த்தபடி நின்றாள். வரப்புக்கள் தாண்டி, “ஏறு, ஏறு, மெதுவா. காரில் ஏறு” என்று அவளை உள்ளே திணித்தபோது, அவள் கையை விரித்து யாரும் பார்க்குமுன் விரல்களை மூடினாள் தங்கை பவானி. உள்ளங்கையில் மிருதுவான மலரின் ஸ்பரிசம்.

“உஸ், உன் பூ தான். ரகசியமா, பத்திரமா வச்சுக்க. சரியா” என்று அவள் தன் சிறு விரல்களை அக்காவின் மூடிய கை மீது வைத்துக் கொண்டாள்.

நீல விளக்கொளியில் நடுங்கும் அறைச் சுவர்கள். அவற்றிற்குள் சுரந்து பெருகும் சூன்யம். சிறிய நழுவலில் அவளை ஈர்த்துச் சதுப்புச் சுழலாக, கண் தெரியாத ஆழத்திற்குள் புதைத்து விடும் வெறுமை. அந்த வெறுமையை உடைக்க முயன்று கொண்டிருந்தது அந்த நட்சத்திரம். அவள் அதைத் தன் தனிமைக்குள் அனுமதிக்க மறுத்த போதும் அது விடாப்பிடியாக அறையின் இரும்புக் கதவுகளைத் தட்டிக் கொண்டே இருந்தது. ஜகி அதன் நுழைவை மறுத்தாள். வெளித் தாழிட்ட அறை அவளுக்கு மிகுந்த நிம்மதியளித்தது. அனைத்தையும் பதுக்கி, மறைத்து வைக்கும் இருட்டு இதமாக இருந்தது. மூடிய ஜன்னல்கள் பாதுகாப்பளித்தன.

தடாலென்று வெளியே பூட்டப்பட்டிருந்த தாழ்ப்பாளும், அடிதண்டாலும் விலகின. அவளுக்குள் எரிச்சல் பரவியது. அம்மா! அவள் சட்டென்று தன்னைக் கட்டிலில் கட்டை போல கிடத்திக் கொண்டாள். பாதங்களைக் கட்டும் ரிப்பன் அவசரத்தில் எங்கிருக்கிறதென்று தெரியவில்லை. அதனால் வலது பாதத்தை இடது கணுக்காலோடு பின்னிக் கொண்டாள். பெருவிரல் நுனி வரை ஊதாப் பூக்கள் போட்ட பாவாடை மூடியிருந்தது.

தனராணி உள் நுழைந்து மின் விளக்கைப் போட்டாள். அதன் அதிரடி வெளிச்சத்திற்கு இமைகளைச் சுருக்காமல் இருக்க ஜகி மிகவும் பிரயத்தனப்பட வேண்டியிருந்தது.

அம்மா ஜகியின் கட்டிலை நெருங்கிச் சோதித்தாள். எல்லாம் சரியாக இருக்கிறது. நுனி விரல் வெளித் தெரியாமல் மூடிய பாவாடை, கழுத்து வரை மூடிய போர்வை. மல்லாக்காகவோ, குப்புறவோ கிடக்காமல் ஒருக்களித்து ஒடுங்கிப் படுத்திருக்கிறாள்.

அச்சம் ஜகியைத் தூங்கவிடவில்லை. மூச்சை இழுத்துப் பிடித்து, கண்மணிகளை அசைக்காமல், இமைகளை இறுக்காமல் படுத்திருப்பது எவ்வளவு சிரமம். "அம்மா, என் பக்கத்தில் வா, எனக்கு ரொம்பப் பயமாயிருக்கும்மா. உன் கையை என் தலை மேல வச்சீன்னா சரியாய்டும்" அவள் குரல் அம்மாவிற்குக் கேட்கவில்லை. அவளுக்குப் பரம திருப்தி. "தூங்குகிறாள், தூங்கட்டும்" அறையை விட்டு வெளியேறினாள் தனராணி.

ஜகி மல்லாந்து உடல் தளர்த்திப் புரண்டதும் மனப் பிராந்தி ஏற்பட்டது. மர உத்தரங்கள் அவள் கண்ணை அறைந்தன. அவற்றிலிருந்து ஒற்றைச் சிலாம்பு அவள் மேல் விழுந்தது. அது சொரசொரப்பாகத் தோன்றி, உடனடியாக வழுவழுப்பாக மாறி அவள் மேல் ஊர்ந்து நெளிய அவள் உடல் உதறியது. நெருப்புத் துளி பட்டாற் போல் படுக்கையிலிருந்து ஒரு அடி உயரத்திற்குத் துள்ளியது. அவள் தட்டித் தள்ளி விடத் தள்ளி விட அந்தச் சிறிய பாம்பு அவள் இளம் முலைகளை வளைத்தது. அடிவயிற்றில் நெளிந்தது. தொடைகளுக்குள் இறங்க, "வீல்" என்று அலறி அதைப் பிடுங்கி எடுத்து அறைக் கதவின் சாவித் துளை வழியே வெளியே எறிந்தாள்.

வியர்த்துக் குளிர்ந்து விட்டது முகம். பாதங்கள் பனிச் சில்லுகளாகி விட்டன. சுவாசம் பெரிய பெரிய நுரைப் பந்துகளாக வந்தது, விட்டு விட்டு. நிமிட நேரம்தான். மீண்டும் சாவித் துளையிலிருந்து நாகத்தின் நாவும், பூரான் கால்களும் எட்டிப் பார்த்தன. அவை நீண்டு நீண்டு வளர்ந்து வடக் கயிறுகளாகித் தன்னைத் தொட வருவதில் அஞ்சிச் சுவரோரம் ஒண்டினாள்.

பயத்தில் உடல் கொதிக்க, தளிர்க்கும் வியர்வை முட்களாகிக் கூர்மையுற்று சருமத்தைக் குத்திக் கிழித்தது.

அன்று ஜகி வீட்டிற்குள் நுழைந்தபோது வீடு நிலையற்று ஆடிக் கொண்டிருந்தது. சாமியறை மேடையில் எண்ணெய் ஜாடியையும், சூட டப்பாவையும் வைத்தாள். விளக்குகள் ஒளிரும் வீட்டில் அவளை மட்டும் அப்பிக் கொண்டிருந்தது இருள்.

"தீபம்தான போடப் போன? சித்தாள் கூலிக்குப் போனாப்புல உடம்பெல்லாம் ஒரே தூசி."

பொன்னி தோளைத் தட்டியபோது அவள் பழுக்கக் காய்ச்சிய இரும்புக் கம்பியால் சூடிழுத்தாற் போல் "தொடாத, தொடாத" என்று துடித்து அலறினாள். "என்னாச்சு ஒனக்கு?" என்று பதறிக் கேட்டாள் பொன்னி.

ஜகி ஒரு பதிலும் சொல்லாமல் படுக்கையறை மூலையில் போய் நிலை குத்திய கண்களோடு உட்கார்ந்து கொண்டாள்.

அன்று வீட்டில் ஒருவருமே இல்லை. அது இருளைக் குடைந்த குகையாகி இருந்தது. திகிலும், பீதியும் கருத்துத் திரண்டு. அவளை ஆச்சர்யத்துடன் பார்த்தபடி நடக்கும் தங்கைகளோடு, தம்பியோடு தூங்கும் அம்மாவோ, அப்பாவின் சைக்கிள் சத்தமோ, தம்பியின் சிணுங்கல்களோ எதுவுமோ அங்கில்லை. உருத் தெரியாத ஒன்று மட்டும் அவளை ஓட ஓடத் தொடர்ந்தது. உடையோடு சதையோடு, ஊவா முள்ளாக ஒட்டிக் கொண்டது.

பூட்டிய அறைக் கதவை யாரோ விடாமல் தட்டிக் கொண்டிருக்கிறார்கள். உரத்த குரலில் யாரோ வசவுகளைக் கொட்டுகிறார்கள். உறுதியான தேக்குக் கதவு. ஒன்றையும் நுழைய விடாதது. ஆனால் மணல் கொதிக்கும் புயல் ஒன்று தன் வழியாகவே நுழைந்து அவளைச் சுழற்றியடித்தது. கொதி மணற் குழிக்குள் தன் உடல் உருட்டிப் புரட்டப் படுவதாகத் தவித்தாள். வேகமாக எழுந்து தாழ்ப்பாளை இறுக மூடினாள். ஆனால் அறை நடுவில் இருந்த அந்த மணற் சுழல் அவளை ஆழத்திற்குள் இழுத்தது. உடலெங்கும் நெருநெருத்தது. பயத்தில்

நடுங்கியது. முகம் மூட இன்னும் சில வினாடிகள்தான். காற்றின் தீத்துளிகள் கொட்டின. அவள் கதறல் யார் காதிலும் விழவில்லை. "பயமாயிருக்கு, பயமாயிருக்கு" என்று அவள் அலறும்போது பட்டாசாலையில் தங்கைகளின் சிரிப்பொலிகள் கேட்டன.

எழுந்து நீள நோட்டில் என்னவோ எழுதினாள் பொன்னி. பென்சில் முனை முறிந்து போயிற்று. ஷார்ப்பனர் காணோம். ஜகி இருந்த அறைக் கதவைத் தள்ளினாள் பொன்னி. அது திறக்கப்பட்ட சத்தத்தில் உலுக்கி விழுந்தாள் ஜகி. உடனடியாக காற்றில் சற்றே அசைந்து நிச்சலனமாகும் சுவர்ப்படம் போல் நிலை கொண்டாள்.

பொன்னி அவள் தோளைத் தொட்டு "பென்சில் ஷார்ப்பனர் இருக்கா?" என்றதும் 'வீல்' என்று அலறி அவள் கையைத் தள்ளி விட்டாள் ஜகி. பயந்த பொன்னி அறை வாசலுக்கு ஓடினாள்.

"என்ன?" அம்மாவின் அதட்டல்.

"ஜெகதீஸ்வரி" என்றாள் அவள். சொல்லுமில்லை. அசைவுமில்லை.

அன்றிரவு எண்ணற்ற முறைகள் அவளுடைய திடுக்கிட்ட அலறல். வினோதமான வீறிடல்.

தூக்கம் கெட்ட அம்மா ஒரு தரம் தண்ணீர் தந்தாள். "போ, போய்க் கை, கால் கழுவிட்டு வா. சாமியக் கும்பிடு" என்று சாமியறையில் விபூதி பூசி விட்டாள்.

காலையில் ஜகி வழக்கம்போல் எழுந்திருக்கவில்லை. உடல் நெருப்பாகிக் கொதித்தது. நெற்றியை சுதா வந்து தொட்டபோது 'வீல்' என்று அலறினாள்.

"இன்னிக்கு வீட்டிலிருக்கட்டும். நாராயணசாமி டாக்டர் கிட்ட கூட்டிப் போ" என்றாள் ராஜிப் பெரியம்மா. பொன்னியும், பவானியும் அவளைத் திரும்பத் திரும்பப் பார்த்தபடி நீர் நிறைந்த கண்களோடு ஸ்கூல் பஸ்ஸில் ஏறினார்கள்.

"எனக்குத்தான் எத்தனை எத்தனை பிரச்சினைகள்! எனக்குப் பொறந்த மூணுமே பொம்பளைப் புள்ளைங்க! அதுக்கு மேலே ஆம்படையான் கெட்டுப் போயிட்டான். இப்ப ஜகி இந்த மாதிரி ஆயிட்டா! எனக்குன்னு என்னல்லாம் வரிசையாக் காத்திருக்கோ" எனப் புலம்பினாள் தனராணி.

36

செல்வமணி வழக்கம்போல் காலையில் தன் உள்ளங்கைகளை பரபரவென்று தேய்த்து அவற்றில் கண் விழித்தார். வீட்டின் பின் கதவிற்கும், குளியலறைக்கும் இடையில் இருந்த வெற்றிடத்தில் நின்று பல் துலக்கினார். அங்கேயே இருந்த உயரமான இரும்பு வாளியில் கணக்காக இரண்டு வாளித் தண்ணீரில் குளித்து முடித்தபின் பக்கவாட்டுச் சந்தில் இருந்த வாழைகளுக்கும், நந்தியாவட்டைக்கும், துளசிக்கும் தண்ணீரை மொண்டு மொண்டு ஊற்றினார். சாமியறை மேடையில் தயாராக இருந்த கதம்பத்தை ஒரே அளவாக வெட்டி சாமி படங்களுக்கும் போட்டார். நெற்றி நிறையத் திருநீறோடு இரும்புப் பெட்டியைத் தொட்டுக் கும்பிட்டு விட்டுத் திறந்து நேற்றைய லாபத்தில் மூன்று பங்குகளை - ஜெகதீஸ்வரி, பொன்னி, பவானி என்று பெயர் எழுதி ஒட்டிய உண்டியல்களில் போட்டார். ஆயிரமாக நிற்கக் கூடாது என்ற நினைப்பிலோ, ரூபாய் நோட்டுக்களை உண்டியல் சத்தமில்லாமல்தான் வாங்கிக் கொள்ளும் என்ற எண்ணத்திலோ மேலும் மூன்று ஒரு ரூபாய் நாணயங்களை 'க்ளீங்' என்ற ஓசையோடு போட்டார். அந்தச் சத்தத்தை சாட்சியாக வைத்தது போல் பிள்ளைகளுக்கு விடுமுறை. குட்டி பவானி படுக்கையிலிருந்து எழுந்து உட்கார்ந்தது,

"க்ளிங்... க்ளிங்..." என்றனர் பொன்னியும், ஜகியும். 'ஸ் ஸ்' என்று அவர்களை அடக்கினாள் தனராணி. காய்ந்த தோசைச் சட்டியில் மாவை ஊற்றும் ஒலி கேட்டது. "சரி, செய்ங்... சொய்ங்... னாவது சொல்லலாமா?" என்று மிகவும் அப்பாவித்தனமான முகபாவனையோடு கேட்டது பவானி.

"நீ ஒண்ணும் சொல்ல வேணாம்."

"இன்னுங் கொஞ்ச நேரம் தூங்கு"

"இன்னிக்கு லீவுதானே" பொன்னி.

"ஏன் சொல்லக் கூடாது? நாந்தான் முழிச்சிட்டேனே, எதுக்குத் தூங்கணும்? எப்படித் தூங்க முடியும்?"

“அய்யோ” என்றன இரட்டைக் குரல்கள். செல்வமணி இந்த உரையாடல்களைக் கேட்டபடி துளிர்த்த சிறு புன்னகையைக் கவனமாக மடித்து, உதட்டுக்குக் கீழே தள்ளிவிட்டு, சாவிப் பையில் அன்றைய முதலை எடுத்து வைத்துப் பூட்டிய இரும்புப் பெட்டிக் கைப்பிடியில் தொங்க விட்டுவிட்டு, அடுப்பாங்கரையைப் பார்த்தார். அவள் இன்னும் தோசைகளைச் சுட்டு அடுக்கவில்லை. இப்போது அடுப்படிக்கோ, உணவு மேஜைக்கோ போனால், அவள் ஆக்ரோஷமாக வெளியேறிக் கடைசி அறைக்குப் போய் விடுவாள். எனவே, பூஜையறை வாசலிலேயே உட்கார்ந்திருந்தார்.

காய்ந்த கல்லில் மாவு ஊற்றி எடுக்கப்படும் சத்தம் நின்றதும் எச்சரிக்கையாக, தனராணி உள்ளே போய் விட்டாளா என்று உறுதிப் படுத்திக் கொண்டு சாப்பாட்டறைக்குப் போனார். கையைக் கழுவிக் கொண்டு தன் வட்டிலில் மூடி வைத்திருந்த நாலைந்து தோசைகளைப் பார்த்தார். முதல் விள்ளலிலேயே தொண்டைக்கும் விக்கியது. “நம்மள நினைக்க யாரு இருக்கா?” “சிவனம்மா” என்றொரு வார்த்தை ஓடியது. பக்கத்தில் எப்போதும் வைக்கப்படும் தண்ணீர் செம்பை இப்போது காணவில்லை.

இன்னொரு தடவை விக்கல். வேகமாக எழுந்து அடுப்பாங்கடைக்குப் போகுமுன் பட்டையாக சிவப்புக் கோப்பை வளையலணிந்த குட்டிக் கை அவர் முன் நீண்டது. அது பொன்னியா, பவானியா என்று அவர் நிமிர்ந்து பார்க்கவில்லை. கடகடவென்று செம்புத் தண்ணீரை வாயில் ஊற்றிக் கொண்டிருக்கும் போதே அவள் ஓட்டமாய் ஓடி விட்டாள்.

“ரொம்பச் சின்னக் கை. மருதாணித் தடம் வெளிறத் தொடங்கிய அரை வட்ட நகங்கள். பவானிதான்.” எண்ணியவாறே வேகமாகத் தோசைகளை விழுங்கினார். மணி ஒன்பதைத் தொடப் பத்து நிமிடங்கள் இருக்கும்போது சந்துப் பக்கம் நிறுத்தப்பட்டிருந்த தன் ஹெர்குலிஸ் சைக்கிளின் ஸ்டாண்டை விடுவிக்கும் சத்தம் கேட்கும். பிறகு சிறிய மரத்தட்டிக் கதவைச் சாத்தும் கிறீச்சிடல், வெறுமனே ஒரு முறை மணியை அடித்துப் பார்த்துக் கொள்வார். உடனேயே சைக்கிளின் சக்கரங்கள்

உருளத் தொடங்கிவிடும். பெரியாயிம்மாவிற்குத் துலக்கப் பாத்திரங்களை ஒதுக்கி, ஒழித்துப் போட்டுவிட்டு அவசர அவசரமான குளியல் தனராணிக்கு. பளபளப்பான வெண்மைக்கு வரும்வரை கழிவறைக் கோப்பையை அவளே தேய்த்துக்கழுவி விடுவாள், குளிக்கப் போகுமுன்.

ஸ்ரீவில்லிப்புத்தூர் ஸ்நானப் பொடியைத் தேய்த்து நீரை மொண்டு ஊற்றி முடித்து சாமியறைக்குள் போனாள். தீபமேற்றி விட்டு உண்டியல்களை ஆட்டிப் பார்த்தாள். அவை இன்று கனமேறவில்லை போல் தோன்றியது. அவள் கண்களில் சிவப்பேறியது.

"இன்னைக்குக் கணக்கப் போடாமயே போயிட்டாருபோல அந்த மனுஷன். அசந்தா நடுச் செங்கலப் பிடுங்கிடுவாரே"

- நினைத்தவாறே வெளியே வந்து தொலைபேசியை டயல் செய்தாள். வீட்டில் சத்தமே இல்லை. படிக்கும் அறைக்குள் பிள்ளைகள் புத்தகத்தோடு உட்கார்ந்திருப்பார்கள்.

"ஆங், சொல்லுங்கம்மா, லிஸ்ட் சொன்னா வீட்டுக்கே கொண்டு வந்து தந்துடுவோம்" என்றது கடைப் பையனின் குரல்.

"கணபதி, நான்தேன் தனம். வீட்லயிருந்து"

"அக்கா மன்னிச்சுருங்க. நான் யாரோ கஷ்டமருன்னு..." அவன் பதறினான்.

"அது பரவால்ல. ஒரு தகவல் சொல்லிரு. ஒங்க மொதலாளி எடுத்து வக்கலின்னு மட்டும் சொல்லிடு. இன்னும் ஒரு மணி நேரத்திற்குள்ள நீயே கொண்டாந்து குடுத்துடு" கண்டிப்புடன் சொல்லி விட்டு ரிசீவரை வைத்தாள்.

படிப்பறைத் தரையில் தாயக் கட்டம் கிழித்துக் கொண்டிருந்த பவானி, "அப்பா தான் இன்னிக்கு மூணு உண்டியல்லயும் பணம் போட்டாங்களே. நல்லாச் சத்தங்க கேட்டதே" அவள் வாயை பொத்தினாள் பொன்னி.

"என் வாய் ஏன் மூடுற" திமிறிய பவானி கத்தினாள்.

“நான் சொல்லுவேன் அம்மா, அப்பா இன்னிக்கு உண்டியல்ல காசு போட்டாச்சு’’ என்று உரக்கக் கத்தினாள்.

“உன்னிய யாராச்சும் கேட்டாங்களா? வேலயப் பாரு’’ பதில் கத்தல் சிவுசிவுத்தது.

“காலேல மொதல் வேலயா போட்டுட்டே ன்னு சொன்னா அவ நம்பப் போறதில்ல. யாவாரம் முன்னப் பின்ன இருந்தாலும் இந்தப் பணத்த வைக்காம வரதில்ல. அதுங்க எனக்கும் புள்ளங்கதானே?’’ படபடவென்று ஓடும் எண்ணங்களோடு, நூறு ரூபாய் நோட்டுகளை எண்ணிக் கட்டினார். எவ்வளவு என்பதற்கான குறிப்பையும் எழுதி வைத்து கணபதியிடம் கொடுத்து, வீட்டில் சேர்ப்பிக்கச் சொன்னார்.

“பொன்னி அரிசி எப்புடி’’

“கடலைப் பருப்பு அரைக் கிலோ’’ என்ற பல குரல்களின் நெரிசல். இனித் தாளமுடியாது என்று தோன்றியது. கல்லாவை இழுத்துப் பூட்டிச் சாவியை எடுத்துக் கொண்டு கடையை விட்டிறங்கினார், “பாண்டியா! கடைய பார்த்துக்கோ’’ என்று சொல்லியபடியே. அவன் அவரில்லாத நேர வியாபாரத்தைத் துல்லியமாகக் கணக்கெழுதி. பணத்தை ஒப்படைப்பான். டிரைவருக்குப் போன் செய்து வரச் சொன்னார்.

“தரட்டுப்பட்டி’’ என்றவருக்கு செவனம்மா தென்னந்தோப்பில் இருப்பாள் என்று நினைவு வந்தது. கார் இலவ மரத் தோட்டங்களையும், நீல மலைகளையும் தாண்டி விரைந்தது. குளிர் நனைந்த காற்று மிகவும் ஆகவாசமாக இருந்தது.

பசுமையாக அசையும் தென்னங்கீற்றுகள் காமத்தின் ஊற்றுக் கண்களைத் திறந்துவிட்டன, “எட்டு அடி தோண்டுணும். போய். நல்லா, ஆழமா, அகலமா, பழைய மண்ணத் துப்புரவா எடுத்து அங்கிட்டுப் போட்டுடு. புது மணல் ரொப்பு. வேரச் செதுக்கிட்டு, சுத்தமாச் செதுக்கு. அரையடி போட்ட மண்ல ஊணு. ஆங், அப்புடித்தேன்’’ - தென்னங்கன்று ஊன்றும் வேலை மும்முரமாக நடக்கிறது போல.

செவனம்மா மரங்களுக்குக் கீழே கிடந்த செத்தை, குப்பைகளைப் பெருக்கிக் கொண்டிருந்தாள். பின் கொசுவம் வைத்த சேலை முட்டிக்குச் சற்றுக் கீழே தூக்கிச் செருகப்பட்டிருந்தது. கரிய, பளபளப்பான கால்களின் கனத்த தண்டை தெரிந்தது. கொண்டையில் கனகாம்பரச் சுற்று. செல்வமணி அவளை நோக்கி அசைத்த விரலை, தோப்பு மூலைக் கீற்றுக் குடிலை நோக்கிக் காட்டினார். அவள் முகம் சிவக்க வரப்பில் நடந்தாள்.

கணபதி ரூபாயை ஒப்படைத்துவிட்டு "வேறென்னமும் வேணுமாம்மா?" என்று கேட்டான். "கடல மாவு மட்டும்" என்றாள் தனராணி.

பட்டாசாலையில் பாம்புக் கட்டம். "அய்யோ என்னைய கொத்திக் கீழ தள்ளிட்டாளே" பொன்னி போலி அழுகை அழுதாள்.

"ஹஹ்ஹஹா" என்று சிரித்த பவானி, அம்மா சாமியறைக் கதவைச் சாத்துவதைக் கண்ணால் காட்டினாள்.

ஜகி ஒற்றை விரலை உதட்டுக்குக் கீழே வைத்தாள். அதை வழி மொழிந்தாள் பொன்னி. "நீ போடு" என்று கட்டத்தை அவளிடம் தந்தாள் பவானி.

சாமியறையுள்ளிருந்து ரூபாய் நோட்டுகளை எண்ணும் சரசரப்பு கேட்டது. பிறகு உண்டியல்களில் விழும் நோட்டுக் கற்றைகள், சரக், சரக்கென்று. அப்புறம் மணியொலி.

"சர்ரக், சர்ரக்"

"நீயும் உண்டியல், நானும் உண்டியல், நெனைச்சுப் பார்த்தா எல்லாம் உண்டியல்" என்று நீயும் பொம்மை, நானும் பொம்மை மெட்டில் பாடினாள் பொன்னி.

வெளியே வந்த தனராணியின் முகத்தில் வேர்வை முத்திட்டுருந்தது. அவள் அயர்ந்து, சோர்ந்து இறுகிய முகத்தோடு உள்ளறையிலிருந்து தத்தி நடந்துவரும் மகளை நோக்கிப் போனாள்.

"பாடவா, என் பாடலை" என்ற பொன்னியை 'தைரியமிருந்தா அங்க போயிப் பாடு' என்று உள்ளே கை காட்டினாள் பவானி.

"போய்ப் பாடிடுவேன், பாடிடுவேன்" என்று பாவாடையின் சிவப்புக் கரையை மேலே தூக்கிக் கொண்டு முறுக்கு டிசைன் கொலுசு தெரிய, "பாடிடுவேன், பாடட்டா, பாடட்டா" என்று விளையாட்டுக் காட்டினாள்.

"ஏய் ரொம்பப் பண்ணாத" என்று அதட்டினாள் ஜகி.

"ரொம்பப் பண்ணாத, ஏய்"

"பண்ணாத ஏ ரொம்ப" என்று வார்த்தைகளை உருட்ட ஆரம்பித்தாள் பவானி.

"ஆரம்பிச்சுட்டா."

"அய்யோ! என்ன அதல பாதாளத்துல எறக்கிட்டா." என்று தன் காயைக் கீழே எறிந்தாள். ஊடேயே அவள் பார்வை தங்கள் மூன்று பேரையும் சாமியறை மேடையிலிருந்த மூன்று உண்டியல்களையும் பார்த்து மீண்டது.

37

அவள் சொம்பு நிறைய கருங்காப்பியைக் கொண்டு வந்து கொடுத்தாள். இன்னும் ஒரு மணி நேரம் சோற்றை வடித்து விட்டுத் தட்டாம் பயிறோ, கருவாடோ ஒரு குழம்பைக் கொதிக்க வைத்து இறக்கிவிட்டு வேலைக்குக் கிளம்பினாளென்றால் பொழுது சாயத்தான் வீடு வந்து சேர்வாள். இன்று மிக மெத்தனமாக இருக்கிறாள். அவள் வேலைக்கு கிளம்பின கையோடேயே பிள்ளைகள் மதியச் சாப்பாட்டுத் தட்டை மரக்கால் எடுத்துக் கொண்டு ஓடிவிடுவார்கள். அவள் அரிசி களையும் சத்தமோ, கடுகு தாளிக்கும் படபடப்போ விடிகாலையிலேயே கேட்டு விடும். இன்று எல்லாம் நிதானமாக நடக்கிறது. குச்சிக் கருவாடும், வெங்காயமும் போட்டுக் குழம்பு வைத்து சோறாக்கி, இதோ மூத்தவனுக்கு வழக்கமாகத் தட்டில் போட்டு லொட்டென்று வைப்பவள், இன்னைக்கு ஒரு நாளுமில்லாத திருநாளாய் மடியில் உட்கார்த்தி வந்து ஊட்டி விடுகிறாள்.

சின்ன மகனுக்கோ கேட்கவே வேண்டாம். ராஜ மரியாதைதான். அவங்க பள்ளிக் கூடம் போறதுக்குள்ளே இவ பறந்துடுவாளே, வேலக்கி. இன்னிக்குதட்டிக் கதவு வாசல்ல நின்னு டாடா சொல்றா.

சின்ராசு சொன்னது நெஜம்தான் போலருக்கு. "நீங்க சாப்புட வாங்க." என்றழைத்ததும் "நீ தனராணியம்மா வீட்டுக்கு வேலக்கிப் போவல?"

"ம்ஹூம்"

"ஏன்?"

"புடிக்கல்ல, போவல?"

"என்ன கோக்குமாக்குப் பண்ணின, அங்க"

"ஒண்ணுமில்லப்பா"

“எதுக்கு ஒந்தூக்கு வாளிய விட்டெறிஞ்சு துரத்தி விட்டாக, சொல்லு” இவனுக்கெப்படி தெரியும்? எல்லாமே தெரிஞ்சு போச்சா இது மட்டுந்தானா? யோசித்தாள்.

எல்லாம் எனக்குத் தெரியும் புள்ள, சொல்லு என்னன்னு சொல்லு, நாம் போயி அந்தம்மா கிட்ட நாயம் கேக்கிறேன்.

“இவன் பேசுற ஏத்த இறக்கமே சொல்லுது, இவனுக்கு முழுசாத் தெரியாது. தாயே மாலையம்மா ஒனக்கு சித்திரையில் பால் குடம் எடுத்துர்றேன்” என்று வேண்டிக்கொண்டாள்.

“காய்ச்சி உருண்டைச் சட்டி நெறயா இருந்த பால ஊத்திக் குடிச்சிட்டேன். பிள்ளைங்க கூடக் குடிக்குமுன்ன. எனக்குத் தராம இருக்காது அந்தம்மா. அதுவாவே வாங்கித் தின்னாகன்னாலும் எம் பங்கைக் குடுத்துடும். கேக்காம கொள்ளாம சொம்பு பாலக் குடிச்சது என்தப்புத் தான்.” அவள் நிஜம் போலத் தயங்கித் தயங்கிச் சொன்னாள்.

“ஒனக்கு ஏன் இப்புடிப் புத்தி போச்சு. வேல கெடக்கிறது, இந்தக் காலத்தில் லேசா, சரி நா மொதலியார் தோட்டத்துக்கு களை வெட்டப் போறேன்.”

அவள் வெளிறிப்போவதை நிம்மதிப் பெருமூச்சோடு பார்த்தாள். ஐந்து நிமிடம் கூடப் போயிருக்காது. களைக் கொத்தும் கையுமாக மறுபடி வீட்டு வாசலில் வந்து நிற்பவனைப் பார்த்து திகைத்துப் போனாள். அவளுக்கு மூச்சுத் திணறியது. பற்களை இறுகக் கடித்துக் கொண்டாள். கத்திப் பேசினால் ஊர் சிரித்துப் போகும் என்று நிதானம் கொண்டாள். அடி வயிறு கல் போல இறுகச் சாணி மெழுகிய தரை மூலையில் உட்கார்ந்திருப்பவளைப் பார்த்தான். சின்ராசு வேற மாதிரி சொல்றான். என்ன? என் குரல் உயராமல்.

“அந்தாளு உன்கிட்ட தப்பா நடக்கப் பாத்தானாமாம். அதுக்குள்ள அந்தம்மா வந்து உன்னிய விரட்டிச்சாம். என்ன நடந்துச்சு சொல்லு, அவன் கண்கள் ரத்தச் சிவப்பாகி அவள் முன் விரைந்தது.” “ம்ம்” என்று அவள்

தலைகுனிந்து கண்ணில் நீர் திரள உட்கார்ந்திருப்பதைப் பார்த்ததும்: அவன் மனம் கனிந்து விட்டது.

"சரி, சரி அத்தவுடு. வேறொன்னும் நடக்கலியே, அதுக்கேன் உன்னயத் தொரத்தது அந்தம்மா?" என்றவன் குரலைத் தழைத்துக் கொண்டு, "எம்புட்டு காசு தந்துச்சு?"

அவள் சொன்னாள்.

"இம்புட்டுத்தானா? இதென்ன அக்கிரமம் ஏழைன்னா எளக்காரமோ? அஞ்சய்யா மாட்ட வெலச் சொல்றான். வாங்கி நாமளும் நிமிர்ந்துரலாம்னு பார்த்தேன். வேலயும் தர மாட்டாங்க. வெறுங்கையும் வீசுன கையுமா வெரட்டியும் விடுவாகளா, நாம் போயி கேக்கத்தேன் போறன்."

"வேணாப்பா" அவள் கெஞ்சினாள்.

"ஆமா, வெளித் தெரிஞ்சா நமக்குத்தேன மானக்கேடு" என்று அந்தச் சிறிய கீற்று வேய்ந்த வீட்டிற்குள் குறுக்கும் மறுக்கும் நடந்தான். வீராயம்மாள் எட்டிப் பார்த்தாள் கிடுகுக் கதவைத் தள்ளிக் கொண்டு. "தனராணி வீட்டய்யா உன்னய தென்னந்தோப்பில தெனக்கூலி வேலக்கி வரச் சொன்னார். அந்தம்மாவும் ஒன் கிட்டக்க சொல்லி விட்டுச்சு. வேணுமின்னா வீட்ல பார்த்தமாதிரியே மாசச் சம்பளமாயும் போட்டுத் தராகளாம்." அவன் மௌனமாக உட்கார்ந்திருந்தான்.

"நானும் அங்஝னதேன் நெதோம் வேல பார்க்கிறேன்" என்றாள் அந்தக் கிழவி.அவன் "சரி போ. வேறென்னத்தப் பண்றது?" செவனம்மா சேலய இழுத்துச் செருகிக் கொண்டு எழுந்திருந்தாள். வீராயம்மாளைப் பின் தொடர்ந்தாள்.

"நமக்கும் புள்ள குட்டி இருக்கு" என்று முனகியபடியே கதவென்ற பெயரில் இருந்த அந்தத் தட்டியைச் சாத்திவிட்டு அவன் களைக்கொத்தை மறுபடியும் கையிலெடுத்தான். சிவப்புக் கலர் சேலயும் தூக்கி முடிந்த கொண்டையும் கருத்துத் திரண்ட உடம்புமாகப் போகும் அவளைச் சிறிது நேரம் உற்றுப் பார்த்தான். பிறகு ஓட்டமும், நடையுமாக மொதலியார்

தோட்டத்தைப் பார்த்துப் போகத் தொடங்கினான். ஏதோ நினைத்தவன் போல் மறுபடியும் அவளைத் திரும்பிப் பார்த்துக் கொண்டான். அவள் இடுப்பு ஒடியும் ஒயிலையும் வீராயம்மாள் பக்கம் திரும்பிச் சிரித்தபடியே எதையோ பேசும் முகவெட்டையும் பார்த்தபோது அவன் பற்கள் நெரிந்தன. மனதை இறுக்கிக் கொண்டு களைக்கொத்தை ஒரே ஆதாரம் போல் பற்றிக் கொண்டு நடக்கையில் அவன் கண்களில் ஈரம் கோத்தது.

38

கனவின் பிந்தைய கணத்தில் பகலுக்குள் பிரவேசிக்கிறாள் சுமி. அவளுக்குள் புகுந்த அந்த வெல்வட் பேழை துடிதுடித்து உயிர்ப்போடு இருக்கிறது. புணர்வின் வெளியில் இருந்து இறங்காமலேயே தினத்தின் உள் திரிந்து, தன் காரியங்களில் இயங்குகிறாள். விரல்களைப் பிரித்துப் பிரித்து நாளெண்ணி உடல் குளிர்கிறாள்; மனம் திகைக்கிறாள். திருமணம் முடிந்து ஒரேவொரு மாதம் தானாகிறது. அதற்குள்ளேயேவா? எல்லாம் என் கற்பனையா?

திறந்த இட்லிப் பானையில் நீராவிக்குள்ளிருந்து நிறம் நிறமாய் வண்ணத்துப் பூச்சிகள். திருகி விழுந்த தேங்காய்ப்பூக் குவியலில் தேவதைகளின் விழி வெண்மை. மிக்ஸியில் சுருதி கூடிய இனிமை. துவைக்கும்போது நுரைக்கும் சோப்புக் குமிழ்களில் எண்ணிறந்த வானவில்கள். தன்னை விட்டுத் தள்ளி நடமாடும் அவனுடலில் தன் மருதாணித் தடங்களை ரகசியமாகக் கண்டுணர்ந்து புன்னகைக்கிறாள். கனவொன்றும் இல்லை இது. நிரந்தரமாகப் போகிற நினைவில் முதல் தளிர் சிறியதாக முளைவிட்ட விதையின் சிரிப்பைப்போல் அது அவளுள் சிலிர்ப்பூட்டுகிறது. நெருடல்களில் படலத்தைத் துடைத்துத் தெளிவுறுத்தித் தன்னைப் பரிபூரணமானதொரு நிச்சலனப் புள்ளியில் நிறுத்தி விட்டிருக்கிறது இது. அலுப்பூட்டும் வீட்டுப் பணிகள் இன்று அழகிய இலகுத் தன்மையை அடைந்திருக்கின்றன. கனவுகளில் நெய்யப்பட்ட தூக்கம் ஒரு கவிதையைப் போல் மிதந்து திரிகிறது.

புளிக் கரைசல். அதனடியில் மென்மையாகத் தங்கிய சக்கை, சுருக்க மோடிய வெண் மஞ்சள் பாலேடு, பொருந்திய சாதத்தின் சீரான மேற்பரப்பு என்றெல்லாமே இன்று அழகு கூடிஇருப்பதேனென்று வியப்பும், தவிப்பும் மிகுந்ததாக அவள் பகல் நீண்டது.

“யாரிடமும் சொல்லவில்லை இன்னும். அம்மாவிடமாவது” நினைத்ததுமே அவள் எண்ணத்தின் எதிரொலி போல் தொலைபேசி மணி. அம்மாதான். எடுத்துக் காதில் வைத்ததும், அம்மாவில் குரல்தான் அவள் பெயரைச் சொல்கிறது.

“சுமி, எப்படி இருக்கிறாய்?”

“அம்மா, இந்த மாதம் நான்...” ஆரம்பித்து சொற்களை நீட்டி முடிக்கும் முன்பே அம்மாவிற்குப் புரிந்துவிட்டது.

“சுமி, நிஜம்மாவா? வரலியா? எத்தன நாள்? மாப்பிள்ளையிடம் சொன்னாயா? உன் மாமியார் என்ன சொன்னாங்க? உனக்கு உடம்புக்கு நல்லாத்தானே இருக்கு? மயக்கம், வாந்தி ஏதுமில்லியே, நான் உடனே வரவா.”

அவள் எந்தக் கேள்விக்குப் பதில் சொல்வது என்று தெரியாமல் “ம்ம்” என்று விட்டு வைத்தாள். இட்லி மீது சட்னி வைத்தபோது அவள் அவனிடம் அந்த விஷயத்தைச் சொன்னாள். மிகவும் சாதாரணமான வார்த்தைகளில் “இந்த மாதம் நாள் வரலை” என்று. அவன் வெறுமனே தலையாட்டியது லேசான ஏமாற்றம்.

“இவளை ஆஸ்பத்திரிக்கக் கூட்டிட்டுப் போகணுமா?” அவன் தன் அம்மாவிடம் கேட்டதும் ரத்தினம்மா புருவங்கள் நெரிய, “என்கிட்ட ஒரு சொல்லுச் சொல்லல? என்ன அதுக்குள்ளியா? கல்யாணம் முடிஞ்சு மாசங் கழியல? அதுக்குள்ளே நாள் வந்ததா அவளுக்கு?” என்று அவள் இழுக்கவும் தரையைப் பெருக்கிக் கொண்டிருந்த பொன்னுத்தாய். “அய்யோ, பச்சப் புள்ளய என்ன சொல்லுச் சொல்றாக? அவங்க வந்து குளிகுளிச்ச தீட்டுச் சேலய நாந்தான் தொவிச்சேன், வண்ணாத்திக்கு மறா நாள் சேலயப் போட்டேன்? அஞ்சாம் நாள் வழக்கப்படி புதுப் புடவை குடுத்து விருந்து போட்டு கொண்டாடினதெல்லாம் மறந்த மாதிரி பேசுதே இந்தம்மா” என்று முணுமுணுத்தபடியே தயக்கத்தோடு சுமியை நோக்கி நடந்தாள். ரத்தினம்மாவிடம் சொல்லத் துணிச்சல் இல்லை.

தன் அறைக் கட்டிலில சிலை போல் உட்கார்ந்திருந்தாள் சுமி. கண்கள் இருண்டு ஈரமாகி இருந்தன.

“அந்தம்மா ஏதும் சொல்லிட்டுப் போவுது. நீ ஒண்ணுக்கும் கவலப்படாத தைரியமா இரு சுமி” என்றாள்.

சத்தமேயெழுப்பாத கொடுங்கரம் ஒன்று தன்னை அறைந்தாற் போல் அமர்ந்திருந்தாள் சுமி.

“கவலைகள் விடுத்து எழுந்திரு. வண்ணப் பெண்மையின் சுடர் வெளிச்சமாகவும் பிரகாசமாகவும் ஆக்கியுள்ளது. நீ அதை மாதந்தோறும் சந்திக்கிறாய். நினைவிருக்கிறதா? யுகம் யுகமாக நீளக் கூடிய மனித வாழ்வின் தீபச் சரட்டின் நுனிதான் உன்னுள் வியாபித்திருக்கிறது. விழித்திருக்கிறது. நான் உனக்குள் வளர்ந்து, உன்னை வளர்ப்பேன். உன் வேர்களை, திடம் பெற வைத்து, வெடித்து, மேலேறித் தளிர்த்துக் கிளைக்கச் செய்வேன்...”

அசையும் கருவின் துளியைப் பற்ற அவாக்கொண்டாள். வாதையில் நகர்கிற உடல் அந்தக் குரலை மறுத்துத் துடித்தது. வெட்ட வெளியில் துடிக்கும் வெற்றிடத்தில் உருவற்ற ஒளி நெளிகிறது. வலியின் சுருள் அவள் பாதத்திலிருந்து மேலேறி வளைத்துக் கொண்டதும் அவள் வீழ்ந்தாள். ஒரு சொல், ஒரு சந்தேகத்திலிருந்து பற்றித் திகுதிகுவென எரியும் தீப்புதர் அடி வயிற்றுக்குக் கீழே இறங்கி அடர்ந்தது. திசையற்றுப் பாய்ந்த கண்ணிகள் வெடித்துச் சிதறிய சதைத் துண்டுகளைத் தெறிக்கவிட்டன. அவள் நினைவற்றுக் கடைசிக் கணக்கில் ஒரு துணையு மற்றுச் சாய்ந்தாள். ரத்தச் சிதறல்கள் கொட்டி, உயிர் மையம் உடைந்து கொலையொன்று நிகழ்ந்தது. வலியின் அலைகளில், அவள் முடிவற்று மிதந்து சென்றாள்.

பலவீனமான மூடுவிழிகளின் ஈரமின்மையில் சுமி கொஞ்சங் கொஞ்சமாக நொறுங்கிக் கொண்டிருந்தாள். தன்னை அழைக்கும் குரல்களை அனுமதியாமல் பாதங்களுக்குள் போகிறாள். தனித்திருந்து அதிர்வுகளை ஏற்றபடி. அவளது கடைசிக் கணத்தில் அனைத்து பொருண்மைகளும் அர்த்தமற்றவையாகின்றன. பசும் இருளில் நழுவிப்

போகிறது அவள் உள்ளங்கையில் பொத்தி வைத்த செம்மணி. ஜன்னல்களும் கதவுகளும் சுவர்களுமற்றதாகிறது. அவளுடைய அறையற்ற அறை. நட்சத்திரங்கள் தொலைவில் வீழ்ந்து மரிக்கின்றன. இருளின் அதி பயங்கரமான அசைவின்மையில் குருதிக் களமொன்றில் செத்துக் கிடக்கிறாள். வலி அவளைத் துண்டாடி எறிகிறது.

அறையில் நுழைந்த பொன்னுத்தாய் அலறுகிறாள். மருத்துவமனை. அவசரமான தொலைபேசியழைப்பால் வந்து சேர்ந்த பெற்றோர், சந்தேகம் பூசி, அங்கீகரிக்கப்படாமல் பூத்த அந்தக் கரு ஒதுங்கித் தன்னைச் சிதைத்துக் கொண்டுவிட்டது.

39

கிருட்டிணசாமியின் விருந்தாளியாக வந்த நண்பர் முத்துவேல், தட்டில் நிறைந்திருந்த முந்திரிப்பருப்பை அள்ளி வாயில் போட்டுக் கொண்டார். கண்ணாடி டம்ளரில் கால்வாசி நிறைந்திருந்த பொன்னிறத் திரவத்தை ஒரு மிடறு விழுங்கியதும் போதையேறியது. நெடுநாள் நட்பென்றாலும் சந்திப்புகள் குறைவு. ஆனால் பார்த்துக் கொள்ளும் தருணங்கள் அவர்கள் நெருக்கத்தை மட்டுப் படுத்தியதில்லை. கிருட்டிணசாமியின் கைகள் நடுங்கின. அவர் தனது டம்ளரை இறுகப் பற்றிக் கொண்டார். “என்ன மாப்ள, சொல்” - அவர் குரலிலும் நடுக்கம் வெளிப்படையாகத் தெரிந்தது. முத்துவேல் வாயைத் துடைத்தபடி “எத்தனை தடவப்பா கேட்ப நீ? ஆமா, உன் ஆத்தாம உனக்கு. ஊரறிஞ்ச விஷயம் தானப்பா இது? ரேணுகா புருஷன விட்டுட்டு அவனோட தம்பியோடவே “இருந்தது”, அந்தப் பையனயே கடைசில பழி போட்டது, அவன் ஊர விட்டே ஓடிப்போனது, அந்தக் குடும்பம் பிரிஞ்சது, புருஷன் செத்தது எல்லாம் தெரியவே தெரியாதா ஒனக்கு.”

“அவ புருஷன் செத்ததும் பாகப் பிரிவினை நடந்ததும் மட்டும் தெரியும். ஆனா நீ சொல்றது...”

“இதுனால என்னப்பா, பெரிய குடும்பங்கள்ல நடக்கிற சங்கதி தான்? விட்டுத் தள்ளு. இப்ப உங்கிட்ட அந்தப் பொண்ணு நல்லாத்தானே இருக்கு?”

“ஆமா, முத்து ஆனாலும்...”

“என்ன ஆனாலும், நோனாலும்... விடுவியா?”

“இப்ப அவன் இங்கிட்டு இல்லியா, எங்க இருக்கான்?”

“நிச்சயமா இந்த ஏரியாலயே இல்ல, வடக்கே போய்ட்டாப்லயாம்”

“கல்யாணம்?”

“தெரியல. எவன் எப்படிப் போனா என்னப்பா? விட்டுத்தள்ளு. இன்னிக்கு பெரிய போடாப் போட்டுறதுனு நெனச்சு வந்தேன். நீ என்னடான்னா” - முத்துவேல் தம் டம்ளரை வாய்க்குக் கொண்டு போனார். மௌனமாக உட்கார்ந்திருந்த கிருஷ்ணசாமி ஆடும் தென்னங் கீற்றுகளையே பார்த்துக் கொண்டிருந்தார். “உங்கிட்ட சொன்னது தப்பாப் போச்சு போலிருக்கே, கிருட்ணா! இதுனால என்ன இப்ப” ஆறுதலாகத் தோளில் படிந்தது அவர் கை. “நீ நல்ல மனுஷம்பா. நிச்சயம் நல்லாருப்ப. உனக்குப் புள்ளயும் பொறந்துரும் காலாகாலத்தில. அவளும் பேரழகி. உன் பிரியத்துக்குக் கட்டுப்பட்டுத்தேன் இருப்பா. சரியா?”

“பொறக்குமா முத்து?” - ஏக்கமாகக் கேட்டார் கிருட்டிணசாமி.

“அதெல்லாம் பிறக்கும். பொறந்துடும்கிறேன்ல. நீ தைரியமா இரு. நீ மச்சக்காரம்பா. ஒண்ணுக்கு ரெண்டு. அதிலும் பாவைக்கு ஒம்மேல உயிராயிருக்கு. இது வேற மயங்கிக் கெடக்கு. அப்புறமென்னப்பா? அனுபவிப்பியா? உழட்டிக்கிடாம.”

கிருட்டிணசாமி தம்மைக் கேலி செய்வது போல் சடசடத்த தென்னங்கீற்றுக்களின் ஒலியை விட்டு எங்காவது ஓடி விட விருப்பங் கொண்டார். இரவு திரண்டு, கருத்து, பாரமாக ஏறியது. காலடியில் பூமி நழுவ, நாற்காலி முனையை அழுத்திப் பிடித்துக் கொண்டார்.

40

40

தனராணி மூன்றே மூன்று நூல் புடவைகளை மாற்றி மாற்றிக் கட்டும் வழக்கத்துக்கு வந்திருந்தாள். மஞ்சள், ரோஸ், பச்சை புட்டா போட்டது, பூ வரைந்தது, நீலக்கரை வைத்தது, ரவிக்கைகள் கூடப் பொருத்தமாக அணிவதில்லை. மூத்த பெண் ஜகி இன்னும் சடங்காகவில்லை. ஆனாலும் இவள் ஜடை பின்னித் தொங்க விடுவதை நிறுத்திவிட்டாள். பிள்ளைகள் ஸ்கூலுக்குப் போகும்வரை வீட்டில் நடமாடிக் கொண்டிருப்பாள். பிறகு பெரியாயிக்கு வீட்டு வேலைகள் செய்யச் சில குறிப்புகள். அப்புறம் சமையல் தவிர மீதி நேரமெல்லாம் படுக்கையில்தான். செல்வமணிக்கான சாப்பாடு மேஜையில் பரப்பி வைக்கப்பட்டிருக்கும். கழுவிக் கவிழ்த்த வட்டில் டம்ளர் தண்ணீரோடு. பரிமாறுவதெல்லாம் இல்லை.

பெரியாயி ''அந்த வெங்காயத்த கொஞ்சம் நறுக்கிருங்க'' என்று சீரகம் மிளகு, மிளகாய் வத்தலை அரைத்து எடுத்துக் கொண்டிருந்தாள். தேங்காய்த் துருவலை மிக்ஸியில் அரைச் சுற்று மட்டும் போட்டு எடுத்து பால் பிழிந்தெடுத்தாள். நாலு ஸ்பூன் நல்லெண்ணெய் ஊற்றிய சட்டியில் காய்ந்ததும் பெரியாயி நறுக்கித் தந்த வெங்காயத் துண்டங்களையும் போட்டு வதக்கி, அரைத்த மசாலாவையும் கலந்தே சுண்ட வதக்கி, தேங்காய்ப் பாலை ஊற்றி உப்புப் போட்டுக் குக்கரை மூடினாள். 10 நிமிஷம் கழித்து ஒரு ஏழெட்டு விசிலுக்குப் பிறகு, அடுப்பை அணைத்தாள்.

''வேறென்னம்மா செய்யணும்''

"பிள்ளைங்க யூனிபார்ம் மட்டும் துவைச்சிடுங்க பெரியாயிம்மா" என்று சொல்லிக் கட்டிலில் சாய்ந்தபோது காலிங்பெல் அடித்தது. "அது வேற சனியன்" என்று வைது கொண்டே கதவைத் திறந்து பார்த்தபோது கடைப்பையன் நின்றிருந்தான். சைக்கிள் கேரியரில் இரண்டு பெரிய துணிப்பைகள் இருந்தன. ஒன்றை எடுத்து இறக்கி வராண்டா மூலையில் வைத்தான். அவள் நேற்று மாலையே கேட்ட சாமான்கள்.

"இன்னொரு பை?" கேட்டாள் தனராணி. பையன் அசையாமல் நின்றான்.

அவன் முகம் தர்ம சங்கடத்தில் வியர்ந்து வழிந்தது. பின்னந் தலையைச் சொறிந்தான். "வந்து... அது வந்துக்கா... சிவனம்மா வீட்ல இறக்கிப் போடச் சொன்னாருங்க அய்யா..." தனத்தின் முகம் உறைந்தது. உடனேயே இயல்பு நிலைக்கு மீண்டது. அவன் அவள் பதிலுக்காக ஒரு நிமிடம் காத்து நின்றான். பிறகு சைக்கிளில் ஏறி வேகமாகக் கடந்துபோனான். தனம் ஆயாசத்தோடு அறைக் கட்டிலில் விழுந்தாள்.

41

ஜகியின் மன உளைச்சல் தினமும் அதிகரிக்கின்றது. என்னென்னவோ கற்பனைகள்! பயங்கரமான நடுக்கத்தில் கடல் விரிகிறது. அலைகளிலெல்லாம் இருள் ததும்பிக் கிடக்கின்றது. கரையோரத்தில் நண்டுகள் நகர்கின்றன. அவை அடிவயிற்றில் ஒருவிதமான சில்லிப்பையும், அருவருப்பையும் ஏற்படுத்துகின்றன. கடலில் அடியில் நீலமும் பச்சையும் கருமையுமாக அசையும் நீர்த்தாவரங்கள். கோடானு கோடி வருடங்களாக ஜெகதீஸ்வரியைப் பின்னி இறுகக் கட்டி வைத்திருக்கின்றன அவற்றின் வேர்கள். அவள் திமிறுகிறாள். தத்தளிக்கிறாள். பலமனைத்தையும் திரட்டி மேலெழப் பார்க்கிறாள். முடியாமல் கூக்குரலிடுகிறாள். அம்மாவும் அப்பாவும் எதிர் எதிர்த் திசையில் போகிறார்கள். அம்மாவின் கூந்தல் சிடுக்கேறியிருக்கிறது. மகளின் "அம்மா" வென்ற அலறல் அவளுக்குக் கேட்கவில்லை.

அம்மா மூன்று உண்டியல்களைக் கொட்டி, நாணயங்களையும் நோட்டுக் கற்றைகளையும் எண்ணிக் கொண்டே இருக்கிறாள் மீண்டும் மீண்டும் இடைவிடாமல், பெருமூச்சு விட்டபடி. அவற்றை மறுபடியும் உள்ளே போடுகிறாள். மகள் கரை சேரப் பார்க்கிறாள் அப்பாவின் உடலில் இருந்து எழும் நெற்கதிரின் மணத்தைப் பற்றிக் கொண்டு. ஓர் அலை அவள் கொஞ்சம் மேலெழுந்தாலும் அழுத்திக் கீழே தள்ளுகிறது. மற்றொன்று அவள் பாதங்களைச் சுற்றிச் சங்கிலியிட்டு நகரவிடாமல் செய்கிறது. வேறொன்று உப்பை வாரி வீசுகிறது அவள் கண்களில். "அய்யோ" வென்ற அலறலோடு கண்களைத் தேய்க்கிறாள் அவள். சிற்றலை ஒன்று நாசித் துவாரங்களில் நுழைந்து கொந்தளித்து மூச்சை அபகரிக்கிறது. தலையில் மோதிய பேரலையால், இன்னும் ஆழத்திற்குப் போகிறது அவளுடல். மணல் மேட்டில் உட்கார்ந்து சிரித்தபடி ஏழாங்கல் விளையாடும் தங்கைகள் அவளைத் தேடவில்லை. பாசி பிடித்த, கரும்

பாறையொன்று நகர்ந்து வந்து அவளை ஆரத் தழுவிக் கொள்கிறது. அடங்கி மரிக்கிறது அவள் குரல். அவள் அசையாமல் கிடக்கிறாள்.

அறை கரும்பச்சை நீர் தேக்கமாகி விட்டது. அதில் ஒரு சிறு பறவையின் சிறகுத் தீற்றல் போல் கேட்டது அந்தக் குரல். மிகவும் ப்ரியமான மிகமிக ஆதாரமான குரல்.

"ஒன்றுமில்லை. உன்னையழுத்தும் பாறை என்று எதுவுமில்லை. புறக்காரணிகள் எதுவுமே உன்னைச் சிதைக்க முடியாது. நீ நினைப்பது போல் நீ கீழாகித் தாழ்ந்து விடவில்லை. நீ தங்கம். எனவே உன்னை உன் அம்மா உள்ளே வைத்துக் காப்பாற்றுகிறாள். அதைச் சிறையென்றோ காவலென்றோ கருதாதே. உன்னோடு எப்போதும் இருப்பது நான் தான். அன்பும், அருளும் தான். இழிவோ, அழிவோ அல்ல.

மறுபடி மறுபடி சொன்னது குரல்.

42

சாயங்காலம் மங்கி இருட்டு பரவத் தொடங்கியிருந்தது.ஏதோ வளைகாப்பு வீட்டிற்கு எப்போது போவது ? சேர்ந்து போகலாமா ? என்று விவரம் கேட்பதற்காக தனராணி விஜிதா வீட்டிற்குப் போயிருந்தாள். அதற்குள் வழக்கமாகத் துணி வெளுக்கும் வெள்ளைத்தாயி. ''அவசரமா கொஞ்சம் பணம் வேணும்.'' என்று வந்து நின்றாள்.

''சித்தப்பா வீட்டிற்குதான் அம்மா போயிருக்காங்க. நான் போய் கூட்டிட்டு வரேன்'' வாசலுக்கு ஓடினாள் ஜகி.

''நீங்க இருக்க தாயி. அம்மா வரட்டும். நான் இங்ஙன ஒக்காந்திருக்கேன் வந்துருவாகள்ல'' என்று வராந்தா பெஞ்சினருகில் உட்கார்ந்தாள் வெள்ளத் தாயி. ''பெஞ்சிலயே, உக்காருங்க தாயி'' என்று வெளியே ஓடினாள் ஜகி.

''இயற்கையென்னும் இளைய கன்னி'' என்று பாட்டை முணுமுணுத்தபடியே, தலையைக் குனிந்து சீராக, நிதானமாக, நடக்கலானாள். கோவிலுக்கு இடதுபுறமாக இருக்கும் சந்தைக் கடந்து ஒடித்துத் திரும்பினால். சந்திரவேல் சித்தப்பாவின் வீடு. அவள் சந்திற்குள் நுழைந்தாள். சிறிய கம்பிக் கிராதி வழியே அம்மன் முகம் அங்கிருந்து தெரியும். வழக்கம் போல் அனிச்சையாக அவள் கைகள் அந்த இடத்தைக் கடக்கும் போது குவிந்தன. அப்போது அவன் சந்திற்குள் அவசரமாக நுழைந்து பக்கத்தில் வந்தான். ஜகி அஞ்சித் திரும்பி ஓடப் பார்த்தாள்.

தனராணி, ''சரி. நான் காலல வரேன்'' என்றபடி விஜிதா வீட்டிலிருந்து வெளியேறினாள்.

''சந்துக்குள் நிற்பது யார் ?'' ஜகி இங்க இப்ப ஏன் வந்தாள் ? எவனோ பக்கத்தில நின்னுக்கிட்டு, பல்லக் காட்டிக்கிட்டு. இவளை நான் குழந்தனு நெனைச்சா'' தனம் ஆத்திரம் பொங்க அவர்களை நெருங்கினாள்.

அதற்குள் அவன் அவசரமாகத் தெருவைத் தாண்டிப் போய்விட்டான். இடுப்புக் கீழ் பாவாடையை இரு பக்கமும் சேர்த்துப் பிடித்தவாறு, உதடுகள் என்னவோ முணுமுணுக்க ஜகி அம்மாவை நோக்கி நடந்தாள்.

"அம்மா" அவள் ஏதோ சொல்ல வாயெடுக்குமுன் அவள் கன்னத்தில் பளாரென்று ஒரு அறை விழுந்தது. அதிர்ந்து கண்ணோரம் நீர் துளிர்க்க நின்றாள்.

"யாருடி அவன்? இன்னும் தாவணி கூட போடல. அதுக்குள்ள ஆம்பள கேக்குதா?"

"தெரியாதும்மா. வெள்ளத்தாயி வந்திருக்காங்கன்னு ஒன்னயக் கூப்புட வந்தேன். அந்த ஆள் அவசரமா என்கிட்ட ரத்தினகிரி டாக்டர் வீடு எதுன்னு கேட்டாரு. வழி சொன்னேன், நம்ம தெருல கடைசி வீடுன்னு."

"புளுகாத"

"நிஜம்மா, சாமி பொதுவா" படக்கென்று அவள் கண்ணில் இருந்து ஒரு சரம் வழிந்து கன்னத்துக்கு இறங்கியது. தனராணி இறுகிய முகத்தோடு வீட்டை நோக்கி நடந்தாள்.

ஜகி முகத்தை அழுந்தத் துடைத்துக் கொண்டு, வீரகாளியம்மனை ஒருமுறை பார்த்தாள்.

"போ, ஒன்னோட டூ" என்று கூறிவிட்டு வீட்டை நோக்கி ஓடினாள்.

கனகாம்பரக் கலரில் ப்ரௌன் கட்டங்கள் போட்ட தென்னம் பாளைப் பாவாடை ப்ரௌன் கலரில் முழங்கை வரை ஃப்ரீல் வைத்துத் தைத்த சட்டை. இரண்டையும் அலமாரியிலிருந்து உருவிக் கொண்டு உள்ளாடைகள், டவல் எல்லாமல் மறக்காமல் எடுத்துக்கொண்டு குளியறைக்குள் போனாள் ஜகி. அன்றைய அதிகாலைக் கனவு அலைமோதும் கடற்கரையில் உட்கார்ந்திருப்பதாக விழித்துக் கொண்டாள். கனவில் கண்ட மணற் கரையின் சூடும், வெறுமையும் பரவியிருப்பதாக உணர்ந்தாள். சோம்பலோடு மெல்லிய போர்வையை ஒதுக்கி, கால்கள் விலகாமல் இருக்கச் சேர்த்துக் கட்டிய ரிப்பன் முடிச்சை அவிழ்த்துவிட்டு எழுந்தாள். சூரியனின் இளஞ்சிவப்பு பரவியிருந்தது எங்கும்.

சோர்வாகக் கதவைத் தள்ளித் திறந்தாள். துணிகளை நெஞ்சோடு அணைத்தபடி நடந்தாள். காலை வெளிச்சத்தில் கொல்லைப்புற மருதாணியின் இலைகள் மின்னின.

குளியலறைக்கும் கூடத்திற்கும் இடைக் கதவைத் தள்ளியபோது அம்மாவின் குரல் கூடவே வந்தது.

"டூத் பேஸ்ட்ட கீழ இருந்து லேசா பிதுக்கணும். ஆட்காட்டி விரல் அளவு வச்சாப் போதும்" அவள் செந்நிறத்தில் ஜாம் போலிருந்த பற்பசையை அம்மா சொன்ன அளவே வைத்தாள்.

"மொதல்ல பல்லையும், வாயையும் வெறும் விரலால் நல்லாத் தேச்சுக் கொப்புளி"

அவள் அப்படியே செய்தாள்.

"பிறகு பேஸ்ட்ல தண்ணி விட்டு, ரொம்பக் குழயாத் திருக்காம பல்லத் தேய், வலது பக்கமிருந்து இடது, பக்கவாட்டுக் கீழ் வரிசைய பத்துத் தடவ, ஈறை அழுத்தி..."

"அய்யோ, போரடிக்குதே." அவள் கொட்டாவி விட்டபடியே பல்லை நிதானமாகத் துலக்கினாள்.

அவள் சுற்றுமுற்றும் பார்த்தாள். அம்மா கடைசி அறையில்தான் இருக்கிறாள். பெரியாயம்மாள் வாசல் தெளிக்கும் சத்தம்தான் கேட்கிறது. காலை விழிக்கும்போதே அம்மாவின் கட்டளைகளும், விதிமுறைகளும் கூடக்கூட வருகின்றன. அவை அவள் முதுகைக் குத்தியவாறே பின் தொடர்கின்றன. மனதைப் பதற வைத்தபடியே இரைகின்றன. உணர்வுகள் நடுங்க அவள் அவை நடத்தும் வழியில் எட்டிவைக்கிறாள். எல்லா நிமிடங்களும் அச்சத்தாலும் படபடப்பாலும் நிரப்பப்பட்டிருக்கின்றன. அம்மாவின் சொற்களில் பின்னப்பட்ட கண்ணிகள் அவளை எந்தப் பக்கமும் நகர விடாமல் இறுக்கிக் கொண்டிருக்கின்றன.

அவள் சட்டென்று குளியலறைக்குள் நுழைந்து கதவைத் தாழிட்டாள்.

“பாவாடை சட்டையக் கழட்டி ஈரம் படாம கொடில போடு. பெரியாயம்மா துவைக்கும்” -அவள் திடுக்கிட்டாள்.

அங்கேயும் மூலையில் உட்கார்ந்திருந்தது அம்மாவின் குரல். அவள் மனம் எப்போதுமான சலிப்பை நோக்கி நகரத் தொடங்கியது.

“கழட்டிட்டயா, உள்ள ஜிமிஸ்ஸ கழட்டி, சட்னு துண்டால உடம்பச் சுத்திக்க. நம்ப உடம்ப நாமே பார்க்கிறது பாவம். பெரும்பாவம்” அவள் பயந்து துண்டை உருவித் தன் சிறு உடலைச் சுற்றி முடிச்சிட்டுக் கொண்டாள்.

“தண்ணியத் தடதடன்னு தெறக்காத”

“சட்புட்னு சோப் போடு”

“அநாவசியமா உடம்ப தடவாத”

அவள் அம்மாவின் இந்தக் கட்டளைகளில் அலுத்தவளாக அயர்ந்த எண்ணங்களைப் புறம் தள்ளினாள். நிதானமாக பாவாடை முடிச்சை அவிழ்த்தாள். சட்டையின் பின்புறக் கொக்கிகளை நீக்கி, உள்ளாடையைக் கழற்றும்போது மனம் கிளர்ச்சியுற்றது. அம்மா சொன்ன துண்டைப் பார்த்தாள். ஆனால் எடுக்கவில்லை. தன்னை மூடவுமில்லை. தன் உடலைக் குனிந்து பார்த்தாள். அதன் சிறிய மேடுகள், சரிவுகள், வெளுத்தும், சிவந்தும் தெரியும் நிற வேறுபாடுகள். மிருதுவும், வழவழப்புமான சருமம். அதில் விரலை ஒட்டித் தீட்டினாள். குழாயிலிருந்து பீறிடும் நீர் வாளியில் நிரம்பி வழிவதைப் பார்த்தபடியே உட்கார்ந்திருந்தாள். மெதுவாக மொண்டு பாதத்தில் துவங்கி வெற்றுடலை அணு அணுவாக நனைத்தாள். பாதம், கணுக்கால்கள், முழங்கால்கள், தொடை என்று நிதானமாக. கீழிருந்து மேலாக உடல் முற்றிலும் குளிர்மையுறுமளவு.

43

“சீக்கிரம் கெளம்பு அந்த டாக்டரம்மாவிடம் அப்பாயின்ட்மெண்ட் கிடைப்பதே கஷ்டம்.” சொன்ன ராஜாவின் குரலில் அடர்த்தியாகத் தெரிந்தது சந்தோஷமா, வேறெதுவோ ஒன்றா என்று சுமியால் இனம் காண முடியவில்லை. மாமியாரின் முகமும் இறுகிக் கிடந்தது. அவள் சோபாவில் வாகாகக் கால் நீட்டியமர்ந்து டி.வி. சீரியலை வெறித்துக் கொண்டிருந்தாள்.

“வந்து முதல் மாதத்திலேயே உதிச்ச கரு நமக்கு வேண்டாம்”

அம்மா கதவை ஓரக் கண்ணால் பார்த்தபடி லேசான குரலில் உறுதியாகச் சொன்னாள்.

“என்ன குளிப்புக் குளிச்சாளோ என்னமோ, இப்ப இது வேணாம். நானும் டாக்டரம்மா கிட்ட போயி, இது ஆடி மாசம் பிறக்கும். குடும்பத்தயே ஆட்டி வச்சிடும்னு சொல்லிட்டு வந்திருக்கேன். ஜோசியப்படி அதுவுஞ் சரிதானே.”

அம்மா தன் வார்த்தைகளில், மிகவும் கவனம் கொண்டிருந்தாள்.

“எனக்கு மட்டும் இஷ்டமா என்ன இப்படிச் செய்யணும்னு. எனக்கும் பேரன் பேத்தின்னு ஆசையில்லாமயா போகும் ?”

இந்த இடத்தில் அவள் பொருத்தமாக மூக்கை உறிஞ்சிப் பொங்கிய கண்ணீரை முந்தானை நுனியால் துடைத்துக் கொண்டாள்.

ராஜா துடித்துப் போனான். “அதுக்கு ஏம்மா அழறே. அழாதம்மா.” என்று பதறினான்.

“என்னமோ, நான் பெத்த புள்ளக்கி ஒரு கஷ்டம்னா எனக்கு மட்டுமில்லயா” -மிகமிக வருத்தமாக இருந்தது அம்மாவின் குரல்.

“சரிம்மா, நீ ஒண்ணும் வருத்தப்படாத. நான் அவளை ஆஸ்பத்திரிக்குக் கூட்டிப் போறேன்.”

“அவ கிட்ட எதுவுஞ் சொல்லாத சும்மா செக் - அப்னு மட்டும் சொல்லுய்யா. போறப்ப கோயிலுக்குப் போயிட்டு, அவளுக்கு ஒரு புதுச் சேலையும், பூவும், ஸ்வீட்டும் மறக்காம வாங்கிக் குடுத்துடு. பாவம் அவளும் என் குழந்ததானே” எவ்வளவு பெருந்தன்மை அம்மாவிற்கு!”

‘‘சரி’’ என்று தலையாட்டி விட்ட அவன் அறையை நோக்கி நடந்தான்.

“நல்லவேளை, அதுக்குள்ள இவ கர்ப்பமாகி, இவன் அவளைத் தாங்கு தாங்குன்னு தாங்கி ரொம்பப் பாசமா நடத்துவான். அவங்களுக்கு ஒரு ‘இது வந்தாச்சு, இவன் என்னய விட்டு, தாம் புள்ள, அதப் பெத்துத் தந்த பெண்டாட்டின்னு விலகிப் போயிடுவான்; நெனச்சாலே நடுங்குது. அவனைப் பிரிஞ்சி என்னால ஒரு நிமிஷங் கூட இருக்க முடியாது. ஒரு சின்ன தூரத்தக் கூட தாங்க முடியாது. என் மகனை யாரோடயும் பங்கு போட்டுக்கவும் முடியாது. அவன் எனக்குத்தான். எனக்கு மட்டும்தான் சொந்தம். இப்பப் புதுசா உருவாகியிருக்கிற பிள்ளையால்கூட அவனுக்கும், அவளுக்கும் இடையில் ஒர் உறவு வந்துடக் கூடாது. இவனுக்கு ஏந்தான் கல்யாணம் பண்ணி வச்சனோ? அதுவே எந்தப்புதான். இவ்வளவு அழகா வேற இருக்கா இவ. எப்படி இவன இவகிட்டயிருந்து அண்ட விடாமல் பார்த்துக்கப் போறேனோ? கடவுளே” -ரத்தினம்மா மனதுக்குள் புலம்பினாள்.

இந்தச் சுவர்களை விட்டு வெளியே போவது சுமிக்குச் சந்தோஷமாக இருக்கிறது! தடைப்பட்ட கொடைக்கனால் பயணத்திற்குப் பிறகு. பொன் மஞ்சளும், ரோஜா நிறமும் கலந்த மென்மையான ஷிபான் புடவையை மிகவும் நேர்த்தியாகக் கட்டிக் கொண்டாள் சுமி.

தலைப்பை ஒற்றையாக விட்டுப் பிறகு சலித்துக் கலைத்து சிறிய அடுக்குகள் வைத்துப் பின் செய்தாள். மறுபடியும் அடுக்குகளை உளைத்து, தோளில் மஞ்சள் பின்னணி ரோஜாக்களை மலர்ந்தாடச் செய்தாள். “அவற்றை ஏன் மறைக்க வேண்டும்? அந்தப் பூக்கள் அவனுக்குப் பிடிக்குமாயிருக்கும். பிறகு அவை படர்ந்திருக்கும் என் இடுப்பையும், அவனுடைய குழந்தை துளிர் விட்டிருக்கும் அடி வயிற்றையும், இனிமேல் தனக்கும் அவனுக்குமான இடைவெளிகள் நிரப்பப்பட்டுவிடும். அவன்

மனம், தன் தாய்க்கான இடத்தோடு தனக்கான பங்கையும் தர விரிந்து விடும்."

- ரோஜா நிற மணிகள் பதித்த காதணிகள். வளையல்கள் சீராகப் பின்னலிடப்பட்ட கூந்தல், அதில் 'ப' வடிவமாகத் தொங்க விடப்பட்ட மல்லிகைச் சரம். ராஜாவிற்கு அவள் அலங்காரங்களைப் பார்த்ததும் சிரிப்புப் பொத்துக்கொண்டு வந்தது.

"நாம் ஹாஸ்பிட்டலுக்குத்தானே போறோம்? இல்ல கல்யாண வீட்டிற்கா?"

"ஆஸ்பத்திரிக்குத்தான். ஆனா எதுக்கு? யாரோடு?" அவள் முகத்தில் புன்னகை மின்னியது. மருதாணிச் சுட்டுவிரல் அடி வயிற்றைக் காட்டிய போது, அவன் மனம் குற்ற உணர்வில் சுருங்கியது. கார் கிளம்பியபோது அவள் கண்கள் புதிய பூவொன்றை நுகர்ந்தாற்போல் கிறங்கின. தலை அவன் தோளில் சாய்ந்தது. அவன் உள்ளங்கை அவள் நெற்றியைத் தொட்டபோதும் பார்வையும் சிந்தனையும் அவளை விட்டு வெகுதூரத்தில் தான் செய்யவிருக்கும் தீங்கின் வசீகரத்தில் செருகிக் கொண்டிருந்தன.

அலங்காரப் பூச்செடிகளும் அழகுற்ற தாய்மைப் பெண்களும் நிறைந்த மருத்துவமனை. ஒன்று, இரண்டு, மூன்று என்று வயிற்றின் கனத்தில் முகம் பொலிந்த கர்ப்பிணிகள் உள்ளே சென்றபடியும், வந்த படியும் இருக்க, ராஜாவின் மனம் துவள ஆரம்பித்துவிட்டது. அவர்கள் முறை வந்துபோது நர்ஸ் அவன் பெயரைத்தான் சொன்னாள். ராஜா மட்டும் உள்ளே செல்ல எழுந்தபோது, தனித்திருக்க அஞ்சும் குழந்தையைப் போல் அவள் இருகைகளாலும் அவன் புஜத்தைப் பற்றிக் கொண்டாள். அவன் கண்கள் லேசாகக் கலங்கித் தணிந்தன.

"இரும்மா, டாக்டரம்மா மொதல்ல என்னை மட்டும் கூப்புடுறாங்க. போனதும் வந்துடுறேன்" அவன் அவள் கைகளிலிருந்து தன்னை உருவிக் கொண்டு உள்ளே போனான். அறைக் கதவைத் திறந்ததும் அவன் மனம் லேசாக நடுங்கியது. சுவர்ச் சித்திரக் குழந்தையின் பொக்கை வாய்ச் சிரிப்பு.

டாக்டரம்மா சீராக முடியப்பட்ட கொண்டையும் சிறிய பொட்டுமாக இருந்தாள். இளமை தாண்டி ஆழ்ந்த அமைதியுற்ற கண்கள். பொறுமையும் கவனமுமான பேச்சு.

“இது முதல் குழந்தையா? ஏன் வேண்டாம்?”

லேசான அதட்டல் அவள் குரலில்.

“அம்மாதான்” -அவன் தயங்கி இழுத்தபோது கூர்மையாக இடைவெட்டியது, டாக்டரம்மாவின் குரல்.

“என்ன அம்மா? ஆடி மாசம் பிரசவிச்சா குடும்பமே ஆடிடும்னா? இது உங்கள் குழந்தை. இப்போது அதைக் கலைத்தால் மறுபடி தரிக்காமலே போகலாம்? படிச்சவர்தானே நீங்கள்? மேலும் வலி படப்போவது உங்கள் மனைவி” அவர் உறுதியாக, திடமான குரலில் சொன்னாள்.

“அந்தப் பெண்ணிடம் சொல்லி விட்டீர்களா?”

“இல்லை.” - அவன் தலை குனிந்தாவறே சொன்னான்.

“மன்னியுங்கள் ராஜா. நான் ஒருகாலும் இதைச் செய்ய முடியாது. உங்கள் மனைவியைப் பரிசோதித்து அவள் மற்றும் உங்கள் குழந்தையின் ஆரோக்கியத்திற்கான மருந்துகளையே எழுதித் தர முடியும்.”

மாற்ற முடியாத உறுதியோடு சொன்னாள் டாக்டரம்மா. மருந்து மாத்திரைச் சீட்டோடு மலர்ந்த முகம் கொண்ட மனைவியை அழைத்துக் கொண்டு அந்த மருத்துவமனையை விட்டு வெளியேறினான். அம்மாவின் இருண்ட அறை. குரல்கள் மோதிக் கொண்டன. அம்மா மந்திரம் போல் திரும்பத் திரும்ப ஒன்றையே சொன்னாள். அவர் மனதில் குடிகொண்ட ஆழத்திலிருந்து திடமான ஆதிக்க மனோபாவம் பரவியிருந்தது. மகன் தன்னிடமிருந்து விலகி விடுவானோ என்ற பீதி. அதனால் புதிதாக உருவாகும் கருவை, வம்ச வாரிசை ஏற்று வளர்க்காமல் அழித்துச் சிதைக்க விழையும் அதிகாரம். கதவைத் திறந்து கொண்டு ராஜா வெளிவந்தபோது முகம் முழுவதும் வேர்வைத் துளிகள் முத்திட்டிருந்தன. அவை குற்றத்தின் அரும்புகள். படுக்கையில் சுருண்டிருந்த சுமியைக்

கண்டபோது அவன் முகம் இன்னும் வேர்த்து வழிந்தது. கட்டிலின் விளிம்பில் கையாலாகாதவனாக உட்கார்ந்திருந்தான். அவன் வந்ததையே அறியாதவளாக சுமி உறங்கிக் கொண்டிருந்தாள் நிம்மதியாக ஒரு கனவுப் புன்னகையோடு. மறுநாள் வேறுவிதமாக விடிந்தது. உணவு மேஜையில் தட்டுகளை எடுத்து வைத்துப் பரிமாறிய சுமியின் முகம் சோர்ந்து தெரிய, அவன் பொன் முறுகலான தோசையைப் பிய்த்து வாயில் போட்டுக் கொண்டபடியே பேசினான்.

“இங்க இன்னொரு டாக்டரம்மா இருக்காங்களே. நான் எங்கம்மா வயிற்றில் இருந்தப்பவே வைத்தியம் பார்த்தவங்க. ரொம்பக் கைராசியானவங்க. அம்மா, ஒன்னையும் அவங்ககிட்டக் காட்டிடலாம்னு நெனைக்கிறாங்க.

“சரி” -தக்காளிச் சட்னியை ஒரு கரண்டி அவன் வட்டிலில் வைத்த அவள் அயர்ந்திருந்தாள். வீட்டில் கட்டியிருந்த சாதாரணப் புடவையோடேயே காரில் ஏறினாள். பின்னலிடப்படாத தலை முடியை அழகிய ரிப்பனால் முடிந்திருந்தாள். முகத்தில் சிறிய பொட்டைத் தவிர வேறு அலங்காரமில்லை. மனதில் இனம் புரியாத திகில் என்னவென்றே தெரியாமல் தனக்குள் ஊன்றிய ஒன்று. தனது அனுசரணைகளை எதிர்பார்க்காமல் இயல்பாகவே வளர்ந்து உருக் கொண்டு உயிராக நிலை பெறக் கூடிய ஒன்று. அம்மா சொல்வாங்களே,

“ஊர்ல நாட்ல இல்லாததா! நீ பாட்டுக்குச் சாப்பிட்டுத் தூங்கி வேல பார்த்துக்கிட்டு இரு. அது தன் பாட்டுக்கு வளர்ந்து பொறந்து நிக்கும். எதையும் பத்தி அலட்டிக்காத. அந்தக் காலத்தில நாங்கள்லாம் ஆஸ்பத்திரியைக் கண்டமா, செக்கப்புக்குப் போனமா? நாலஞ்சு பெத்தெடுக்கல? தன்னைப் போல? இதென்ன சீக்கா? ரொம்ப இயற்கையான விஷயம். சுமிம்மா!”

ஆனால் அவளுக்குள் பயத்தின் புகை மூட்டம் பெருகியது. “அம்மா அருகிலிருந்தாலே போதும். அத்தனை அச்சங்களையும் துடைத்து எறிந்து விடுவாள். அம்மாவப் பார்க்கணும்” அவளறியாமலே நினைத்த வார்த்தைகளை வெளியே சொல்லியிருக்கிறாள் போல. சாலையைப்

பார்த்தபடி ஸ்டீரியங்கை வளைத்துப் பிடித்திருந்தவன் ''அம்மாவத் தான பார்க்கலாம், பார்க்கலாம். பிரயாணம் பண்ணலாமானு கேட்டுட்டு நானே கொண்டு விடறேன்'' என்றான் அதீத மென்மைக் குரலில்

அவள் ஒரு வெற்றுப் பார்வையோடு தலையாட்டினாள். ஜன்னலுக்கு வெளியே மரங்கள் தலைதெறிக்க ஓடிக் கொண்டிருந்தன. சுமியின் நினைப்புகள் தத்தளித்தபடியும், நிலை கொள்ளாது பதறியபடியும் இருந்தன. கணவனின் சிறிய முகந் திருப்பலோ, புன்னகையோ, தலையசைப்போ அவளைச் சாந்தப்படுத்தி விடக் கூடும். ஆனால் அவன் எதிலோ குத்திக் கூர்ந்த கண்களோடு காரைச் செலுத்திக் கொண்டிருந்தான். சென்ற இடம் , மருத்துவமனை போலில்லை.

''தவமணி க்ளினிக்'' என்ற போர்டு கூட மிகவும் சிறியதாக, துருப்பிடித்து கவனத்தை ஈர்க்காததாக அமைக்கப்பட்டிருந்தது. அங்கு நோயாளிகள் யாரும் இருப்பதாகத் தெரியவில்லை. தவமணியம்மாள் தலைமுடிக்குக் கன்னங் கரேலென்று சாயம் போட்டிருந்தாள். கண்ணாடி மிகவும் கண்ணியமான முகத்தோற்றத்தைத் தந்திருந்தது. கண்களில் பிடிபடாத குரூரமும், கனிவும் மிதந்தன. வரிசையோ, காத்திருப்போ எதுவுமின்றி உடனடியாக உள்ளே போகச் சொல்லிக் கை காட்டினாள், நர்ஸ் போலத் தெரிந்தவள். திறந்த கதவிற்குள், ஆலோசனை அறையின் மேஜையில் இருந்த தவமணியின் முகம் உடனடிப் புன்னகை பூண்டது.

மென்மையாகத் கை நரம்பில் செருகப்பட்ட ஊசி மருந்தில் சுமி நினைவிழந்தாள். தெளிவற்ற நிலையிலும் இரண்டு கால்களும் விரிக்கப்படுவதும் அவை இரும்பு வளையங்களில் பிணைக்கப்படுவதும் தெரிந்தன. அசைந்து உன்னி விடாமல் கணுக்கால்களை அவை சிறைப்படுத்தி இருந்தன. அவள் முதுகு அரை மயக்க நிலையில் ஜில்லிட்ட இரும்பு மேஜையின் ஈரத்தைச் சகிக்காமல் உழன்றது. தன் அடி வயிற்றிலிருந்து எதுவோ உருவப்படுவதை உணர்ந்தாள்.

''க்யூரட்'' ''சிஸர்'' என்று துண்டு துண்டாய் வார்த்தைகள் சுமியின் காதில் விழுந்தன. நர்ஸ் நீண்ட கம்பி போன்ற நுனி வளைந்த, துரட்டியின் தோற்றமுள்ள உபகரணத்தை நீட்டினாள். அதை மிகவும் லாவகமாகச்

சுமியின் பிறப்புறுப்பில் பொருத்திச் செருகித் திருகினாள் தவமணி. ரத்த சமுத்திரமா, சதைத் துணுக்குகள் இறைந்த சதுப்புக் காடா? எதில் ஆழ்கிறது தன்னுடல் என்று சுமிக்குப் புரியவில்லை, தன் மையத்திலிருந்து பறித்தெடுக்கப்பட்ட பொன் மலரொன்று இதழ் இதழாய்ச் சிதறி எங்கெங்கோ மிதந்து பிரிவதாய் உணர்ந்தாள். நினைவு மீண்ட போது, தூய்மையான அவளது படுக்கையறை. அத்தையின் கை, அவள் தோளில் ஆதுரமாய்ப் பதிந்திருந்தது. மொந்தையாக நாப்கின்களின் அழுத்தம் தொடையிடுக்கில்.

“இப்படியா பயந்த புள்ளயா இருப்ப! வருடக் கணக்காகப் பழக்கமான டாக்டராம்மான்னு செக் அப்புக்கு அனுப்பினா, பயந்து, மயக்கம் போட்டு விழுந்து என் தல வாரிசை போக்கடிச்சிட்டியே பாவி. தீட்டுப் போக ஆரம்பிச்சிடுச்சாம் ஒடனே... நான் இவன் போன் பண்ணினதும் ஆஸ்பத்திரிக்கு ஓடியாந்தேன்”

- அத்தையின் மென் குரல். சுமியின் கண்களில் நீர் திரண்டது. அவள் ஒன்றும் புரியாமல் மௌனமாக இருந்தாள்.

“போகுது போ. பையப் பெத்துக்கலாம். வயசா போச்சு. உங்கம்மா - அப்பாவிற்குச் சொல்லியாச்சு. இப்ப வந்துடுவாங்க. தைரியமா இரு. உடம்பு தேறட்டும்” -குழைவாகவும், ஆறுதலாகவும் வந்து விழுந்தன மாமியாரின் வார்த்தைகள். வாசலில் கார் வந்து நிற்கும் சத்தம். “சுமி” என்று அம்மாவின் கம்மிய குரல். சுமி அயர்வோடும், வெறிச்சிட்ட மனதோடும் கண்களை மூடிக்கொண்டாள்.

44

"ஐ, சுமித்ராக்கா வந்திருக்கா."

"நாங்க அக்காவப் போய் பாக்கட்டுமாம்மா?"

"இப்ப எதுக்கு?" தனராணி இழுத்தாலும் அவள் அடி மனதில் அசைந்த அனுமதியின் கொடியைப் பிள்ளைகள் புரிந்துகொண்டு சத்தங்காட்டாமல் வாசல் தாண்டின.

சுமியின் அறை மூடிக் கிடந்தது. அம்மா எதற்கோ அக்காவைப் பார்க்க விடாமல் தயங்கினாள். அதேபோலவே ராஜிப் பெரியம்மாவின் முகத்திலும் அக்கா வந்திருக்கிறாளேயென்ற சந்தோஷத்தைக் காட்டிலும் ஏதோ ஒரு வருத்தமே படர்ந்திருந்தது.

"பெரியம்மா, அக்கா எங்கே?"

"அக்காவுக்கு உடம்பு சரியில்ல. இப்ப உங்களோட அவளால பேச முடியாது."

- பெரியப்பாவின் முகத்தில் வலி நிறைந்த மௌனம் உறைந்திருந்தது.

"அக்காவைப் பார்த்துட்டு மட்டும் போயிடுறோமே" - ஜகி கெஞ்சினாள்.

"அக்கா தூங்குறாம்மா" பெரியம்மா கடுமை காட்டாது பொறுமையோடு சொன்னாள்.

"ஒன்லி ஒன்ஸ் பாத்துட்டு மட்டும் போயிடுறோம், பெரியம்மா, ஒன்ஸ் ப்ளீஸ்" என்றவள் லதா.

"சரி கூப்பிட்டுப் பாருங்க" என்றாள் பெரியம்மா, அரை மனதாக.

"சரி, பெரியம்மா" - கத்தலாகச் சொன்ன பிள்ளைகளை, "ஸ்ஸ், மெல்ல" என்று அடக்கினாள் பெரியம்மா.

"மெதுவா..."

"மெல்ல மெல்ல" - சொல்லியவாறு பூனை நடை நடத்தார்கள் குழந்தைகள்.

"அக்கா ஆ,ஆ" -ராகமாகக் கூப்பிட்டாள், பொன்னி.

சுமிக்குக் குரல்கள் எங்கிருந்தோ கேட்பதாகக் கேட்டது. அவள் எழ எத்தனிக்கிறாள். புரண்டு படுக்கிறாள். ஒதுக்க முடியாத சுமை நெஞ்சில் நெருக்குகிறது.

பதில் குரல் தரத் தவிக்கிறாள், அவள் நீந்திக் கடக்க முடியாத செம்மையின் அலைகள் அறை முழுவதும் ஓங்கி அடிக்கின்றன. சிதறுண்ட சதைத் துணுக்குகள் சுவர்களில் அப்பிக் கிடந்தன. அவள் அடி எடுத்து வைக்கத் துடித்த போதெல்லாம் பாதங்களில் சிதறிய கருவின் பிசுபிசுப்பு ஒட்டியது.

"இதோ வந்துட்டேன் குட்டி உங்ககிட்ட வந்துடுவேன் நிம்மதியா. ஒரு குழப்பமில்லாம, கவலையத்து. நாம வெளயாடலாம். ஏழாங்கல், அஞ்சாங் கல், கண்ணா மூச்சி, நொண்டி, பல்லாங்குழி... இந்த ரத்தப் பெருக்கிலிருந்து எழுந்து குளித்துத் தூய்மையுற்று, திடம் பெற்று உங்கள் அக்காவாக, அக்காவாக மட்டும்..."

- சொற்கள் அவளுக்குள் அசைந்தன. அவற்றை உச்சரிக்கத்தான் முடியாத நிலை.

"அக்கா, அக்கா" சின்னக் குரல்கள் தேம்பின. கதவைச் சுரண்டின. அவள் மனதுக்குள் தன் பதிலை முனகினாள். அது வார்த்தையில் வரவில்லை.

"அக்கா எழுந்திருக்கவேயில்ல, பெரியம்மா."

"நான்தான் சொன்னேனே, அவள் மேலுக்குச் சேட்டமில்லன்னு"

"எப்ப எழுந்துக்குவா? எங்களோட வெளயாட வர மாட்டாளா?"

- ராஜிப் பெரியம்மாவிற்கு பெரிய பெருமூச்சாய் வந்தது.

உமா மகேஸ்வரி

"உடம்பு நல்லானதும் எழுந்து விளையாடுவா"

- அவள் குழந்தைகளுக்குச் சொல்லாதது போலவும் தனக்கே சொல்லிக் கொண்டது போலவும் அந்தப் பேச்சு இருந்தது.

"சரீ, பெரியம்மா" பிள்ளைகள் அரை மனதாய்ச் சொல்லிவிட்டு, அறைக் கதவைத் திரும்பித் திரும்பிப் பார்த்தபடியே வாசலுக்கு நகர்ந்தார்கள். அத்தனை கண்களிலும் அக்காவைப் பார்க்க முடியாத ஏமாற்றம் தேங்கியிருந்தது.

நொண்டிக் கட்டம் கிழிச்சி சாக்பீஸைத் தரையில் இழுத்தபோது அக்காவின் கொலுசுப் பாதங்களை சிறுமிகளால். நினைக்காமலிருக்க முடியவில்லை. ஆனால் நன்கு வழவழவென்று தேய்த்து வட்டமாக்கப் பட்ட ஓட்டாஞ்சில்லோ ஒன்றைப் பற்றியும் கவலைப்படாமல் முதல் கட்டத்தில் லாவகமாகச் சுழன்று வந்து விழுந்தது.

45

தனராணி வாசலில் உட்கார்ந்து தெருவை வெறித்துக் கொண்டிருந்தாள். ஆள் நடமாட்டம் இல்லை. இனிமேல் கடையடைத்து விட்டு ஆம்பளைக சாப்பிட வரும்போதுதான் தெரு களை கட்டும். சமையல் முடிந்து விட்டது. செவனம்மா உள்ளே பாத்திரம் தேய்த்துக் கொண்டிருந்தாள். பிள்ளைகள் மதியச் சாப்பாட்டைப் பள்ளிக் கூடத்திற்கு எடுத்துப் போய் விடுவார்கள்." "இவர்" வர நேரமிருக்கிறது.

எதிர் வீட்டில் ஓரகத்தி விஜிதா குளிக்கிறாள் போல.

நடுக் கதவு சாத்தியிருக்கிறது. பாகம் பிரித்ததிலிருந்து இருந்து நான்கு அண்ணன் தம்பி வீடுகளுக்குள் நேரடியான பேச்சுமில்லை. வார்த்தையுமில்லை. ஆனால், பிள்ளைகள் ஒருத்தருக்கொருத்தர் பார்த்தால் சிரித்துக் கொள்வதையும், கோயில் திடலில், ஆலமரத்தடியில் விளையாடுவதையும் பெரியவர்கள் எதுவும் சொல்வதோ கண்டு கொள்வதோ இல்லை. ஓடுற ஆத்தப் போல இருக்கும் குழந்தைக மனசில் எதுவும் கலக்கவோ, கரைக்கவோ அல்லது அதன் போக்கைத் திசை திருப்பவோ முடியுமா என்ன?

விஜிதாவின் சிறிய பெண் குழந்தை பவித்ரா, திண்ணை மேட்டில் நின்று கொண்டு 'அம்மா' என்று கத்தினாள். கையிலிருந்த ஒட்டகச் சிவிங்கி பொம்மையை வாசலில் எறிந்தாள். 'பொத்'தென்று படியில் குதித்துப் பொம்மையை எடுத்துக் கொண்டு, மறுபடி திண்ணையில் ஏறினாள், சிறு கைகள் பொம்மையை இறுகப் பற்றி இருந்தன. உதடு சிறிய அரும்பைப் போல் மென் சுருக்கங்களோடு குவிய, 'ம்மா' என்று கத்தினாள். விளையாட்டாக பொம்மையை வாசல் தாண்டி எறிந்தாள் சிரித்துக் கொண்டே. அவளே ஒரு ஸ்பிரிங் பொம்மையைப் போல் குதித்துக் கீழே இறங்கி, தானியத்தைக் கொத்தும் குருவி மாதிரி நுனி விரலால்

பொம்மையை எடுத்தாள். பறந்தேறினாள், திண்ணைக்கு. மீண்டும் ஒரு கத்தல். பொம்மையை எறிதல். குதித்தல். இந்தக் கூத்தையெல்லாம் வேடிக்கை பார்த்துக் கொண்டு உட்கார்ந்திருந்த தனத்திற்கு இதழ்க் கடையோரம் புன்னகை அரும்பியது. ஓடிப் போய் குழந்தையை அள்ளிக் கொஞ்சப் பரபரக்கும் கைகளைப் பெரியவர்களுக்கு ஊடே இருந்த பிரிவினையும், வன்மமும் அடக்கி விட்டன. பெரியம்மா கவனிக்கிறாள் என்று உணர்ந்ததும், குழந்தையின் விளையாட்டில் இன்னும் துடுக்கும், மிடுக்கும் ஏறின. கத்தலில் உற்சாகம் கூடியது. உடலசைவுகளில் குதூகலம் பொங்கியது. அவள் “அம்மா” என்று கூப்பிட்டுப் பொம்மையை எறிவதற்கும் தனம் புன்னகைப்பதற்கும் ஒரு அழகான ஒத்திசைவான கணம் துணை நின்றது.

எத்தனை தடவை என்றில்லாமல் தொடர்ந்து கொண்டிருந்த விளையாட்டில் வெறியுற்ற வேகத்தில் பொம்மை கைக்கெட்டாத தூரத்தில் விழ, குழந்தை தரையில் குப்புறடித்து விழுந்தாள்.

“அம்மா” என்ற அவள் அலறலில் பிரிவினைத் தூரம் அழிபட அனிச்சையாகத் தனராணி குழந்தையைத் தூக்கிக் கொண்டபோது, பிள்ளையின் தாடை உடைந்து ரத்தம் பெருகுவதைக் கண்டாள். அதே நேரம் சாத்திய கதவு திறந்து விஜியும் வந்து நின்றாள்.

“அய்யய்யோ” என்ற அலறல் இருவரிடமும்.

“விளையாடிட்டே இருந்துச்சு. திடீர்ன்னு” வருடங்களுக்குப் பின்னான மௌனம் உடைந்தது. முதல் பேச்சாக இல்லை. ஆனால் அது. “அய்யோ கார் கூட இல்லோயேக்கா, இப்ப நான் என்ன செய்ய ?” - கைத்துண்டால் குழந்தையின் தாடையை அழுத்தி ரத்தத்தை ஒற்றிக் கொண்டிருந்தாள் விஜிதா.

“பதறாத இரு, இரு பார்ப்போம்” - சொல்லியவாறே அடுக்களைக்கு ஓடி கையில் அள்ளி வந்த காபிப் பொடியைக் காயத்தில் தனம் அப்ப, குழந்தை கத்தோ கத்தென்று கதறித் தீர்த்தாள். தெரு முனையில் ஆட்டோ சத்தம் கேட்டதும்,

“ஆட்டோ, ஆட்டோ” என்று உயிர் வந்தாற்போல் அலறினார்கள் இருவரும். திறந்த வீட்டுக் கதவுகளைக் கூட கவனிக்காமல் அழும் பிள்ளையை ஆளுக்கொரு பக்கமாகப் பிடித்து ஆட்டோவில் ஏறினார்கள். “ஆஸ்பத்திரி” என்றாள் தனம். எந்த மருத்தவமனை என்றெழுந்த கேள்வியைக் கேட்காமல் டிரைவர் வேகமாக ஓட்டினார்.

குழந்தையின் கதறலைக் கேட்டுப் பெரிய மருமகள் ராஜியும் தலை நீட்டிப் பார்த்தாள். ஒரே ஆட்டோவில் தனமும், விஜியும், அவள் கண்கள் வியப்பில் விரிந்தன.

“என்னாச்சு? ஒண்ணுமில்லடா, ஒண்ணுமில்லடா, சரியாப் போயிடும் என் பட்டுக் குட்டிக்கு.”

சிரித்தபடியே குழந்தையின் காயத்தைத் துடைக்க, நர்ஸை கூப்பிட்டார் டாக்டர். ஊசி மருந்தின் வீர்யத்தாலோ, அழுதழுது அசந்ததாலோ என்னவோ வீடு திரும்பும்போது குழந்தை தூங்கி விட்டாள்.

இருவரும் மௌனமாக ஆட்டோவில் உட்கார்ந்து வந்தனர்.

“பிள்ளையப் படுக்கப் போடு. மாத்திரையெல்லாம் பார்த்துக் கொடு.”

- சகஜமாகச் சொல்லியபடியே ஆட்டோ டிரைவருக்குப் பணம் எடுக்க தனராணி வீட்டுக்குப் போனாள். விஜிதா தோளில் சார்த்திய பிள்ளையோடு வாசல் திண்ணையில் உட்கார்ந்து விட்டாள். இரண்டே நாளில் காயம் நன்றாக ஆறிவிட்டது. நல்ல வெட்டுப் பிளவு ஒட்டவென்று டாக்டர் போட்ட தையலும் காய்ந்து தெரிந்தது.

“குட்டி! இங்க வா” எனவும் குழந்தை எதுவுமே நடக்காதது போன்ற உற்சாகத்தோடு பெரியம்மாவிடம் ஓடி வந்தாள். “புண் ஆறிப் போச்சா?” தனம் கனிவாகக் கேட்டாள்.

“சரியாப் போச்சே” -முகத்தை நிமிர்த்திச் சிரித்தது குழந்தை.

தனம் பிள்ளையின் தாடையில் டாக்டர் போட்ட அந்த ஐந்து தையல்கள் அடிபட்டுப் பிளந்த சதையை ஆற்றிப் பிணைக்க மட்டுமல்ல என்று எண்ணிக் கொண்டாள். அவள் விரல்கள் அரைக் கீரையைக் கிளறி ஆயத் தொடங்கின.

46

உதயத்தின் வாசலில் பூத்துக் கிடக்கும் மேகங்களுக்குள் ஒளியின் ஓடைகள் தெறித்தெரியும் பொழுதை சுமிக்குள் விதைத்தான் அவன். குளிர் வாடையின் இனிமையில் அவன் வெப்பங்கள் ஓடி உறைந்தன.

அவளே அறியாத வாசல்களை அன்றிரவின் காற்றுக் கரங்கள் திடுமெனத் திறந்து போட்டன. அகழ்ந்து கொண்டே போகும் வெளிச்சப் பாதையில் தன்னைத் தொலைத்து அவன் நடக்க, தனதுடலை மறக்க ஆரம்பித்தாள் அவள்.

எத்தனையோ நாட்களுக்குப்பின் இடையூறற்ற உறக்கம், கணவனின் உறுதியும் இதமும் கூடிய தோள்களுக்குள் விடியலின் வெளிச்சம் உறக்கத்தின் இனிமையைச் சீண்டுவது போல் ஜன்னலில் விளையாடிக் கொண்டிருந்தது. தன் யோனியில் ஒரு சிறு செந்தளிர் பசுமையும், செந்நிறமும் மிளிர இன்னும் துடித்துக் கொண்டிருப்பதையும் அதன் ஒவ்வொரு அசையிலும் அவன் நெற்றியில் வியர்வைப் புள்ளிகள் பூப்பதையும் வியந்து பார்த்தாள். கலையாத தூக்கத்திலும் தன்னுள் அவன் இருக்கும் விந்தை அவளை அதிசயப்படுத்தியது.

“ஏன் எழுந்துட்ட” - இவ்வளவு நேரம் உறக்கத்திலிருப்பதாக எண்ணியவன் மூடிய விழிகளோடு கேட்டதும் திடுக்கிட்டாள். மெல்லிய கூச்சத்தோடு தன்னுடலைக் கலைந்த புடவைக்குள் சுற்றிக் கொண்டபடி “ஒண்ணுமில்லங்க” என்றாள்.

“ஒண்ணுமில்லயா? நிஜம்மா?” சட்டென்று புரண்டு அவள் இடையை இறுக்கிக் கேட்கும் இவன் புதியவன். தன் தாயருகே பயந்த அடிமை போல் இருப்பவனில்லை. முற்றிலும் புதியவன். ஒருவேளை இது கனவோ?

நெளியும் விஷத் தித்திப்பின் நாவு சுமியைத் தீண்டியது. வருடியது. நஞ்சு விதைகளை நட்டது.

“இன்றைக்கென்ன?”

மறுபடி தூக்கம் பொதிந்த குரலில் கேட்டான்.

“ஒண்ணுமில்லங்க” - களைத்தும் கனிந்தும் விழுந்த தன் சொற்கள் அவளை நடுநடுங்க வைத்தன. உண்மையில் ஒன்றும் தானில்லையோ என்று குமைந்தாள்.

நீரின் குரல் அம்மாவுடையது போன்றது. அது அவளைத் தணித்து நனைத்தது. இடுக்குகளை ஊறித் தொட்டது. ஆவேசமாக சீறிப் பாய்ந்தது. நினைவின் உறைவைப் பிளந்து கீறியது. கருச்சிதைவின் படுக்கையில் கிடந்தபோது, கட்டிலைச் சுற்றி மறுகி, மறுகி நின்று, இன்னொரு முறை அவளை ஈன்றெடுத்தாள் அம்மா.

“என்ன இப்படி ஆச்சு?”

“தெரியலம்மா, செக்கப் தான் கூட்டிப் போனாங்க”

- அம்மாவின் முகத்தில் கசிந்த துயரம். “பொம்பள ஜன்மமே” சுமி புன்னகைப்பதாய் நினைத்து உதடுகளை அசைத்தாள்.

“அப்புறம் என்னதாண்டி நடந்துச்சு.”

“எனக்கே தெரியலம்மா, ஒரு ஆஸ்பத்ரி, இன்னொரு ஆஸ்பத்திரி இவரோட தான்...”

“அப்புறம்,”

“அப்புறம் என்னாச்சுனு தெரியலம்மா. எனக்கு நாள் மறுபடி வந்திடுச்சு” - சுமி அயர்வாகக் கண்களை மூடிக் கொண்டாள்.

“அதெப்படி, அய்யோ, எனக்குப் புரியல.”

அம்மா கட்டில் மூலையில் கிடந்த துவைத்த உருப்படிகளை மடித்து வைக்கிறாள். மகளின் பாதங்களை லேசாக அழுத்தினாள்.

"சரி, தூங்கு பேசாமல்" குருத்துப் போன்ற உடல் அம்மாவின் கவனிப்பால், பார்த்துப் பார்த்து ஊட்டிய உணவிலும், மருந்திலும், தன்னைத் தேற்றித் திடம் பெறும் இளமையின் சக்தியில் மீண்டு, தேறி, எழுந்தது.

ஊருக்குத் திரும்பப் போகும் நாளை அஞ்சினாள். புதுக் கல்யாண ஜோடி நெடுநாள் பிரிந்திருக்கக்கூடாது என்று சொல்லி அம்மா அவளைப் புகுந்த வீட்டிற்குக் கிளப்பினாள்.

பண்ட பலகாரங்கள், மகளுக்குப் புதிய புடவை எடுக்க வேண்டுமாம். கருக்கலைந்தாலும் கூட எழவுக்குச் செய்முறை போல. கோடி எடுத்துத் தரவேண்டும் என்பது வழக்கம். என்ன சடங்கோ என்னமோ

"உங்க வழக்கத்தைத் தூக்கி உடைப்பில் போட" - முணுமுணுத்த படி அம்மா எவர்சில்வர் வாளியில் அதிரசங்களை அடுக்கினாள். கை முறுக்குக் கடையில் சொல்லி வாங்கினாள். கருப்பட்டி, மருதாணி, கருவேப்பில, செம்பருத்தி போட்டுக் காய்ச்சிய கூந்தல் தைலம். பச்சைப் பயறு, மஞ்சள், பூலாங் கிழங்கு போட்டு அரைத்த ஸ்நானப் பொடி. பைகள் நிறைந்துவிட்டன.

பயணத்தில் சக்கரங்கள் சுழலச் சுழல சுமியின் அருகே அமர்ந்திருந்த ராஜியின் உதடுகள் மெதுவாக அசைந்தது.

"அடுத்த வாட்டி நாள் தள்ளினதும் ஒருத்தர் கிட்டயும் சொல்லாத, மொதல்ல எனக்கு மட்டும் போன் பண்ணு. நான் வந்து கூட்டி வரேன்" சுமி தலையசைத்தாள்.

"தலையைத் தலையை ஆட்டாத. சரின்னு வாயத் திறந்து சொல்லு.

"சரிம்மா"

மெல்லிய குரலில் சொல்லி விட்டுக் கார் ஜன்னல் வழி தெரிந்த மலைகளை வேடிக்கை பார்க்கத் துவங்கிய மகளைக் கண்களால் அணைத்துக் கொண்டாள் ராஜி.

47

அந்தக் காலையின் புலர்தல் சுமியின் மனதில் திகிலைப் பூசியது. வீட்டிற்குள் கோடிட்ட மென் ஒளிக்குள் அவளுக்கான செய்தி இருந்தது. அசைவுகளில் வெடித்த கனியின் இனிப்பும் மணமும் கமழ்ந்தன. கூந்தல் திரள் திரளாகத் தோள்களில் வழிய, ஒரு புத்துலக வாசியாய் வீட்டை வளைய வருகிறாள். பாடல் ஒன்றையே திரும்பத் திரும்ப முணுமுணுத்தபடி அலமாரிகளில் தூசியைத் துடைக்கிறாள். தொலைக்காட்சிப் பெட்டியில் தன் முகம்பார்க்கிறாள். குளிக்கும்போது தன் உடலை கவனமாகவும் கனிவோடும் தொடுகிறாள். ஈரக் கூந்தல் கனமாகப் பின்னந்தரையில் அழுத்த மனம் சோர்கிறது. வீட்டில் இல்லாத கணவனும், அவர்கள் அறைக்குள்ளிருக்கும் அத்தையும் நுழைய முடியாத ஓர் அழகிய வாயில் தன்னுள் திறந்திருப்பதாக ரசித்துப் பெருமிதமுறுகிறாள்.

அதன் விரிந்த மடல்களைத் தனக்குள்ளேயே பதுக்கி ரகசிய முத்தைப் போல் தன் உள்ளங்கைகளில் இட்டுப் பராமரித்துப் பாதுகாக்கிறாள்.

தரையின் பளபளப்பில் அசையும் தன்னுருவம் அவளுக்குக் கிளர்ச்சியூட்டுகிறது. கூடத்துத் தரைப் பிரிவுகளை நுனிக் கால்களால் கடந்து தன் அறையை அடைகிறாள். கதவுகளைச் சத்தமெழாமல் 'மெத்'தெனச் சாத்திவிட்டு சிறிய பூனை போல் சுருண்டிருந்த தொலைபேசியை எடுத்து, எண்களை சுற்றி, "அம்மா" என்று வெறுமனே சொல்லி நிறுத்தினாள். எதிர் முனையின் ஹலோவிற்கு. அம்மாவிற்கு உடனே புரிந்தது.

"அப்படியா?"

"ம்ம்"

"எனக்குத் தெரியும். குழிப்பிள்ள மடிக்கு வரும் உடனே. நான் இப்பவே வரேன். நீ மூச்சுக் காட்டாமல் பத்திரமாக இரு" - மறுமுனையில் அம்மா ரீசிவரை வைக்கும் சத்தம். இப்போது சுமிக்குப் பதற்றமும்,

அச்சமும் படபடப்பாக உடலில் ஏறின. படுக்கையில் சுருண்டு கொண்டாள். மரங்களில் காற்றின் முணுமுணுப்பு ஒரு கதகதப்பான மந்திரமாக அவளை ஆசுவாசப்படுத்தியது. அறைக்குள் படர்ந்த உறுத்தாத ஒளி இதமாகவும், ஆறுதலாகவும் இருந்தது.

எவ்வளவோ நேரம் இப்படியே தூங்கி இருந்தாள். ‘‘சுமி, சுமித்ரா’’ அம்மாவின் குரல்தான். அவள் மௌனமாக நகர்ந்து கட்டில் விளிம்பில் உட்கார்ந்திருந்த அம்மாவின் மடியில் தலை வைக்க, அம்மாவின் விரல்கள் வெதுவெதுப்பாக நெற்றியில் பட்டன.

எத்தனை நாள்?

நாற்பது

- அம்மா யோசித்தாள். பிறகு முடிவு செய்தவளாக.

‘‘சரி, கிளம்பு’’

‘‘எங்கம்மா?’’

‘‘நம்ம வீட்டுக்கு, அங்க வந்து இரு. கொஞ்ச நாள்’’

‘‘சரி’’ என்றாள் சுமி. தயக்கத்தோடு

ரத்தினம்மாவிற்கு கோபத்தில் முகம் சிவுசிவுத்தது.

‘‘இப்ப எதுக்கு திடீர்னு ஊருக்குக் கூட்டிட்டுப் போகணும்னு சொல்றீங்க?’’ - சேலை மடிப்பை நீவியபடியே உரத்த குரலில் கேட்டாள்.

‘‘சும்மதான் மதினி. நாள் தப்பினாற் போலிருக்கு போல. மறுபடி அதுக்குள்ள அங்க வந்து... இருக்கட்டுமே.’’

‘‘என்ன? இந்த விஷயத்த வீட்டுப் பெரிய மனுஷி. என்கிட்ட இதுவரைக்கும் ஏஞ் சொல்லல இவ? ஒரு மட்டு மரியாத கிடையாதா? நல்ல லட்சணமாத்தேன் பிள்ள வளத்திருக்கீங்க’’

முகம் நொடித்த ரத்தினம்மாவின் கண்களில் பெரு நெருப்பாக அடர்ந்த ஆத்திரம். அம்மா மௌனமே பதிலாக நின்றாள். சுமிக்குப் பயத்தில் குலை நடுங்கியது.

“சரி உங்க பொண்ணு. தாராளமாகக் கூட்டிக்கிட்டுப் போங்க. நீங்களே கூட வச்சுக்கங்க பத்திரமா”

இடக்கும் நக்கலும் பொங்கும் சொற்கள்.

தப்பித்தோம், பிழைத்தோம் என்றுதான் அம்மாவும், மகளும் காரிலேறினார்கள்.

மகளின் முகம் மகிழ்வும் திகிலும் ஊட்டியது ஒரே சமயம். ஒடுங்கி வளைந்திறங்கிய, இன்னும் கன்னியோ எனும் எண்ணம் தரும் சிறிய இடுப்பு. பசுமையைத் தன்னுள் மூடிய கீழ் வயிறு.

சுமியையே உற்றுப் பார்த்த அம்மாவின் உடல் உலுக்கிப் போட்டது. ஒட்டிய அடிவயிற்றிற்குள் ஒருவரும் அறியாத சிறிய சங்கல்பம் தாங்கி, சாந்தமே வடிவாக அமர்ந்திருந்தாள் சுமி. ஊர்கள் யாரோ சுருட்டும் பாய்களாக பின்னே கடந்தன. தோப்புக்களும், வயல்களும், கரும்புத் தோட்டங்களும் தாண்டின. அம்மா பதற்றமாகக் காலடியில் நிறைந்திருந்த சிறு பைகளைச் சேகரிக்கலானாள் அவற்றைப் போல் மகளையும் கையிலெடுத்து நெஞ்சில் சேர்த்து பத்திரமாக வீட்டுக்குள் பாதுகாக்க விருப்பமேற்பட்டது. சின்னச் சின்னதாக நெளிந்து போகும் தெருக்கள். வீட்டின் வாசல் துலக்கமாகத் தெரிந்ததும் இனி அஞ்ச ஏதும் இல்லை எனும் ஆசுவாசம் ராஜிக்குள் பரவியது. உறங்குவது போல் சோர்ந்த இமைகள் மூடிக் கிடக்க உட்கார்ந்திருந்த சுமியை உலுக்கி, “வீடு வந்திடுச்சும்மா” என்றாள் நிம்மதியாக.

எதிர் வீட்டிலிருந்து, “ஐ, சுமிக்கா” என்று ஜகி பொன்னி, பவானி, சுதா, லதா என்று குழந்தைகளின் கத்தல்.

குட்டி பவித்ரா கூட “க்கா” என்றது விஜிதா வீட்டிலிருந்து. சுமி வேக வேகமாகக் கீழிறங்கினாள். “சுமிக்கா” என்று ஓடி வந்த, அவள் மேல் விளையாட்டாக மோதிக் கட்டிக் கொண்டாள் பொன்னி. “அய்யோ, அக்காவை அப்படி இடிக்கக் கூடாது” -என்று பயமும் சந்தோஷமும் குலைந்த குரலில் சொன்னாள் அம்மா.

“மறுபடி அக்காக்கு உடம்பு சொவமில்லையா.”

"இல்ல, நல்லா இருக்கா"

"அப்புறம் ஏன்?" என்பத புரியாத சிறுமிகள் சற்றுத் தள்ளியே நின்று அக்காவைப் பார்த்தன.

சுமி கண்ணால் அழைத்துக் கை கொள்ளுமட்டும் அணைத்து, "ஜகி, பொன்னி, பவானி, லதா, சுதா" என்று அவர்களின் பெயர்களை மட்டும் வரிசையாகச் சொன்னாள். பொன்னியின் முன்னுச்சியை வருடினாள். ஜகியின் கன்னத்தை ஒற்றை விரலால் தொட்டாள். லதாவும், சுதாவும் அக்காவை, அவளுடைய இள நீலப் புடவையை, நீண்ட கூந்தலை, வாடினாலும் பளபளப்புக் குன்றாத பொன்னிற உடலைப் பார்த்தார்கள்.

48

அகன்று தடித்த ஆலிலைகள் அமைத்துத் தந்த பச்சைப் பந்தலடியில் வட்டம் கட்டி நின்றிருந்தனர் சிறுமியர். கால் வரை தழைத்த நீண்ட பாவாடை. அப்பா செய்வது போல் நுனியைப் பிடித்துத் தூக்கி இடுப்போடு மடித்துக் கட்ட முயன்றாள் ஜகி. சுதா தன் நீண்ட பின்னலை நுனியில் பிரித்து மூன்று கால்களை ஐந்தாக்கித் திருகித் திருகிப் பின்னினாள். லதா உதட்டைக் குவித்து, புருவம் சுளித்து, நொண்டிக் கட்டங்களைச் சாக்பீஸால் வரைந்தாள் பொன்னியின் முகத்தில் சுரத்தேயில்லை. ''ஏன், அப்படி? எதுக்கு'' என்று சகோதரிகளை மாற்றி மாற்றித் துளைத்தெடுத்துக் கொண்டிருந்தாள்.

''கல்லா, மண்ணா?'' என்ற கூட்டுக் கத்தலுக்குக் 'கல்' என்று ஒருத்தியின் சொல் வந்தால் ஆலமரத்தடித் திட்டுக் கல் மீது போய் நின்று கொண்டும், ''மண்'' என்று ஆணையிட்டால் மண்ணில் போய்க் குதித்தும் கூச்சலிட்டுக் கொண்டிருந்தது சிறுமியர் கூட்டம்.

ஒவ்வொருவராகப் போய் உலுக்கி, ''ஏன், எதுக்கு?'' என்று நச்சரித்துக் கொண்டிருந்தாள் பொன்னி.

''ஜகி, ஏன்னே தெரியலயே'' -என உதடு பிதுக்கினாள் மிகுந்த துக்கத்தோடு. சுதா ''ஏனோ'' என்று சுருக்கமாக முடித்துக் கொண்டு மறுபடி விளையாட்டில் இறங்கினாள்.

லதாக்கா வெறுமனே ரெண்டு கையையும் விரித்துக் காட்டி விட்டுப்போய்விட்டாள். ஆலமரத் திட்டில் முட்டுக் காலிட்டு அமர்ந்து கொண்டாள் பொன்னி. ஒரு கை கன்னத்தில் பதிந்திருந்தது, கவலையாக. இன்னொரு கை, காற்றில் விரல்களை நீட்டியும், மடக்கியும் கேள்விகள் கேட்டுக் கொண்டிருந்தது. முகம் துயரத்தில் ஆழ்ந்து கிடந்தது.

லதா தனது வலது கையை ஜகியின் முகத்திற்கு நேராக நீட்டி இருந்தாள். அவள் மூக்கைக் குத்தப் போவதுபோல் கட்டை விரலை உள்ளடக்கி நான்கு விரல்களையும் மடக்கி முஷ்டி வீறாப்பாய் நின்றிருந்தது.

''ஒத்தயா, ரெட்டயா'' -லதாவின் கேள்வி அதட்டலாக வந்தது.

''ம்ம், ம்ம்'' என்று ஜகியின் யோசனை. மாபெரும் குழப்பம் அவளைச் சூழ்ந்திருந்தது. ஒத்தையாக இருக்குமா அல்லது ரெட்டையா? அவளுக்குப் பெரிய புதிராக இருந்தது.

''ம்ம்'' என்று இழுத்துவிட்டு, ஆள்காட்டி, சுட்டு விரல்களை வடிவத்தில் விரித்து வைத்து,

''கருப்ப சாமியப்பா, காளியம்மா! நீங்க தான் காப்பாத்தணும்'' என்று முனகலாக வேண்டிக் கொண்டு, விரிந்த இரு விரல்களையும் 'உர்'ரென்று முறைத்தாள்.

''ரெண்டு விரல்ல, ஒண்ணத் தொடு'' என்றாள் லதாவிடம்.

''அதெல்லாம் தொடக்கூடாது. நீயேதான் சொல்லணும். இல்ல சுதா?'' -என்று திரும்பிப் பார்த்துக் கத்தினாள் லதா.

''ப்ளீஸ், தொடு லதாக்கா'' ஜகியின் வார்த்தைகள் மண்டியிட்டுக் கெஞ்சின. ''அது ரூல்ஸ்ல இல்லடி'' என்றாள் லதா கறாராக. ஆனாலும் லேசாக மனமிறங்கி ''தொடலாமா சுதா'' என்று சிபாரிசு கேட்டாள்.

ஆலமரத்தடி மண்ணைச் சமமாகச் சதுரமாகப் பரப்பிக் குச்சியை ஒளித்து வைத்துக் கொண்டிருந்த சுதா, காற்றில் முன் வந்து விழுந்த முடியை, சரிசெய்தபடி, ''சரி, போனாப் போவுது தொடு. ஒரே ஒரு வாட்டி லதா சட்டென்று சுட்டு விரலைத் தொட்டதும் நிம்மதி பெருமூச்சுவிட்ட ஜகி, ''ஒத்தை'' -என்றாள் சந்தேகமாக. தன் கையை விரித்தாள் லதா. மெல்லிய செந்நிறத்தில் அதற்குள் இருந்தன சிறு கற்கள். அவற்றை இருவருக்கும் பொதுவாக இருந்த இடத்தில் கொட்டி எண்ணினாள் லதா.

''ஒன், ட்டூ, த்ரீ...''

"ம்ம்ம் எட்டு",

இது ரெட்டை. உனக்குக் கெடையாது. எனக்குத்தான்.

"ஹய்யா, போ" என்று தன்னருகே இருந்த சிறு ஓலைக் கொட்டானுக்குள் கற்களைப் போட்டுக் கொண்டாள். இப்போது ஜகியின் முறை. தன் கொட்டானில் அள்ளிய கற்களை கைக்குள் மூடிக்கொண்டு, "ஒத்தையா ரெட்டையா" எனக் கேட்டாள் லதாவிடம்.

"காயா, பழமா?" என்று குழைவதாக இருந்தது. அந்தக் குரல். தயங்காமல் உடனுக்குடன் பதில் வந்தது லதாவிடமிருந்து.

"ஒத்த"

நடுவிலிருந்த மண் தரையில் கற்களைக் கொட்டினாள் ஜகி. பரபரவென்று எண்ண, பதினேழு. ஒற்றை, லதாவின் முகத்தில் வெற்றியின் மமதை மின்னியது. கற்களை அள்ளியெடுத்து,

"இந்தா வச்சுக்க" என்று அரை மனதாக லதாவிடம் நீட்டினாள் ஜகி.

லதாவின் முறை வந்தபோதெல்லாம், இரண்டு ஆட்டம் தோற்று ஒரு ஆட்டம்தான் ஜெயிக்க முடிந்தது ஜகியால். கொத்துக் கொத்தாகச் சிறு கற்கள் அவளுடைய ஓலைப் பெட்டியிலிருந்து லதாவுடைய பெட்டிக்கு இடம் மாறிக் கொண்டிருந்தன. பத்தோ பதினொன்றோதான் அவள் கைவசமிருந்தன. அவற்றைக் கையில் பொத்தி வைத்துக் கொண்டு ஒன்றும் சொல்லாமல் லதாவின் பதிலுக்குக் காத்திருந்தாள். அவள் வழக்கமான தீர்மானத்தோடு, "பதினொன்னு" என்றாள். கற்கள் தரையில் தெறித்தன. மிகுந்த ஆயாசத்தோடேயே அவற்றை எண்ண முறைபட்டாள் ஜகி. ஒரு பார்வையிலேயே பத்துக் கற்கள்தான் என்றுணர்ந்த லதா மடக்கி முழங்காலுக்குக் கீழ் பாவாடை விளிம்பில் மறைந்திருந்த ஒரு கல்லை கண் சிமிட்டும் நேரத்திற்குள் பாவாடையைச் சரி செய்வதுபோல் தள்ளிக் கணக்குக்கு வைத்த கற்களோடு கலந்து சேர விட்டாள். பொறுமையாக ஒவ்வொரு கல்லாகப் பிரித்தெண்ணிய ஜகிக்கு பத்துக் கற்களுக்கும் மேலொன்று சேர்ந்தது, அதிர்ச்சியையும், சோர்வையும் தந்தது.

அவள் வாயைத் திறக்கும் முன்னரே "ஐ, பதினொண்ணுதான்" என்று அவள் கையிலிருந்த கற்களைப் பிடுங்கித் தன் கொட்டானிற்குள் போட்டுக் கொண்டாள் லதா. ஜகியின் காலிக் கொட்டானை ஆட்டிப் பார்த்தாள் ஏளனமாக. "பரவால்ல, தோத்தாங்குளி. முடிஞ்சா அடுத்த வாட்டி ஜெயிச்சக்க" செருக்காகச் சொல்லி விட்டு சுதாவிடம் ஓடினாள். ஜகி உதட்டைக் கடித்துக் கொண்டு கண்ணில் துளிர்த்த நீரை மறைத்துத் தலை குனிந்து உட்கார்ந்திருந்தாள்.

பொன்னி ஒன்றுமே பேசாமல் முகத்தை உம்மென்று வைத்துக் கொண்டாள்.

"இந்த சுமிக்காவைப் பார்த்தா, எனக்கு ரொம்ப பயமாயிருக்கு" -என்று சிறிது சிறிதாக வார்த்தைகளைக் கோத்தாள்.

"அவளுக்கென்ன?" பெரிய பெண்களும், சுமியின் தங்கைகளுமான லதாவிற்கும், சுதாவிற்கும் பொக்கென்று சிரிப்பு வந்தது. ஜகி, பொன்னி, பவானி இருப்பதிலே குட்டியான பவித்ரா ஆகியோருக்குத்தான் குழப்பமே.

"வரும்போது நல்லாருந்தா சுமிக்கா"

"முகந்தான் லேசா வாடியிருந்துச்சு"

"அதுக்கப்புறம் என்னடான்னா வாந்தி, வாந்தியா எடுக்கிறா. எப்பப் பார்த்தாலும் தூங்குறா. இப்பப் பாத்தின்னா. வயிறு குண்டாயிருக்கு. ரொம்ப குண்டா, பெரிசா, பானை மாதிரி. அவ பேசாம சிரிச்சுக்கிட்டேயிருக்கா. எங்களுத்தான் பயம்மாயிருக்கு."

"அக்காக்கு என்னாச்சு?"

"அவள் வயிற்றில் ஏதாவது கட்டியா? நவாப் பழம் சாப்பிட்டாளே. கொட்டையை முழுங்கி இருப்பா. மரம் முளைக்குது வயித்துக்குள்ளனு நெனைக்கிறேன்" என்று படு தீவிரமாக முகத்தை வைத்துக்கொண்டது குட்டி பவானி. கலகலக்கும் சிரிப்பொலி. "சொல்லு லதா. சுமிக்கு என்ன?" ஜகி கேட்டாள்.

“சொல் சுதாக்கா, என்னாச்சு அக்காக்கு?”

சுதா, லதா இருவரும் நிறுத்தாமல் கண்களில் நீர் வரச் சிரித்தார்கள்.

“நாளக்கிச் சொல்றேன். என்ன?” என்று முடித்தாள் லதா.

“இல்ல, ப்ளீஸ், இப்பமே” என்று ஏங்கியது பவானிக் குட்டியின் குரல்.

“இல்ல நாளக்கிதான்” பாவாடை மண்ணைத் தட்டிக் கொண்டு எழுந்திருந்தாள் லதா. ஜகி தன ஓலைக் கொட்டானை ஞாபகமாக எடுத்துக் கொண்டாள்.

அடுத்த முறை ஆற்றுக்குப் போகும்போது கற்கள் பொறுக்கிச் சேர்க்க வேண்டும் என அவள் நினைத்தாள். அம்மாவும், பெரியம்மாவும் ஆக்ரோஷமாய் இடுப்பில் கை வைத்துக்கொண்டு நின்றிருந்தார்கள்.

“இருட்டப் போகுது. இன்னும் என்ன வெளயாட்டு?” ராஜிப் பெரியம்மா கோபமாகக் கேட்டாள். குழந்தைகள் கூடவும் கோழிக் குஞ்சுகளைப் போல் வீட்டுக்குள் நுழைந்து கொண்டன, வேண்டா வெறுப்பாக. வீரகாளியம்மன் கோவில் எந்தப் பாதுகாப்பையும் தரவில்லை. அது கீறல் விட்டு, பொடிப் பொடியாய் இடிந்து தகர்ந்தது. நடுநடுங்கிய படி சுவர் மூலையில் ஒண்டி உட்கார்ந்திருந்தார்கள் மூன்று சகோதரிகளும், “நம்ப வீட்டில் என்ன சண்டை?” என்று கேட்ட பவானி, இடது புறங்கையை அடுப்பும், தோசைச் சட்டியுமாக அமைத்து, வலது கையிலிருந்து மாவூற்ற தோசை வார்த்தாள். வீட்டுக்குள்ளிருந்து அலறல்கள் கேட்டன. “யாரோ செத்துட்டாங்களோ?” என்று பொன்னி குழம்ப, “இல்ல, காந்தித் தாத்தா படம் கீழ விழுந்து உடைஞ்சு போச்சு” என்றாள் ஜகி. அவர்கள் அகலக் கல் ஒன்றை நகர்த்தி, ஒருவர் தோளில் ஒருவர் கை போட்டு, அதிலேறி நின்று ஜன்னல் வழியே எட்டிப் பார்த்தார்கள்.

அப்பாவின் படுக்கையறையில் ஒரு கரிய பளபளப்பான, அழகிய முதுகு தெரிந்தது. அதன் நடுக்கோடு வியர்வையில் மின்னியது. உடலில் ஒரேவொரு துண்டுத் துணி மட்டும். கருஞ்சிவப்பு பாசி மணி

ஒளிர்ந்திருந்தது கழுத்தில். ‘‘ஐ, நம்ப செவனம்மா’’ என்றாள் பொன்னி. அழுகையொலிகள் உள்ளே தெறித்தன. அப்பா டி.வி.யைச் சத்தமாக வைத்து, கால் மேல் கால் போட்டுப் பார்த்துக் கொண்டிருந்தார். ‘‘இந்த அப்பாதான்.’’ பொன்னி ‘‘எனக்குப் பிடிக்கல’’

‘‘எனக்கும் பிடிக்கல’’

‘‘எனக்குப் பிடிக்கும்பா? அப்பா ஒண்ணுமே பண்ணலியே’’ என்ற பவானியை இருவரும் முறைக்க, ‘‘சரி, சரி. எனக்கும் பிடிக்கல’’ என்று சிரித்தாள் அவள்.

‘‘பழமா’’ என்று சுட்டு விரலையும் நடுவிரலையும் வளைத்துக் கேட்டுவிட்டு, ‘‘சுண்டெலிக்கும் சுண்டெலிக்கும் திருமணமாம். நல்ல சோளத் தட்டைப் பல்லாக்கிலே ஊர்வலமாம்’’ என்று பாடினாள். பதிலை எதிர்பாராமல். வீட்டின் மேல் ஒரு பலத்த இடி விழுந்தது. பிள்ளைகள் தலை மேல் செங்கற்கள் விழுந்தன. ரத்தம் கொட்டக்கொட்ட அவர்கள் ஓடினார்கள். எல்லாக் கதவுகளும் அடைபட்டிருந்தன.

நெற்றியில் கசியும் ரத்தத்தைத் தொட்டுப் பார்த்தாள் பவானி. பின் வாசலில் செவனம்மாவின் தூக்கு வாளியும், டம்ளரும் விழும் சத்தத்தில் தூக்கி வாரிப்போட்டது அவளுக்கு. ஜகி. ‘‘எனக்குப் பயமாயிருக்கு’’ என்று முனக, ‘‘எனக்கும் பயமாயிருக்கு’’ என்று அவள் தோளில் சாய்ந்தாள் பொன்னி. அச்சமேதுமில்லாமலே, எதற்கும் இருக்கட்டுமென்று, ‘‘எனக்கும், தான் பயம்மா இருக்கு’’ என்று விட்டு, ‘‘(தனம்மா தமிழம்மா, டீச்சரம்மா, டாக்டரம்மா, மாதிரி அது யாரு பயம்மா?)’’ என்று சின்னக் குரலில், குறும்பாக முணுமுணுத்தாள். எப்போதும் போல. தலையடித்துக் கொண்டு அழும் ஓசை கேட்கக் கேட்க, ‘‘யாரோ செத்துட்டாங்க. இப்ப சங்கு ஊதுவாங்க’’ என்றாள் பொன்னி., சொல்லி வைத்தாற் போல் சவ ஊர்வலத்தின் சங்கொலி ஒலிக்கத் தொடங்க, காதுகளைப் பொத்திக் கொண்டு, முழங்கால் மடிப்பில் முகத்தைப் பொத்திக் கொண்டாள் ஜகி. கண்கள் இருண்டன. தலை சுற்றியது. ‘‘தலை கத்தினா நல்லதுதானே, திரும்பாமலே நாலா பக்கமும் பார்க்கலாமே?’’ என்று சொல்லிச் சிரிப்பார்

மகாச் சித்தப்பா. தன் அறைக்குள் ஓடிப் படுக்கையில் குப்புற விழுந்தாள்.

“குழந்தை” அந்தக் குரல் இப்போதும் கேட்டது, “இது யாருடைய குரல்?” அவள் அஞ்சி நடுங்கிச் சுற்றுமுற்றும் பார்த்தாள்.

“குழந்தை, நீ வெறும் குழந்தை. அது பெரியவர்கள் உலகம். அதில் நடப்பவை உன்னில் பதிய வேண்டாம். நீ பயப்படாதே. உனக்கு நானிருக்கேன், எப்போதும், ஒவ்வொரு நிமிடமும், என்றென்றும். நிலையாக, மனத் துணையாக, தோழமையாக இருப்பேன். பயப்படாதே!

இது என்ன பயம்? எதற்காக உனக்கு பயம்? பயம் உன்னை முடக்குகிறது. எதற்காக உனக்கு பயம்? பயம் விடுதலையுணர்வை அழிக்கிறது. பயம் இறுதி வரையிலான பயம். யார் என்ன சொல்வார்களோனு பயம். வெற்றியடைய மாட்டோமோ என்று பயம். தனிமையின் பயம், நேசிக்கப் படாதிருத்தலின் பொருட்டு பயம். அது உன் மனதில் மேலோட்டமாக இருப்பதில்லை. ஆழப் பதிந்தது. ஆனால் உன்னால் பறித்தெறிய முடிவது. அதைப் பிடுங்கித் தூக்கிப் போடு.” குரல் எத்திசையிலிருந்து வருகிறது. சுவர்களில் இருந்தா? மூடிய திரைகள், குளிர்ந்த தரை, இறுகிய கதவு. இல்லை, இது கண்ணாடியின் குரல். அலங்கார மேசையின் நீண்ட கண்ணாடி. அதிலிருந்து பொங்கும் பேரலையின் பேச்சுத்தான் இது. அவள் எழுந்து காதுகளைக் கண்ணாடியில் வைத்துக் கேட்டாள் அது, “ஆம், நான் தான் கண்ணே உன்னோடு பேசினேன்” என்று கரங்கள் நீட்டி, அவள் முகத்தைத் தன் நெஞ்சோடு அழுத்திக் கொண்டது. நெற்றியில் முத்தமிட்டது. தலையைக் கோதி வருட, அவள் தன்னை அதனிடமிருந்து பிடுங்கிக் கொண்டாள். படுக்கையின் சுவர் மூலையின் தன் உடலை எறிந்து குறுகினாள். உதடுகள் “பயமாயிருக்கு, பயமாயிருக்கு” என்று முனகின.

49

பிசாசுகள் தங்கள் வேலைகளைத் திறம்பட செவ்வனே செய்கின்றன. அவை தன்னைத் துரத்துவதை அறியாமல் குத்து விளக்கேற்றிய பூஜையறை மூலையில் உட்கார்ந்திருக்கிறாள் ஜகி. பிசாசுகள் ஊதி அணைக்கப் பார்க்கின்றன, ஒல்லிச் சுடரை. அவற்றின் உப்பிய கன்னங்கள் வழி வெளிவரும் பலத்த காற்று புயலாகி, சிறு சாந்தச் சுடரை அணைப்பதற்குப் பதிலாக வளர்க்கின்றன. தீ கொழுந்து விட்டு எரிகிறது. பிசாசுகளின் வாயிலிருந்து நெருப்புப் பொறி பறந்து, பெருகி கொள்ளியாகிறது. தன் மேல் வெக்கை பரவ, "பொசுக்குது, பொசுக்குது, பயமாயிருக்கு" என்று நடுங்கி நகர்கிறாள் ஜகி. வெறிச்சிரிப்போடு திரியும் பிசாசுகள் அவள் பாவாடையின் செஞ்சரிகை விளிம்பிற்குத் தீயிட்டுக் கொளுத்துகின்றன. 'அய்யோ' என்ற அவள் அலறலைக் கேட்டு கெக்கலியிட்டுச் சிரிக்கின்றன. பாவாடைக் கரையிலிருந்து நெருப்பு மேலேறி திகுதிகுவெனப் பற்றியெரிய, கையில் தீப்பந்தங்கள் ஏந்திய பிசாசுக் கூட்டம். அவள் கழுத்து, தோள், மார்பு, இடுப்பு, வயிறு என்று நெருப்புப் பந்தால் ஒற்றி அவள் அலறுவதை ரசிக்கின்றன. தீ, தீ, தீ!செந்தீ. பூஜையறையிலிருந்து படர்ந்த பெரு நெருப்பு வீடு மொத்தமும் பரவ, கருகிச் சாம்பலானாள் அவள். நெருப்பு மரங்களையும் கட்டிடங்களையும் கோபுரங்களையும் பற்றித் தீய்த்து அழித்து அலைந்து யாருமறியாமல் அவள் வெந்து, அடங்கி ஒதுங்கி வெறும் கரும் புள்ளியானாள்...

"ஜகதீஸ்வரி, ஜகதீஸ்வரி, ஜகதீஸ்வரி அவளை விடாமல் நச்சரித்தது அந்தக் குரல்." "நீ இருளில்லை. நீ தீபம். அகலுக்குள் அடக்கப்பட்ட தீபம். இயல்பிலேயே ஒளியும், அலையும் கொண்டிருக்கிறாய். ஆம், உன்சித்தம் பிரகாசமும், சஞ்சலமும் கொண்டிருக்கிறது. காற்றிலாடும் சுடர் போன்று. காற்றை விடப் பலம் பொருந்திய சுடர் நிச்சலனமாய் இருக்கும். அதைப்போல் நீ சக்தியோடிரு! என்னுடன் இரு! நிம்மதியாக இரு! சலனமற்று இரு! நான் நாளையும் உன்னோடு பேசுகிறேன்" என்றது அந்தக் குரல். அவள் கனத்த தலையணையால் காதுகளை மூடி மயங்கினாள்

“இல்லல்ல, படி தட்டி விழுந்து காயம். கிறுகிறுன்னு மயக்கமாயிடுச்சி போல.”

“அதில்ல மூக்குல ரத்தம்னு வசந்தி சொன்னாள்” என்றாள் சரஸ்வதி.

அவளே அடுத்த தெரு அகிலாவோடு பேசும்போது, “ஏதோ வலிப்பு போல தனராணி மகளுக்கு” என்றாள்.

“ஏதோ ஹார்ட்டு கோளாறு இருந்தாலும், இப்புடித் திடீர் திடீர்னு மயக்கம் வருமாமே”

“ஆமாமாம், அப்படிக் காரணம் இருக்கும் ஆரு கண்டா”

வதந்திகளுக்கு சிறகுகள் முளைத்தன. அது தெருத் தெருவாய் பறந்தது.

ராதிகாவின் பக்கத்த வீட்டிலிருக்கும் பங்கஜம், “அந்த வீர காளியம்மன் கோயில் அரிசிக் கடைக்காரர் மகளுக்கு ஹார்ட்ல ரத்தக் குழாய் அடைப்பாம், பாவம்” எனவும்

ராதிகா, “யாரு ஜெகதீஸ்வரியா, முந்தாநாள் கூட ஸ்கூலுக்கு வந்தா. மூக்கில் தான் லேசா நகம் கீறியிருந்தது. இப்ப காய்ச்சல்னு லீவ் லட்டர் வந்தது.”

“ஒனக்கொண்ணும் தெரியாது. உள்ள போடி. நான் தனராணி மவ மூத்தவளச் சொல்றன்.”

“அதாமா, ஏதோ மூளைக் கோளாறுன்னு பேசிக்கிறாங்க” என்றாள் வீடு பெருக்கும் மங்கம்மா.

“அப்படியா, அதான பார்த்தேன், அய்யோ, பாவமே” என்றாள் அகிலா.

அவசரமாக எதிர் வீட்டிற்குப் போய், “மூளைக் கோளாறாம் அந்த ஜகதீஸ்வரிக்கு” என்றாள்.

“நான் அப்பவே நெனைச்சேன் ஒரு வழியா இருக்கேனு.”

நாலாம் தெரு. ஆறாம் தெரு சாயங்காலத்திற்குள் ஏழாம் தெரு செட்டியார் பேட்டை வரைக்கும் ஜகி சுகவீனம் பரவியது. சுற்றிச் சுற்றிக்

கடைசித் தெருவில், கடைசி வீட்டில் பேசியபோது, ஜகி கீழே விழுந்து, முட்டி எலும்பு முறிந்து, மூளையில் ஒரு ரத்தக் கட்டி உருவாகி, மூளை குழம்பி, சித்தப் பிரமை பிடித்து படுக்கையை விட்டு எழவே முடியாமல், இப்பவோ, அப்பவோ மூச்சுப் பிரியும் நிலையில் இருந்தாள்.

நாராயணசாமி டாக்டர் புன்னகையோடும், கனிந்த கண்களோடும்,

‘‘ஒண்ணுமில்லயே, சரியாய்டுமே. லேசா மூச்சுத் திணறுது. கொஞ்சம் சளி பிடிச்சிருக்கு. அப்புறமென்ன செய்யுது ஜெகதீஸ்வரிக்கு’’ என்றார் பரிவாக.

முனகலாக, ‘‘பயமாயிருக்கு’’ என்றாள் அவள்.

அவர், கடகடவென்று சிரித்து, ‘‘பயமா, என்னயப் பார்த்தா? நான் என்ன பேய் பிசாசா? சிங்கம், புலி, கரடியா? என்ன பயம்?’’ என்றார் தனராணி ஓரத்து ஸ்டூலில் உக்காந்திருந்தாள்.

‘‘என்ன பயம்? சொல்லு. அம்மாவ வெளிய போகச் சொல்லி விடலாமா? டாக்டர் அங்கிள் கிட்ட சொல்வியா?’’

ஜெகதீஸ்வரி அவசரமாக மறுத்துத் தலையசைத்தாள்.

தனராணியின் கண்கள் லேசாகக் கலங்கின.

‘‘நல்ல காய்ச்சல் இருக்கு. ஒரு இன்ஜெக்ஷன் மட்டும் வலிக்காமப் போடட்டுமா?’’ டாக்டர் குனிந்து கேட்டார். ஜகி சிரித்து விட்டாள்.

‘‘தட் இஸ் எ குட் கேர்ள்’’ என்று டாக்டர் சிரிஞ்சை எடுத்து முழங்கைக்கு கீழ் நரம்பு தேடி ஒன்றும், தோள் பட்டைச் சதையில் ஒன்றும் ஊசி குத்தியும் ஜெகதீஸ்வரி பல்லைக் கடித்து வலி பொறுத்து உட்கார்ந்திருந்தாள்.

‘‘வெரிகுட் கேர்ள்’’ என்று கன்னத்தைத் தட்டினார் டாக்டர்.

‘‘ஒண்ணும் பயமில்லம்மா. சாதாரண சளி, காய்ச்சல்தான். இந்த மாத்திரை மூணு நாள் குடுங்க. மறுபடி வாங்க’’ எனவும் தனராணி வணங்கி எழுந்தாள்.

50

காரை நிறுத்திவிட்டு ரெண்டு பேரும் தோட்டத்து வீட்டில் இறங்கினார்கள். “என்ன அழகான வீடுப்பா, நீ ரசனைக்காரன்தான்” கிருட்டிணசாமி பொதுவாகத் தலையை ஆட்டினார். வெளி வாசற்கதவு திறந்திருந்தது. வாட்ச்மேன் ஒரு சல்யூட் வைத்து கேட்டைத் திறந்து சாத்த, தோட்டத்து மண்ணைக் கிளறியபடி இருந்த முருகனைக் கவனித்தபடி உள்ளே நுழைந்தார்கள் இருவரும். மிக இயல்பாக குஷன் வைத்த மர ஸோபாவில் உட்கார்ந்து கொண்டார் முத்துவேல். அவர் கால் தம் போக்கில் ஆடியது உல்லாசமாக. வெள்ளை வெளேரென்ற வேட்டியும், நெற்றியின் விபூதிக் கீற்றும், கையில் கனமாக ஆடிய தங்கச் சங்கலியுமாக அவர் தோற்றம் கம்பீரமாக இருந்தது. எதிர் நாற்காலியில் உட்கார்ந்திருந்த கிருட்டிணசாமி “ரேணுகா ஒரு நிமிஷம் இங்க வா!” - மாடிப்படியைப் பார்த்துக் குரல் தந்தார்.

கொலுசின் மெல்லிய சிணுங்கலில் முத்துவேலின் முகத்தில் பரபரப்பு ஏறியது. மாடிப் படிகளையே ஆவலுடன் பார்த்தார். அவள் இறங்கி வந்தாள் தேய்ந்த சித்திரம் போல். கருஞ்சிவப்பு நிறச் சேலை கச்சிதமாக உடலைச் சுற்றி இருந்தது. இப்போதுதான் குளித்திருக்க வேண்டும். ஈரக் கூந்தல் படிந்த சிவப்பு ரவிக்கையின் பின்புறம் நனைந்திருந்தது. அதனூடாகத் தெரிந்த வெண் மஞ்சள் முதுகுப் பரப்பைக் கவனித்த முத்துவேல் எச்சில் விழுங்கினார். அவர் கண்கள் அகலமாயின. அவள் முகம் முத்துவேலைப் பார்த்து ஒருவித உணர்ச்சி மாற்றத்தையும் காட்டவில்லை. தொண்டையைச் செருமிய கிருட்டிணசாமி “இவர் முத்துவேல். என் உயிர் நண்பர். ரொம்ப வருஷப் பழக்கம்.” “வணக்கம் வாங்க” என்றாள் அவள் மெல்லிய குரலில். அந்த இடத்தை விட்டு நகர விரும்புவது போல் நுனிக்காலில் நின்று, “உக்காரும்மா” -என்றார் தம் குரலில் இருந்த போலிக்கனிவைத் தாமே உணர்ந்தபடி.

அவர் கை முத்துவேல் இருந்த இரட்டை ஸோபாவைக் காட்டியது. அவள் தயங்கியபடியே கிருட்டிணசாமிக்கும், முத்துவேலிற்கும் நடுவில் கிடந்த இன்னொரு ஒற்றை நாற்காலியில் உட்கார்ந்து கொண்டாள். "பரமு ஏதாவது சாப்பிட, குடிக்கக் கொண்டு வா" என்றார் கிருட்டிணசாமி உரத்தகுரலில். சமையலறையிலிருந்து அவள் தலை எட்டிப் பார்த்தது . சிறிது நேரத்தில் தட்டுகளில் பால் கோவாவும் மிக்ஸரும் வந்தன. பால்கோவாவை விண்டு வாயில் போட்டுக் கொண்டே ரேணுகாவைப் பார்வையால் சாப்பிட்டார் முத்துவேல். "வாடிப்பட்டி திண்டுக்கல் ஏரியா முந்திரித் தோட்டங்கள் எல்லாம் இவருதுதான். கோடீஸ்வரன்னா பெருங்கோடீஸ்வரன். ஒரேவொரு பொண்ணுதான். ஸ்கூல் போவுது. இவ்வளவு சொத்திருந்தாலும் ஒரு அகந்தையே கெடையாது" இவர் ஏன் இதையெல்லாம் என்னிடம் சொல்ல வேண்டும்? நான் தெரிந்து கொள்ள என்ன இருக்கு? - லேசாகச் சலிப்புற்றாள் ரேணுகா. உடனே அவள் மனதின் மூலையில் எச்சரிக்கையின் பொறி எரிந்தது. கண்களை இன்னும் தாழ்த்திக் கொண்டாள். கவனமாகத் தலையை ஆட்டினாள். முத்துவேல் ஒரு பெரிய புன்னகையோடு உட்கார்ந்திருந்தான். "செலவு பண்றதிலயும் மன்னன்" -இன்னும் சிலாகித்துப் பேசிக் கொண்டே போனார் கிருட்டிணசாமி. அவள் அசுவாரஸ்யமாக புறங்கையால் கொட்டாவியை மறைத்தாள். "பரமு" - அவள் உள்ளிருந்து வந்து தலை குனிந்து நின்றாள். பாக்கெட்டிலிருந்து சில நூறு ரூபாய் நோட்டுக்களை எடுத்து நீட்டி "மதியம் கொழம்புக்கு மீன் வாங்கிட்டு வந்துடு ;..."

"சரிங்க"

"சாப்பாடு பிரமாதமா இருக்கணும். வேற வேணும்கிற பலசரக்கெல்லாம் வாங்கிட்டு வந்திடு"

"ஆகட்டுங்கய்யா"

அவள் உள்ளே போய் ஒருபையை எடுத்துக் கொண்டு வாசல் தாண்டிப் போனாள். "மிக்ஸர் எடுத்துங்கப்பா. காபி பரவாயில்லயா?"

"ம்ம்" -முத்துவேலின் கண்கள் அவளையே மேய்ந்தன. கூடத்து சுவரில் இருந்த பெரிய கடிகாரத்தின் 'டிக்டிக்' ஒலி தன் மேல் ஊர்வது

போல் நெளிந்தபடி உட்கார்ந்திருந்தாள் ரேணுகா. கிருஷ்ணசாமியின் குரலில் ஒரு போலிப் பதற்றம் இடறியது.

“அடக்கடவுளே! முக்கியமான சோலிய மறந்துட்டனே, இந்தக் கவுன்சிலரப் பார்க்க வேண்டியிருக்கு காலேல போயிருக்க வேண்டியது, நான் ஒரு அரை மணி நேரத்தில வர்ரேன். நீ இங்க இரு, வந்துடறேன்” - பதிலை எதிர்பார்க்காமல் வாசலுக்கு விரைந்தார். முத்துவேல் இன்னும் நிமிர்ந்து உட்கார்ந்திருந்தார். கார் கிளம்பிப் போகும் சத்தம் கேட்டதும் அவள் கண்களில் ஏற்பட்ட கலக்கத்தை மிகவும் குரூரமாக ரசித்தார். “இத்தனாம் பெரிய வீட்டில ஒத்தையா பொழுது போகுதாம்மா” முத்துவேல் உரையாடலைத் துவக்கும் விதமாகக் கேட்டார். “போயிடுதே?” என்றாள் அவள் மெல்லிய குரலில்.

“இந்தச் சிகப்புச் சேல உனக்கு ரொம்ப எடுப்பா இருக்கு” - என்றார். அவர் கண்கள் அவள் மார்புகளை வெறித்தன. அவள் பதில் சொல்லவில்லை. கால்களில் சங்கடமான ஜில்லிடலை உணர்ந்தாள். நுண்ணிய கட்புலனாகாத வலையொன்றிலிருந்து தப்பி விடத் தவிப்பது போல் கண்கள் மிரண்டன. சுதாரித்துக் கொண்டு நிதானமாக எழுந்தாள். தொலைக்காட்சியை இயக்கி விட்டு தன் அறைக்குள் புகுந்து கதவை தாழிட்டாள். சுவரையும், அதில் தொங்கிய ராதையின் சித்திரத்தையும் எவ்வளவு நேரந்தான் பார்த்துக் கொண்டிருப்பது? வெளியிலே கார் வந்து நிற்கும் சத்தம் நெடுங்காலம் கழித்துக் கேட்டாற் போலிருந்தது. “என்னாச்சு?” -கிருஷ்ணசாமி ரகசியத் தொனியில் முத்துவேலிடம் கேட்டார். அவர் உதட்டைப் பிதுக்கினார். நீ நினைக்கிறாப்ல இல்லப்பா இது “நிஜமாவா?”

“ஆமா, கிருட்ணா! அப்பவே ரூமுக்குள்ள போய்ப் பூட்டிக்கிச்சு. பலவந்தமா படுத்த? உன் சந்தேகத்திற்கு ஒரு அஸ்திவாரமுமில்லை.”

“சரி, பெறகு பேசுவோம்” -கிருட்ணசாமியின் முகத்தில் கடும் கொந்தளிப்பும் நம்பகமின்மையும் இருந்தன. அறைக் கதவைத் தட்டி “யே, ரேணு சாப்பாடு போட வா”

“எனக்குத் தலை வலிக்குது. பரமு போடுவா”

“அது தெரியாமலா இருக்கு? இப்ப வரப் போறியா இல்லையா?” -அவர் அவளிடம் இவ்வளவு உரத்துப் பேசியதே இல்லை. வெளியே வந்தவளின் கண்கள் சிவந்திருந்தன. சேலையைச் செருகியபடி உணவு மேஜையை நோக்கி நடந்தனர். அதன் பளபளப்பில் தெரிந்த தன் முகம் வெறுப்பை ஏற்படுத்தியது. “நீ சும்மா நில்லு கண்ணு, நான் பார்த்துக்கிறேன்” கிசுகிசுத்தாள் பரமு. தலை வாழை இலை நறுக்குகள். துலக்கமாகச் சுத்தம் செய்யப்பட்ட டம்ளர்களில் தண்ணீர். புதினாத் துவையல். தயிர் வெங்காயப் பச்சடி. கோழி, மீன் வறுவல், பிரியாணி என்று வரிசையாகப் பரிமாறினாள். இப்போது ரேணுகாவை நிமிர்ந்தும் பார்க்காமல் குனிந்த தலையோடு அவசரமாகச் சாதத்தை அள்ளி விழுங்கினார் முத்துவேல். “இன்னும் ஒரு துண்டு மீன் வை. குழம்ப பார்த்து ஊத்து” -என்று உபசரித்தவாறே சாதத்தைப் பிசைந்தார் கிருட்டிணசாமி. காரில் போகும்போது கிருட்டிணசாமி மிகுந்த ஏமாற்றமும், கோபமும் கொண்டவராக ரோட்டை வெறித்தவாறு இருந்தார். தவறிவிட்ட தன் திட்டமிடல்களை நொந்தாற் போல் முத்துவேல் சமாதானமாக, “நாந்தேன் மொதலியே சொன்னனே” எனவும் அவர் மனம் ஒப்பாமல் எதிலோ உழன்றபடியே இருந்தது.

51

படுக்கையறையில் ஜகி குப்புறப் படுத்திருந்தாள். ஜன்னல் வழி இருண்ட வானத்தைத் தொட்டு அலைந்தது அவள் பார்வை. சூன்யத்தின் பாரம் நெஞ்சையழுத்த மூடிய கதவை வெறித்தாள். அது ஒருபோதும் திறக்க முடியாததாகிக் கனத்துத் தெரிந்தது. படுத்த நிலையிலேயே தன் அடிவயிற்றை உள்ளங்கையால் தொட்டுப் பார்த்தாள். அது சிறிதாய் மேடிட்டிருந்தது. தன்னுடைய பிரமையோ என்று மீண்டும் அழுத்தமாகத் தடவியபோது, அது கெட்டியான பாறை போல் திரண்டிருந்தது. அச்சம் பொங்கி நெஞ்சைக் குமட்டியது.

“சுமியக்காவும் இப்படித்தானே குமட்டுது, வாந்தி வாந்தியா வருதுன்னு சொல்வாங்க, அவங்க வயிறும் இதே மாதிரிதான் கொஞ்சம் கொஞ்சமா பெருசாகிட்டே வந்துது. இப்பப் பாரு. என்னால என் காலையே பார்க்க முடியல. ஷேக்ஸ்பியர் நாடகத்தில் வர பால்ஸ்டாப் (FALSTAFF) போல். என் வயிறு அவ்வளவு பெரிசாயிடுச்சு” -ஜெகி உண்மையில் ஆலிலை போல் ஒட்டிய தன் வயிறைத் தடவித் தடவிப் பந்தளவு, பானையாளவு, குன்றளவு வளர்த்து வளர்த்து அஞ்சினாள்.

அவள் மூச்சத் திணறத் தொடங்கியது. தொடர்ந்த இளைப்புக்களில் சுவாசம் சீரற்றுப் போய் முகம் வியர்ந்து நீலம் கொண்டது. அவள் வயிறோ உடலின் பிற உறுப்புக்கள் அத்தனையையும் மங்கலாக்கி, மறைந்து சிறியதாக மாற்றித் தான்மட்டும் பருத்தது. கடைசியில் அவளுக்குக் கையோ, காலோ, கழுத்தோ, முகமோ, கண்களோ, தலையோ இல்லை. வயிறு. வெறும் வயிறு மட்டும்தான். மற்ற அங்கங்கள் அனைத்தையும் விழுங்கி ஏப்பம் விட்டு விட்டுத் தான் மட்டும் வளர்ந்து கொண்டேயிருக்கும் வயிறு. வளர்ந்து வளர்ந்து அவளுடைய படுக்கையை, கட்டிலை, அறையை நிறைத்து, பட்டாசாலை வராண்டா

எல்லாம் அதுவாகி அடைத்து, கதவுகளைத் தாண்டி தெருக்களிலும், வீதிகளிலும், சாலைகளிலும், வெளியெங்கும் விரிந்த வானத்திலும் இருந்ததெல்லாம் அந்த வயிறு மட்டும்தான். எதையோ தனக்குள் வைத்துக் கொண்டிருக்கும் குகை போல. சகிக்க முடியாத சுமையேறிய பாறையாக அவளை அழுத்தி நொறுக்கும் பாரம். ஜன்னலைத் திறந்தால் இன்னும் பல வயிறுகளாகக் கிளை விட்டுப் படரும் அது. ஜன்னலை இறுக அடைத்தாலோ உள்ளேயே ஓங்கி வளரும். போர்வைக்குள் சுருண்டு பாதுகாப்புத் தேட முயன்றால், ஏற்கனவே அது மடிப்புக்களில் மறைந்திருக்கும். மனப் பிராந்திக்கு அளவே காணோம்.

52

தோட்டம் விரிந்து பசுமை பூத்துக் கிடந்தது, மாமரத்தடியில் சுமி அமர்ந்து குத்திட்ட முழங்கால் மேல் மோவாயைப் பதித்திருந்தாள். சோர்ந்து துவண்ட தன் கருச் சுமக்கும் உடலைக் குளிர்ந்த அடிவேரில் சாய்த்துக் கால்களை நீட்டி அமர்ந்திருந்தாள்.

அவன் வரவேயில்லை. மிக அருகாமையில் இருக்கும் ஊரிலிருந்து கடையிலும் வியாபாரத்திலும் எப்படித்தான் அவனால் மனம் ஊன்ற முடிகிறதோ? திருகிப் புரளும் எண்ணங்களோடு, அவன் முகத்தை மனப்பரப்பில் செதுக்கினாள். துயரமும் ஆதங்கமும் அவளுள் பரவி மனம் மறுகக் குழம்பத் துவங்கியது.

கன்னங்களைத் தோள்பட்டைப் புடவை மடிப்பில் பதித்துக் கொண்டாள். தங்கக் குடையாகத் தென்னை வரி நிழல்களாட, அவள் மீது கவிழ்ந்தது, ஆகாயம். காற்றின் அசைவு ஒரு சிறுமியின் நடனம் போலிருந்தது. அவளைக் குழந்தையாகவும் சிறுமியாகவும் கன்னியாகவும் மணமகளாகவும் இன்று கர்ப்பிணியாகவும் பார்த்துக் கொண்டிருக்கிறது அந்த மரம். அதன் நீண்ட பசிய கீற்றுக்களை வருட விரும்பினாள் சுமி.

கணவனைப் பார்த்து மாதக் கணக்காச்சு. அவள் தொலைபேசி அழைப்புகளுக்குக் கூட மனம் ஒப்பாத விட்டேத்தியான பதில்தான். ஏன் இப்படி இருக்கிறார் என்று நினைத்துக் குழம்பிய போது கூட வெங்கனல் மின்னல்கள் அவள் அடிவயிற்றில் கூடிக் குமைந்தன.

மாமரக் கிளை மறைவில் எப்போதாவது வருகிற கிளிகளின் கீச்சிடல். மிகுந்த உற்சாகத்தையும் கலகலப்பையும் அழகையும் சூழலில் கொட்டியது. அதை உணர்ந்தாள்போல் அவள் வயிற்றுக் குழந்தையும் துடித்து அசைந்தது. அந்த அசைவு அவ்வளவு துயரங்களையும் மீறி,

அவள் நரம்புகளில் உயிர்ப்பையும், மகிழ்வையும் ஏற்றியது. அவள் மெதுவாக எழுந்து நடந்தாள். சுற்றுச் சுவரில் கையூன்றி நின்றாள். பின்புறத் தெருவும், அடக்கமான வீடுகளும் தெரிந்தன. பாலசரவணன் "பொத்"தென்று குதித்து அம்மாவிடம் வசவு வாங்கிக் கட்டிக் கொள்வான். இந்தத் தோட்டத்து மரங்களூடே ஓடிப்பிடித்தும், கண்ணா மூச்சியும் குலை குலையா முந்திரிக்காயும் விளையாடிய நாட்கள். தன் தங்கைகளின் கொலுசுக் கால்கள் இன்னும் பசும் புற்றரையில் பதிந்தோடுவதாக உணர்கிறாள். கூடவே அவர்களின் கூச்சலும், சிரிப்பொலியும்.

தென்னையின் கீற்றுக்களை தேய்த்து சிறு குடில்கள் கட்டுவார்கள். அதற்குள் மரச் செப்புகளும், சிறிய எவர்சில்வர் பாத்திரங்களும், விளையாட்டு அடுப்புக்களும் வைத்து சமையல் நடக்கும். தென்னங் குரும்பைகளும் மாந்தளிர்களும், நெல்லிக்கனிகளும், மாம்பிஞ்சுகளும் அரிந்து செய்யப்பட்ட அதைவிட ருசியான சமையலை அவள் அதற்குப் பின் எப்போதும் சாப்பிட முடிந்ததேயில்லை. அம்மாவும் பார்த்துப் பார்த்துக் கெட்டியாகக் கரைத்த புளியும், பொடியாக நறுக்கிய வெங்காயமும் பச்சை மிளகாயும், மிளகும் சேர்த்துச் "சுள்"ளென்று காரமும், புளிப்புமாகக் குழம்பும், குறுகலாக வறுத்த உருளைக் கிழங்கும், இனிப்பும் தேங்காயும் சேர்ந்த வெள்ளை வெளேரென்ற பணியாரங்களும் என்று விதவிதமாய் சமைக்கத்தான் செய்கிறாள் எதுவும் அவளுக்கு ஒப்பவில்லை. சோறு கொதிக்கும் வாசனையே குமட்டுகிறது.

மூச்சு வாங்க, வாங்கக் கனத்து விட்ட வயிற்றைத் தூக்க மாட்டாமல் அசைந்து தோட்டத்தைச் சுற்றி நடந்தாள். "அவர் வரவே மாட்டாரோ, என்ன மனுஷரோ! புள்ளத்தாச்சிப் பொண்டாட்டியப் பார்க்க வராம..."

அங்கலாய்த்தாள் அம்மா அப்பாவிற்கும் வருத்தம்தான். சுருள் போளியோ, கொத்து புராட்டாவோ கடையடைத்து வீடு திரும்பும் போது வாங்கி வந்து மேஜையில் வைக்கிறார்.

"சுமி, கொஞ்சம் சாப்பிட்டு விட்டுப் படும்மா" என்று உள்ளறையை நோக்கி அப்பாவின் குரல் நீள்கிறது, அவள் சோர்ந்து வெளி வரும்போது "மாப்பிள்ளை போன் செய்தாரா?" என்றார் தயக்கத்தோடு.

“இல்லப்பா,” என்று சொல்லிவிட்டு புரோட்டாப் பொட்டலத்தை பிரிப்பாள் சுமி.

“எப்ப வராராம்?” அப்பாவின் அடுத்த கேள்வியில் கவலை அடர்ந்திருக்கிறது. “தெரியலப்பா” சொல்லியபடியே புரோட்டா விள்ளலில் குழம்பைத் தோய்ப்பாள் அவள். அப்பா ஒன்றும் சொல்லாமல் - சொல்ல என்ன இருக்கிறது என்பதுபோல் சாப்பாட்டு அறையை விட்டு வெளியேறித் தன் அறைக்குள் புகுந்து கொள்வார்.

பெற்றோரின் பாசம், தங்கைகளின் அன்பு, ஏன், பாகப்பிரிவினை எல்லாம் மறந்தாற் போல் பொழிகிற சித்திகளின் ப்ரியம், தன் வயிற்றில் வளரும் குழந்தையின் புத்தம் புதிய அசைவுகள், புரளல்கள், தனக்கு மட்டுமே புரியக் கூடிய அதன் குரல் எல்லாமே இருந்தாலும் கணவனின் அண்மையில்லாதது பெரும்பாரமாக மனதை அழுத்துகிறது. அவனுடைய அலட்சியமும் புறக்கணிப்பும் தாங்கவே முடியாத வலியாக உருக்கொள்கிறது.

“என்னக்கா” -என்ன அருகில் வந்தாள் தங்கை சுதா. அக்காவின் நீண்ட பின்னலைத் தொட்டுப் பார்த்தாள். தன் சுருண்ட குறு முடியையும் தடவிப் பார்த்துக் கொண்டாள்.

“எனக்கு எப்போ உன்னைப் போல நீள ஜடை வளரும்?” -அவள் ஏக்கமாக் கேட்டாள்.

“ஏன் குட்டி, உன் முடியே அழகாகத்தானே இருக்கு? சுருள் சுருளாய், தோளுக்குக் கீழே” -சுமி அவள் கூந்தலைத் தடவினாள். வழவழப்பான கன்னங்களைத் தொட்டாள். சிறிய முத்து கம்மல்கள் அணிந்த காது விளிம்புகளை நெருடினாள்.

“நீ என்ன பண்றே, தனியா தோட்டத்திலே”

“சும்மாதான் உட்கார்த்திருக்கேன்.”

லதா அக்காவின் வயிற்றைத் தொட்டாள்.

“ஐ, புரளுது” என்று உற்சாகமாக குதித்தாள். “இந்தப் பாப்பாவுக்கு உள்ளேயே இருக்க இருட்டா பயம்மா இருக்காதா?”

“ம் ஹூ ஹூம்”

“அதுக்கு போரடிக்காதா?”

“இல்லயே அது என்னோட வாயடிக்கும்”

“என்ன சொல்லும்”

“சித்தி பெரிய குறும்புக் காரின்னு”

‘போ அக்கா, நான் போய் சித்தியா’ லதா சிரித்தபடியே வாணியின் வயிற்றில் குத்துவாள்.

“வலிக்குதா” - உடனடியாகப் பதறிக் கேட்டாள்.

“ம்ஹூஹூம்” - என்று சுமியின் உதடு பிதுங்கும்.

‘இது பையனா, பொண்ணா’ -லதாவின் கை மறுபடியும் வயிற்றைத் தடவும்.

‘தெரியலயே’,

‘எப்பப் பொறக்கும்’ லதாவின் அடுத்த கேள்வி கூச்சக் குறுகுறுப்போடும் தயக்கத்தோடும் வரும்.

“எப்படிப் பிறக்கும்”,

“தெரியலயே”

“போ”

என்று சொல்லிவிட்டு உள்ளே ஓடினாள் அவள். மார்கழியின் குளிர் மாலை. அதன் இதத்தோடும், ஊசி முனைக் குத்தலோடும் பெருகியது அவன் நினைப்பு. இரவுகளோ முடியவேயற்று நீளும். தான் மட்டும் உலகில் உறங்காமல் கண் விழித்திருக்கிறேனென்று தோன்றும். இருட்டில் நட்சத்திரத் தீற்றல்கள் ஒரு ஆறுதலையும் தர முடியாதனவாய் விழிக்கும். இந்நேரம் என்ன செய்வான்? தன் மீது படரும் அவன் தொடுகைகளைத் தான் உணர்ந்து சிலிர்ப்பது போல் அவன் ஞாபகத்தில் தன்னைக் கொள்ள மாட்டான்.

அம்மா "சுமி, நேரமாகுது பனி வேற. தோட்டத்தில் பூச்சி பொட்டு அடையும். உள்ளே வா." என்றாள்.

இந்தக் கொடி முல்லை சூழலில் அவன் ஒரு தரம் ரகசியமாகத் தன் இடுப்பை வளைத்துக் கொஞ்சி இருக்கிறான். நினைத்தவாறே முல்லைப் பந்தலின் அடியில் தனியாக நின்றாள். அடர்ந்த கிளைகளையுடைய கொன்றையின் இலைமறைவின் பறவைகள் கூடடைந்து விட்டன. "ஒண்ணும் கவலப்படாதம்மா" என்று சொல்வது போல் துடித்துப் புரண்டு காலோ, தலையோ அவள் மேல் வயிற்றில் முட்டி நின்றது.

"சுமீ" -மறுபடி அம்மாவின் அழைப்பு "வரேம்மா, வந்துட்டேம்மா" என்றாள் சத்தமாக.

மூச்சு வாங்கியது. வீட்டிற்கும், தோட்டத்திற்குமிடையிலுள்ள வெளி கடக்க முடியாததுபோல் மிக மிக அதிகத் தொலைவாகப் பட்டது. இன்னும் அவள் உள்ளே வராவிட்டால் அம்மா அவளைத் தேடி வந்து விடுவாள் வாசல் படியில் ஏறியவாறே "உள்ளேதாம்மா இருக்கேன்" என்றாள், மூச்சிரைத்தபடி.

உள்ளே பட்டா சாலையில் தங்கைகள் புத்தகங்களை விரித்து வைத்துக் கொண்டு உட்கார்ந்திருந்தார்கள். குழல் விளக்கின் வெண் ஒளி கண்ணை உறுத்தியது. அம்மா இரவுச் சமையலுக்கான ஆயத்தங்களை வேலைக்காரம்மாவிடம் சொல்லிக் கொண்டிருந்தாள்.

"இந்தத் தேங்காயத் துருவிட்டு, தக்காளி வெங்காயத்த மட்டும் நறுக்கி வச்சிடுங்க. தோசைய ஊத்திக்கலாம்."

"சரிம்மா" - என்றுபடி முத்தம்மா பரபரவென்று தேங்காயைத் திருகித் தள்ளினாள்.

"சரி உனக்கென்ன வேணும் ராத்திரி சாப்பிட?"

"ஏதோ எதுவுமே வேணாம் போலத் தோணுது" என்றாள் சுமி.

"வயித்துப் புள்ளக்காரி வெறும் வயிறோட படுக்கக் கூடாது. தூக்கம் வராது. சோர்ந்து போயிடும்" என்றாள் முத்தம்மா.

“சரிங்க, அம்மா” என்றபடி சலையலறையை ஒட்டிக் கிடந்த குட்டை நாற்காலியில் சுமி உட்கார்ந்து கொண்டாள்.

தொலைபேசி அடித்தது. போ, “போ உனக்குதான் மாப்பிள்ளை யாதானிருக்கும்” - என்றாள் அம்மா அவசர அவரசமாக.

சுமி கையூன்றி எழுந்திருக்க முயல, “பதறாமப் போ” என்றாள் மீண்டும். “நீ அங்கயே இருக்கா, இந்தக் கார்ட்லெஸ் எதுக்கு இருக்கு?” என்று கார்ட்லெஸ் போனை எடுத்து அழுத்தி ஓடி வந்து சுமியிடம் தந்தது சுதா. சாப்பாட்டு மேசையில் கையூன்றி மூச்சுவாங்க உட்கார்ந்து கொண்ட சுமி சோர்வாக, “ஹலோ” -என்றாள் ஒரு எதிர்பார்ப்புமின்றி. அவர். அவர்தான் என்று அவள் மனம் படபடத்தது அவளையும் மீறி.

“எப்படியிருக்க, சுமி?” ராஜாவின் குரல்தானா என்று அவள் அதிசயித்தாள். “நான் நல்லாயிருக்கேன். நீங்க எப்படியிருக்கீங்க?”

“ம்ம், உன் உடம்பெல்லாம் நல்லாருக்கில்ல? டாக்டரிடம் போனாயா? என்ன சொன்னார்கள்?”

“எல்லாம் நல்லாயிருக்குன்னாங்க.”

“எப்ப பிறக்குமாம்.”

“அது சரியா சொல்லலீங்க. சொல்லவும் முடியாதாம். இந்த மாசக் கடைசில இருந்து ஜனவரிக்குள் இருக்கலாம்னாங்க.”

“சரி உடம்பப் பார்த்துக்க.”

“சரிங்க நீங்க எப்ப இங்க வர்றீங்க”

எதிலோ பிடிபட்டது போல் அவன் குரலற்றிருந்தான். “நான்... வந்துடுவேன்... சுமீ... ஆனா அம்மாதான்... சரி... சீக்கிரம் ஒருநாள் வரேன்” என்றான் குற்ற உணர்வோடு. “ம், சீக்கிரமே வாங்க ப்ளீஸ். உங்களப் பார்க்கணும் போல இருக்கு” என்றாள், கெஞ்சும் குழந்தை போல்.

“சரி, வச்சிடவா. கடைக்கு ஆள் வராங்க”

“நான் சொன்னேனில்ல” -என்றாள், அம்மா சந்தோஷமாக. சுமி

எதுவும் பேசாமல் அம்மாவைப் பார்த்தாள். அவள் கண்கள் வெளுத்த மலர்களைப் போல் இருந்தன. அவள் மெதுவாக எழுந்து படுக்கையறைக்குள் போனாள்.

"பாவம். என்னென்ன நெனச்சு ஏங்கறாளோ? இப்படியா ஒரு மனுஷன் இருப்பான்? அய்யோ இந்தப் புள்ள மொகம் வாடிக்கிடக்கே? நான் என்ன செய்ய?" - மனதிற்குள் புலம்பிய அம்மா மகளையே பார்த்துக் கொண்டிருந்தாள்.

53

ஜகிக்கு மீண்டும் மன உளைச்சல்கள் கடுமையாகின்றன. ஒவ்வொன்றாகப் புலப்படுகின்றன மரங்கள். காடு நீண்டு கொண்டே போகிறது. இருளில் காற்றிலாடும் கிளைகள் ராட்சசக் கரங்களாக வளர்ந்து அவளைச் சூழ்ந்து இருக்குகின்றன. புதர்ச் சரிவின் கீழே விழுந்து, அவள் கால்கள் மடங்கிக் கிடக்கிறாள். இற்று உயர்ந்த மரமொன்று எதிர்பாராமல் அவள்மேல் சரிய உரக்க அலறுகிறாள். உடல் மிகவும் பாரமான பொருளாக, அசைக்க முடியாததாக ஆயிற்று. தன் பலமனைத்தையும் திரட்டி, அம்மா சொல்லிக் கொடுத்தபடி "ஓம், ஓம், ஓம்" என்று முனகி மரத்தினடியில் இருந்து மெதுவாகப் படிப்படியாக நகர்ந்து வெளியே வந்தபோது, உடல் முழுவதும் சிராய்ப்புக்கள். உடைகளைக் காற்று முற்றிலுமாகக் கவர்ந்து சென்று விட்டிருக்க, அவமானம் தாளாமல் தன்னை ஒரு நைந்த பொட்டலமாகச் சுருட்டிக் கொள்கிறாள். ஒரு குட்டிச் சிட்டு மட்டும் "ஏன், அழுகிற, அழாதே" என்று கூறிவிட்டுச் சட்டென்று பறந்து போகிறது.

மாலை ஐந்தரை மணிக்குப் பள்ளி வாசலில் பாங்கு ஊதும் ஓசை. அங்கிருக்கும் சாமியார் வைத்திருக்கும் அழகான தொப்பி என்றால் பவானிக்கு ரொம்ப இஷ்டம். சரவணன் அண்ணாவும், அம்மாவும் ஜகியைக் கூட்டிக் கொண்டு ஒரு சாயங்காலம் போன போது "நானும் வருவேன்" என்று அடம்பிடித்த பவானியைக் கூட்டிப் போகவில்லை. கூம்பு கூம்பாய் கோபுரங்கள். நீண்ட கூடம் போன்ற அறை. துண்டும், நீளக்கைச் சட்டையும் குட்டை வேட்டியும் அணிந்த பெரியவர் "வாங்க, வாங்க" என்று சொன்ன போதும் ஜகி பயந்து கண்களை மூடிக் கொண்டாள். "இன்ஷா அல்லா."

"குல்கு அல்லா அஹத்

அல்லாகு வுமத்

லம்யலீத் வலம் யுலத்

வலம் யகுல் அகு - குஸ்பான் அஹத்"

என்று ஓதினார். மணிக்கட்டில் இறுகக் கட்டிய கறுப்புக்கயிறு. அவள் கண்களை திறக்கவேயில்லை.

54

சுமி போர்வையின் கதகதப்பையும் மீறி கால்கள் குளிர்வதை உணர்ந்தாள். உடல் மிகக் கனமான பாறை போலாகியிருந்தது. வேலைகள் ஓய்ந்து அம்மா இப்போதுதான் படுத்திருப்பாள். புரியாத புதிய உணர்வு அவளை எழுப்பச் சொல்லிச் சொன்னது. ஆனால் அசந்து உறங்கும் அவளை எழுப்ப வேண்டாம் என்றும் தோன்றியது.

மாதங்கள் கூடக்கூட பாதித் தூக்கத்திலும் நள்ளிரவிலும் விழிப்புக் காண்பது பரிச்சயமாகத்தானிருக்கிறது. உடல் திறந்துகொள்ளத் தவிப்பதாகி உளைகிறது. குலை தள்ளும் வாழையாக அடி வயிறு பாரமோடிருக்கிறது. அடிக்கடி கழிவறைக்குப் போக வேண்டிய தேவை. எந்த நிமிடத்திலும் வலி காணலாம் என்று டாக்டர் அம்மா சொல்லியிருக்கிறார்கள். அம்மா, அப்பா தங்கைகள் எல்லோரும் மிக அமைதியாக உறங்குகிறார்கள். மூச்சிறைப்பும், வேதனையும் அதிகரிக்கிறன. கழிவறைக்குப் போய்ப் போய் சிறுநீர் பிரிவது மிக அதிக முறைகள் ஆக, உடல் மிக ரொம்பவும் களைப்படைந்தாற் போலவும், உடனே ஏதாவது குடிக்க வேண்டும் என்றும் தோன்றியது. இறுக அடைத்த சுவர்களுக்குள் கதவைத் தேடித் திணறும் வேதனை. “அம்மா” என்ற சிறு குரலின் ஒலி. சுற்றிப் பார்த்ததில் அந்த அழைப்பு அவளில் இருந்தேதான்.

“அம்மா, போதும் அம்மா. நான் உள்ளேயே குடியிருந்தது. நான் வெளிவரும் நேரம் வந்தாயிற்று. உன் உடலின் கதகதப்பையும், பாதுகாப்பையும் மீறி வெளி உலகம் காண மனமேயின்றி பயமாயிருக்கிறது. உன்னிலிருந்து துண்டிக்கப்பட விருப்பேயில்லை. ஆனாலும் நான் இனி உள்ளேயும் இருக்க முடியாது. என்னத் திறந்து விடுகிறாயா, அம்மா.”

அவள் தொடை மையத்தில் கனமாகி ஏதோ அழுந்தி முட்டுகிறது. அம்மா, அம்மா, அம்மா, அவளும் அம்மாவை எழுப்புகிறாள். அரக்கப்

பரக்க எழுந்திருந்த அம்மா, ''கொஞ்சம் பொறுத்துக்க சுமி.முத்தம்மா அவளைக் கொஞ்சம் பார்த்துக்கங்க'' என்று அடுப்பை மூட்டி நல்லெண்ணெய் ஊற்றி கொஞ்சம் சோம்பைப் பொரித்து அதில் தண்ணீர் ஊற்றிக் கொதிக்க வைத்து இறக்கி டம்ளரில் ஆற்றி ''இதைக் குடி, வலி பொறுக்கும். பொய் வலியாய் இருந்தா போயிடும்.'' என்று சுமியிடம் தந்தாள்.

அவசரத்திற்கென்று உடைகள், பழைய புடவைகள், நைட்டி இரண்டு, சின்னக் குழந்தை சட்டைகள், சானிடரி நாப்கின்கள், டம்ளர், பிளாஸ்க், சீனி, ஹார்லிக்ஸ் என்று பார்த்து பார்த்து வயர் கூடைகளில் ஏற்கனவே எடுத்து வைத்திருந்தாள். அவற்றைச் சரிபார்த்துக் கொண்டே, டிரைவரின் வீட்டு நம்பருக்கு போன் செய்து காரை எடுத்து வரச் சொன்னாள். தர்மராஜூவின் அறையில் இருந்து பலத்த குறட்டைச் சத்தம். ''என்னங்க, என்னங்க, கொஞ்சம் சீக்கிரம் எழுந்திருங்களேன்'' என்று மனைவி எழுப்பவும், திடுக்கிட்டு எழுந்து உட்கார்ந்து கடவாயைத் துடைத்துக் கொண்டு, ''என்ன, என்ன?'' என்று பதறினார்.

''சுமிக்கு வலி வந்திருக்கு''

''கார் வரச் சொன்னியா?'' என்றவாறே. பாத்ரூமை நோக்கி நிதானமாக நடந்தார்.

''ம்ம்ம்''

''ஏதாவது சாப்பிடறியா'' என்றவள் மகளிடம் பதிலை எதிர் பார்க்காமல் தோசைக் கல்லை அடுப்பில் வைத்து, இரண்டு ஊத்தப்பமாகச் சுட்டு அவளிடம் தந்தாள். தொட்டுக்கொள்ள மாங்காய் ஊறுகாய்தான்.

''சாப்பிட முடியாதும்மா'' என்று பதிலளித்த சுமியிடம் ''வெறும் வயிறோடு இருக்க முடியாதும்மா. வலி தாங்காது. இன்னும் இருக்க இருக்க பெரிய வலியிருக்கும்'' என்று அம்மா சொல்லவும் தட்டை வாங்கி சுடு தோசையை விண்டு விழுங்கலானாள்.

கார்ச் சத்தம் கேட்டு விஜியும், தனமும் வெளியே வந்து விட்டார்கள். தனம் ஒன்றும் சொல்லாமல் காரின் பின் சீட்டில் தானும் உட்கார்ந்து

கொண்டாள். வராந்தா சோபாவில் உட்கார்ந்திருந்த சுமியிடம் போய் "இப்ப எப்படி இருக்கு பாப்பா, பயப்படாதே. தைரியமா இருக்கணும்" என்று விஜி சொல்லவும் அவள் தலையை ஆட்டினாள்.

"நானும் வரவாக்கா?" என்ற விஜியிடம் "நீ ஒண்ணு பண்ணு. இங்கேயே இருந்து பிள்ளைகளைப் பார்த்துக்க" என்று படியிறங்கியபடியே சொன்னாள் ராஜி.

"சரிக்கா, ஒரு நிமிஷம் பொறுங்க" என்று முற்றத்திலிருந்த வேப்பங் கன்றிலிருந்து ஒரு கொத்து உருவி சுமியின் துணியில் காசு முடிந்து வைத்தாள்.

சுமியை உள்ளே கூப்பிட்டு விளக்கேற்றி சாமி கும்பிட வைத்தாள் விஜி.

சுமி காரிலேறினாள். அதற்குள் எழுந்திருந்த தர்மராஜின் இரண்டாவது தம்பி சந்திரவேலும், முன் சீட்டில் உட்கார்ந்தவுடன் எதுவும் சொல்லாமலேயே சுமி சித்தப்பாவைப் பார்த்ததும் புன்னகைத்தாள். எதுவும் விரிசலுற்றோ, உடைந்தோ போய் விடவில்லை. எவ்வளவு அழகாகவும் அற்புதமாகவும் நடக்கின்றது, அத்தனையும் என்று எண்ணியது அவள் மனம்.

"கே.ஆர். ஆஸ்பத்திரிதானே" பதற்றமாகக் கேட்டாள் விஜி.

"ஆமா."

"என்ன"

ராஜேஸ்வரி தலையசைக்க கார் கிளம்பியது. ஆஸ்பத்திரி அறைக்குள் சுமி திக்குமுக்காடினாள். உயரமாக முட்டுக் கொடுத்த தலையணையில் முதுகைச் சாய்த்து அம்மா அவளை உட்கார வைத்தாள். அவள் நேராக உட்கார முடியாமல் முதுகிலிருந்து துவங்கிய வலி குறுக்கைப் பிளப்பது போல் வயிற்றில் பரவி தொடையெங்கும் இறங்கியது. ஒருக்களித்துப் படுத்துப் பற்களைக் கடித்துக் கொண்டாள். உடல் கொதித்து வியர்வை பெருகியது. வரும்போது மெல்லிய காட்டன் நைட்டி போடச் செய்திருந்தாள் அம்மா. அது தெப்பமாக நனைந்து பிசுபிசுத்தது. மயக்கம் வரும் போலிருந்தது. தனராணியின் கை சுமியின் தோளைப் பற்றியது.

“வலி வரவரக் கீழ் நோக்கி விடு” என்றாள் சித்தி.

“வா வலியே! வந்தென்னை அணைத்துப் பகிர்ந்து அம்மாவென்றாக்கு” தொடர்பேயற்று ஞாபகத்தில் வரிகள் ஓடின.

“இது எப்போதும், எப்படியும் யுகம் யுகமாகப் பெண்களுக்குச் சம்பவிக்கும் ஒன்றுதான். யாரும் நேரம் குறிக்க முடியாமல் மழைப் பேறும் மகப்பேறும் மகேசனுக்குத்தான் தெரியும்” என்று அடிக்கடி பாட்டி சொல்லக் கேட்டிருக்கிறாள் சுமி.

“அம்மா, அவரை வரச் சொல்றீங்களா?” அவள் ஏக்கமாய்க் கேட்கவும் அனைவர் முகத்திலும் கோபமும் ஆத்திரமும் பெருகியது.

“நல்ல சம்பந்தம் பிடிச்சோம் போ. பிள்ளத்தாச்சிப் பெண்ணைப் பார்க்க வராதவன் ஒரு புருஷன். அவனுக்கு ஒரு போன் போடு, அண்ணா”

“நீயே போடு, போ” என்றார் தர்மராஜ்.

“வந்துடுவார், வந்துடுவார்”

விஜி சமாதானமாகத் தேற்றினாள். மூச்சுத் திணறிக் கொண்டே இருக்கிறது. நர்ஸ் கை மடக்கில் நரம்பைத் தேடி ஊசியைச் செருகி, குளுக்கோஸ் பாட்டிலைத் தொங்க விட்டாள். தூக்கக் கலக்கமின்றிப் பளிச்சிட்ட அவள் கண்களும் அதிசுத்தமாக வாரிக் கொண்டையிடப்பட்ட தலைமுடியும் புன்னகை மாறாத முகமும் மிகுந்த நம்பிக்கையூட்டுவதாக இருந்தன. “டாக்டரம்மாவிற்கு போன் செய்திட்டேன். இப்ப வந்திடும்” என்றாள்.

“அம்மா, அம்மா” என்று தன்னுள் ஒலிக்கும் அந்தக் குரலை அவள் வாயும் எதிரொலிக்கிறது. கட்டில் விளிம்புகளை இறுகப் பற்றி பற்களைக் கடித்துக் கொண்டு, “அம்மா, அம்மா” என முனகினாள்.

“உதட்டைக் கடிச்சிடாதே சுமிம்மா, சும்மா வாய்விட்டே கத்திடு” என்றாள் சித்தி.

சுற்றி நின்றோரின் கவலைகளும், பிரார்த்தனைகளும் அவளை மூடி அணைத்துச் சூழ்ந்தன.

நிமிடத்துக்கு நிமிடம் வலி அதிகரிக்கிறது. உச்சபட்சமாகி அது எவ்வளவு தொலைவு போகும் என்று அனுமானிக்க முடியவில்லை. அந்த உச்சியை அடைந்ததும் நிகழப் போவதற்கான எதிர்பார்ப்புகளும் கற்பனைகளும் அவள் யூகங்களின் எல்லைகளைத் தகர்ப்பனவாகவே இருந்தன. இடுப்பின் மத்தியில் வேரூன்றிய வலியில் மேன்மேலும் வலுப் பெற்றுக் கிளை விட்டு உடலை ஆக்கிரமித்துப் பெருத்துக் கொண்டிருக்கிறது.

தொலைவில் விலகிப் போகின்றன சுற்றங்கள். ஆனால் அவர்கள் அத்தனை பேரின் கவலைகளும், பதற்றங்களும் அவள் மீதே பதிந்திருக்கின்றன.

வலி அதிகமாகி அலறுகிறாள்.

“நச்சு வலியிருந்தது. இப்ப கூடுது போல இருக்கா” - விஜி சித்தி கூற, பதட்டமுறுகிறாள். சித்தப்பா நர்ஸைக் கூப்பிட ஓடுகிறார். அவள் உடல் வலியில் கொதிப்பேறியதாக இளக்கமுறத் துவங்கியது. தள்ளு வண்டிக்கு மாற்றப்பட்டு நீண்ட அறையொன்றுக்குக் கொண்டு சொல்லப்படும்போது அவள் வலியில் ஆழ்ந்து நினைவிழந்திருந்தாள்.

நரம்புகள் நடுநடுங்க கண்கள் கிறங்கி இருந்தன. ஒருவிதமான துடிப்பையும் விடுதலை உணர்வையும் அடைந்தாள். இரும்பு மேஜையின் முனையை ஒருகணம் உணர்ந்தாள். அதையடுத்து அவள் உடல் உறைந்து துல்லியமான அமைதியில் தோய்ந்தது. கால் விலக்கப்படுவதையும் அவள் உணரவேயில்லை.

“முக்கு, முக்கு வெளியே தள்ளு” என்ற உரத்த கத்தல்கள் கேட்டன. அவளால் அதற்கு இணங்கத் தன்னை இயக்க முடிந்ததா அல்லது அது எப்படி நடந்ததென்றே தெரியவில்லை. ஒரு கணம் அவளை முற்றிலுமாக பற்றிய சுடரில் அவள் எரிந்து குளிர்ந்தாள். தன்னுள் இருந்து எதுவோ வழுக்கி வெளியேறுவதை, அல்லது உருவி எடுக்கப்படுவதை அறிந்த மறுநொடிதான் அற்புதமானது. யுகங்களாகிச் சுமந்து பாரமொன்று இறங்கினாற்போல் உடல் சட்டென்று எடையற்று இறகுத் தன்மையுற்றது.

பிளந்து, விரிந்து, கரைந்து அமிழ்ந்தது. முன்னெப்போதும் அனுபவித்தேயிராத அந்த நொடிப்பிளவில் உணர்ந்த பரவசத்தைச் சொல்லில் சொல்ல முடியாது. யாருமற்ற வான் விளிம்பில் உயிர் மயங்க மிதப்பதாகத் தோன்றியது. உன்னி, உன்னி ஏறி உச்சிச் சிகரமொன்றை எட்டினாற் போல் உடல் வேர்த்து விழுந்தது. அதன் பிறகு பிறப்புறுப்பில் சிறு ஊசியால் போடப்பட்ட தையல்களால் ஒரு வலியையும் உண்டாக்க முடியவில்லை. குழந்தையின் சின்னச் சின்ன சிணுங்கல்களும், அழுகையும் அறிந்தேயிராத பேரின்பத்தைத் தந்தன. "ஆண் குழந்தை பிறந்திருக்கு"

"ஆண் குழந்தை"

"ஆண் குழந்தை, கேட்குதா?" அவள் தலையை வெறுமனே அசைத்தாள்.

"காட்டுங்கள்" என்றாள் முனகலாக.

"பொறு, பொறு" குழாயைத் திருகும் சத்தமும், தண்ணீர் சீறும் ஒலியும் கேட்டன. குழந்தையைக் குளிப்பாட்டி பெரிய வெள்ளை வெளேரென்ற டவலில் சுற்றி, அவளுக்கருகே வைத்தார்கள்.

அது "ங்ங்" என்றது. அனிச்சையாக உறிஞ்சக் குனிந்த உதடுகளோடு சப்புக் கொட்டி கொட்டியது. அவள் அதன் சிறிய முகத்தை மூடிய உதடுகளை மென்மயிரடர்ந்த மெலிந்த சிற்றுடலைப் பார்த்துக் கொண்டே இருந்தாள். பிறகு அசதியில் கண் செருக உறங்கிப் போனாள். கண் விழித்தபோது கட்டிலைச் சுற்றிலும் குரல்கள் கேட்டன.

"மூக்கு என்ன கூர்மையா அழகா இருக்கு பாரு! அப்படியே சுமி மாதிரி"

"அவங்கப்பா நிறம். நல்லா மினுமினுன்னு மஞ்ச மஞ்சேர்னு"

"நெத்தி மேடும், கன்னமும் மாப்பிள்ளை மாதிரி இருக்கு" விரலெல்லாம் எவ்ளோ நீளம், நீளமா இருக்கு பாரேன். பெரிய அறிவாளியா இருப்பான் போல.

"கண்ணும், புருவமும் அவங்க அப்பா சாயல்தான்"

"அவங்க வீட்டுக்குத் தாக்கல் சொல்லியாச்சா?"

"அப்பவே சொல்லியாச்சு விஜி."

"பிறந்த நேரம் குறிச்சுத் தந்திருக்காங்க. ஒரு வயசில்தானே ஜாதகம் எழுதணும்."

"உதட்டை, உதட்டை சப்புக் கொட்டுது நல்லா"

"இப்பவே முழிச்சுப் பார்க்கிறதப் பாருடா"

"சீனிப் பால் தொட்டு நாக்கில் வைத்துச் சேனை குத்தச் சொல்லுங்க அவங்க தாத்தாவை."

தர்மராஜ் தயக்கமும் சங்கடமும் சந்தோஷமுமாகத் தள்ளி நின்று பார்த்துக் கொண்டிருந்தார். "கிண்ணமும், ஸ்பூனும் இருக்கா."

"அந்தப் பச்சை வயர் கூடையில் பாரு இருக்கும். பத்து நாள் முந்தியே எடுத்து வச்சாச்சு."

கிண்ணத்தில் சீனி போட்டுக் கரைத்த நீரை தர்மராஜிடம் நீட்டினார் ராஜேஸ்வரி. அவர் திருதிருவென்று விழித்துக் கொண்டு நின்றிருந்தார்.

"என்ன முழிக்கிறீங்க? ஒரு சொட்டு தொட்டு உங்க பேரன் வாயில் வைங்க. அப்பத்தான் தாத்தா மாதிரி நல்லவனா, சாமர்த்தியசாலியா வளருவான்."

தர்மராஜ் வலது கை சுட்டு விரலில் சிறிது தொட்டு குழந்தையின் சிறிய உதடுகளுக்கருகில் கொண்டு போனதுமே அது 'இப்' என்று விரலைக் கல்வி உறிஞ்சியது. மெல்ல விடுவித்துக் கொண்டு சட்டைப் பாக்கெட்டிலிருந்து நூறு ரூபாய் நோட்டையெடுத்து குழந்தையின் உள்ளங்கைகளைத் திறந்து வைத்து மறுபடி விரல்களை மூடி மடக்கி வைத்தார்.

"எவ்வளவு இறுக்கமா பிடிச்சுக்கிடறான்! பார்த்தீங்களா? கெட்டிக்காரன்தான்."

“சரி, அவங்கம்மா கிட்ட குடுங்க. பசிக்கும், இந்தக் குட்டிப் பயலுக்கு. சுமி, உன் மகனைப் பார்” பிடரியோரமாகப் படுக்க வைக்கப் பட்ட பிள்ளையைப் பார்த்தாள் சுமி. சித்தி எல்லோரையும் வெளியே போகச் சொல்லிவிட்டு மார்புக் காம்பில் குழந்தையின் வாயைப் பதித்தாள். தன் நெஞ்சு உடைந்து பெருகுவதை உணர்ந்தாள் சுமி. கண்களும் கலங்கின.“இப்ப இருந்தே தாய்ப்பால் குடுங்க. தூக்கிப் புரட்டாதீங்க. இன்பெக்ஷன் ஆயிடும். ரூமில் சுத்தி நின்னு கூட்டம் போடாதீங்க. பேஷண்ட் ரெஸ்ட் எடுக்கட்டும்” நர்ஸ் அதட்டிக் கொண்டே அறைக்குள் நுழைந்து பார்த்துவிட்டு வெளியேறினாள்.

55

“நீயாவது என்னோடிருக்கிறாயா? எனக்கு யாருமேயில்லை” என்று ஜகி தன் மரப்பாச்சியைக் கேட்டாள். “சீக்கிரம் சடங்காவாள்; சீக்கிரம் கல்யாணம் நடக்கும்” என்று வைரத்தாச்சி சொன்னதன் பேரில் அம்மா பரணிலிருந்து எடுத்துக் கொடுத்தது அது. அது ‘உம்’மென்று மேஜை முனையில் முகத்தைத் திருப்பிக் கொண்டு உட்கார்ந்திருக்கிறது. தனித்த பகல்களிலும் பனி விழும் இரவுகளிலும் அது சொன்ன ஆயிரம் கதைகள். அவளைச் சிரிக்க வைத்த நகைச்சுவைத் துணுக்குகள். கண்ணீர் துடைக்க நீண்ட விரல்கள். காதலின் இதம் காட்டிய தோள்கள். காது மடலில் முத்தமிட்டுக் கொஞ்சிய உதடுகள். இழுத்தணைத்து இறுக்கிய கைகள்.

“நீ என் உயிர்” என்று உச்சரித்த அதன் மனம், ஜகியை விட்டு விலகியது ஏனென்று தெரியவில்லை. எதன் நெருக்கத்தையும் அவளால் உணர முடியவில்லை. தொலைந்த கனவின் கீற்றுப் போல் அறையில் படர்ந்து கிடக்கும் அதன் நிழல். ‘கனா’ என்று அதைத் தானிட்ட பெயரை வைத்து அழைப்பாள். ‘வெடுக்’கென்று முகத்தைத் திருப்பிக் கொள்ளும். ‘கனாகனா’ என்று அவள் சொல்ல “இந்த வயசிலேயே ராம நாமம் சொல்லுதே” என்ற நெட்டி முறிப்பாள். பக்கத்து வீட்டுப் பாட்டி. இப்போது படுக்கையறையில் அதன் தழுவல்களில்லை.

வெயிலில் கமறிக் கொண்டிருந்தது தெரு. முக்குத் திருப்பத்தில் தள்ளு வண்டியை ஒடித்துத் திருப்பினாள் காய்கறி விற்பவள். வயலட் நிற நீளக் கத்தரிக்காய்கள் பகலொளியில் பளபளத்தன. சிவந்த கண்ணாடி உருண்டைகள் போலிருந்தன தக்காளிகள். கீரைக் கட்டுக்களின் அழுத்தமான பச்சை. சர்க்கரைப் பூசணியின் மஞ்சள் என்று பார்க்கவே நிறம் நிறமாக இருந்தது வண்டி. அவள் வீரகாளியம்மன் கோயில் சுவரை ஒட்டி வண்டியை நிறுத்திக் கொண்டு, “ம்மா, காய்மா வெண்டைக்கா, அவரைக்கா, கத்தரிக்கா, கீரை, தக்காளி, வெங்காயம்மோ” என்று ரெண்டு

தடவை கூவினாள். வழக்கமாக காலை எட்டு மணிக்கெல்லாம் கேட்கும் குரல்தான். தெரிந்தாற் போல் பெண்களின் கும்பல் சிறு கூடைகளோடு வெளியே வந்தது.

"கத்தரிக்கா எப்படி?"

"கிலோ 3 ரூவாதேம்மா"

"பாத்து வெல சொல்லு"

"கூட்டிச் சொல்லி கொறைக்க மாட்டேம்மா"

"தக்காளி சந்தையில கிலோ 1 ரூவாய்க்கு சீசீனு கெடக்கு. நீ 2 ரூவாங்கிறயே."

"சரிம்மா, ஒனக்கும் வேணாம், எனக்கும் வேணாம். ஒண்ணார் ரூவா போட்டுக்க. மளமளன்னு பொறுக்கு, வெண்டைக்காயை நுனி ஒடித்துப் பிஞ்சா என்று பார்த்தாலும், தக்காளி கெட்டியாக இருக்கிறதா" என்று பொறுக்கினாலும் அவள் வைவதில்லை. சின்ன நார்க் கூடையைப் பக்கத்தில் தள்ளி, "இதில போடும்மா" என்று பெரும் போக்காகவே சொல்வாள். எல்லோரும் வாங்கி முடித்த பின் வெளியே வந்தாள் தனராணி.

"கீரைக் கட்டு எட்டணா"

"நல்லாக் கொள்ளையடிக்கிற"

"இம்புட்டு பேரும் இப்பத்தேன் வாங்கிட்டுப் போறாங்க பாரும்மா. ஒரு வாடல் வதங்கல் இல்ல. இப்பத்தேன் பிறந்த பிள்ள மாதிரி இருக்கு கீர. பொன்னாங்கண்ணி பொன்னு குடுத்தாலும் கெடைக்காது. வேரு மண்ணு ஈரம் கூடக் காயல பாரு."

காய்கறிக்காரி பேசிக் கொண்டே போனாள்.

"தக்காளி எப்படி?"

"இப்பத்தேன் ரெண்டு ரூவாக்குப் போட்டேம்மா. எவ்வளவு போட?"

"2 கிலோ" தனராணி தராசுத் தட்டின் அடியில் தடவிப் பார்த்தாள். புளி, கிளி ஒட்டியிருக்கிறதா என்று.

உமா மகேஸ்வரி

“ஒம் மனசு போல பார்த்து எடும்மா” என்றாள் காய்கறிக்காரி.

“கத்தரிக்கா ஒரு கிலோ”

“பச்சை மிளகா”

“இந்த சீனியவரைக்கா, அதலக்கா, வெண்டைக்கா, எல்லாம் சேர்த்து ஒரு காக்கிலோ போடுவியா?”

“எப்படி?”

வியந்தாள் காய்கறிக்காரி

“எல்லாம் தனித்தனியா வாங்கினா எங்க வீட்டுக்குச் செல்லாது. அதனால எல்லாக் காயும் சேத்து ஒரு காக்கிலோ போடு” காய்கறிக்காரிக்கு சிரிப்புப் பொத்துக் கொண்டு வந்தது.

“அட, அல்லாத்திலயும் காக்கிலோ அல்லது நூறுநூறு வாங்கும்மா. என்னமோ நீ இம்புட்டுச் சிக்கனம் புடிக்கிறயே. என்னாத்த நான் அள்ளிக்கிட்டுப் போயுடப் போறேன்? அடா, செத்தா அருணாக் கொடியக் கூட அத்துக்கிட்டு விட்றுவானுகம்மா. இந்த ரப்பர் வளயக்கூட அவுத்துக்கிடுவாக. நீ என்னமோ” என்று வாய்விட்டுச் சிரித்தாள் அவள். தனராணியின் கழுத்தில் கொத்தாகக் கிடந்தன தங்கச் சங்கிலிகள். அவள் சிரிப்பு வலுத்தது. தனராணியின் கண்களில் கோபம் கனன்றது. “போட முடியும்னாப் போடு. இல்லனா போயிகிட்டே இரு” என்று அவள் பொரிந்தாள். வாயை இறுக மூடிக் கொண்டாள் காய்கறிக்காரி.

“கத்தரி நால் ரூவா, சின்ன வெங்காயம் ஒரு ரூவா, தக்காளி 2 கிலோ நால் ரூவா” அவள் வரிசையாகச் சொல்லிக் கொண்டே போனாள்.

“தக்காளி கிலோ ஓர் ரூவாதான சொன்ன” காய்கறிக்காரியின் முகத்தில் களைப்புப் படர்ந்தது.

“அட இல்லம்மா, ரெண்டு ரூவாக்குத்தேன் தெரு முழுக்கப் போட்டுட்டு வர்றேன்”

தனராணி ஆங்காரமும் பிடிவாதமும் கொண்ட குரலில் ஓங்கிக் கத்தினாள்.

“அதெல்லாம் எனக்குத் தெரியாது. நீ மொதல்ல என்ன சொன்னியோ அதேன் வெல” முன்வாசல் வராந்தாக் கதவைத் திறந்து எட்டிப் பார்த்தார்கள் பிள்ளைகள்.

“கிலோ ரெண்டு ரூவாக்கிக் கொறஞ்சு எனக்குக் கட்டாதும்மா. முடிவாகச் சொன்னாள் காய்கறிக்காரி.

“முடியாது. நீ எனக்கு கிலோ ஓர் ரூவாக்கித்தேன் தரணும்” தனராணியில் உடல் ஆவியேறியது போல் நடுங்கியது. குரல் உச்சஸ்தாயியில் கிறீச்சிட்டது கடூரமாக. சொற்கள் புரிபடாமல் பொடிந்து விழுந்தன. பிள்ளைகள் வியந்து வெறித்தார்கள்.

“இதென்னடாது வம்பாப் போச்சு, யம்மா, நீ பழத்த வய்யி. காய்க்கி மட்டும் காசக் குடு. இல்லன்னா அல்லாத்தயும் வச்சுட்டு போயிட்டே இரு. எனக்கு மொத்த மண்டிக்காரருக்குக் குடுத்தது போகக் கிலோவுக்குப் பத்துப் பைசா கூட நிக்காதும்மா... வெயில்ல அலஞ்சு விக்கறேன். ஒன்னோட வேற தொண்டத் தண்ணி வத்தணுமா?” -பரிதாபமாகக் கேட்டாள் காய்கறிக்காரி.

அக்கம்பத்துக்குக் கதவுகள் திறந்து தலைகள் எட்டிப் பார்த்தன. முகங்களில் கேலிப் புன்னகைகள் வளைந்தன. “அதெல்லாம் முடியாது. நான் ரெண்டு கிலோவுக்கு ரெண்டு ரூவாதேங் குடுப்பேன்” -அழுத்தந் திருத்தமாகச் சொல்லிவிட்டு, கையிலிருந்த சில்லறையிலிருந்து கணக்காக எண்ணித் தள்ளு வண்டியில் வைத்தாள்.

“யம்மோவ்” என்று காய்கறிக்காரி அலற அலறக் காய்கறிகளோடு நடந்தாள் தனராணி.

“அடப் பாதகத்தி, இந்த அக்குருமத்தக் கேட்பாரில்லயா” என்று கத்திச் சோர்ந்து போனவளாக தள்ளு வண்டியைத் திருப்பத் துவங்கினாள். காய்கறிக்காரி. சட்டென்று நின்று, “யம்மோ, ஒனக்கே அநியாயமாகத் தெரியலயாம்மா, ம்மோவ்” என்று கத்தினாள்.

“என்ன பெரிய அநியாயத்தக் கண்டவ” என்று ஓங்கிப் பேசினாள் தனராணி. “ஏ, ஜெகதீஸ்வரி, எங்க போற” பொன்னி கூவக் கூவ ஜெகதீஸ்வரி, நிலைக் கதவைத்தாண்டி ஓடினாள். ஒரு சாண் உயரமிருந்த,

நடுவில் தரையில் வலம்புரி சங்கு பதித்த நிலை வாசல் தடுக்கி முதல் படியில் தாடை இடிக்க விழுந்தாள்.

“அம்மா, கத்தாதம்மா, ரொம்பப் பயமாயிருக்கும். சண்ட போடாதீங்கம்மா. சண்ட போடாதீங்க” என்று அம்மாவைச் சொல்கிறாளா, காய்கறிக்காரியையா என்பது தெளிவாகத் தெரியாமல் இரண்டாம் படி தட்டி, அம்மா போட்டிருந்த ஐந்து நட்சத்திரக் கோலத்தில் கால் மடங்கிக் குப்புறக் கிடந்தாள். காய்கறிக்காரி தள்ளு வண்டியை விட்டுவிட்டு “யம்மா, புள்ளயப் பாரும்மா” என்று ஓடிவந்தாள்.

“மயக்கம் போட்டுடுச்சு போல. தண்ணி கொண்டாம்மா” என்று ஜகியின் முதுகைத் தொட்டாள்.

“எந்திரிம்மா, எந்திருச்சுக் கையக் கால ஒதறு” என்று விலக்கினாள்.

“அவள யாரு இப்ப வீட்ட வீட்டு வெளிய வரச் சொன்னா? அறிவே கெடயாது சனியன். உருப்படாத சனியன்” என்றாள் தனராணி. பொன்னி தண்ணீரோடு ஓடிவந்தாள்.

“சில்லு மூக்குப் பேந்திருக்கு இந்தத் தண்ணியக் குடி தாயி. இப்ப என்னாத்துக்கு இந்த ஓட்டம் ஓடி வந்த” என்று வெங்காயம் மணக்கும் காய்த்த கைகள் உலுக்க உலுக்க ஜகி தரையில் இன்னும் சுருண்டு கொண்டாள்.

“எந்திரிச்சு உக்காந்து தண்ணி குடி. மூஞ்சியக் கழுவு” என்றது காய்கறி விற்பவளின் குரல். “ஜெகதீஸ்வரி, மொகத்தக் கழுவிக்கோ” என்று அவள் மூக்கு நுனியைத் தொட்டுப் பார்த்தாள் பொன்னி.

“அதொண்ணும் செய்யாது. கடுக்காணம் காபித் தூள் அழுத்தி வய்யி. உள்ள போயி” என்றாள் அந்தப் பெண், உள்ளே நடக்கும் தனராணியைப் பார்த்தபடி. பக்கத்து வீடு, மூணாவது வீட்டிலிருந்து தலைகள் எட்டிப் பார்த்தன. பொன்னியும், ஜெகதீஸ்வரியும் வராண்டா தாண்டி உள்ளே போனார்கள்.

“பவானி, அந்த சைபால் டப்பாவ எடு” என்றாள் பொன்னி. தனராணி உள்ளே போய் காய்கறிக் கூடையை அடுப்பு மேடையில் வைத்தாள். சேலை முந்தானையில் முடித்து வைத்த மிச்சச் சில்லறைக் காசுகளைப் பூஜையறைப் பிள்ளையார் மாடத்திலிருந்து மூன்று உண்டியல்களில் சச்சதுரமாய் பச்சை நிறத்தில் கீழ் விளிம்பில் ஜெகதீஸ்வரி என்று பெயரெழுதியிருந்ததில் அவள் போட்ட சத்தம், ‘க்ளிங், க்ளிங்’ என்று கேட்டது. நினைத்துக் கொண்டாற் போல் மேடை மூலையில் இருந்த சிறிய வெண்கல மணியை எடுத்து ஒரு தடவை அசைத்தாள். பித்தளைச் செம்புடத்திலிருந்து விபூதியை நடுவிரலால் எடுத்து நெற்றிக்கு இட்டுக்கொண்டு, மகள்கள் இருந்த அறைக்குள் நுழைந்தாள் தனராணி. பொன்னியும் பவானியும் அதி அவசரமாக தலையைப் போர்வையால் மூடிக் கொண்டார்கள். “தலையைப் பொத்தாதேனு எத்தனை தடவை சொல்றது” என்று போர்வை விளிம்பைக் கழுத்திற்கு இறக்கி விட்டாள். விரல் நுனியில் மீதமிருந்த விபூதியை அவர்களுக்கு சிறு கீற்றாக நெற்றியில் ஒற்றி விட்டு ஜெகதீஸ்வரியைப் பார்த்தாள். அவள் தன் மெத்தையில் குத்துக் காலிட்டு கன்னத்தில் கை வைத்து உட்கார்ந்திருந்தாள். மூக்கு நுனியில் ரத்தம் வந்த சுவடே இல்லை. பொன்னி பூசி விட்ட சைபால் களிம்பு பாதி மூக்கிற்கு வெள்ளையாகப் படிந்து அவள் முகத்திற்கு கோமாளியின் தோற்றத்தைக் கொணர்ந்தது.

“என்ன உங்க அப்பன் வீட்டுக் கப்பலா கவுந்துருச்சு?”

“ஏன் பொட்டாம் பொட்டாம்னு ஒக்காந்துக்கிட்டிருக்க? படுத்துத் தூங்கு” என்று குண்டூசி முனையளவு மீதமிருந்த விபூதியை அவள் நெற்றியில் குத்துவது போல் வைத்தாள். “படுத்துத் தூங்கு” -சந்தில் எரிந்த மின் விளக்கின் மஞ்சள் அறை விடி விளக்கின் நீலம். சிவப்புப் பாவாடையும் பச்சையில் கரை வைத்த சட்டையும். பாதி மூக்கில் சகோதரி தடவிய வெண் களிம்பு. புள்ளியளவு விபூதி நெற்றியில். கலைந்தலையும் கூந்தல். ரோஸ் கலர் கடல் போல் சுருக்க அலையோடும் துணிமெத்தை.

"தூங்க மாட்ட நீ?" தனராணியின் குரல் அதட்டலுக்கு ஏறியது. ஜகி நடுநடுங்கியபடி சின்னத் தலையணையில் பொத்தென்று தலையைப் போட்டாள்.

இருளில் கரைந்த கெஞ்சுதலான குரலில், "தயவு செஞ்சு சத்தம் போடாதம்மா" அவள் சொன்னது காதிலயே விழாதது போல் கடைசி அறையில் சிறு கட்டிலில் படுத்திருந்த மகளை நோக்கி நடந்தாள் தனராணி. ஜகி தன் மூக்கைத் தொட்டுப் பார்த்துக் கொண்டாள். பொன்னியும் பவானியும் எந்த நொடியில் இழுத்துப் போர்த்துக் கொண்டார்களென்று தெரியவில்லை. அவர்கள் தலைகளைக் காணவில்லை.

56

ராஜா நெரிசலான அரிசிக் கடையில் கல்லா மீது முழங்கை ஊன்றி பதற்றத்தோடு அமர்ந்திருந்தான். தன் முன் நிற்கும் வாடிக்கையாளர்கள், சில்லறை வியாபாரிகள் என எல்லோருடைய தேவையையும் பூர்த்தி செய்யவேண்டிய நெருக்கமான நேரம். மனமோ நிலை கொள்ளவில்லை. மகன் பிறந்து 15 நாளிருக்கலாம். "அவனைப் பார்க்கப் போகாத பாவி, கொஞ்சக் கொடுத்து வைக்காத ஜன்மம், நான் மட்டுமாகத்தான் இருக்க முடியும் இந்த பூமியில். அம்மா அனுமதி குடுக்காட்டித்தான் என்ன. அவங்களுக்கு இப்பவும் வழக்கம்போல உடம்புக்கு சேட்டமில்லையாம். எத்தனை கனவுகளோடு இருந்தாளோ சுமி ? வயிற்றில் என் குழந்தையைச் சுமந்தவளை அம்மாவிற்குத் தெரியாமல் ரகசியமாகப் போயாவது பார்த்துவிட்டு வந்திருக்கலாம். என்னவெல்லாம் எண்ணி ஏங்கினாளோ ? இனி எப்போது என் மகனைப் பார்க்க வாய்க்குமோ ?" மனம் குடைய வியாபாரத்தில் கவனம் கொள்ள முடியவில்லை. தொலைபேசி பவ்யமாக மேஜை மீது உட்கார்ந்திருந்தது. யோசித்து நிறுத்தி அவள் வீட்டு எண்ணை அழுத்தினான்.

மணியொலி கேட்டது. எடுத்தாள் மெதுவாக. "ஹலோ" என்றான். சுமியேதான். "சுமி நீ எப்படி இருக்கிற ? ஜூனியர் எப்படி இருக்கிறான் ?" அவள் ஜூனியர் என்ற பிரியமான சொல்லில் ஒரு கணம் படபடப் புற்றாள்.

"ம்ம், நல்லா இருக்கிறாங்க. 16 நாளாச்சே. இப்பவே நல்லா காது கேக்குமாம், கூப்பிட்டா தலை திரும்பிப் பார்க்கிறான். கலர்லாம் தெரியுது. ரொம்ப சுறுசுறுப்பு உங்க பிள்ளை."

"அழறனானா ரொம்ப ?"

"இல்லயில்லை."

அடுத்து அவள் கேட்கப் போகும் கேள்விக்கு என்ன பதில் சொல்வதென்று எண்ணி அஞ்சி நின்றான். மௌனம் இடையில் தேங்கிக் கிடந்தது. அவள் அந்தக் கேள்வியை இம்முறை கேட்கவில்லை.

“சரி, குழந்தையைப் பார்த்துக்க. உன் உடம்பைப் பார்த்துக்க. நல்லா தூங்கி ரெஸ்ட் எடு. நான்...” ஏதோ சொல்ல வாயெடுத்தவன் சொல்லாமலே நிறுத்திவிட்டான்.

“வச்சுடட்டுமா? வேறென்ன?”

“வேறொன்னுமில்லைங்க” ஒரு துளிக் கண்ணீரும் ஒரு நீள் நெடு மூச்சும் பேச்சு முடித்து வைத்தது. அவன் மனம் இறங்கிவிட்டது.

“மேனேஜர்! நான் கொஞ்சம் வெளியூர்வரை போய் வர வேண்டியிருக்கிறது. வியாபார சம்பந்தமாக. வீட்டில் இருந்து போன் வந்தா சொல்லிடுங்க. ஜஸ்ட் 2 மணிநேரம்.” என்றான் ராஜா.

“எங்கங்க மொதலாளி” கேட்க நினைத்த கேள்வியை விழுங்கி விட்டார் மேனேஜர்.

ராஜா பாத்ரூமிற்கு அருகில் இருந்த கண்ணாடியில் தலை முடியை சரி செய்துகொண்டு கார்ச் சாவியை எடுத்துக் கொண்டு வெளியே வந்தான். மிகவும் படபடப்பாகவும் பரவசமாகவும் உணர்ந்தான். கார் வழுக்கிக் கொண்டு விரைந்தது. அவள் தன்னை எதிர்பார்த்திருக்கவே மாட்டாள். எவ்வளவு சந்தோஷப்படுவாள்! ஏன் இப்படிச் செய்தேன்? மடத்தனமாகவும் அற்பமாகவும் அல்லவா நடந்து கொண்டேன்! என் குழந்தை வளரும் நாட்களில் மனைவியுடன் இருந்து அன்பு காட்டாமல் மனிதத் தன்மையே இல்லாதவனாக போனேனே? இப்போதும் அம்மாவிற்குத் தெரிந்தால் என்ன ஆட்டம் போடுவாளோ? அவளால் ஒருபோதும் எனக்கும் சுமிக்குமான இணக்கமான உறவை அனுமதிக்கவே முடியாது. இதில் இப்போது குழந்தைவேறு. மாதங்களிருக்கும் அவளை பார்த்து. மனம் ஏதேதோ நினைத்துக் கொண்டிருந்தது. கூச்சமும், குற்ற உணர்வுமாக உள்ளுக்குள் குமைந்தான். காரைச் செலுத்தவே முடியாது

போல சோர்வாக உணர்ந்து ஒரு ஓரமாக மரத்தடியில் நிறுத்தி ஸ்டியரிங்கில் தலையைப் பதித்து சாய்ந்து உட்கார்ந்துவிட்டான்.

இப்போதுதான் உசிலம்பட்டி கணவாய் வந்திருந்தது. இன்னும் ஒன்றரை மணி நேரத்திற்கும் மேலாகும். ஆள் நடமாட்டமே இல்லை. பேருந்துகளும் கார்களும் மட்டும் அவ்வப்போது மலைக் கணவாயில் ஏறுவது தெரிந்தது. தன்னால் நிதானமாக ஓட்ட முடியுமா? மறுபடி மனம் சோர்ந்தான். டிரைவரைக் கூட்டி வந்திருக்கலாம். அவரால் மிகச் சுலபமாக ஓட்டிப் போக முடியும்.

மீண்டும் அரற்றலாக எழுந்தது, அந்த எண்ணம். சுதாரித்துக் கொண்டு எழுந்து நிமிர்ந்து உட்கார்ந்தான். காலடியில் கிடந்த தண்ணீர் பாட்டிலைத் திறந்து மடமடவென்று அருந்தியதும் தெம்பு வந்தாற் போலிருந்து. காரை ஸ்டார்ட் செய்தபோது எஞ்சின் உடனே பற்றிக் கொண்டது. தன் குழந்தையின் முகமே உந்துதலைத் தர, பயணத்தைத் தொடர்ந்தான் ராஜா.

56

காலைகள் மழலைக் குரலோடு புலர்ந்தன. அநேகமாய் எல்லா இரவுகளிலும் அவன் அழுது கொண்டும் சிணுங்கியபடியும் இருந்ததால் வீட்டில் எல்லோரும் தூக்கம் கெட்டார்கள். இருபது நிமிடங்களுக்கு ஒரு முறை குழந்தைக்குப் பாலூட்ட வேண்டியிருந்தது. சுமி மிகவும் மெலிந்து போயிருந்தாள். தலை முடியும் கொட்டிவிட்டிருந்தது.

“பிள்ளை பெத்த உடம்பு வற்றித்தான் தேறணும்” என்றாள் பக்கத்து வீட்டு நாகம்மா பாட்டி.

இத்தனை நாட்களாகியும் அவள் கணவன் ராஜா குழந்தையைப் பார்க்க வரவேயில்லை. ஓரிரு முறை தொலைபேசியில் விசாரித்தோடு சரி.

அறைக் கதவு தாழிட்டுக் கிடந்தது. அம்மா நிறைய வெள்ளைப் பூண்டு போட்டு ஈரலை வதக்கும் வாசனை அடுப்படியில் இருந்து வந்தது. காலையில் விழுங்கிய ஒரு உருண்டை பச்சை மருத்து நெஞ்சிலேயே இருந்தது. அம் மாதம் முழுக்க பச்சை மருந்து வாசனைதான். தினமும் அதிகாலை வெறும் வயிற்றில் அதைக் குடிக்க வைத்துவிடுவாள் அம்மா.

சுமி கூந்தலை மிக நிதானமாகச் சீவிச் சிக்கெடுத்துக் கொண்டிருந்தாள். குழந்தை ஏணையில் இப்போது தான் தூங்கினான். தூக்கத்திலும் உதடுகளைக் குவித்து சப்பிக் கொண்டே இருக்கிறான். “தூங்கறது, பால் குடிக்கிறது. வேற பொழப்பே இல்லயா இவனுக்கு” என்று செல்லமாக நினைத்தாள்.

“அத்தைகளும், சித்திகளும் அம்மாவும் குழந்தைகள் பெற்றுப் படுத்துறங்கும் அதே அறை. அதே கட்டில், தற்போது தானும் என்று நினைத்தாள் சுமி. தரை செந்நிறமாக வருடங்களின் மெருகேறிப் பளபளத்துக் குளிர்ந்தது. இதமான கண்ணை உறுத்தாத இருள். குக்கரின் சீழ்க்கையொலி. அப்பா பலசரக்குக் கடைக்கும் தங்கைகள் பள்ளிக்கும்

போயிருக்க, இந்தப் பகல்பொழுது நீண்டு கனப்பதாகத் தெரிகிறது. அம்மா முத்தம்மாவின் உதவியோடு அமைதியாகத் தன் வேலைகளைக் கவனிக்கிறாள். மற்ற நேரங்களில் குழந்தையைத் தூக்கிக் கொஞ்சுவதும் மகளை, “இதைச் சாப்பிடு, அதைச் சாப்பிடாதே, தண்ணி ரொம்பக் குடிக்காதே” என்று ஏதாவது சொல்லிக் கொண்டிருப்பதுமாக அம்மாவின் பொழுது கழிகிறது.

நாளுக்கொரு தரமாவது ‘உன் மாப்பிள்ளை எப்போ வரேன்னாரு’ என்று விசாரிக்காமல் அவளால் இருக்க முடிவதில்லை. பாரம் மிகுந்த பாறைகளாகத் திரண்டு வெளியை அடைத்து விட்டிருந்தது வெறுமை.

குழந்தையின் அழுகையோ தங்கைகளின் குரலோ அவளைத் தொடும்போது திடுக்கிட்டு எழுவாள். படுக்கையிலிருந்து கால்களைத் தானே தரையில் ஊன்ற முடியாது. சுதாவோ, லதாவோ பெரும்பாலும் அம்மாவோ பாதங்களை இணைத்து, இழுத்து கட்டிலை விட்டு இறங்க உதவ வேண்டும். உடலின் கீழ்ப்பகுதி மட்டும் இற்றுப் போனால் போல் வலி. தொடைகளிலும் குறுக்கிலும் நோவு இன்னும் அதிகமாகி இருந்தது. இன்னும் ரத்தக் கசிவும் நிற்கவில்லை. தன் உலகில் அவள் உயிர்ப்புப் பெற முடிவதெல்லாம் ஒரே ஒலியால்தான். தன் கணவன் தொலைபேசியில் அழைக்கும் மிகமிக அபூர்வமான அந்த நேரம் அவன் குரல் கேட்கும்போது மட்டும் மனம் உற்சாகம் கொள்ளும். இனி ஒரு கவலையும் இல்லை, தன் துன்பங்கள் முடிந்து போயின என்ற நம்பிக்கை பிறக்கும். அந்தச் சிறிய உரையாடல் முடிந்து போனதும், மறுபடி மனம் தனிமையிலும் துயரத்திலும் சிக்கிக் கொண்டு தவிக்கும் சின்னச் சின்னச் சங்கிலிகளாகக் கையிலிருந்த உல்லன் நூலைப் பின்னத் தொடங்கியது. இன்னும் முடிந்தபாடில்லை. சிறுசிறு சங்கிலிகளிலிருந்து சீரான முடிச்சுகள் ஒன்றைப்போல் ஒன்றே. ஒரு மாற்றமும் இல்லை.

சீராக, நேர்த்தியாக, ஒரு பிசகோ, பிசிறலோ இல்லாமல் அவற்றை அங்குலம் அங்குலமாக வெவ்வேறு நிறங்கள் மாற்றிப் பின்னிக் கொண்டே இருந்தாள்.

ஏணையாகக் கட்டப்பட்ட தொட்டில் லேசாக அசைந்தது. குழந்தை விழித்துச் சிணுங்கலோடு புரண்டது. சிறுநீர் தாரையாக இறங்கி கீழே கிடந்த சாக்கை நனைத்ததும், சுமி எழுந்தாள். குழந்தையின் அழுகை ஆங்காரமாக வலுத்தது. ஈரமாகி விட்ட உடையும், கலைந்து போன உறக்கமும் அவனுக்கு மிகுந்த எரிச்சலை ஊட்டியிருக்க வேண்டும். அம்மாவைக் கூப்பிட்டுக் கொண்டே மாற்றுத் துணியையும் கையிலெடுத்தாள். ‘‘என்ன செல்லம், எதுக்கு அழறீங்க?’’ என்று குழந்தையைக் கொஞ்சினாள். புருவத்தையும் கண்களையும் சுருக்கிக் கொண்டு அழுதான். அவனைத் தொட்டிலிருந்து தூக்க இன்னும் சுமிக்குத் தெரியவில்லை. தலை இன்னும் நிற்காததால் குழந்தையைத் தூக்குவது அச்சமூட்டுவதாகவே இருந்தது. ராஜேஸ்வரியோ முத்தம்மாவோதான் தூக்குவது. ராஜேஸ்வரி ஓடிவந்து, ‘‘என்ன குட்டிம்மா தொட்டிலியே ‘உஸ்’ போயிட்டீங்களாக்கும். இதோ வந்துட்டேன்டா, அழாதே தங்கம்’’ என்று பேரனை அணைத்துத் தூக்கி, ஈரமாகி விட்ட துணியை உருவி எறிந்து விட்டு அவனை வேறு புதிய துணியில் பொதிந்து, கட்டிலில் உட்கார்ந்திருந்த சுமியிடம் நீட்டினாள்.

குழந்தையை தலை ஒரு கையிலும், கால் மறு கையிலுமாக வாங்கிக் கொண்டாள். ‘‘சுமி கொஞ்சம் பிடிம்மா’’ என்று அம்மாவிடம் சொல்லி ஒரு கையில் ரவிக்கையின் கொக்கியையும் உள்ளாடையையும் நீக்கினாள். அவன் முகத்தைப் பசியோடு மார்பில் பதித்த போது தனக்குள் தோன்றும் உணர்வு தாய்மையான நெகிழ்ச்சியா, இனிமையா என்று அவளுக்குக் குழப்பமேற்பட்டது.

முந்தானையை விலக்கிய குழந்தை அவள் முகத்தைப் பார்த்துச் சிரித்தான். கேலி செய்வது போல்; பற்களற்ற ரோஜா நிற ஈறுகள் கொண்ட வாய் திறந்து, வாட்டமென்பதையே அறியாத மலர் போல.

57

பகல் புழுங்கியபடி வெளிறிக் கிடந்தது. தெரு வீடுகளின் ஓரங்களில் மண்டிக் கிடந்த கருவேலம் புதர்கள் சலனமற்று நிற்க வெயிலின் அலைகள் வீட்டுச் சுவர்களின் மீது நுட்பமான கானல் சித்திரங்களை எழுதிக் கொண்டிருந்தது. தெருவில் சில சைக்கிள்கள் தவிர வேறு வாகனப் போக்குவரத்தேயில்லை.

தேனி தாண்டியதுமே ராஜாவின் மனம் துள்ளத் தொடங்கி விட்டது. இன்னும் 15 நிமிடங்கள். தன் வாழ்வின் மிக முக்கியமான தருணத்தை அடைய மிகச் சில நிமிடங்கள்தான். அதன் முன் சந்தில் சிறு முகத்தை அவன் கண்டான். சுமியின் மகிழ்ந்து சிரிக்கும் அல்லது தேம்பிக் கலங்கும் தோற்றம் இப்போதே அவன் முன் தெரிகிறது. பசுமை பொங்கும் வயல்கள். கண்ணாடி உருகினாற் போல் தேங்கிய குளங்கள். தென்னந் தோப்புகள். மலைத் தொடர்கள் என்று கார் கடந்து போய்க் கொண்டிருந்தது. அவன் மனதில் படபடப்பு அதிகரித்தது. இன்னும் ஐந்து நிமிடம் பயணித்தால் சுமியின் வீடு இருக்கும் சோமலாபுரம் என்ற சிறு பகுதி. அதற்குள் நுழைந்தபோது அவளுடைய தெருவைக் குறித்து உண்டான குழப்பம் அவனுக்கு மிகுந்த குற்ற உணர்வை ஏற்படுத்தியது. நினைவுகளை மீட்டு அந்த குளக்கரை அம்மன் தெருவைக் கண்டெடுத்தான். மூலையில் இருக்கும் கோவிலின் சிறு கோபுரமும் கடைகளுந்தான் அடையாளமாயின.

ராஜா பெருமூச்சுடன் தெருவிற்குள் காரைச் செலுத்தினான். மனம் இனம் காண முடியாத தவிப்புகளுடன் தத்தளித்தது. காரை நிறுத்திய பிறகும் மிகுந்த தயக்கத்துடன் கைகளை உரசியவாறு நெடுநேரம் உட்கார்ந்திருந்தான். "முத்தம்மா வெளியே ஏதோ கார் சத்தம் கேட்ட மாதிரி இல்ல?" என்று கேட்டாள் ராஜி. அவள் முகத்தில் வேர்வை முத்திட்டிருந்தது. இடுப்பில் சேலையைத் தூக்கிச் செருகியிருந்தாள்.

‘‘இல்லங்கம்மா, அப்படி ஒண்ணும் தெரியலயே’’ என்று பதில் சொன்னாள் முத்தம்மா. குழந்தையும், சுமியும் நல்ல தூக்கத்தில் இருந்தார்கள்.

‘‘போய் பார்த்து விட்டுத்தான் வாயேன். இது இன்னும் ஒரு கொதி வரணும்’’ என்று அடுப்பைப் பார்த்தாள் ராஜி.

‘‘சரிங்கம்மா’’ என்று வாசலைப் பார்த்து நடந்தாள் முத்தம்மா.

‘‘பிள்ளைக முழிச்சிரப் போதுக’’ என்று நடுக் கதவைச் சத்தமெழாமல் திறந்து ஸ்!பிரிங் கேட்டை இழுத்துத் தலையை வெளியே நீட்டிப் பார்த்தாள்.

சிறிய செந்நிற மாருதி கார் நின்று கொண்டிருந்தது. அது ஒரு சப்தமும் எழுப்பாமல் அமைதியாக நிற்பது அவளுக்கு விசித்திரமாகத் தோன்றியது. உள்ளே யாரும் இருப்பதாகவும் தெரியவில்லை.

‘‘அம்மா, கார் நிக்குதம்மோவ்’’ என்று அடுப்படியிலிருக்கும் ராஜிக்குக் கேட்கும்படி குரல் கொடுத்தாள் முத்தம்மா. ‘‘என்ன, இரு வரேன்’’ என்று கேஸ் அடுப்பின் குமிழை அவசரமாகத் திருகி அணைத்து இடுப்புச் சேலையை இறக்கியபடியே ஓடிவந்தாள் ராஜேஸ்வரி.

‘‘கார் இருக்குதும்மா, யாரும் உள்ளார இருக்குற மாரியில்லயே’’ முத்தம்மா தலையை அசைத்துச் சொல்ல ராஜேஸ்வரியும் எட்டிப் பார்த்தாள்.

‘‘முத்தம்மா, இது மாப்பிள்ளையோட காருடி’’ என்று படபடத்துச் சொல்லியவாறே வாசலில் இறங்கி ஓடினாள். முன் சீட்டில் உட்கார்ந்திருந்த ராஜாவைப் பார்த்ததும் ஒரு நிமிடம் இதயம் துடிப்பதை நிறுத்தி விட்டது. மெல்லிய குரலில் ‘மாப்பிள்ளை, ஏன் காரிலேயே உட்கார்ந்திருக்கீங்க? வீட்டுக்குள்ள வாங்க’ என்று அழைத்தாள். சேலைத் தலைப்பைக் கை அனிச்சை செயலாகத் தோளை மூடிப் போர்த்தியது.

‘‘வாங்க சாப்பிடுங்க’’ என்பதன்றி அவள் ஒரு சொல் அதிகமாக மருமகனிடம் பேசியதில்லை.

ராஜா இதற்காகவே காத்திருந்தவன் போல காரைத் திறந்து வீட்டு வாசற்படியேறினான்.

‘‘வாங்க, மாப்பிள்ளை வாங்க’’ என்று விட்டு, ‘‘சுமி, எந்திரிம்மா சுமி’’ என உள்ளறையை நோக்கிக் குரல் கொடுத்தாள். அவளுக்கு பதற்றத்தில் மருமகனை உட்காரச் சொல்லக்கூட தோன்றவில்லை.

ஆழ்ந்த உறக்கத்திலிருந்த சுமி எழவில்லை. அம்மாவின் குரல் கேட்டதும் ‘‘என்னம்மா’’ என்று முனகியபடியே புரண்டு படுத்தாள்.

‘‘சுமி, சுமி’’ என்று உலுக்கிய ராஜி ‘‘இங்க பாரு! மாப்பிள்ளை வந்துட்டாரு’’ என்றாள், சந்தோஷம் கொப்பளிக்கும் குரலில்.

தயக்கத்துடனும், பதற்றத்துடனும் ராஜா அந்த உள்ளறைகுள் நுழைந்தான். அது இயல்பாகவே பெண்களுக்கான அறையாகி இருந்தது. மெல்லிய இதமான இருள். பால் வாசனையும், சிறுநீர் வீச்சமும் அடிக்கும் அறை. அவன் மனம் நடுங்கி உறைந்தது. அவனால் கட்டிலை நெருங்கி ஏறிட்டுப் பார்க்க முடியவில்லை. அது ஒரு சிறிய நீர்த்தேக்கம் போலவும். சுருண்டு படுத்திருந்த சுமியின் உடல் மெல்லிய தாவரத்தண்டு போன்றும் தெரிந்தது.

சுமி மெதுவாக எழுந்து உட்கார்ந்தாள். கலைந்த தலைமுடியை ஒதுக்கிக் கொண்டாள். இது கனவின் மயக்கம்போல் தோன்றியது. தன்னுள் மண்டிய சூன்யத்தை எல்லாம் கண்ணீராக்கிக் கொட்டி விடுபவள் போல் அவள் பேச்சற்று இருந்தாள். ராஜி மிகுந்த இங்கிதத்துடன் அறையை விட்டு வெளியேறினாள்.

ராஜா குனிந்த தலையோடு கட்டிலை நோக்கி நடந்தான். அங்கு சலனமற்ற ஏதோ ஒன்று ததும்பியது. வகைப்படுத்த முடியாத தவிப்பில் வரிகள் புழுங்கிய அறைக்குள் மெல்ல கடந்து ஓடுவதாக சுமி உணர்ந்தாள். அவள் வார்த்தைகளே அற்றவளாக உட்கார்ந்திருந்தாள். தொட்டில் ஒரு சிறிய துடிப்போடு அசைந்தது. அவன் அதை நெருங்கி விலக்கித் திறந்தான்.

நீல நிறச் சேலையின் நிழலிடச் சிறிய கண்களைச் சுருக்கிக் கொண்டு குறுவாயைக்குவித்துகுட்டிக்கைகளைமடக்கிமுகத்தோடுவைத்துக்கொண்டிருந்த குழந்தையைக் குனிந்து பார்த்தபடி ராஜா நின்றிருந்தான் நெடுநேரம்.

59

செவனம்மாவின் கணவன் அந்த வீட்டின் அருகில் நின்று வீட்டையே உற்று உற்றுப் பார்த்துக் கொண்டிருந்தான். இரும்பு ஸ்பிரிங் கேட் போட்ட வீடு. உள்ளே பித்தளைப் பூண் வைத்த பழைய மரக் கதவு. மொட்டை மாடியின் விளிம்பில் சின்னச் சின்ன சிமெண்ட் கூஜாவாகச் செய்து வைத்திருந்தார்கள்.

அவன் பீடித் துண்டைக் கடைசி இழுப்பு இழுத்து விட்டுக் கீழே எறிந்தான். வலது பாதத்தால் நசுக்கினான். வீரகாளியம்மான் கோவில் சுவரில் சாய்ந்து நின்று கொண்டான். பள்ளிக்கூடப் பஸ் வந்து நின்றது.

உதிரி உதிரியாய் குட்டிப் பூக்கள் வந்திறங்கிய பிள்ளைகளைத் தன்னை மறந்து வியந்து பார்த்தான். சிறு சிறு மெலிவான உடல்களால் தாங்க முடியாத அளவு, அந்த மெல்லுடல்களை விடக் கனம் அதிகமாயிருக்கக் கூடிய பைகளைத் தூக்க மாட்டாமல் தூக்கிக் கொண்டு பாரத்தை ஊதித் தள்ளக்கூடிய மெல்லிய புன்னகைகளோடும், கலகலக்கும் சிரிப்புக்களோடும், அழகழகான பெண் குழந்தைகள். இரண்டு பிள்ளைகள் தெரு முக்கிலேயே மஞ்சள் வர்ணமடித்த வீட்டில் இறங்கிக் கொண்டன. இன்னுமொரு பெண் நீளமான கிராதி போட்ட வீட்டில் நின்று கொண்டு கையசைத்தது. ஒன்று அவன் கவனித்துக் கொண்டிருந்த வீட்டிற்கு எதிர் வீட்டில் நுழைந்தது.

மூன்று சிறுமிகள் செவனம்மா வேலை செய்த வீட்டிற்குள் நுழைவதைப் பார்த்தான். “பாட்டொன்று கேட்டேன், பரவசமானேன், நான் அதைப் பாடவில்லை” என்று பாடியபடியே கொலுசுக் கால்களை ஊன்றி அசைத்து நெளித்து நடந்தாள், வளர்த்தியாக, வெள்ளையாக, நீள் கூந்தலோடு இருந்த சிறுமி. அவள் இரட்டை ஜடைகள் பின்னி மடித்துக் கட்டிய போதும் இடுப்புக்குக் கீழே தொங்கி அவளுடைய அசைவுகளுக்கேற்ப ஊசலாடின. “உஸ்ஸ்” - “அம்மா திட்டப் போறாங்க”

என்றாள் சற்றுக் குட்டையான மாநிறமான, சிறிய முகமும் அடர்த்தியான கூந்தலும் கொண்ட இன்னொருத்தி.

இரண்டு பேரில் யார் மூத்தவள், யார் இளையவள் என்று அனுமானிக்க முடியவில்லை. இருப்பதிலேயே மிகவும் சிறியவளான குட்டிப் பெண் தோள் வரை வெட்டப்பட்ட தலைமுடியைச் சிலுப்பிய படி, "ஆடினா அம்மா ஏன் திட்றாங்க?"

"தெரியல, இவ ஒருத்தி, அய்யோ எனக்குப் பசிக்குதே" என்றாள், வளர்ந்து நிறமாயிருப்பவள். பூட்டுப் போடாமல் இருந்த ஸ்பிரிங் கேட்டைத் துள்ளித் திறந்தது குட்டிப் பெண். நடுவிலிருந்த மரக் கதவின் குமிழைத் திருகினாள் வளர்ந்தவள். மூன்று பேரும் திடீரென்று மௌனமே உருவானவர்கள் போலானார்கள். உடனே ஒரு கை நீண்ட பெரிய பூட்டை இழுத்து வைத்து கேட்டில் மாட்டிச் சாவியால் திருகியது. சரியாகப் பூட்டியிருக்கிறதா என்று பிடித்திழுத்துப் பார்த்தது. மரக்கதவும் 'ம்' என்று சாத்திக் கொண்டது சத்தத்தோடு.

அவன் கடைசி இணுக்கு வரை ஆழ்ந்து புகைத்தான். அவன் வெகுநேரம் அந்த வீட்டைப் பார்த்தபடியே இருந்தான். பிறகு மடித்துக் கட்டிய வேட்டியை மேலும் தூக்கி தார்க்கோடு போட்ட அண்டர்வேர் தெரியும்படியாகக் கட்டிக் கொண்டு நடக்க ஆரம்பித்தான். நடக்கையிலேயே திரும்பித் திரும்பி அந்த வீட்டைப் பார்த்துக் கொண்டே போனான். ஏதோ நினைத்துக் கொண்டாற் போல், முன் வாசலை ஒட்டிய அறையின் விளக்கு சந்தேகமாக ஒரு நொடி எரிந்தது. நாலு தட்டுச் சன்னலின் மேற்புறத்தில் இருந்த ஒற்றைக் கதவு மட்டும் திறக்க, அந்த விளக்கொளியை விடப் பிரகாசமும், தீர்க்கமுமான இரு கண்கள் அதன் வழியே எட்டிப் பார்த்தன. தெருவைத் துருவின அவை. ஒரே நிமிடம்தான். சட்டென்று கதவு மூடிக் கொண்டது. விளக்கும் அணைய, வீடு தன்னை இருளுக்குள் அடக்கிக் கொண்டது.

60

மதுரையில் ராஜாவின் வீடு இருந்த தெரு மூன்று கார்களால் நெரிசலாகத் தோன்றியது. சுமியின் தாய் மாமா கண்டமனூரில் இருந்து கிளம்பி வந்திருந்தார். அவளுடைய சித்தப்பாவும், அப்பாவும் ஒன்றாக வெளியேறியது வேறு சந்தர்ப்பத்தில் யாரும் பார்த்திருக்க முடியாது.

சுமியின் மாமியார் ஒருவரையும் 'வாங்க' என்று சொல்லவில்லை. எப்போதுமே கடுகடுவென்று இருக்கிற முக பாவம் அவளிடம் இல்லை. பெரிய பழைய வீடு. அது மர உத்திரங்கள் வேய்ந்தது. விசாலமான மையக் கட்டடத்தில் பழைய நீண்ட சோபாக்கள் கிடந்தன. ரத்தினம்மா நேராக இருந்த நாற்காலியில் உட்கார்ந்திருந்தாள். பேச்சுக்குக் கூட அவர்களை உட்காரச் சொல்லவில்லை. நின்று நின்று பார்த்தவர்கள் தாங்களாகவே உட்கார்ந்து கொண்டார்கள். தர்மராஜ் வாய் பேச முடியாத சங்கடத்துடன் உட்கார்ந்திருந்தார். சுமியின் சித்தப்பா சந்திரவேலும் அதே நிலைமையில்தான். அந்த வீட்டிற்கே தான்தான் அரசி என்பது போல் செருக்கோடும் அவர்கள் இருப்பைப் பொருட்படுத்தாத அலட்சியத்தோடும் உட்கார்ந்திருந்தாள், ரத்தினம்மா. அவளை இப்போதுதான் முதன்முறை சந்திப்பது போல் தோன்றியது, சுமியின் மாமா குருமூர்த்திக்கு. கை நிறைய தங்க வளையல் படிய வாரிச் சீவி முடியப்பட்ட கொண்டையைச் சுற்றி மல்லிகைச் சரம். தழையத் தழைய உடுத்திய மஞ்சள் நிற பட்டுப் புடவைக்கு பொருத்தமாக சிவப்புக் கலர் ரவிக்கை. உள்ளங்கழுத்தில் அட்டிகை. கழுத்து நிறைய சரம் சரமாக தங்கச் சங்கிலிகள். அடுப்படியில் வேலைக்காரச் சிறுமி பாத்திரங்களை உருட்டும் சத்தம் கேட்டது. நீண்ட பலாகட்டிலில் அப்போதுதான் வாங்கி வைத்த கீரைக்கட்டும் கிடந்தது. ஜன்னல்களில் திரைச் சேலைகள் மௌனமாக அசைவற்று அவர்களை உற்று நோக்கிக் கொண்டும் இருந்தன.

வேலைக்காரப் பெண் ரத்தினம்மாவின் அருகில் வந்து வாயை வலது கையால் பொத்தியபடி சின்னக் குரலில் என்னவோ சொன்னாள். சாவியைப் பார்த்துக் கொண்டே தலையசைத்தாள் ரத்தினம்மா. ஐந்து நொடியிருக்கலாம். இந்தப் பெண் சேலையை இழுத்துச் செருகிக் கொண்டு கையில் பழ ரசம் நிரம்பிய பெரிய டம்ளர்களோடு மறுபடி வந்தாள். தன் எஜமானியிடம் "அம்மா"வென்று டம்ளரை நீட்டி பவ்யமாகக் கொடுத்துவிட்டு உள்ளே போய்விட்டாள். அந்தக் கூடத்தில் தன்னைத் தவிர யாருமே இல்லை போல, இருந்தாலும் ஒரு பொருட்டுமில்லாதது போல பழ ரசத்தைத் துளித் துளியாக உறிஞ்சி, ரசித்து ரசித்துக் குடித்தாள் ரத்தினம்மா. அந்த மூன்று ஆண்களும் அவமதிக்கப்பட்டவர்களாகத் தலையைக் குனிந்து கொண்டு உட்கார்ந்திருந்தனர்.

தங்களை நோக்கி அந்தம்மாவின் பார்வை திரும்பாதா என்று காத்துக் கிடப்பது சலிப்பும் வேதனையும் தருவதாக இருந்தது.

தர்மராஜிக்கு ரத்தினம்மாவின் அகந்தையான தோற்றமும் தோரணையும் பிரமிப்பாகவும் மகள் மீதான கவலையாகவும் திரண்டன. எப்படியாவது பேச்சை ஆரம்பிக்க வேண்டும்தானே. குருமூர்த்தி தொண்டையைச் செருமிக் கொண்டார். அந்தம்மாள் 'என்ன' என்பது போல் ஒரு நொடி நிமிர்ந்து விட்டு உடனே சட்டென்று பார்வையைத் திருப்பிக் கொண்டார்.

"என்ன நேரத்தில் பெண்ணைப் பெற்றோமோ" என்று கலக்கமேற்பட்டது தர்மராஜிற்கு. குருமூர்த்தி சின்னக் குரலில், "நாங்கள் செய்முறையில் ஏதாச்சும் குறை வைத்து விட்டோமா" என்று அபத்தமாக ஆரம்பித்தார்.

ஒன்றுமே சொல்லாமல் வெறுமனே தலையை மட்டும் அசைத்து விட்டு டி.வி. ரிமோட்டின் பட்டனை அழுத்தி வேறு சேனல் மாற்றினாள் ரத்தினம்மா. "உங்களை விட்டு என்னால் எப்படி உயிர் வாழ முடியும்?" என்று ஒருவனைப் பார்த்து கண்ணீர் மல்கிக் கொண்டிருந்தாள் ஒருத்தி. "எங்களால் நிம்மதியாகவே இருக்க முடியவில்லை. நாங்கள் பெண்

குழந்தையைப் பெற்றவர்கள்" என்றார் சந்திரவேல், கொஞ்சம் உரக்க.

"அவள் நல்லபடியாக வாழ வேண்டும் என்றுதானே நீங்க கேட்டதுக்கும் மேல நகை நட்டும் பண்ட பாத்திரமும் குடுத்துக் கல்யாணம் செய்துவைத்தோம்" என்று கேட்டார் தர்மராஜ்.

"இப்ப அவ என்ன குத்தம் செஞ்சான்னு உங்க பேரப்பிள்ளையக் கூடப் பார்க்க வராம இருக்கீங்க?" குருமூர்த்தி கேட்டார்.

இவ்வளவுக்கும் அந்தம்மா, வேலைக்காரப் பெண் தட்டில் கொண்டு வந்து தன் முன் வைத்துவிட்டுப் போன காரா பூந்தியை ஒவ்வொன்றாக எடுத்துக் கொறித்துக் கொண்டு உட்கார்ந்திருந்தாள், காதே கேட்காததுபோல்.

வெளி வாசலில் இருந்து வீட்டுப் படியேறி வந்தார் ஒரு பெரியவர். வெயிலில் வியர்த்திருந்த வழுக்கைத் தலையைத் தோள் துண்டால் துடைத்துக் கொண்டார்.

"என்ன ரத்னம்?" என்று சிரித்தபடி பட்டாசாலைக்குள் நுழைந்தவர் சுற்றி உட்கார்ந்திருப்பவர்களைப் பார்த்துப் புருவம் சுருக்கினார். யார் என்று கேட்டார், அடையாளம் தெரியாதவர் போல்.

"வாங்க மாணிக்கண்ணே, வாங்க, வாங்க" என்று முகமலர்ந்தாள் ரத்தினம்மா.

"உட்காருங்கண்ணே" -என்று தன்னருகில் கிடந்த ஒற்றை சோபாவைக் காட்டினாள்.

"லட்சுமி, குடிக்க ஏதாவது கொண்டு வா, மாணிக்கண்ணனுக்கு" என்று அடுப்படியை நோக்கி ஆணையிட்டாள்.

"இருக்கட்டும்மா, ஓ, சுமியோட சொந்தக்காரங்களா, இவங்கள்லாம்? வாங்க, எப்ப வந்தீக" என்றார், மூன்று பேரையும் பார்த்து.

"இப்பதாங்க. நல்ல நேரத்தில் வந்தீங்கய்யா. நீங்களே சொல்லுங்க. இவங்க மருமக, எங்க பொண்ணு, குழந்தை பெத்து ஒரு மாசமாகப்

போகுது. இன்னும் இவங்க பிள்ளை பார்க்க வரல்ல. ஏன்னு கேட்டா பதிலும் சொல்ல மாட்டேங்கறாங்க. நீங்களே சொல்லுங்கய்யா'' முறையிடுவது போல் சொன்னார் சந்திரவேல், ''அப்படியா ரத்தினம்மா? உனக்குப் பேரப் பிள்ளை பிறந்திருக்கா? சொல்லவேயில்லயே'' என்றார் உண்மையான வியப்போடு.

''என்னமோ போங்கண்ணே. அந்தப் பொண்ணு உண்டானதைக் கூட இங்க வீட்ல சொல்லல. அது பாட்டுக்கு அவங்க அம்மாவோட கிளம்பிப் போயிருச்சு. இங்க வந்து மாதக் குளி குளிச்சுச்சோ என்னமோ'' - என்று விகாரமாய் இழுத்தாள்.

''பாருங்க, பார்த்துப் பேசுங்க. எங்க பொண்ணு மேல அபாண்டமாய் பழி போடாதீங்க. ஏம்மா, நீங்களும் பொம்பளதானே, இப்படிப் பேச உங்க நாக்கு கூசலியா?'' ஆத்திரமும் அழுகையுமாகச் சொன்னார் தர்மராஜ்.

''சரி, சரி பொறுமையா இருங்க. நான் சொல்றேன்'' என்றார் மாணிக்கம்.

''ரத்தினம்மா! இப்படி ஆகாத பேச்சப் பேசாதே. என்னமோ அவங்கம்மாவைப் பார்த்ததும் சின்னப் பொண்ணு கிளம்பிப் போனா. நீ பெரிய மனுஷி பெருந்தன்மையா நடந்துக்க வேணாமா?'' என்று நிதானமாகப் பேசினார் மாணிக்கம்.

ராஜா தான் வந்து போனதை ஒருவரிடம் சொல்ல வேண்டாம் என்றதை நினைவில் கொண்டார் சந்திரவேல்.

''அவ மாப்பிள்ளையும் அவளப் பாரக்க வரல. அவ மனசு என்ன பாடுபட்டிருக்கும்'' என்றார்.

''ஆமாம்மா! என்னதான் இருந்தாலும் உன் மகன் புள்ளயில்லயா? என்ன புள்ள பிறந்திருக்கு?''

''ஆம்பளப் பையன் அய்யா'' என்றார் தர்மராஜ்.

''அட அது நம் குல வாரிசில்லையா? அதப் போய் நீ பார்க்காம இருக்கலாமா? முப்பது நாளாச்சுன்னு நாமதானே போய் இழை கட்டணும். பிறகு மூணு மாசத்திலே 5 மாசத்திலே மருமகளைப் போய் கூட்டி

வரணும். சரின்னு சொல். சரின்னு சொல்லு ரத்தினம்மா. அட என்ன இந்த உலகத்தில நூறு வருஷமாக வாழப் போறோம்?'' என்று பேசி முடித்தார் மாணிக்கம்.

''போய்ப் பிள்ளயப் பாரு ரத்தினம். அண்ணன் நான் சொன்னாக் கூட கேக்க மாட்டியா?'' மறுபடி அழுத்திச் சொன்னார்.

வேண்டா வெறுப்பாகத் தலையை ஆட்டினாள் ரத்தினம்மா. அதுவே பெரிய மகிழ்ச்சிகரமான விஷயம்போல் அத்தனை பேர் முகமும் மலர்ந்துவிட்டது. உடனடியாக எல்லோரும் ஒண்ணு சொன்னாற்போல் எழுந்து கொண்டார்கள்.

''எப்ப கயிறு கட்ட வர்றீங்க எத்தனை பேர்னு சொன்னீங்கன்னா நாங்க ஏற்பாடெல்லாம் செய்ய வசதியாயிருக்கும்'' என்று கேட்டார் குருமூர்த்தி.

''வைகாசி பிறக்கக் கயிற்றைக் கட்டறது''

''சரிங்கய்யா'' என்றார் தர்மராஜ், நிம்மதி தொனிக்க.

''மத்த விஷயங்களை நாங்க கலந்து பேசிக்கிட்டு போன் போடுறோம். என்ன ரத்தினம்! சரிதானே நாஞ் சொல்றது'' என்றார் மாணிக்கம், ரொம்பவும் விட்டுக் கொடுத்துவிடக் கூடாது என்பதைப் போல. இப்போதும் ரத்தினம்மாவின் தலை மட்டும் ஆடியது. அவளுக்குக் கண்ணைக் கட்டிக் கொண்டு வந்தது. இந்தச் சின்னப் புழுக்களிடம் போய்த் தான் தோற்பதா என்று எண்ணம் கொண்டவள் போல் உட்கார்ந்திருந்தாள்.

''சரிங்கய்யா, அப்ப நாங்க வரோங்க'' என்று எழுந்து கும்பிட்டார்கள், சுமியின் குடும்பத்தினர். '' இருந்து சாப்பிட்டுப் போங்க'' என்றார் மாணிக்கம்.

''அய்யா இல்லைங்கய்யா நாங்க கிளம்புறோம் நீங்க சொன்னதே மனசும் வயிறும் நெறஞ்சு போச்சுங்கய்யா.'' என்றார் சந்திரவேல். ''சரிங்க'' என்று மாணிக்கம் தலையசைக்க, ரத்தினம்மா பொக்கென்று ரிமோட்டைத் தட்டினாள், ஆத்திரம் பொங்க. அவர்கள் வாசலைப் பார்த்து நடந்தார்கள். கார்கள் கிளம்பும் நேரம் தெருமுனையில் ராஜாவின் தலை தெரிந்தது.

'உஸ்' என்று சுட்டு விரலை உதட்டின் குறுக்காக வைத்து எதுவும் பேசாதிருக்கும்படி எச்சரித்தார். அவர்கள் மலர்ந்த முகத்தோட தலையை அசைத்ததும் அவனால் புரிந்துகொள்ள முடிந்தது. அவனும் புன்னகையோடு தலையை ஆட்டினான். கார்கள் கிளம்பிப் போவதைப் பார்த்ததும், வீட்டிற்குள் நுழைந்தான் ராஜா.

61

அந்த இரவில் தர்மராஜின் வீட்டிற்கும் சந்திரவேலின் வீட்டிற்கும் இடையில் இருந்த வேம்பு காற்றில் பதறிக் கொண்டிருந்தது. தெரு விளக்கு சோர்ந்து எரியும் அதன் மங்கலான ஒளி மிகவும் அலுப்பும், சோர்வும் ஊட்டுவதாகவும் இருந்தது. வராந்தாவை ஒட்டிய தன் அறையில் படுத்திருந்த தர்மராஜிற்கு உறக்கம் வருவதாயில்லை. தனது சம்பந்தியம்மாவிடம் பட்ட அவமானமும் கடைசியில் ஒரு வழியாகச் சுமுகமாக முடிந்த பேச்சு வார்த்தையும் அவர் நினைவில் திரும்ப திரும்ப அலைமோதியது. மணி பன்னிரண்டடித்து விட்டது. வீட்டுக் காம்பவுண்டிலும் வீதியிலும் இருள் ததும்புகிறது. வாசல் விளக்குச் சோகையாக வெளிச்சம் காட்டுகிறது. சுமியும் குழந்தையும் நல்லபடியாகப் புகுந்த வீடு போனால்தான் நிம்மதி என்று தோன்றியது. மனம் இறுகிக் கிடந்தது. என்னதான் இருந்தாலும் பெண் குழந்தைகளைப் பெற்றுவிட்டால் வாழ்நாள் முழுவதுமே சுமைதான் என்று எண்ணிக் கொண்டார். உடனேயே ‘ச்ச, பாவம் குழந்தைகள் என்ன செய்யும்.’ என்று நினைத்தார்.

எதிர் வரும் நாட்களில் என்னென்ன நடக்கப் போகிறதோ? இன்னுமிரு பெண்களுக்கும் எப்படி எந்த இடங்களில் மணமுடித்துக் கொடுக்கப் போகிறோமோ? நினைக்கும்போதே அவர் மனமெங்கும் அச்சம் பரவுகிறது. காலத்தின் ஓட்டத்தோடு ஈடு கொடுக்கத் தம் கால்களுக்குத் திடமிருக்கிறதா என்பது தெரியவில்லை. வருங்காலத்தின் கொடூரமான தோற்றங்கள் மனதில் சிக்கலுறுகின்றன. தம் மனம் இன்னும் உறுதி கொண்டால் எதையும் எதிர்கொள்ள முடியும். பிரச்னைகளின் கிடுக்கிக்குள் நுழையும்போதே சோர்வு வருகிறதே. எனக்கே இப்படியென்றால் ராஜி என்ன செய்வாள்? எந்தச் சக்தி அவளை எல்லாவற்றையும் தாங்கி இயங்கச் செய்கிறது? அவளிடம் எதையும் காட்டிக் கொள்ளாமல் இருக்கப் பார்த்தாலும் ராஜி எப்படியோ தன் உள் மனதின் பீதியை அறிந்து கொள்கிறாள். வெறுமனே சிறு அசைவுகளின்

மூலம் எதுவும் நடக்காது என்கிற தைரியத்தையும் தனக்குத் தர முனைகிறாள். எல்லாம் சரிவர நடந்து குடும்பம் நிமிருமா என்றிருக்கிறது. காலையில் இயந்திர கதியாக எழுவதும், கடையைத் திறப்பதும் தன் போக்கில் நடந்தாலும் மனதின் ஒரு பகுதி அரற்றிக் கொண்டும் துவண்ட படியுந்தான் இருக்கிறது.

ராஜியை மிகுந்த தைரியசாலி என்றுதான் நினைக்கத் தோன்றுகிறது. துன்பங்களைத் தரும் கடவுள் கூடவே தாங்கும் திடத்தையும் தந்து விடுவதாக நினைக்கிறாள். எதுவுமே யோசிக்காதது போல் இளகாத மனதை வைத்துக் கொள்ளும் கலை இயல்பாகவே அவளுக்குள் கூடி வருகிறது. அது எவ்விதம் என்பது வியப்பாகத்தானிருக்கிறது. அவள் எந்த மனக்குழப்பங்களுக்கும் அகப்படாமல் சமையல், பரிமாறல், குழந்தைகள் என்று தன் வட்டத்திற்குள் தன்னைப் பொதிந்துகொண்டு நிம்மதியாக இருக்கிறாளோ?

இந்த நிலையில் நானே மனம் தளர்ந்தால் அவளுக்கு நான் எப்படி நல்ல துணையாக இருக்க முடியும்? சுமியை வழி அனுப்புவதற்கான ஏற்பாடுகளை எப்படிச் செய்யவேண்டும்? நல்ல காலம், அன்று அந்த மாணிக்கம் என்ற பெரியவர் வந்தது. அவரைக் கோயில் கட்டிக் கும்பிட வேண்டும் என்று தோன்றியது.

குழந்தைகள் அவர்கள் அறையிலும், ராஜியும் சுமியும் பேரக் குழந்தையோடும் உறங்குகிறார்கள். என்ன நிச்சலமான உறக்கம்! பொறாமையைத் தூண்டும் அமைதியும் கவலையின்மையும் அவர்களுடைய தூக்கத்தில் தெரிவதாக நினைத்தார். ‘வருவது வரட்டும்’ என்பதென்ன விட்டேத்தியான தன்மையா? அது எவ்வளவு பெரிய விவேகமும், ஞானமும்! தன்னை விட வயதிலும் அனுபவத்திலும் சிறியவளான ராஜிக்கும், ஏன் இன்னும் சிறுமியான சுமிக்கும் அவை வாய்த்திருப்பது மிகுந்த ஆச்சரியகரமானது அல்லவா?

என்றைக்கும் இந்நேரம் கேட்கும் கைக்குழந்தையின் சிணுங்கல் கூட இன்றில்லை. என்னைப் பெரிய தைரியசாலி என்றும் குடும்பத்தைச் சாமர்த்தியமாக நிர்வகிப்பவன் என்றும் நினைத்துக் கொண்டிருக்கிறாள்

ராஜி. நான் குடும்பத்தின் மீது அசைக்க முடியாத பாசம் கொண்டவன். உண்மையில் எல்லாம் அலுத்து வருகிறது. அனைத்திலிருந்தும் விடுபட முடிந்தால் மிகவும் நல்லது என்று சலிப்பேற்படுகிறது.

என்னுடைய இந்தக் கையாலாகாத்தனம் என் மீதே வெறுப்பாகக் குவிகிறது. அவளிடம் எதையும் காட்டிக் கொள்ள முடியாது. எதிலிருந்தும் தப்பிப்பதும் வாழ்க்கைக்கான முறையுமாகாது.

குழந்தை திடீரென்று வீறிடும் சத்தமும், தொடர்ந்து ராஜி "என்னடா கண்ணா, என்னாச்சு" என்று அயர்வேதும் இல்லாத குரலில் சொல்வதும் கேட்டது.

"வைகை பெருகி வர

வண்ண மணல் ஊறிவர

ஊறிவந்த தண்ணியில்

ஒட்டிவந்த கட்டிவந்த கட்டிமுத்தோ?

ஆரோ, ஆரிராரோ

ஆரோ ஆரிராரோ"

என்று அவள் மெல்லிய குரலில் பாடுவது ஆச்சரியம் தந்தது. எங்கே கற்றுக் கொண்டாள் இந்தத் தாலாட்டெல்லாம்? என்று வியந்தார். பெரிய பாட்டி போலத்தான் பாடுகிறாள். இருந்திருந்தும் பார்த்தாலும் அவளுக்கே முப்பத்துச் சொச்சம் வயதுதான் ஆகும். அதற்குள் பாட்டி, முதல் குழந்தை பெண்ணாக இருந்தால் இப்படித்தான் போல.

"கண்ணே கமலப்பூ! கையிரண்டும் தாமரப்பூ!

மேனி மகிழம்பூ! நீ படுக்கும் மெத்தையெல்லாம் சித்திரப்பூ!"

என்று தாலாட்டில் பூப்பூவாய் பூத்துக் கொண்டிருந்தது. குழந்தையின் அழுகையோ அடங்குவதாய் இல்லை. ராஜி சுமியை எழுப்பிக் குழந்தையைத் தருவது தெரிந்தது. பாவம்! பகலெல்லாம் வீட்டு வேலைகள். கொஞ்சம் கண்ணயர்ந்திருப்பாள், இப்போதுதான். அதற்குள் குழந்தையின் அழுகை.

ராஜி பாத்ரூமிற்கும் நுழையும் சத்தம் கேட்டுது எழுந்து மின் விளக்கைப் போட்டார். அதைக் கவனித்து அவள் தன் அறைப் பக்கம் வருவாள் இரண்டு வார்த்தை பேசினால் மனம் ஆறுதலடையும் என்று எண்ணினார். நினைத்தாற் போலவே கழிவறையில் நீர் விழும் சத்தம் நின்றதும் அவளுடைய காலடிச் சத்தம் அவரது அறையை நெருங்கியது. அவர் கட்டில் விளிம்பில் உட்கார்ந்திருந்தார். அறை விளக்கின் ஒளியில் அவள் முகம் கலவரத்துடன் தோற்றம் அளித்தது. கணவனின் அதைரியமோ, மனக்குலைவோ தன்னையும் தாக்கிவிடும் என்று சொல்கிற ஒட்டி வாழும் உயிர். இவ்வாறெல்லாம் எண்ணிக் கொள்வது தன் பிம்பத்திற்கு அழுத்தம் தருவதற்கான முயற்சிகளோ என்றும் நினைத்தார்.

“என்னாங்க?” “ஏன்னாச்சு உங்களுக்கு?” “ஏன் தூங்கலையான்னு இதோட நாலு தடவையாகக் கேட்டுட்டு இருக்கேன்”

அவள் மெல்லிய வியப்போடு கேட்டாள்.

“தூக்கம் வரமாட்டேன்னுது” என்றார் முனகலாக.

“அதான் ஏன்? குட்டிப் பையன் அழுததாலா?”

“இல்லையில்ல. அதற்கும் முதலிலேயே.

“நான் தூங்கல. கவலையாய் இருக்கு.”

“என்ன கவலை? சுமி பத்தியா? அதான் போய் நல்லபடியாய்ப் பேசி முடிச்சிட்டு வந்துட்டீங்களே”

அவள் கணவனைப் பரவசமூட்டும் முகமாகவும் ஆறுதல் சொல்வது போலவும் சொல்கிறாள்.

“பேசி முடிச்சாச்சுதான். ஆனா அவள் மாமியார் பாராமுகத்தோடுதான் இருக்கு. அது உண்மையில் எந்த முடிவோட இருக்கோ என்னவோ? இன்னும் என்ன செய்யக் காத்திருக்கேடி” வெறித்தபடி சொன்னார் தர்மராஜ்.

“அதெல்லாம் ஒண்ணுமில்லை. நல்லபடியாக அவங்க வருவாங்க. கயிறு கட்டுவாங்க. பிள்ளையையும், சுமியையும் கூப்ட்டுக்குவாங்க. நீங்க எதப்பத்தியும் கவலைப்படாம நிம்மதியா தூங்குங்க ” மடமடவென்று சொல்லிவிட்டு போகிற போக்கில் விளக்கையும் அணைத்து நடந்தாள் ராஜி. அவர் வேறு வழியற்றவர் போல் படுக்கையில் சரிந்தார். ஜன்னல் பக்கமாகத் திரும்பிப் புரண்டு படுத்தவருக்குத் தூக்கம் வரும்போல் தெரியவில்லை. இருளில் அசையும் அகலமான வாழையிலைகளையே பார்த்துக் கொண்டிருந்தார் நெடுநேரம்.

62

தனராணி கோயிலுக்குப் போயிருந்தாள். தூரத்தில் இருக்கும் சுப்பிரமணியர் கோயிலுக்கு. ஜகி, பொன்னி, பவானி மூவரும் வீட்டுப் பக்கத்திலிருக்கும் வீரகாளியம்மன் கோயில் சுவருக்கும், வீட்டின் பின்புறச் சுவருக்கும் இடையிலிருந்த நிழல் சந்தில் வாசற்படியில் உட்கார்ந்திருந்தார்கள். விஜிதா சித்தி இடுப்பில் கை வைத்தபடி நீண்ட ஒற்றை சடை இடது மார்பில் தவழ, 'அப்புறம் என்னாச்சு?' என்றாள் கிசுகிசுப்பான குரலில். 'ஒண்ணுமில்ல சித்தி, அம்மா இந்தக் கண்ராவி பாட்டெல்லாம் கேட்கவே கூடாதுன்னு திட்டினாங்க. இப்பவெல்லாம் எப்பப் பார், வஞ்சுக்கிட்டும் கத்திக்கிட்டுமே இருக்காங்க சித்தி' என்றாள் பொன்னி.

"ஏன் சித்தி அம்மாவிற்குப் பாட்டே பிடிக்கல?" என்று கேட்டது மூன்று பேருமேதான்.

"பாவம்டா அம்மா! அவங்களுக்கு என்ன கஷ்டமோ?

அதுக்காக ஏன் எங்களத் திட்றாங்க?"

"திட்டிட்டுப் போகட்டும்டா, செல்லங்களா"

"அம்மா இப்படியெல்லாம் எப்போதாவது தொட்டிலில் குழந்தையாக இருந்தபோது கொஞ்சியிருப்பாளாயிருக்கும்! இப்போதெல்லாம் எங்களுக்குப் பெயரே இல்ல. "ஏ", "பெரிசி", "சிறிசு", "நடு" அல்லது 'எருமை உன்னத்தான்' 'சனியனே' 'சின்னச் சனியன்' 'பெரிய சனியன்', "நடுச்சனியன்."

"அம்மாவிற்கு எந்தப் பாட்டுத்தான் பிடிக்கும் சித்தி" - பொன்னி.

"நான் சொல்லித் தரட்டுமா?"

"உங்க வீட்டுக்கு நாங்க வந்தா, அம்மா திட்டுவாங்களே"

“நான் வரேன் உங்க வீட்டுக்கு” - விஜிதா கொல்லைப்புற வாசல் கதவைத் திறந்து தள்ளிக் கொண்டு உள்ளே வந்தாள். அவள் மருதாணிச் செடிக்கடியில் கிடந்த பெரிய கல்லில் உட்கார்ந்து கொண்டாள். அவள் விரல்கள் பின்னலை நெருடின. பெரிய சங்கீத சாகித்யம் செய்யப் போகிறவள் போல், அவள் தன் கண்களை மூடிக் கொண்டாள் - மெல்லிய குரலில் பாடினாள்.

“உன்னை எண்ணி ஏங்கும் என்னிடத்தில் சொல்லாமல்.”

“இருட்டு வேளையில்,”

யாரும் காணாமலே திருட்டுத்தனமாய்

சத்தம் செய்யாமலே சந்தித்திருந்ததெல்லாம்...

சிந்தித்துப் பார்க்காமலே...

“புதுப்பெண்ணின் மனசத் தொட்டுப் போனவரே!

உங்க எண்ணத்தைச் சொல்லிவிட்டுப் போங்க”

சித்தி, சித்தி போலவே இல்லை. அவள் வேறு யாரோ இன்னும் மணமுடிக்காத குழந்தை பெறாத, சின்னஞ் சிறு கன்னி போலத் தெரிந்தாள்.

“அய்யய்யோ, இந்தப் பாட்டா”

‘சரி, சரி வேறு’

சித்தி பாடி முடித்துப் பின்கதவின் வழியாகவே வெளியே போக, பிள்ளைகள் சமர்த்தாக ஸ்பிரிங் கேட்டை இழுத்துப் பூட்டிவிட்டு பின்புறக் கதவையும் அடிதண்டாப் போட்டுச் சாத்தி, கை, கால் கழுவி சாமியறைக்குப் போய் விளக்கேற்றினார்கள். தரையில் மூன்று பேரும் ஒரு முக்கோணம் போல் உட்கார்ந்து கொண்டார்கள். ஜகிக்குச் சிறிய ரெட்டைப் பின்னல்கள். அவற்றைப் பொன்னி அழகாக வாரிப் பின்னி வெல்வட் ரிப்பனில் பட்டர்பிளை முடிச்சுப்போட்டுக் கட்டி விட்டிருந்தாள். அவள் கண்கள் மூடியிருந்தன. சற்றே ஒட்டிய கன்னங்களில் சாமி தீபத்தின் சுடரொளி பிரதிபலித்தது. பொன்னியின் இடுப்பு வரை வரும் கூந்தலைப்

பின்னாமல் வாரி ரப்பர் பேண்ட் போட்டிருந்தாள். அவள் மெலிந்த கைகள் கூம்பிய மலர்க் கொத்துக்கள் போல் நெஞ்சருகே குவிந்திருக்க இமைகளை மிகவும் சிரமப்பட்டு எதையோ காண அஞ்சினாற்போல் இறுகியிருந்தாள்.

பவானி தன் உப்பலான கன்னங்களை இன்னும் 'பொம்'மென்று வைத்துக் கொண்டு தோள் வரை வெட்டிய பட்டுத் தலைமுடி அசைய கண்களைக் கொட்டக் கொட்டத் திறந்து கொண்டு உட்கார்ந்திருந்தது. அம்மா கேட்டைத் தள்ளித் திறக்கும் சத்தம் கேட்டது. அப்போதுதான் நடக்கப் பழகியிருக்கும் தம்பியின் கொலுசுக் கால்கள் ஒளிர்ந்தன. அவள் ஹால் சோபாவை நோக்கி நடந்தாள். தத்தித் தத்தி அம்மா செருப்பைச் சுழற்றும் ஒலி. கேட்டை மறுபடி இழுக்கிறாள்.

நடுக்கதவை உள் தாழ்ப்பாள் போட்டு சாவியைத் திருகி மூடுகிறாள். பொன்னி கண்ணை மேல் நோக்கி உருட்டித் துவங்கலாமென்று ஜாடை செய்ததும் மூன்று பேரும் பிரியாத ஒத்தக் குரலில்,

"ஆயிரம் கண்கள் உடையவளே!

ஆலயத்தின் தலைமகளே!

கடைக் கண்ணாலே பார்த்தருள்வாய்.

காலமெல்லாம் காத்தருள்வாய்

தாயே கருமாரி! எங்கள் தாயே எங்கள் கருமாரி!

தேவி கருமாரி துணை நீயே! மகமாயி!"

என்று பாடவும் அம்மா சந்தேகமாக டி.வியைப் பார்த்தாள். அது மௌனமாக அணைந்திருந்தது. அடுத்ததாக, "கற்பூர நாயகியே கனகவல்லி" என்று பாட்டு சாமியறையில் இருந்து வந்தது. தன் மூன்று பெண்களும், அழகாகச் சம்மணங்கட்டி உட்கார்ந்து கண்களை மூடிப் பாடுவதைப் பார்த்து அம்மா ஒரு கணம் அயர்ந்தே போனாள். அகஸ்மாத்தாய் தன்னை மீறிப் புன்னகைத்து விடுவோமோ என்று பயந்து அடுப்பாங்கடைக்கு ஓடினாள். அடுத்து,

“பாதமிரண்டில் பன்மணிச் சதங்கை கீதம் பாடக் கிண்கிணியாட

மையல் நடம் செய்யும் மயில்வாகனனார்

கையில் வேலால் என்னைக்

காக்க வென்று வந்து வரவர வேலாயுதனார் வருக, வருக வருக

மயிலோன் வருக”

அம்மா தோசைக் கல்லில் மாவைப் பரப்பிவிட்டு அடக்க முடியாமல் சிறியதாகப் புன்னகைத்து விட்டு தவறிழைத்தாற் போல் உடனே உதடுகளை இறுக்கிக் கொண்டாள்.

“இன்னிக்குச் சாப்பாடு வேணாமா?” என்றாள் உயர்த்திய குரலில். ஒரு பாட்டுக்கும் மறு பாட்டுக்கும் நடுவில் அடுத்து என்ன பாடவென்ற ஆலோசனையின் போது, அதனால் “சின்னஞ்சிறு பெண் போல சிற்றாடை இடை உடுத்தி..” யைப் பாதியிலே நிறுத்த வேண்டியிருந்தது. அம்மா அனிச்சையாக “சிவகங்கைக் குலத் தாயே ஸ்ரீ துர்க்கை” என்று முனகி உடனே நாக்கைக் கடித்து நிறுத்திக் கொண்டாள்.

“அம்மா, நீ பாடு. சந்தோஷமாக இரு. சிரி. அழகழகாகப் புடவை உடுத்திப் பூ வைத்து, எங்களை முத்தமிட்டுக் கொஞ்சி... உன் வாழ்க்கையையும் எங்களுடையதையும் இனிமையாக்க முடியாதா? அப்படித்தானே அம்மா சினவம்மா சண்டைக்கு முதலில்... இல்லையில்லை. ஜகி பத்துவயது முடியும் வரை இருந்தாய்? பதினொன்று ஆரம்பித்ததும் நீ வேறு அம்மா ஆகிவிட்டயா?” பொன்னியின் மனதில் கருத்துகள் புறப்பட்டன. அவை வெளிவரவில்லை. கை கழுவி விட்டு அவரவர் வட்டிலையும் கழுவிக் கொண்டு சாப்பிட்டுத் தூங்கும் தம்பிக்கு ஒரு முத்தமிட்டு விட்டு ஒருவர் முகத்தை ஒருவர் பார்த்து உதட்டைப் பிதுக்கி “தோல்வி, படு தோல்வி” என்று முணுமுணுத்தாள் ஜகி. “இல்ல கொஞ்சம் வெற்றிதான்” என்று பொன்னியின் கிசுகிசுப்பு. பவானி தலைமுடியைக் கழுத்தை வெட்டி பின்னுக்குத் தள்ளி விட்டு தோசைகளை விண்டு விண்டு வாய்க்குள் திணித்தாள்.

“இன்னைக்கு தங்கம்மாள் என்ன பாட்டுச் சொல்லித் தந்தாங்க. தெரியுமா?” என்று ஜகி கேட்கவும் “என்ன பாட்டு” என்றபின் பொன்னி தெரியாதது போல் முகத்தை அப்பாவியாக வைத்துக் கொண்டு “ஸா... பா...” என்று உயர்த்தியும், தாழ்த்தியும் குரலை கருதி கூட்டிக் கொண்டாள்

“என்ன, நிறை வீட்டில் சாப்பாட்டுத் தட்டுக்கு முன்னாடி உக்காந்துக்கிட்டு சா, சா, சா” சாவுன்னுக்கிட்டு உனக்கு எவ்வளவு சொன்னாலும் புத்தியே வராதா? அறிவே கெடயாதா? அடங்கவே மாட்டியா?” என்றாள் தனராணி “போச்சுடா” என்று சொல்லும் தொங்கிய முகங்களோடு தோசையை சட்னியில் தோய்த்துத் தின்றார்கள் மூவரும். “போய் ஒழுங்கா மரியாதயாப் படுத்துத் தூங்குங்க” என்று கட்டளையிட்டுவிட்டு குட்டிப் பையனை தூக்கிக் கொண்டு அம்மா கடைசி அறைக்குப் போயாயிற்று.

“அவ்வளவுதான். கதை முடிந்தது.” என்று தங்கள் பாயைச் சுருக்கமில்லாமல், மடங்காமல் நீவி விரித்துவிட்டு அதன்மேல் மெத்தைகளை விரித்துத் தலையணைகள் மூன்றை வைத்தார்கள் “ஏய், ஒரு ஐடியா?” என்றது, பொன்னி,

“ஏன் இன்னும் ஐடியா?”

“அட பவானியின் இந்த ஏன் கேள்வியில்ல. அலுப்பின் குறி”

“என்னது அது?”

தலையணைகளை மாடம் போல அமைத்து மூவரும் அதற்கு தலைகளை முக்கோணமாகி முட்டிக் கொண்டு அடங்கிய குரலில் பேசினார்கள். பிறகு திடீரென்று உச்சமாக “பத்து மாதம்...” என்று ஆரம்பித்தாள் பொன்னி.

“டொய்ங்” என்று இசையத்தாள் பவானி. “சுமந்திருந்து... ம்ம்ம்...” என்று ஒரு கோரஸ் “பெற்றாள். பகலிரவாய் விழித்திருந்து வளர்ந்தாள்” என்றெல்லாம் இழுத்து விட்டு.

“அன்னையைப் போல் ஒரு தெய்வமில்லை

அவள் அடி தொழ மறுப்பவர் மனிதரில்லை
மண்ணில் மனிதரில்லை"

என்று பாடல் கேட்கவும், அம்மா ஆவேசமாக அறை வாசலுக்கு வந்து நின்றாள்.

"இப்ப என்ன நடக்குது இங்க? வாய மூடிக்கிட்டு தூங்க முடியாதா? என்னக் கூத்தா அடிக்கிறீங்க? ஒழுங்கா படுங்க. ஒருத்தருக்கொருத்தர் இடைவெளிவிட்டு. இப்படி பப்பரப்பானு கால விரிச்சு மல்லாக்க படுக்கக் கூடாது. ஒரு பொம்பள ஒருக்களிச்சு அடக்க ஒடுக்கமா படுன்னு எத்தனை தடவ சொல்றது.?"

"பொம்பள ஏன் மல்லாக்கப் படுக்கக் கூடாது.? பொம்பள ஏன் அடக்க ஒடுக்கமா இருக்கணும்?" கேள்வி கேட்டது பவானியின் மனம். பாட்டுச் சத்தம், பேச்சுச் சத்தம், பாட்டுக் கீட்டுக் கேட்டுச்சு. அப்புறம் நடக்கறதே வேற. என்ன தட்டுவாணித்தனமா பண்றீங்க. (தட்டுவாணின்னா என்னம்மா?) சட்டென்று தலை வரை இழுத்துப் போர்த்துக் கொண்டு சுருண்டு படுத்தார்கள் மூவரும்.

விருட்டென்று போர்வையைத் தள்ளி விட்டு ஒரு கட்டுப்பாடில்லாத குட்டி அம்புபோல் எழுந்தாள் பவானி. அம்மா படுக்கும் கடைசி அறைக்கும் அடிப்படிக்கும் இடையிலிருந்த சிறிய ஸ்டோர் ரூமில் போய் நின்றாள்,.. அம்மா சிறிய கட்டிலில் உறங்கும் மகனைத் தட்டிக் கொண்டே, "ஓம், ஓம், ஓம்" என்று பாடுவதுபோல் நீளமாக முனகினாள் இது உ, ஆ, ம் மூன்றும் சேர்ந்த மந்திரம். செல்வம், அன்பு, அமைதி என்று அர்த்தம். தியான வகுப்பில் சொன்னதை நினைத்தாள். அவள் பவானியைக் கவனிக்கவே இல்லை.

"எங்களச் சொல்ற நீ மட்டும் ஏன் இப்பப் பாடுறம்மா? ஓம், ஓம், ஓம், ஓம்" (நக்கலாக இருந்தது பவானியின் குரல் - "ந...ம...சி...வாயம், நமசிவாயம் நமசிவாயம் அப்படின்னு எதுக்குப் பாடற? சிவாய சிவாய சிவாய நமசிவாயம் தினம் ஏன் கோயில்ல பாடுற" என்றாள் படபடவென்று.

“அப்புறம் அதென்ன?” -ஞாபகத்தைக் கட்டிக் கொண்டாள்.

“ஈசனடி போற்றி, எந்தையடி போற்றி.

நேசனடி போற்றி, சிவன் சேவடி போற்றி”

அப்படின்னு நீ மட்டும் பாடலாமா? அம்மா நிதானமாக எழுந்திருந்தாள். காஸ் அடுப்பில் தோசை ஊற்றி முடித்த கல்லும், கரண்டியும் அப்படியே கவிழ்ந்த மட்டில் இருக்க லைட்டரால் அடுப்பை மூட்டினாள். காய்ந்து ஆவி வரும் கல்லைப் பார்த்தபடியே இருந்து கவனமாகச் சிறு கைப்பிடித் துணியால் கரண்டி நுனியைப் பிடித்துக் கொண்டு வெளியே வந்தாள். தலையைத் தலையை ஆட்டியபடி காதில் மிகச்சிறிய பொன் வளையங்கள் ஆட, “ஏன்மா? சொல்லும்மா நீ பாடினா பாட்டு. நாங்க பாடினா தப்பா?” என்று திரும்பத் திரும்ப உத்திரத்தையே பார்த்தபடி முனகிக் கொண்டிருந்தாள் பவானி. அம்மா அவளருகே வந்தாள். பவானியின் முழங்காலுக்குக் கீழ் ஒரே ஒரு அங்குலம் மட்டும் நீண்டிருந்தது. ரோஜா நிறத்தில் வெள்ளை லேஸ் வைத்த கவுன். அதைச் சட்டென்று விலக்கி முழங்கால் முட்டியில் கொதி கொதிக்கும் தோசைக் கரண்டியை ஒரேயொரு தரம் ஒற்றி விட்டுத் திரும்ப அடுப்படிக்குப் போய்விட்டாள். “அம்மா” என்ற அவள் அலற ஜகியும் பொன்னியும் ஓடிவந்தார்கள். அசையாமல் கண்ணில் பொட்டு நீர் வராமல் பல்லைக் கடித்துக் கொண்டு நின்றிருந்தது பவானி. அம்மா மிக அமைதியாக அடுப்பங்கடையிலிருந்து வந்தாள்.

“நீங்க உங்க எடத்துக்கப் போய்ப் படுக்கலாம்” -என்று மூத்த பெண்களைக் கட்டளை இட்டாள்.

“ஏம்மா?” -பொன்னி அழுவது போல் கேட்டாள்.

“போங்கிறேன்ல.” அவள் பவானியைத் திரும்பித் திரும்பிப் பார்த்துக் கொண்டு போனதும், “தெய்வ நிந்தனை செய்யணும்னு தோணும் போதும், எதிர்த்துப் பேச ஆரம்பிக்கும் போதும் இந்தச் சூட்டோட வலியை நெனைச்சுக்க. போய்ப்படு.”

அம்மா கல்மனத்தோடு சொல்லிவிட்டு கடைசி அறைக்குள் நுழைந்தாள். காந்தி எரியும் முழங்காலோடு சாமான் ரூமை லேசாக விந்திக் கடக்கும் போதே, வீம்பு கொண்டு காலை நேராக வைத்து ஊன்றி நடந்தாள் பவானி. அறை வாசல் நிலையில் நின்று, "நெனக்க மாட்டேன், நான் ஏன் நெனைக்கணும் ? தெய்வ நிந்தனைன்னா என்னம்மா ?" பவானியின் குரல் கணீரென்று இருந்தது.

அவள் போய் தன் மெத்தையின் படுத்துக் கொண்டாள். சத்தமெழாமல் எழுந்து கதவை அழுத்தி மூடினாள் பொன்னி. அவளும் ஜகியும் பவானியின் முழங்கால் அருகே குனிந்து, "நல்லா, பொத்திருக்கு. எவ்வளவு சிவந்து போயிருக்கு பார். ரொம்ப எரியும்" என்றெல்லாம் சொல்லியபடியே "வலிக்குதா ?" என்று கேட்கவும், பவானி படக்கென்று இரு கண்களையும் சிமிட்டி, தலையை மாறி மாறி அசைத்து, 'ப்பூ' என்று காற்றில் ஊதி நாக்கை வெளியே நீட்டி துருத்திச் சிரித்தது. "அடிப்பாவி" என்றபடியே பொன்னி மேஜை மீதிருந்த தேங்காய் எண்ணெய்ப் பாட்டிலை எடுத்து அந்தத் தீக்காயத்தின் மேல் விரல் படாமல் இரண்டு சொட்டுகள் விட்டாள். 'ஸ்ஸ்' என்றாள் பவானி கண்களை மூடிக்கொண்டு. அப்பா கேட்டைத் திறக்கும் சத்தம் கேட்டது. "உஸ்" என்று உதட்டுக்குக் குறுக்கே விரலை வைத்து எச்சரிக்கை செய்து விட்டுப் போர்வையால் முகத்தை மூடிக் கொண்டார்கள் பொன்னியும் ஜகியும்.

63

பிரிவு இத்தனை மூர்க்கமாக இதற்கு முன் என் மனப்பரப்பைச் சிதறடித்ததில்லை என நினைத்தாள் சுமி. அதிலும் ராஜா குழந்தையைப் பார்க்க வந்து விட்டுப் போனதிலிருந்து மிகுந்த ஏக்கத்தில் உழல்வதாக உணர்ந்தாள் அவள். அன்று படுக்கையை விட்டு எழுந்ததிலிருந்தே அவன் ஞாபகந்தான். அவள் உள்ளே குழப்பங்கள் முற்றின. நீர்ச்சரங்கள் மேலே சரியக் குளியலறையில் நின்றபோது அவள் உணர்வுகள் மட்டும் கொதிப்பேறிக் கொண்டிருந்தன. "நீங்கள் சீக்கிரம் மறுபடி வாருங்கள், என்னையும் உங்கள் குழந்தையையும் கூட்டிப் போக" என்று மனதிற்குள் கைகூப்பிப் பிரார்த்தனை செய்தாள்.

உடல் குழைந்த ஒரு தனித்த பறவை போல் உணர்ந்தாள் அவள். குளியலறையில் ஷவர் தலையைப் பெயர்த்து விடும் போலக்கொட்டியது. அம்மா கவனித்தால் சத்தம் போடுவாள். 'பச்சை உடம்பு பச்சைத்தண்ணியில் குளித்தால் என்ன ஆகும்?' பச்ச உடம்பு, பச்சைத் தண்ணி, வாய்விட்டுச் சிரித்து விட்டாள்.

மீண்டும் மீண்டும். வாரி நீரைக் கையால் அசைத்தாள் சுமி. அள்ளிக் கீழே சிந்தி விளையாடினாள். குளிர்ந்த நட்சத்திரங்களாகத் தெறிக்கும் நீர்த்துளிகள் 'துன்பமில்லை. இனி உனக்கு எந்தக் கவலையும் இல்லை' என்று உற்சாகமாகப் பேசின. இறைத்தபடியே இருப்பது மிகுந்த குதூகலத்தை ஏற்படுத்தியது. அம்மா குளியலறைக் கதவைத் தட்டியது எரிச்சலையும், சலிப்பையும் தந்தது. பறந்து கொண்டிருந்தவளுக்குத் தரை தட்டிய மாதிரி இருந்தது.

"சுமி, சுமி" அம்மாவின் குரலில் உண்மையான பதற்றம் இருந்தது. "என்ன செய்றே? இவ்வளவு நேரம் பாத்ரூமில்?"

"பாத்ரூமில் எல்லோரும் என்னம்மா செய்வாங்க? குளிக்கிறேம்மா"

கடுகடுப்பும், அலுப்பும் கலந்து வந்தது பதில்.

"அதுக்காக இவ்வளவு நேரமா? பச்சை உடம்புக்காரி, ஈரத்தில் இப்படி நின்னா சளி புடிச்சுக்கும். பிள்ளைக்கு பால் வேற குடுக்குறவ. உனக்குச் சளி புடிச்சா அதுக்கும் ஒத்துக்காது" அம்மா நீளமாகச் சொல்லிக் கொண்டே போனாள்.

"சரிம்மா, வந்துடுறேம்மா. கொஞ்சம் நேரம்; இப்பதான் சோப்பே போடுறேன்" என்றாள் சுமி சமாதானமாக.

"சரி, சரி, சீக்கிரம். அம்மா மனமே இன்றி நகர்வது தெரிந்தது. அவள் சோப்பைக் குழைத்து கவனமேயின்றி தாறுமாறாகத் தொடைகளிலும், கைகளிலும் பூசினாள். குழாயை மூடியதும் வாளியில் விழுந்து வழிந்து கொண்டிருந்த தண்ணீர் அடங்கி அமைதியுற்றது. ஆனால் அவள் மனமும் உடலும் அல்ல.

என் உடலின் அணுக்கள் அத்தனையும் அந்தக் கனவிலேயே குவிகின்றன. அவன் வராமலேயே இருந்திருக்கலாமென்று இப்போது தோன்றுகிறது. வந்து தனது சொற்கள் - புன்னகைகள் - அசைவுகள் மூலம் மறுபடி அவனுக்கான தவிப்புகளைப் பெருக்கி விட்டுப் போயிருக்கிறான். இந்தக் கனவின் நுனியைப் பற்றிக்கொண்டு என் உணர்வுகளின் திசையை அறிய முடிந்தால் தேவலை. அந்தப் பாதையை ஒற்றி நடந்து நான் பரிபூர்ண ஆனந்தத்தை அடைந்துவிடக்கூடும்.

நான் ஒரு பிழையும் செய்தறியாதவள். என் குழந்தை என்ன பாவம் செய்தான்? எங்களிருவருக்கும் இனி வாழ்க்கையில் வேதனைகள் என்பதே வரக்கூடாது. கடவுளே, என வேண்டுதல் நீண்டது. ஆயிற்று. நாட்கள் நகர்வதே தெரியாமல் ஓடிவிட்டன. என் மகனுக்குத் தொட்டிலிட்டு, மஞ்சள் இழை கட்டும் அந்த நாளுக்கு இன்னும் மிகச் சில காலமே இருக்கிறது. மனம் படபடக்கிறது.

அழகிய, பசுமையான இதம் தரக்கூடிய, நிழல் நிரம்பிய பிரதேசங்கள் இனி என் வாழ்வில் தென்படும். முண்டியடித்து முகத்தில் மோதிய

முட்புதர்களைக் கடந்து நடக்க லகுவான சமவெளியை அடைந்து விட்டேன். இனி ஒரு போதும் உளைச்சல்களில்லை. இதுவரை நேரிட்ட குலைவுகள் இல்லை. இனிமேல் எப்போதும் பட்ட பாடெல்லாம் பயனற்றுப் போய்விடவில்லை என்று நம்புகிறேன். பாழடைந்த தடங்களை மனதிலிருந்து முற்றிலுமாகத் துடைத்து விடலாம். கடவுளின் கருணை கை கூடி வந்துவிட்டது. அம்மா சொல்வது போல் என் மகன் பிறந்தது மிக நல்ல யோகமாகவும் இருக்கலாம். மனம் உற்சாகத்தில் துடிதுடிக்கிறது. இந்த குளியலறையில் எனக்கான புத்தம் புதிய உலகம் பூத்துவிட்டது போல உணர்கிறேன். மடமடவென்று மேலே ஊற்றும் தண்ணீர் கண்ணீரின் தடங்களைத் துடைத்துக் கழுவி விட்டது. கரிய மூட்டங்கள் விலகி மனம் தெள்ளத் தெளிவு கொள்ளத் துவங்கி விட்டது. இது இன்றைக்கு மட்டுமான தெளிவில்லை. இனி எப்போதும் என் வாழ்வில் பசுமை பூக்கப் போகிறது.

தொட்டிலாடும் சத்தமும் குழந்தையின் முனகலும், சிணுங்கலும் கேட்கின்றன. அவனுக்குப் பசித்திருக்கும். என் மார்புகளின் கனமும் அவனுக்குப் பாலூட்டும் சமயமென்று நினைவூட்டுகின்றது. அம்மா இன்னொருமுறை கூப்பிட நினைத்திருப்பாள். அவளுக்கு அலுப்பு மிகுந்திருக்கும். பரபரவென்று உலர்ந்த டவலில் தலையையும் உடலையும் ஒற்றித் துவட்டிக் கொண்டாள்.

“என்ன சுமி ?” மறுபடியும் அம்மாதான்.

“வந்துட்டேம்மா, வந்துட்டேன்”

குரல் தந்தபடியே புடவையைச் சுற்றிக் கொண்டு வெளியே வந்தாள்.

“தலையைத் துவட்டு, நல்லா! இப்படியா தண்ணீரில் ஆட்டம் போடுவ ?” அம்மா கேட்டபடியே அவள் முடியை இன்னொரு டவலால் இறுகத் துடைத்தாள்.

“உன் மகன் முழிச்சுட்டான். அவனுக்குப் பசிக்காதா, போ சுமி”

அம்மா சோர்வாகச் சொன்னதும் அவளுக்கு மிகுந்த குற்ற உணர்வு ஏற்பட்டது.

"சரிம்மா!" என்று உள்ளறைக்கு ஓடுவது போல் விரைந்தாள். குழந்தை பரிச்சயமான கரங்களின் அணைப்பை உணர்ந்து சுருண்டு கொண்டது. அம்மா ரவிக்கையைத் தளர்த்தப் போகும் அந்தக் கணத்திற்காக காத்திருந்தது. மார்புக் காம்பில் சிறிய உதடுகள் பட்டதும் தன் உடல் திறந்து கொண்டதாக வலியிலும் சுகத்திலும் அவள் கண்கள் இறுக மூடின. குழந்தையும் உறிஞ்சியபடியே கண்கள் செருக உறங்க ஆரம்பித்தான்.

64

அன்று காலை இதுவரை யாரும் கண்டிராத குதூகலத்தோடு புலர்வதாக இருந்தது அந்த வீட்டிற்கு. பள்ளிக்கு விடுப்பு எடுக்க முடிந்ததில் பிள்ளைகளுக்கும் பெரும் சந்தோஷம்.

“அம்மா நான் எந்தக் கலர் பாவாடையைக் கட்டிக்க?” சின்னவள் சுதா தன் இரு கைகளிலும் நான்கு பட்டுப் பாவாடையைத் தொங்க விட்டுக் கொண்டிருந்தாள். மஞ்சளில் அரக்குப் பார்டர், நீலத்தில் சிவப்பு சரிகைக் கோடு வேய்ந்தது. ஒன்று பொன்னிறத்தில் மினுமினுவென்று. இன்னொன்று பச்சையில் ரோஸ் கரை.

“எது வேணாக் கட்டிக்கோ. சுதாக் குட்டிக்கு எதுவாயிருந்தாலும் ரொம்ப அழகாக இருக்குமே” சொன்னவள் அம்மாதான். சுதாவிற்குத் தொண்டையில் ஒரு போலி விக்கல் எடுத்தது. அவள் நெஞ்சை அடைத்தாற் போல் முகத்தை வைத்துக் கொண்டு மார்பில் ஒற்றைக் கையைப் பதித்துக் கண்களை விரித்து நின்றிருந்தாள்.

“ஏதாவது ஒன்றைக் கட்டித் தொலையேன் சனியனே. ஏன் என் உயிரை வாங்குற? இன்னிக்கு என்ன உன்ன பொண் பார்க்கிறதா கெடுது?” எப்போதும் எரிந்து விழும் அம்மாவா? அதே அம்மாதானா? சுதா அம்மாவின் முகத்தருகே தன் முகத்தைக் கொண்டு போனாள். கண்களை அகலமாக்கிக் கொண்டு உற்றுப் பார்த்தாள். இரு கைகளாலும் அம்மாவின் முகத்தை ஏந்திக் கொண்டாள்.

“ஒண்ணும் கவலைப்படாதீங்க, எல்லாம் ரெடியா இருக்கு. ஜமாய்ச் சுடலாம்” என்று வெற்றிலைக் காவிப் பற்களைக் காட்டிச் சிரித்தார் சமையல் மேற்பார்வை பார்ப்பவர். நிம்மதியாக உள்ளே நுழைந்தார், சந்திரவேல். வீட்டில் முதன்முதலாகப் பேரக் குழந்தை பிறந்திருக்கும் நேரம்.

எல்லா மனஸ்தாபமும் மறந்து ஒன்று கூடியிருக்கும்போது மகா மட்டும் இல்லயே என்று அவன் மனம் நினைத்தது.

வீடு நிறைந்த மனிதர்கள். ஒரே பேச்சுச் சத்தம் வேறு. சுமியின் குழந்தை பயந்து போனது போல் அலறிக் குவித்தான். ஆளாளுக்கு அவனைக் கன்னத்தில் கிள்ளிக் கிள்ளி வாயிலிட்டு முத்துவதும், தூக்கி மடியில் வைத்துக் கொள்வதுமாக இருந்தார்கள். பட்டாசாலை தரை முழுக்கப் பெரிய பெரிய ஜமுக்காளங்கள் விரிக்கப்பட்டிருந்தன. ஏற்கெனவே வட்டமாக வைக்கப்பட்ட தட்டுக்கோயில் சீனி, புதிய மஞ்சள் நிறச் சட்டை, நகைகள், மிட்டாய், பழம், சந்தனம், குங்குமம் ஆகியவை வைக்கப்பட்டிருந்தன. அவற்றைப் பார்த்தாதும் ரத்தினம்மாவின் முகம் சட்டென்று மாறியது. அதில் கோபம் பளீரென்று தெறித்தது. உள்ளே நுழைய வந்த உறவுக்காரப் பெண்களை ஒரு நிமிஷம் என்று நிறுத்தினாள் ரத்தினம்மா. அவளுக்கு ‘மூசு மூசு’ என்று மூச்சு வாங்கியது. தன் பெரிய உடலைத் தூக்கமாட்டாமல் அவள் நின்றாள். அவள் உருவம் மட்டுமே அந்த வீட்டில் விஸ்வரூபமெடுத்து நிற்பதாகத் தோன்றியது. அவள் கண்கள் மிக அகலமான உக்கிரமான தீயில் எரிபவை போல் இருந்தன. உதடுகள் பற்கள் அழுந்த இறுகியிருந்தன.

“என்ன இது ?” என்று பட்டாசாலையின் மையத்தில் இருந்த தட்டுகளைக் காட்டிக் கோபமாகக் கேட்டாள். பதில் சொல்லும் தைரியம் யாருக்கும் இல்லை.

“நாங்க கொண்டு வந்த தட்டைத் தானே முதலில் வைக்கணும் ?” என்றாள் ரத்தினம்மா.

“மன்னிச்சுக்கங்கம்மா, மன்னிச்சுங்கங்க” என்றான் சந்திரவேல்.

“தட்டை எல்லாம் எடுத்து உள்ளகொண்டு போங்கம்மா, சீக்கிரம் சீக்கிரம்” என்று தன் மனைவியையும், அண்ணிகளையும் பார்த்துச் சொன்னான்.

“சரி சரி இருந்துட்டுப் போகட்டும்” என்று மிகுந்த பெருந்தன்மையோடு சொல்வதுபோல் கையசைத்துவிட்டு, தங்கள்

உறவுக்காரப் பெண்கள் கொண்டு வந்த தட்டுகளை இன்னொரு தனி வட்டமாக அடுக்கப் பணித்தாள், ரத்தினம்மாள்.

“ஒரோருத்தவங்க வீட்டில் எத்தினி தட்டு வக்கிறாங்க. இங்க இம்புட்டுத்தானாக்கும்.” இளக்காரமாகச் சொல்லியபடியே உதட்டைப் பிதுக்கினாள்.

“ஏம்மா இன்னும் என்னென்ன வைக்கணும்னு மட்டும் சொல்லு. வாங்கி அடுக்கிடலாம்” மாணிக்கம்தான் இப்போதும் குரல் கொடுத்தார்.

“வெள்ளிச் சங்கு, சோறூட்ட வெள்ளிக் கிண்ணம், வெள்ளி வட்டில், ஸ்பூனெல்லாம் வாங்கலியா?” ரத்தினம்மாள் இழுத்தாள்.

“இருக்குங்க, எல்லாமே நகைகளோடு சேர்த்து ஒரே அட்டைப் பெட்டியில் இருக்கே” என்றாள் விஜயலட்சுமி.

“நீ செஞ்சது தப்பு - ஒவ்வொன்னையும் பார்வையா தனித்தனியா அடுக்க வேண்டாமா?” என்று முணுமுணுத்தாள் தனம். அதற்குள் பளபளக்கும் வெள்ளிப் பொருட்கள் அட்டை பிரிக்கப்பட்டு வெளியே வைக்கப்பட்டன. எல்லாவற்றையும் பார்த்துக் கொண்டு அலங்கமலங்க விழித்தபடி நின்றாள் சுமி. குழந்தையோ கதறிக் கொண்டிருந்தான்.

“அய்யா, என்னப் பெத்தாரு, அழாதீங்க கண்ணு, அதன் பாட்டி வந்துட்டேன்ல” என்று ரத்தினம்மா அவன் போட்டிருந்த மெல்லிய நூல் சட்டையைக் கழற்றிவிட்டு ஜரிகை வேய்ந்த வடநாட்டு உடை போல் முழு நீளக் கைகள் உள்ள புதிய உடையை போட முயன்றாள். கையை ஒரு பக்கம் காலை மறுபக்கம் இழுக்கவும் மிகவும் இம்சையுற்ற குழந்தை இன்னும் கதறினான். அவனுக்கு தனக்கு நடக்கும் கொடுமை என்னவென்றே புரியவில்லை. பெரும்பாலும் அமைதியில் ஆழ்ந்து கிடக்கும் வீட்டில் இவ்வளவு பெரிய ஜன சமுத்திரம் ஏன் பொங்கிக் கொந்தளிக்கிறது என்பதும் அவன் சிற்றறிவுக்கு எட்டாததாக இருந்து.

அகலமான புதிய அழகிய அம்மாவின் கல்யாணப் பட்டுப் புடவையையும், அப்பாவின் வேட்டியையும் விரித்து வைத்தார்கள். அதனடியில் காற்று கருப்பு அண்டாமல் பொருக்கு வற்றல் மிளகாய்,

கரித்துண்டு, கருப்பட்டி, வெற்றிலை பாக்கு, மஞ்சள் கிழங்கு முதலிய பொருட்களைப் போட்டு வைத்தார்கள். அந்தச் சுளகில் குழந்தையைப் போட்டு நோய் நொடிகள் அண்டாமல் இருக்க அவனைப் புடைத்து எடுத்தார்கள். கதி கலங்கிப் போன பிள்ளை "காப்பாற்றுவாரில்லையா?" என்று கதறித் தீர்த்தான்.

"சொளவு நிறைய வந்தவனே உலகம் ஆள வருவாயே?" என்று பெண்கள் பாடியபடியே சுற்றி வந்தார்கள்.

"வன்னி மரம்பிளந்து வைரத்தால் தொட்டிலிட்டு
வலது புறத் தொட்டிலிலே வளத்தய்யா பேரெழுதி
எடது புறத் தொட்டிலிலே எளயப்பா பேரெழுதி
பின்புறத் தொட்டிலிலே பெரியப்பா பேரெழுதி
முன்புறத் தொட்டிலிலே முப்பாட்டன் பேரெழுதி"

என்று தொட்டிலிலே போட்டு ஆட்டவும் குழந்தை மிரண்டே போனான். அழுதழுது அவன் முகம் கன்றிச் சிவந்து விட்டது. என்ன பேர் வைக்காலம் என்று ரத்தினம்மாவைக் கேட்டார்கள்.

"எங்க குலசாமி பேர்தான் வைக்கனும்."

"ஏன் விநாயகர் பேருதாங்க்கா முதப் பையனுக்கு வைக்கனும்."

"முருகன் பேர் வச்சா ரொம்ப விசேஷம் பார்த்துக்கங்க" என்றாள் தனம்

"அவங்க தாத்தா பேரயே வச்சுப்புடறது. என்ன ரத்தினம்மா?" என்றார் மாணிக்கம். "பெறகு நான் எப்படி அந்தப் பேரச் சொல்லிக் கூப்பிடறதாம்?" என்று மறைக்க முடியாத சந்தோஷத்தோடு சொன்னாள் ரத்தினம்மாள்.

"அதுக்கு இன்னொரு பேர் வச்சக்கிட்டாப் போச்சு."

"நீ தட்டில சீனியப் பரப்பி வைச்சு மிளகில் பேர் எழுதும்மா" என்றார் மாணிக்கம். அவள் "என்ன பேரெழுத" என்று முழித்துக் கொண்டே கேட்டாள்.

“வைரவேல்லு எழுதம்மா. அதுதான் இவன் அப்பாவோட அப்பா பேர். நாம் கூப்பிட ஜெயக்குமார்னு இன்னொரு பேர் வைக்கணும். வச்சுட்டா போச்சு. இப்ப என்னங்கறேன். ஆளுக்கு ஒரு பேரா வச்சுக் கூட கூப்பிட்டா போச்சு” அவன் காதில் மாணிக்கம் தன் கட்டத் தொண்டையில் “வைரவேல், வைரவேல், வைரவேல்” என்று மூன்று தரம் ஓதினார். மறுகாதில் ரத்தினம்மா ‘ஜெயக்குமார்’ என்று சொன்னார்.

திடுக்கிட்ட பிள்ளை கைகால்களை உதறிக் கொண்டது. அவன் இடுப்பில் மஞ்சளில் நனைந்த நூலைக் கட்டி, தங்க அரைஞாண் கொடி சிறு காப்புகள் தங்கச் சங்கிலி என்று போட்டுவிடவும் அவன் செய்வதறியாது மூச்சுத் திணறி விக்க ஆரம்பித்தான். “பாவம், பாவம் பிள்ளைக்குப் பசிக்குது. ஒரு நாளுக்கு நல்லா அழட்டும் அழ அழ கண்ணீர் போக புள்ள இருக்கும்” என்றாள் நாகம்மா பாட்டி.

“வாழப் பூ லேஞ்சி கட்டி கண்ணே பல தேசம் போயெறங்கி
சிங்கமுகப் பேரு பெத்த சீமையில வந்தெறங்க
ஒரு படிபணங்கொடுத்து என் கண்ணே
ஓசந்த விலைப் பட்டெடுத்து கட்டுனார் தொட்டிலில் கண்ணே
உன் தகப்பன் பட்டக சாலையிலே”

என்று பெருங்குரலில் பாடினாள் அவள். குழந்தை கை மாறிக் கை மாறித் தன் தாய் மடியைப் போய்ச் சேர்ந்ததும் அதன் அழுகை நின்று போனது.

“அழுதழுது பிள்ளைக்கு தொண்டைத் தண்ணி வத்திப் போச்சும்மா. உள்ள போய் அமத்தும்மா” என்ற ஒரு அத்தை. “நீதானே பால் குடுக்கற” என்று கேட்டார் சுமியை ஏற இறங்கப் பார்த்தபடி. “இந்த காலத்துப் பொண்ணுக ‘கட்டு’ விட்டுடும்னு பெத்த பிள்ளைக்குப் பால் குடுக்கறது கூட இல்ல. என்ன ஒலகமோ? இது எங்க போய் முடியுமோ?” என்றார் தொடர்ந்து.

விஜிதா அவசரமாக “அதெல்லாம் சுமிதான் பிள்ளைக்குப் பால் குடுக்கிறா!” என்று சொன்னாள். சுமி குழந்தையைத் தூக்கிக் கொண்டு

உள்ளறைக்குப் போனாள். அதற்குள் பந்தி துவங்கிவிட்டது. ‘‘முதல்ல சைடு சமாசாரத்தைப் பரிமாறு’’ முட்டை பார்த்து வை. கோவா ரெண்டு பெரிய துண்டா எடு வை. என்று மேற்பார்வை செய்து கொண்டிருந்தார் மாஸ்டர்.

‘‘பிரியாணி கேட்டு வை, சோறு கடைசி இலைக்குப் போப்பா. ஜாங்கிரி இன்னொன்னு வைப்பா அண்ணாச்சிக்கு’’ என்று குரல்கள் தூள் பறந்தன. குழந்தை சுமியின் மார்பில் தூங்கிவிட்டான். ‘‘உருப்படியெல்லாம் எடுத்து வச்சுட்டியா? குட்டிப் பையனுக்குத் தேவையானதெல்லாம் தனியா ஒரு பையில் எடுத்து வச்சுக்கோ. அவனுக்குத் தண்ணீரும், ஜாதிக்காய், மாசிக்காய், பெருங்காயம் பேர் சொல்லாததும் இந்தப் புது மஞ்சள் உரசுற கல். உங்கப்பா மதுரை மீனாட்சி கோயில்ல வாங்கிக்கிட்டு வந்தார். உரசி தாய்ப் பால் விட்டு தினம் ஊத்தணும் மறந்துடாதே. அவனுக்கு நல்லெண்ணெய் தேய்ச்சு யார் குளிப்பாட்டுறது? அங்க வேல பார்க்குற அம்மாவா?’’ என்று அம்மா ஏதேதோ சொல்லிக் கொண்டே போனாள். இந்தப் பொறுப்புகளெல்லாம் குருவி தலையில் பனந்தோப்பை வைத்தாற் போல் கலந்தன. அவள் ‘சரி சரி’யென்று தலையாட்டிக் கொண்டே இருந்தாள்.

‘‘அவனுக்குப் பால் தர வரைக்கும் மல்லிகைப் பூ வச்சுக்கக் கூடாது. பால் வத்திப் போயிடும். சுத்த பத்தம் இல்லாம, புரியுதா. அவர் கூட இருந்துட்டு குளிக்காமப் பிள்ளையத் தூக்கிடாத சீரடிச்சுடும். 6,7 மாசம் வரை பச்சை மருந்து, குச்சிக் கருவாடு வெள்ளப் பூண்டு சாப்பிடு. என்ன சுமி பேசாம நிக்குற?’’ விஜி அடுக்கிக் கொண்டே போனாள்.

‘‘புதுச் சேல இவளுக்கு எடுத்திருக்கா?’’ என்றாள் தனம்.

‘‘அதுக்கென்ன, ரெண்டோ, மூணு இருக்கு.’’

‘‘பட்டு ஒண்ணு இருந்தா இப்ப உடுத்திக்க’’ சுமியின் பெட்டிகளும் பைகளும் வராந்தாவிற்குப் போயின.

‘‘நீங்க சாப்பிடுங்க, நீங்க சாப்பிட்டுட்டீங்களா?’’ என்று சுற்றி வர உபசரிப்பும் விசாரணையும் நடந்தன. சுமியின் புதிய புடவையின்

மடிப்புகளைச் சித்திகள் சரிசெய்து விட அம்மா ஒற்றைச் சரத் தங்கச் சங்கிலியைக் கழுத்தில் போட்டாள்.

அடிவயிற்றுச சதைகள் சுருண்டு இழுத்தன. அவள் மனம் இனம் புரியாது குமுறியது. உடல் அயர்ந்து நின்றது. அவள் கட்டிலில் சாய்ந்து உட்கார்ந்திருந்தாள்.

65

தொலைந்த நட்சத்திரங்களோடு இரவு, கரிய கம்பளமொன்றை விரித்து வைத்தாற் போல் கனமாக இருந்தது. சிறிய ஒலிகளைக் கூடத் தாளமாட்டாததாய் அது தன்னை உலுக்கியது. ரேணுகா தன்னோடு இல்லை என்று கிருட்டிணசாமியின் சந்தேகங்கள் திரும்பத் திரும்ப அவரை உருட்டிக் குடைந்து கொண்டிருந்தன. அவளைப் பார்க்கும் கணம்தோறும், அவை அதிகரித்தபடியே. அவள் எதுவுமே பேசவில்லை. அழகிய பச்சைப்புடவை. அதற்கு இணையாக ரசப்பச்சைக் கற்களும், முத்துக்குள்ளம் பதித்த தோடுகள். அவை சிறு அசைவுகளின்போது கன்னத்தில் பிரதிபலிக்கும் ஒளி. அவள் சூடியிருந்த முல்லைச்சரத்தின் வாசனையும், வெண்மையும் அவரது ஆத்திரத்தை திரளச் செய்வனவாகவே இருந்தன அவருடைய பரிதவிப்பை, இயலாமையை பன்மடங்கு மிகுத்துப் பெரிதாக்கியது இரவு. மிருதுவான நதிப் படுகை போல் அலையலையாக நெளிவோடும் படுக்கை விரிப்பு. தந்தச் சுவர்கள். அவற்றில் தனித்த ராதையின் ஓவியம். அவள் அதையே வெறித்துப் பார்த்தபடியே உட்கார்ந்திருந்தாள். அவர் ஆத்திரமாக சுவரை நெருங்கி அந்த ஓவியத்தைத் தரையில் வீசினார். அவள் சற்றும் எதிர்பாராமல் பீதியோடு அதன் கருநிற பிரேம் கழன்று விழுவதையும் கண்ணாடியில் மாபெரும் சிலந்தி போல் விரிசல் உண்டானதையும் பார்த்தாள் மௌனமாக. இது நிஜமா என மனம் குழம்ப. கண்ணாடி நொறுங்கிய பெருஞ் சத்தத்திற்குப் பின்னான மௌனம் சகிக்க முடியாத ஆபாசமாக இருந்தது. வீட்டைச் சுற்றிலுமே நிசப்தம்தான். தன் இலக்கு எது என்பதன் தீர்மானமும் அற்று அங்கே கோபமும் நிராசையும் பெருகின. அவள் மனமோ எது பற்றிய அக்கறையுமின்றி நிச்சலனம் கொண்டது.

“இப்ப எங்க இருக்கான்?” கடுமையாகக் கேட்டார்.

“யார்?”

“அவந்தான்; உன் மகா”

“எனக்குத் தெரியாது”

- அவள் பதில் பலவீனமாக மடிந்து வீழ்ந்தது. மிகவும் உரத்த அறையொன்று அவள் காதோடு சேர்ந்து விழுந்தும், அவள் கண்கள் கலங்கவேயில்லை.

“பொய்யா சொல்ற திருட்டு நாயே!” - அவள் பதிலேதும் சொல்லவில்லை. தான் சொன்னது பொய்யில்லையென்று சொல்லவும் முற்படவில்லை. “எங்க இருக்கான்னு சொல்லப் போறியா இல்லியா?”

“எனக்குத் தெரியாது”

“அவனப் பத்தி ஏன் மொதலியே என்கிட்ட சொல்ல”

- அவள் வெறுமனே விழித்தாள்.

“இன்னும் தொடர்பிருக்கு இல்லை? சொல்லு. இன்னும் அவனப் பார்க்கிற இல்ல?”

- அவள் தோள்பட்டைகளை உலுக்கி கேட்டார்.

“எங்கிருக்கானே தெரியாதவரை எப்படிப் பார்க்கிறது” -என்றாள் நைந்த குரலில்.

“அப்ப பார்க்கணும். எங்கிருக்கானு தெரிஞ்சா பார்ப்ப”

- அவள் ஒரு பதிலுமில்லாமல் உடைந்து கிடந்த ராதையின் முகத்தில் ஓடிய கீறலைப் பார்த்தாள்.

“எங்க இருக்கானு தெரிஞ்சாப் பார்ப்பியா. ரொம்ப அழகனோ ?பெரிய பணக்காரனா? சொல்லு எத்தனை தடவை ஒன்னத் தொட்டிருக்கான்? அலறினார். எப்படித் தொடுவான்?” இப்போது பலமிழந்து நடுங்கும் குரல்.

“சொல்லு, எத்தனை தடவை படுத்திருக்க அவன் கூட. சொல்லு” - அவர் கத்தினார். அவர் முகம் இறுகியது.

“எண்ணிக் கணக்கு வச்சுக்கல” என்றாள் அவள் மிக மெல்லிய குரலில்.

“என்ன சொன்ன, என்ன சொன்ன டீ” என்று அவர் தன்னை நோக்கி நீட்டிய கையோடு பாய்வதைத் தவிர்க்க கதவு தாழ்ப்பாளை நீக்கிக் கொண்டு படிகளில் தடதடவென்று இறங்கி ஓடினாள்.

அடுப்படியை அடைத்து மூச்சு வாங்க வியர்த்துப் போய் நின்றாள். அங்கே படுத்திருந்த பரமு திடுக்கிட்டு எழுந்து, “என்னாச்சு கண்ணு” - என்றாள். ரேணுகா அவளருகே சரிந்து உட்கார்ந்தாள்.

“என்னம்மா” என்று அவள் கேட்டதும்,

“பரமு” என்று விம்மியபடியே அவள் கையை பற்றினாள். கண்ணோரம் திரண்ட ஒரேவொரு துளிநீர் வடியாமல் உறைந்துநின்றது.

“ஏய், இப்ப மேல வர்றியா, இல்லியா? வா” கிருட்ணசாமியின் குரல் வீடு முழுக்க உரத்து ஒலித்தது.

“இங்க வா”

“வா” - அவர் வெறிபிடித்தாற் போல் கத்தினார். பரமு வாயைப் பொத்தி கையை அசைத்துச் சைகை செய்தாள்.

“வா, வா”யென்ற அழைப்பு நின்றது பத்து நிமிடங்களுக்குப் பிறகு. ரேணுகா பரமுவின் பாயில் சுருண்டு படுத்துக்கொண்டாள். அவள் கண்ணில் ஒரு பொட்டு நீரும் வரவில்லை. பரமு இருளில் அசையாமல் உட்கார்ந்திருந்தாள். கிருட்டிணசாமி ஒரு வினோதவிலங்காக மாறி விட்டிருந்தார். ரேணுகாவின் மூடிய கண்களுக்குள் அது தெரிந்து அச்சுறுத்தியது. சாட்டைகளால் விளாறும் சத்தம் அவள் நினைவின் விளிம்பில் சிதறியது. ரத்தத் துளிகள் பூத்த புதர்களைத் தன் மீது உணர்ந்தாள். அவள் தப்பிக்கவே முடியாத கொடூர பற்களோடு ஒரு விஷச் சிலந்தி கொடுக்கசைத்து அவள் மார்பில் ஏறுகிறது. அதன் கூரிய முட்கால்கள் அவள் தொடைகளை கவ்வுகின்றன. அவள் உடல் கிடுகிடுக்க பரமுவின் தோளில் சாய்ந்து கொண்டு கண்களை மூடினாள்.

தொலைக்காட்சி பெட்டியை தனராணியின் மகள்கள் மிகவும் கவனமாகப் பார்த்துக் கொண்டிருந்தனர். அக்காட்சி....

அது நல்ல நட்ட நடுக்காடு. மரங்கள் கரிய சுவர்கள் போல், கனத்த அடித்தண்டுகளோடு நெருங்கி உயர்ந்திருந்தன. வானமோ, சூரிய ஒளியோ ஒன்றோடொன்று பிணைந்த மரங்களின் நெரிசலான பசுமைக்குள் நுழையவே இல்லை. காடு ஒரு குளிர்ந்த கரும்பச்சைக் கூடாரம் போல் இருளும், தண்மையும் கூடியிருந்தது. அந்தப் பெண் பயத்துடன் திரும்பித் திரும்பிப் பார்த்தபடி ஓடினாள். அவள் ஒரு சிவப்பு ரவிக்கையும் உள்பாவாடையும் மட்டும் அணிந்திருந்தாள்.

அவை முட்புதர்களிலும் மரக்கிளைகளிலும் சிக்கச் சிக்க விடுவித்தபடி தலை தெறிக்க ஓட்டம். கண்ணெட்டும் தூரம் வரை மனிதவாடையே இல்லை. அவளைத் துரத்தும் அவனைத் தவிர., அவன் அவளை விட வேகத்தோடும் வெறியோடும் சில நொடிகளில் தன் இலக்கைப் பிடித்து விடும் நிச்சயத்தோடும் ஓடினான். இடையிடையே உரத்த சிரிப்போடு. தேங்கிக் கிடந்த நீரிலும் சேற்றிலும் அவள் கால்கள் தடுமாறித் தட்டித் தட்டி ஓடுவதைப் பார்த்து அவன் கெக்கலி கொட்டினான். ஒரு கருவேலம் புதரை அடுத்த பள்ளத்தில் சறுக்கி அவள் விழுந்த கணத்தில் அவளை அவன் பற்றினான்.

“எங்கடி ஓடுற ?” என்று அவள் ரவிக்கையைப் பிடித்திழுத்ததும் அது ‘டர்ரென்று கிழிந்தது. அவளது வெண்ணிற உள்ளாடையும் பொன் மஞ்சள் முதுகும் பளீரென்று தெரிந்தன. அவன் வினோதமான ஒலியெழுப்பியபடி அலறி, “என்னய விட்டுடு, விட்டுடு” என்று அவனைக் கையெடுத்துக் கும்பிட்டாள். அவன் “ஹஹ்ஹாஆ” என்று கடூரமாகச் சிரித்தான்...

“சானல் மாத்து, மாத்து, மாத்து” என்று பொன்னியும் ஜகியும் முகத்தைப் பொத்தி, முழங்கால்களுக்குள் ஒளிந்து கொண்டார்கள்.

“இரு, என்னாவுதுன்னு பார்ப்போம்” என்றது கால் மேல் கால் போட்டு, ரிமோட்டைக் கையில் ႇவத்திருந்த பவானி. அதற்குப் பிறகு திரையில் அவர்கள் இருவரையும் காணவில்லை. வெறும் பெரிய பூவொன்று திரையை அடைத்து மலர்ந்தது அதன் இதழ்கள். பிய்த்துக் எறியப்பட்டன ஒரு பெரிய முரட்டுக் கரத்தால். பிறகு அவை கருகி

உதிர்ந்தன. அவளுடைய ரவிக்கை பறந்து வந்து மரக் கிளையில் மாட்டி ஊசலாடியது. அடுத்து அவன் அங்கே பெருகிய ஓடையின் நீரை அள்ளிப் பருகினான். அவள் குத்துக் காலிட்டு அமர்ந்து முகம் முற்றிலுமாகத் தெரியாமல் மறைத்துக் கொண்டு, கிழிபட்ட ஆடைகளோடு அரை நிர்வாண உடலைக் கைகளால் மூடியபடி, கதறி அழுது கொண்டிருந்தாள். ஜகிக்கும் பொன்னிக்கும் கண்ணில் நீர் கோர்த்துவிட்டது.

“என் கற்பைக் கொடுத்து விட்டாயே, நான் என்ன செய்வது” என்று விக்கி விக்கி அழுதாள் கதாநாயகி.

“கற்புன்னா என்ன?” என்றது பவானி.

தீவிரமான முகபாவனையோடு. ‘களுக்’கொன்று சிரித்தாள் பொன்னி. “தெரியலேயே, ஏதோ கெட்ட வார்த்தையா இருக்குமோ?” ஜகி அவளை முறைத்தாள்.

“இவ ஒருத்தி, ஏற்கனவே கெட்ட வார்த்தய மறுபடி எப்படிக் கெடுக்க முடியும்?” என்று அதிபுத்திசாலித்தனமாகக் கேட்டாள் பவானி.

“இரு, இரு” என்று கதாநாயகியின் அடுத்த வசனத்தைக் கேட்கத் தயாரானாள் பொன்னி. அலட்சியமாக சட்டைப் பொத்தான்களை மாட்டிக் கொண்டு அங்கிருந்து நகர்ந்தான் அவன். அவள், அவன் கால்களைப் பற்றிக் கதறியவாறே, “என் வாழ்க்கைக்குப் பதில் சொல்லி விட்டுப் போங்கள்” என்று கெஞ்சினாள்.

“அவனோ கற்பைக் கெடுத்துட்டான். இவ ஏன்யா அவன் கால்ல விழுந்து கெஞ்சுறா?” பவானி.

“ஏ நீ ரொம்பப் பேசுற. ஒரு நா அம்மா வீட்ல இல்லன்னா படம் பார்க்க விடமாட்டியா?” என்றாள் பொன்னி.

காட்சி மாறியது. அவன் ஒரு பங்களாவின் போர்டிகோவில் நின்று ‘குப் குப்’பென்று புகை விட்டுக் கொண்டிருந்தான். அவள் கண் நிறையவும் கையில் குலுங்கும் வளையல்களும் ஜிகுஜிகு புடவையும் உடுத்தி இருந்தாள். ஆனால் முகம் மிகமிக சோகமாக இருந்தது.

"இப்ப எதுக்குடி இங்க வந்த?" என்றான் அவன், தாடையை நிமிர்த்திப் புகையை மேல் நோக்கி ஊதியவாறே.

அவள் தலையைக் குனிந்து தன் வளையல்களை நெருடியவாறே. "உங்கள் குழந்தை என் வயிற்றில் வளருது."

அவன் வில்லச் சிரிப்போடு, "ஹ, அதுக்கு, நான் என்ன பண்றது?"

"என்னைக் கல்யாணம் பண்ணிக்கோங்க, என் வாழ்க்கையே நாசமாயிடும்"

"கற்பைக் கெடுத்தான்னா கெட்டவனாச்சே? அவனைப் போய் இவ கல்யாணம் பண்ணிக்கணுமா? எனக்கு இந்தப் படம் புடிக்கலப்பா. சானல் மாத்துறேன்." என்று டப்பென்று ரிமோட்டை அமுக்கினாள் பவானி.

"யேய், போடு. ப்ளீஸ் ப்ளீஸ்" பொன்னியின் கெஞ்சலைப் பொருட்படுத்தாமல் அவள்,

"வரவு எட்டணா, செலவு பத்தணா, அதிகம் ரெண்டணா, கடைசியில் துந்தனா துந்தனா" என்று பாட்டுப் பார்க்கத் துவங்கினாள். பொன்னியும் உள்ளறைக்குப் போனார்கள். அம்மா வெளிப் பூட்டைத் திறக்கும் சத்தம் கேட்டது.

66

மாலை சாய்ந்து சற்று நேரம் தாண்டி இருந்தது. புல்வெளியில் காற்று உலவியது. தென்னந்தோப்பில் இருந்த சிறிய அறையில் முத்துவேலுடன் இருந்தார் கிருட்ணசாமி. அன்று அவருடைய வேட்டி அழுக்குப் படிந்ததாக இருந்தது. தோப்பின் கரையோரம் இருந்த மருதாணிப் புதர்களை ஜன்னல்வழி வெறித்துக் கொண்டிருந்தார். கம்பியோ, முள்ளோ, வேலியாகச் செய்யாமல் மாலையின் மஞ்சளொளியில் அது தளிர்ப் பச்சையிலைகளோடு நின்று கொண்டிருந்தது. அவர் தம் கரங்களை ஒன்றோடொன்று பிணைத்து, நெரித்துக் கொண்டு, பற்களைக் கடித்து உட்கார்ந்திருந்தார். கண்கள் ரத்தச் சிவப்பில் கோபமும், கண்ணீரும் கலந்து தேங்கி நின்றன. உதடுகள் இறுக அழுகையை அடக்குவார். அப்படியும் வடியும் கண்ணீரில் கன்னத்து மயிர்கள் நனையும். ஏதோ தீர்மானத்தில் தாடை நரம்புகள் துடிக்கும். தொலைபேசி ஒரு விசுவாசமான செல்லப் பிராணி போல் உட்கார்ந்திருந்தது.

முத்துவேல் எப்போதுமே மிகமிக நிதானமானவன். ஒரு சொல்லுக்கு அரைச் சொல் தான் பதில் வரும். கிருட்டிணசாமியின் இந்த ஆங்காரம் அநியாயமானதல்ல என்பதை அவன் அறிந்தே இருந்தான். ஆனால் இந்த ஆத்திரம் அவருக்கு உகந்ததல்ல என்றும் நினைக்கிறான். குரூர குணங்கள் கிருட்டிணசாமியிடம் இருந்ததேயில்லை. இப்போதோ அவரிடம் குரூரம் தவிர வேறெதுவும் இல்லை. ஆனால் அந்தக் கோபத்தை அவர் முத்துவேலிடம் மட்டும் காட்டவில்லை. அவருடைய மிகவும் நொய்ந்த இயலாமையுற்ற அந்தப் பகுதியை, ரேணுகாவிடம் இழந்த மிக அந்தரங்கமான ஒன்றிடம் மட்டுமே அவர் தாக்குவதற்கான கருவியாக உபயோகித்தார். மற்றவர்களிடமெல்லாம் மௌனம்தான். கடுமையான கைவிடப்பட்ட மௌனம்.

தொலைபேசி, அறை மூலையில் ஒரு உயிருள்ள வஸ்து போல் உட்கார்ந்திருந்தது. அது சிறகு மடக்கி அமர்ந்த ஒரு பறவையாகத் தெரிந்தது. அதன் ரிசீவர் அவர் மனதைப் படபடக்கி வைத்தது. ‘‘நான் சொல்றபடி செய் முத்து’’ என்றார் பலவீனமாக.

‘‘வேணாம்பா, அதான் அன்னிக்கே பாத்தமே’’

‘‘அன்னிக்கு நான் இருந்தனேனு நெனச்சிருப்பா, தேவடியாச் சிறுக்கி’’

‘‘நீ இப்படிப் பேசாத. உங்கிட்ட அந்தப் பிள்ள நல்லபடியாகத்தான் இருக்கு’’

‘‘எல்லாம் வெத்து ஜாலக்கு’’

‘‘இருக்கிற சொத்தையெல்லாம் எழுதி வாங்கலாம்னு’’

‘‘இது வேற செய்யுறாளா?’’

‘‘ஆமா, வீட்டுப் பத்திரத்தக் கேட்டு வாங்கிட்டா’’

‘‘இது பொம்பளக்கே உண்டான காபந்து பண்ற புத்தி. அதிலயும் அவர ரெண்டாவது வேற கொணாந்திருக்கல்ல’’

‘‘அதெல்லாமில்ல; அவளுக்கு துட்டு, நகைதான் குறி. நான்தான் மதிமயங்கிட்டேன். அவ தெளிவாயிருக்கா. என்னமோ சொல்வியே மெட்டீரியலிஸ்டிக்கு.’’

‘‘அப்ப என்னை ஏன் பொருட்படுத்தவேயில்ல.’’

‘‘தெரியாதவன்னா என்ன கெடச்சாலும் போவாளுக. நீ என் நண்பன்னு உஷாரா இருக்கும்.’’

‘‘எனக்கு அப்படித் தோணல. அந்த மகா கிட்ட உண்மையிலேயே பிரியமாத்தான் பழகியிருந்தா?’’

‘‘அதென்னமோ ஆரு கண்டா? இப்ப நான் சொன்னபடி பேசப் போறியா இல்லியா?’’

‘‘வேணாம்பா, சொன்னாக் கேளு’’

“நீ பேசு” ஆணித்தரமாகச் சொன்னார் கிருட்டிணசாமி.

“சொல்றதக் கேட்க மாட்ட போலருக்கே, சரியான அழிச்சாட்டியம் பிடிச்ச ஆளு. இப்ப நீ சொன்னபடி செஞ்சா என்ன ஆகப்போகுது ?”

“அவ உண்மையான சொரூபம் வெட்ட வெளிச்சமாகும்ல ? புளுகு தெரிஞ்சரும்ல ?”

“தெரிஞ்சு என்ன பண்ணப் போற ?”

“அந்தக் கழுதய எனக்கும் உனக்கும் ஒத்து வராதுன்னு அத்து விட்டுட்டு நிம்மதியா இருக்கலாம்”

“சரி, நம்பர் சொல்லு” முத்துவேல் அரை மனதாக ஒப்புக் கொண்டார். கிருட்டிணசாமி ரேணுகா வீட்டின் தொலைபேசி எண்ணைச் சொல்லவும் அவர் அதைச் சுழற்றினார். அவள் தான். “ஹலோ” - சலிப்பும், பேச விருப்பமின்மையும் தொனிக்கும் குரல். முத்துவேலின் உடலில் அவரே அறியாமல் ஒரு விறைப்புத் தன்மையைக் கூட்டும் ஏதோ ஒன்று அக்குரலில் இருந்தது. முகத்தில் மோக வரிகள். அதை கிருட்ணசாமி கவனித்து விடக்கூடாது என்ற பதற்றம் ஏற்பட அதை மறைத்துக் கொண்டார்.

“வணக்கம்மா, நாந்தேன் முத்துவேல் பேசுறேன்” அவள் பதில் வணக்கம் கூடச் சொல்லவில்லை. சிறிது நேரம் கழித்து “யாரு” - என்றாள். தொலைபேசியோடு இணைக்கப்பட்ட மைக்கில் அந்த உரையாடல் முழுவதும் சுத்தமாகக் கேட்டுக் கொண்டிருந்தது.

“இந்த ஜாலக்கைத்தான் சொன்னேன்” என்று பற்களைக் கடித்து முணுமுணுத்தார் கிருட்ணசாமி. உதடுகளுக்குக் குறுக்கே சுட்டி விரலை வைத்து பேசாதிருக்கச் சைகை காட்டி விட்டுப் பேச்சைத் தொடர்ந்தார் முத்துவேல்.

“ அன்னிக்கு உங்க வீட்டுக்காரர்கூட வீட்டுக்கு வந்தேனேம்மா, கிருட்ணசாமியோடு பிரண்டு, என்னங்க இப்படி மறந்துட்டீங்க” - எதிர்முனை பதிலற்றிருந்தது.

“சொல்றேன்னு தப்பா நெனச்சுக்காதம்மா. நீ ஒரு அழகு தேவதை. கிருஷ்ணன் அதிருஷ்டசாலி.”

“பரிசுத்தமான, தெய்வீகமான தேவத நீ. அது நீ பேசாமிருக்கப்பவும், நீ பேசற. ஒவ்வொரு சொல்லிலும் தெரியுது”

“நீ ரொம்ப நல்லவ. அது அந்தக் கிருட்ணசாமி நாய்க்குத் தெரியல. நீ என் கிட்ட வந்துடுறியா லட்டு. நீ என் உயிர் ரேணுகா... ரேணுகா...”

“அம்மா...”

“நான் ஒன்னயக் காதலிக்கிறேன்டா ரேணு...”

‘டொக்’ - மறுமுனை துண்டிக்கப்பட்டது.

“சொன்னேன்ல. நீ கேட்க மாட்டேனுட்டியே” - குற்றம் சாட்டியது முத்துவேலுவின் குரல். கிருஷ்ணசாமி நம்புவதாயில்லை. அந்தச் சிறிய அறையில் மூர்க்கத்தோடு அங்கும், இங்கும் குறுக்கும், நெருக்குமாக உலவினார். பதற்றத்தோடு நகம் கடித்தார். தன் கனிவோ, ஆறுதலான பேச்சோ அவர் குழம்பிய மனநிலையை மாற்றப் போவதில்லை என்று அறிந்தாற்போல் இருந்தது, முத்துவேலின் மௌனம். “என்னடா” - என்றார் முத்துவேல். அந்த மௌனத்தைத் தானே தாங்க முடியாதவர் போல் “டா”வென்ற விளி எப்போதாவது அபூர்வமாய் வருவது. ஒண்ணும் இல்ல. நீ பாட்டுக்குச் சும்மாரு. மனசப் போட்டு அலட்டிக்காத. என்ன நாஞ் சொல்றது ? - கிருட்ணசாமி மோட்டு வளையைப் பார்த்தார். ரொம்பவும் சிந்திக்கிறாற்போல் அவர்கள் கண்கள் கூர்மையுற்றிருந்தன.

“முத்து வேலு”

“சொல்லு.”

“எனக்காக ஒண்ணு.”

“சொல்லு. உனக்கு எப்ப எது செய்யமாட்டேன்னு சொல்லியிருக்கேன் ?”

“திருப்பித் திருப்பி அவகிட்ட இதையே சொல்லிச் சொல்லிப் பார்க்கிறியா ?”

"போடா, இது ஒண்ணுக்கும் மசியாது. உன்னோட இருந்தாப் போதும்னு நெனக்குது போல. வேற மாதிரி, இப்படி, அப்படியாப்பட்ட பொண்ணாத் தெரியல."

"இல்ல முத்துவேலு, இவ அப்படித்தான். எனக்கு தெரியும்; அவ ஜாலமும், தேவடியாத் தனமும்..."

கிருட்டிணசாமியின் நடையில் வெறியேறியது. அவர் பாய்ந்தெழுந்தார். வேகம் கூடக்கூட பதற்றமுற்ற மிருகத்தின் பளபளக்கும் கண்களின் வெற்று வெறிப்பைக் கண்டு நடுங்கினார் முத்துவேல்.

"நீ அமைதியாய் இரு. சொல்றதக் கேளு" அவர் கை நண்பனின் தோளைப் பற்றியது. எங்கோ வெறித்தபடி உட்கார்ந்திருந்த அவரை "போகலாமா" என்றார் முத்துவேல். மௌனமாக எழுந்து நடந்தார் கிருட்ணசாமி. தளர்ந்த நடையோடு அவர்கள் தோப்பைக் கடந்து போனார்கள். இருள் குமைந்து கொண்டிருந்தது.

67

அடுத்த ஆண்டே சுமியக்கா இரண்டாவது குழந்தை உண்டாகி மசக்கையாக, தாய்வீடு வந்து சோர்ந்தாள். மூத்தவனுக்கு ஒரு வயசுதான் நிறைந்திருந்தது. அதற்குள் இது. அவள் மிகவும் சோர்ந்து சோகையாகத் தெரிந்தாள். மூத்த மகனை சமாளிக்கக்கூடத் தெம்பில்லை. "ஒரு தோசை ஊத்தினா அரைவாசி திணிக்கும் முன்ன, நாலு விள்ளல் வாங்குது. அப்புறம் என்ன கதை சொன்னாலும், ஏமாத்தினாலும் வாயத் திறக்கறதே இல்ல. பிடிவாதமா இல்லன்னா ரொம்ப சமத்தா வாயில் குடுத்தா எடுத்து நம்ம கையிலயே குடுத்துட்டுப் போயிடுது." என்று ராஜி அலுத்துக் கொண்டாள்.

"எப்ப சுமிக்கா வந்தீங்க" சுமி என்றாலே தங்கைகளுக்குக் கொண்டாட்டம். அரட்டைக் கச்சேரிதான் தினமும்.

"நேத்து சாயங்காலண்டா" என்று சொல்லுமுன் களைப்பாக மாறியது சுமியின் முகம். மூத்தவனின் சிணுங்கல் அவளுக்கு எரிச்சலூட்டியது. கட்டிலில் படுத்திருந்தவள் மிகுந்த ஆயாசத்தோடு எழுந்து அவனைத் தூக்கப்போனாள்.

"அஞ்சு மாசம் முடியற வரைக்கும் இப்படி உன்னித் தூக்காத அவன" என்று பேரனைத் தன் பக்கம் இழுத்துக் கொண்டாள் ராஜி.

"இவங்க யாருடா குட்டித் தம்பி மாமம்மை சொல்லு" சொல்லித் தந்தாள் பொன்னி.

"மாம்மா." என்று மிழற்றினான் பயல். ஒரே நொடியில் தன்னை விடுவித்துக் கொண்டு பட்டாசாலை ஓடியவனின் பின்னாலேயே, ஓடினாள் ராஜி.

"அக்கா! உங்கிட்ட கொஞ்சம் சந்தேகம்லாம் கேக்கணும்."

"என்ன சந்தேகம், பவானிக்கு"

அவள் விரல்கள் பவானியின் குட்டைக் கூந்தலைக் கோதின

"தனியா எங்கியாச்சும் போனா முனி பிடிச்சுக்குமா?"

பொத்துக்கொண்டு வந்த சிரிப்பைக் கட்டுப்படுத்திக் கொண்டு, "யார் பவானி சொன்னது."

"அம்மாதான் வேற யாரு?"

உள்ளே நுழைந்த ராஜி "அவ என்ன சொல்றது? சடங்காகப் போற சின்னப் பிள்ளைங்க புதுசா சடங்கானவங்க இவளுங்கள எல்லாம் பார்த்தா முனிக்கு ரொம்ப இஷ்டம். கண்டிப்பா பிடிச்சுக்கும்" என்றாள்.

"உங்கம்மா என்ன உங்களுக்கு ஆகாததையா சொல்லிடப் போறா. அவ சொல்றதக் கேட்டு நடங்க பிள்ளைகளா." என்று சொல்லிவிட்டு அவள் சமையலறைக்குப் போய் விட்டாள்.

"நிஜமாவா அக்கா?" பொன்னி உண்மையான கவலையோடு கேட்டாள்.

"கொஞ்சம் நிஜம்தான் சின்னப்புள்ளக தனியாப் போனா ஊர் நாடு கெட்டுக் கிடக்கு, அப்புடி இப்புடின்னு சொன்னாக் கேக்க மாட்டீங்கனு இப்படிச் சொல்லித்தேன்"

"அப்ப முனி புடிக்கும்கிறது பொய்தானே."

"பொய்யுதேன், நிஜமுந்தான்" என்று சமாளித்தாள் சுமி.

"அப்புறம்?"

"அப்புறம்... சாமி அம்மா வயித்துக்குள்ள தாமரைப் பூவா போடுவாராம். அது பொம்பளப் பிள்ளையாய்டுமாம். ரோஜாப் பூவ, வைப்பாரா, உடனே அது பையனாய் பிறக்குமாம். எங்க கிளாஸ் ரீனா சொல்றா. அது நிஜம்மா?"

"அப்படியா? கேக்கவே அழகாயிருக்கு. ஆனா எனக்கு பதில் தெர்லயே."

“உனக்குத் தெரியும் சொல்லு அக்கா!” என நச்சரித்தாள் பவானி.

“ஏய்ய்! அவ மேல அப்படி விழக்கூடாது” என்று பெரியம்மாவின் எச்சரிக்கைக் குரல் வந்தது, அடுப்பங்கடையிலிருந்து.

“முனி பிடிக்கும் பூச்சாண்டி புடிக்கும்னு இப்பல்லாம் அம்மா எங்கள ஆற்றங்கரை பிள்ளையார் கோயிலுக்குக் கூட கூட்டிட்டுப் போறதில்ல, சுமிக்கா. நம்ப ஒரு நாள் போவலாமா?” என்றாள் பொன்னி.

“போலாம். போலாம். நானே போயி நாளாச்சு.”

“இந்த ஞாயிற்றுக் கிழமை?”

“ம்ம் பார்க்கலாம்.”

“அதெல்லாம் ஆறு மாசம் முடியறவரைக்கும். அவ ஆறு கீறெல்லாம் பாக்கக் கூடாது” என்றது அசரீரி.

“பார்த்தியா.” என்று சிரித்தார்கள் எல்லோரும்.

“என்ன ஆறு மாசம் முடியற வரைக்கும்.”

“என்னமோ ஆறு மாசம் முடியற வரைக்கும்” என்றாள் சுமி அலுத்துக் கொண்டு.

“அப்புறம் இன்னொரு விஷயம், சுமிக்கா” என்றாள் ஜகி ரகசியம் பேசும் தொனியில்.

“என்ன சங்கதி?” என்றாள் சுமியும் கிசுகிசுப்பாக.

“பக்கத்துத் தெருல ஒரு பாட்டி இருக்காங்களே, அவங்களுக்குக் காது தோள் வரைக்கும் தொங்குமே, அதில் தண்டட்டி போட்டிருப்பாங்களே, தெரியுமா? ஏன் வளர்ந்திச்சு?” - சுமித்ராவிற்கு நிஜமாகவே சுவாரஸ்யம் கூடியது.

“அவங்க சின்னப் பிள்ளல எல்லாம் பையன்க கூட ரொம்ப ரொம்பப் பேசுவாங்களாம். அதான் அப்படி நீள நீளமா வளர்ந்து ஓட்டையெல்லாம் பெரிசாய்டுச்சாம். நம்பளும் பேசினா தினம் தினம் அப்படித்தான் வளர்ந்து, ஓட்டையாய்டுமாமே...”

"உங்கம்மாவா சொன்னாங்க?"

"ம்ம்"

"அப்ப உண்மையா இருந்தாலும் இருக்கும். எதுக்கு வம்பு? இப்ப நம்ப எல்லோரும் சாப்புடலாமா? எனக்குப் பசிக்குது"

சுமி சோர்வோடு எழுந்தாள்.

"அப்ப ஆத்துக்கு?" சின்னக் குரலில் கேட்டாள் ஜகி.

"அது இன்னொரு நாளைக்கி" என்று வாஷ் பேசினில் கை கழுவிக் கொண்டே "அம்மா சாப்பாடு ரெடியா" எனக் கேட்ட சுமி அடுத்த நிமிடமே குமட்டிக் கக்கினாள். வாயைக் கொப்புளித்துத் துப்பிவிட்டு, "பிறகு சாப்பிடறேம்மா குமட்டுது" என்று மறுபடி கட்டிலில் போய்ச் சரிந்தாள்.

"பாவம் அக்கா." என்றார்கள் பிள்ளைகள். பொன்னி அலங்கார மேஜைக் கண்ணாடியில் குனிந்து தன் காதைத் தொட்டுப் பார்த்துக் கொண்டாள், ஒருவருக்கும் தெரியாமல்.

68

சுமியின் முதல் பையனே ரொம்பக் குட்டியூண்டாகத்தான் இருந்தான். அதற்குள் மீண்டும் கருவுற்றிருப்பதால் அவள் தாய் வீடு வந்திருக்கிறாள். பளபளப்புக் கூடிய அவள் முகம். பொன் மஞ்சள் நிற உடல். அழகிய சோர்வு கண்களில் களை கட்ட சுமித்ரா தங்கைகள் சூழ உட்கார்திருந்தாள். பள்ளிக்கூடக் கதைகள் எல்லாம் பேசினர்.

"உங்கம்மா என்ன பணறாங்க?" என்றாள் சுமி.

"தெரியாது சுமிக்கா. அம்மா முந்தி மாதிரியே இல்ல இப்ப. எப்பப் பாரு திட்டிட்டே இருக்காங்க. ச.மு. அம்மா, ச.பி. அம்மா போல." என்றாள் வருத்தமான வேடிக்கையோடு, பொன்னி. சுதா சொல்லித் தந்த பாடம் அது.

"அதென்ன ச.மு., ச.பி."

"சடங்குக்கு முன், சடங்குக்குப் பின்." சுமிக்கு சிரிப்புப் பீறீட்டது.

"அப்படியில்லை! சண்டைக்கு முன், சண்டைக்குப் பின்" என்றாள் பவானி.

"இந்தச் சிவனம்மா சண்டையில்ல அதான்."

"ஓ..." என்று பேச்சை மாற்ற விரும்பியவளாக, "இந்த நீலக் கலர் மணி அழகாயிருக்கே. எங்க வாங்கின" என்றாள் சுமி.

"எங்கியோ, அம்மாதான்."

"நீங்க ச.மு. ச.பி. எல்லாம் இல்லவே இல்ல. உண்மைல க.மு.க.பி தான்"

"அதென்னக்கா."

"கல்யாணத்துக்கு முன், கல்யாணத்துக்குப் பின். கல்யாணமாகாத

பெண் குழந்தைகள் அவங்க மனச கனமா, பயமா அழுத்துவாங்க போல. கல்யாணத்துக்கப்புறம் ரொம்ப பாசமாயிடுவாங்க.''

''அப்புடியா?'' என்றாள் லதா.

''அப்படித்தான்.'' என்றாள் சுமி.

தனச் சித்தி சொளகில் அரைக் கீரையைப் போட்டு ஆய்ந்து கொண்டிருந்தாள். சுமியைப் பார்த்ததும் புருவங்கள் முடிச்சிட, மனமும் குரலும் ஒட்டாமல் பிரிந்து மிதக்க...

''வா சுமி, எப்ப வந்த'' என்றாள்

''நேத்து, சித்தி''

''விசேஷம்னா, விஜிதா''

''ஆமா சித்தி! நாற்பது நாளாச்சு''

''குமட்டல், வாந்தி ரொம்ப இல்லயே.''

''இல்ல, சித்தி''

''சரி, உக்காரு'' என்று உள்ளே போய் கொழுக்கட்டைகள் நிறைந்த தட்டோடு வந்தாள். பச்சரிசி மாவில் கருப்பட்டிப் பாகும் தேங்காயும் போட்டுப் பிசைந்து பிடித்து வேக வைத்த அவை பார்க்கவே மினுமினுவென்று வசீகரித்தன. சுமி வந்த வேலய மறந்து கொழுக்கட்டை தின்னத் தொடங்கினாள்.

''ஜகி எங்க சித்தி? அவளுக்கு மேலுக்குச் சேட்டமில்லன்னாங்க அம்மா. என்ன சித்தி செய்யுது?'' அவள் குரலில் வம்பு பேசும் நோக்கமில்லை. உண்மையான பிரியமும், அன்பும்தான்.

''ஒண்ணுமில்ல'' என்று இழுத்த தனராணியின் மனமும் சட்டென்று இளகித் தெறித்துவிட்டது.

''திடீர் திடீர்னு தூக்கத்தில் அலர்றா. இளைப்பு இப்ப அதிகமா வருது. சாப்பாடு செல்லல. பிள்ளைக பக்கத்தில் போனாக்கூட அலர்றா. சின்னச்

சத்தங் கேட்டாலும் ஒடம்பு நடுங்குது. இருக்கிற பிடுங்கல்ல... எல்லாம் நான் பெறந்த நேரம்'' சுமி கண்கள் கசிய,

''நம்ப டாக்டர் கிட்ட கேக்கலாமே சித்தி''

''நாராயணசாமி வந்தே பார்த்துக்கிறாரு வீட்டில். சும்மா வீக்குனு மருந்து மாத்திர ஏதோ செய்கார்டிஸ்ட்டயும் பார்கலாம்னாரு மருதயில. அந்தளவு வயசுப் புள்ளய இழுத்தடிக்கவும் பயமாயிருக்கு சுமி. நோய்க்கும் பாரு, பேய்க்கும் பாருன்னு வீராயம்மா வீட்டுக்கு வந்து மந்திரிச்சுச்சு. கருப்பசாமி கோயிலுக்கு குச்சனூருக்கு எல்லாம் போயி வந்தாச்சு.''

''சில பிள்ளைகளுக்கு சடங்காக முந்தி இப்படியிருக்குஞ் சித்தி. ஆனா சரியாயிடும்.''

''அதுவும் பதிமூணு தான் தொவங்குது. அந்தக் கடைசி ரூமிலதான் பூட்டிப் போட்டிருக்கு. இந்தா சாவி'' எடுத்துத் தந்தாள் தனம். சுமி அதிர்ந்தாள். ''திறந்து உள்ள போய்க்கிட்டு கதவ உள் தாப்பா போட்டுக்க.''

கடைசி அறையின் கதவைத் திறந்தாள் சுமி. குறுகிய மரக் கட்டில் ஒன்று போட்டிருந்தது. அதில் சுருண்டு கிடக்கும் சிற்றுருவம் ஜகி என்பதை நம்ப முடியவில்லை. மிகுந்த தயக்கத்துடன் அவன் முழங்காலை சுண்டு விரலால் தொட்டாள் சுமி.

''வீல்'' என்ற வீட்டை நிறையத் தாக்கும் அலறலில் அறை மூலைக்கு பயந்தோடினாள் சுமி. ஜகி இன்னும் கண்ணை இறுக்கிக் கொண்டு, பாதங்களை மஞ்சள் பாவாடையின் செம்பூக்களுக்குள் மறைந்துக் கொண்டாள். சுமி மறுபடி மறுபடி அவளை மெல்லிய குரலில் அழைத்தாள். கூப்பிடுதலாக, கொஞ்சுதலாக, இறைஞ்சுவதாக. அவள் கண்கள் பிடிவாதமாக மூடியிருந்தன. வேண்டாத புகைப் படலம் ஒன்று அறையில் நுழைந்தாற் போல், அவள் விரல்கள் ஒட்டடையைத் தள்ளுவது போல் சுமியின் அழைப்பை விலக்கின காற்றில்.

ராக்கொடியும், மாட்டலும் நெற்றிச் சுட்டியும், கனமான நகைகளும் அணிந்து நான் புகுந்த வீடு போனபோது புரியாமல் கட்டை விரலைச் சப்பிக் கொண்டு நின்ற பிள்ளைகளோடு இவளும் நின்றாள். இப்போது

இப்படிச் சுருண்டு கிடக்கும் இந்தச் சிறுமியை நான் அறிய மாட்டேனா? இவளை எப்படி எழுப்பப் போகிறேன். "ஜெகதீஸ்வரி, ஜெகதீஸ்வரி, நான் அக்கா வந்திருக்கேன். தூங்கிறியா?" இவள் தூங்கவில்லை என்பதால்தான் திரும்பத் திரும்பக் கூப்பிடுகிறேன். விழிக்காமல் இதென்ன அழிச்சாட்டியமா? இவளுக்கு என்னதான் ஆச்சு?

"ஜெகதீஸ்வரி, ஜகி" என்று எண்ணற்ற முறைகள் கூப்பிட்ட பிறகு மிக மெல்லியதான பதில் போன்றதல்லாத ஒரு சிறு முனகலான 'ம்' அவளிடமிருந்து கேட்டது. அது சுமிக்கு மிகுந்த நம்பிக்கையையும் சந்தோஷத்தையும் தந்தது.

"ஜெகதீஸ்வரி, நாந்தான் சுமிக்கா. இதென்ன பட்டப் பகலில் தூக்கம்?"

அதற்கும் ஒரு 'ம்' தான்.

"என்னய பாக்க மாட்டியா? என்னோட பேச மாட்டியா?"

'ம்'

"உனக்கென்னாச்சு? எத்தினியோ நாளா ஸ்கூலுக்குப் போவலியாமே? ஏன்? நீ எப்பவும் பஸ்ட் ரேங்காம்."

'ம்ம்'

"அப்புறம்? இப்படித் தூங்கினா?"

"தூங்கல"

"பிறகேன் படுத்திருக்க?"

"சும்மா."

"என்ன சும்மாச் சும்மா யாராச்சும் படுப்பாங்களா? ஓடியாட வேண்டிய வயசில."

"என்னால முடியல"

"என்ன ஜகி முடியல முடியலனுக்கிட்டு. நீ எந்திரி மொதல்ல. ப்ளீஸ். எனக்காக."

"எனக்காக, என் வயித்துக்குள்ள ஒரு குட்டிப் பாப்பா இருக்கு. அதுக்காக எந்திரிக்க மாட்டியா?"

வயிறு என்ற சொல் கேட்டதும் அவள் ஆழத்திலிருந்து வேரோடு பிடுங்கி எறியப்பட்டாற் போல் துள்ளி எழுந்து தடுமாறி உட்கார்ந்தாள். முகத்தில் தூக்கத்தின் சாயலில்லை. கலங்கிக் கிடந்தது. அவள் தன் வயிற்றையும், அக்காவின் வயிற்றையும் மாறி, மாறி பார்த்துக் கொண்டாள்.

"இதுக்குள்ளா" சந்தேகமான கேள்வி.

"ம்ம், ஆமா."

"நான் ஒண்ணு கேக்கவாக்கா?"

"எதுனாலும் கேக்கலாமே"

"எப்படியும் பாப்பா வருமா?"

"ஆமா."

"கல்யாணம் ஆகாம."

சுமி அவள் முகத்தை உற்றுப் பார்த்தாள். அடிபட்ட குழந்தை முகம். பதில் சொல்லக் குழம்பினாற் போல் அவளுக்கு இடறிற்று.

"வரும், ஆனா வரக்கூடாது." சரியாகச் சொன்னோமா என்று சுமிக்குத் தடுமாற்றம். மிகவும் நைச்சியமாக அவளைக் காயப்படுத்தி விடாத கவனத்தோடு கேட்டாள்.

"எதுக்குடா இப்படிக் கேக்குற." சுமி நகர்ந்து அவள் மெலிந்த விரல்களைத் தன் கைக்குள் வைத்துக் கொண்டாள்.

"சும்மா."

"இல்லை, சும்மாயில்லை, நீ சொல்லு."

"இல்ல நீங்க... சுமிக்கா" ஜகி மிகத் தயங்கினாள்.

"யாராவது தொட்டாலே வருமா?"

சுமி குழம்பினாள். கண்களில் நீர் வழிய ஜகி கேட்டாள்.

“எனக்கும் வருமா?”

“உனக்கா? இப்பவா?”

சுமி அதிர்ந்தாள். சிரித்தாள்.

“மண்டு, நீ இன்னும் ‘பெரியவளே’ ஆகலியே, அப்புறம் - எப்படி வரும்?” ஜகி முகத்திலிருந்த கருமையின் கனத்த திரை பட்டென்று அறுந்தெறிந்து விலகியது. ஆனால் சுமித்ராவின் கண்களில் அந்த இருளின் கடினம் ஏறியது.

“இவளையா? இந்தச் சிறுமியையா கேட்க?” என்று மனம் தவித்தது. ஆனால் அவள் வார்த்தைகள் விழுந்து விட்டன.

“ஏன் குட்டிப் பொண்ணு இப்ப இப்படிக் குழம்புறா? யாராவது பையன் ஒங்கிட்ட லவ் கிவ்னு?”

“அய்யோ” - கெட்டவார்த்தை கேட்டாற்போல் நடுங்கினாள். ஜெகி.

“இல்லைக்கா.”

“அப்புறமேன் இத்தினி கொழப்பம்? கேள்வி?”

மீண்டும் ஜகியின் முகம் அணைந்து விட்டது. அவள் மனம் அதிர்வது தெரிந்தது. கண்களில் பீதி.

சுமித்ரா, “சரி ஒண்ணுமில்ல. நாம வேற பேசலாம். நீ நாளைக்குக் காலைல ஸ்கூலுக்குப் போற. சரியா?” அவளைக் கலங்கடித்து விட்டோமோ என்று பயந்தாள் சுமி.

ஜகிக்கு அந்த வாக்கியங்கள் மனதில் பதியவில்லை. அவள் அக்காவின் முந்தைய கேள்விக்கான பதிலைச் சொல்லி விடவே முனைந்தாள். அது அவள் நெஞ்சை அறுப்பதாகவே இருந்தாலும், அவள் அக்காவிடம் இல்லை. தனக்குத் தானே கூட இல்லை. அரூபமாய அறையில் அசைந்த ஏதோ ஒன்றிடம் அதைச் சொன்னாள்:

“அன்னிக்கு அம்மா வீரகாளியம்மனுக்குத் தீபம் போடச் சொன்னாங்க. பொன்னியும், பவானியும் என்னோட வரமாட்டேன்னுட்டாங்க. நான் வீரகாளியம்மன் கோயில்தானேனு எண்ணெய்த் தூக்கு, திரி, தீப்பெட்டியோட ஓடினேன், பக்கம் தானே. எலுமிச்சம்பழத்தப் பிழிஞ்சுட்டு திரும்பிக் கிண்ணம் போலக் குழிச்சு, எண்ணெய் ஊத்தி, வாழை நார்த் திரி போடச் சொன்னாங்க அம்மா. போட்டு ஒரே குச்சியால் அழகா நீலப் பச்சைல ஆடுச்சு சுடர். வீரகாளியம்மா என்னயவே பாத்துக்கிட்டு இருந்தாங்க”

“கோயிலுக்கு வந்தா ஒரு நிமிஷமாச்சும் உட்கார்ந்து எழுந்திருக்கனுமேனுட்டு கல் படியில் உக்காந்திருந்தேன். நடை தாண்டி, நந்தவனத்தையொட்டி இருந்த தங்க அரளிப் புதர்கிட்ட இருந்து என்னயவே பாத்தான் ஒருத்தான்.”

“அய்யோ” சுமியின் கண்கள் நிறைந்தன.

“ஒண்ணுமே நடக்கலைன்னு நெனைச்சுக்க. ஒண்ணுமே நடக்கலடா. இதத் திரும்பத் திரும்பக் கிளறாத. உனக்கும் வலி. எனக்கும் வலிக்குது.” ஜகி அழுதபடியே தொடர்ந்தாள்.

“ஒங்கப்பன் கிட்டப் போயிச் சொல்லு, எளச்சவன் பொண்டாட்டினா மேல கை வைப்பானா? நாந்தேன் செவனம்மா புருஷன் மயில் ராசுன்னு” சொல்லுன்னு சொல்லி...

“போதும், இது வேணாம். அழாத” - கூட்டிலிருந்து தவறி விழுந்த பறவைக் குஞ்சைப் போல் மடியில் கிடந்த தங்கையை வருடிக் கொடுத்தாள். ஜகி சத்தமில்லாமல் அழுதாள்.

அன்று அடர்ந்து கிடந்தது தங்க அரளிப் புதர். ஏதோ ஒரு பாடலை முணுமுணுத்தபடி நடந்து கொண்டிருந்தாள் அவள். அவன் புதரின் பின்புறம் அவளை எதிர்பாராத நேரம் தள்ளினான்.

“ஏழைப்பட்ட பொண்ணுன்னா ஒங்கப்பன் மேல ஏறுவானோ?” என்று அவள் கழுத்து வளைவை அழுத்தினான். அவள் நந்தவனச் சுவரோடு மிரண்டு ஒட்டினாள். உடலை ஒடுக்கி எழ முடியாமல் சுருண்டாள்.

"இன்னும் குத்த வைக்கலியா." என "ரொம்பச் சிறிசு" என்று மார்பகங்களைக் கசக்கினான். அவள் அதிர்ந்து அலறப் போனபோது வலுவான கை அவள் வாயைப் பொத்தியது.

"பட்டுச் சட்டையா" என்று சட்டைப் பித்தான்களை பிடித்திழுத்தான்.

"கத்தாதே. கத்தினா கொன்னுடுவேன். இப்பக் கத்தக் கூடாது. வீட்டில போயிக் கத்தணும்." என்று பொன்வண்டு நிறப் பாவாடையின் கோபுர பார்டரை முழங்காலுக்கு மேல் தூக்கினான். அவள் திமிறி, விடுபட முயன்று, மூச்சுத் திணறி, சுவரோடு சுவரா மயங்கிக் கீழே சரிந்தாள். அவன் உள் பக்கம் சாத்தி வைத்த தட்டிக் கதவைத் தள்ளியவாறே, அரளிப்புதர் கீழ் கிடக்கும் அவளைப் பார்த்து, "நாங்களும் கை வைப்போமில்ல? சொல்லு ஒங்கப்பன் கிட்ட. செவன்னமா புருஷன் மயில்ராசுன்னு" என்று சிரித்தபடியே வெளியேறினான்.

அவள் மீள முடியாத மயக்கத்திலிருந்தாள். மஞ்சள் பூக்கள் உடல் மீது உதிர்ந்தன. நீள் பச்சை இலைகள் காற்றிலசைந்து அவளை வருடி உலுக்கின. அவளைத் தேடி வந்தாள் பவானி.

"ஏ, என்ன இங்கவுழுந்திட்டியா? எந்திரி. மண்ணத் தட்டு. அம்மாகிட்ட சொல்லமாட்டேன்" - கலகலவென்று பேசினாள். பொடி மண் உள்ளங்கையில் புள்ளி புள்ளியாய் ஒட்டிச் சிவக்கத் தடுமாறி எழுந்தாள். அந்தி மஞ்சள் மாறி இருட்டத் தொடங்கியிருந்தது. ஜகி யால் நடக்கவே முடியவில்லை.

"பா, முடியெல்லாம் ஒரே மண். ஸ்கர்ட்டலாம் அழுக்கு." என்று பவானி தன் குட்டிக் கைகளை நீட்டி அவள் தலையைத் தட்டி விட்டாள். பிரமை பிடித்தாற் போல் நடந்த ஜகி, "தொடாத" என்று வினோதமாய்க் கரகரக்கும் குரலில் பவானியின் கையைத் தள்ளினாள்.

தெருவில் மாலை வெயிலின் ஈயத் தன்மை படிந்திருந்தது. ஆல மரத்துப் பறவைகள் படபடத்து அலறின. தன் பாதங்கள் மண்ணில் ஊன்றியிருக்கின்றவா என்பதில் உறுதியின்றி தடுமாறி நடந்தாள் அவள். மூச்சுத் திணறி நெஞ்சை அடைத்தது. தொடைகள் வளைந்தன. ஆசுவாசம்

வேண்டிப் பவானியின் தோளைப் பற்றிக் கொண்டாள். முலைகள் எரிந்தன. பின்னந் தலையில் எதுவோ இடித்திருந்தது.

"ஜகி. நீயென்ன ராதிகா வீட்டுப் படியில் ஏறப் பாக்குற. இதான் நம்ப வீடு."

உள்ளே நுழையும்போதே கடைசி அறையிலிருந்து அம்மாவின் சத்தம் கேட்டது.

"ஒரு தீபத்தப் போட்டுட்டு வர இவ்வளவு நேரமா? போனா போன இடம், வந்தா வந்த இடம். ஒரு வேல ஒழுங்காச் செய்ய துப்பில்ல." - என்று மகளைத் திட்டினாள்.

பவானியின் ஒற்றை விரல் பொன்னியை 'உஸ்' என்று கொண்டே, மறு கை ஜகியின் வாயைப் பொத்தியது.

"என்ன புதையலா?" என்று கிசுகிசுத்தாள் பொன்னி.

"ஆமாம்"என்றாள்.

"எங்கே?"

"கோயில் அரளிப் புதரில் விழுந்திருக்கும். குளியலறைப் பக்கம் கை காட்டியபோது, ஜகி பட்டாசாலை மூலையிலேயே சலனமின்றி உட்கார்ந்திருந்தாள்."

"எண்ணெய்த் தூக்கைக் காணோமே. அம்மா கேப்பாங்க" வெளியே ஓடினாள் பொன்னி.

"பாத்ரூமிற்கு போ" பிடித்திழுத்த பவானியைத் "தொடாதே" என்று அலறினாள் ஜகி.

"என்ன அங்க சத்தம்?"

"ஒண்ணுமில்லம்மா ஒரு பெரிய குண்டுப் பல்லி. மூச்சிரைக்கத் திரும்பிய பொன்னி. "காலி, இதுவும் ஒரே மண்" என்றாள். சிறு தூக்கு வாளியைக் காட்டி.

ஜகியைக் குளியலறைக்கு நகர்த்தினார்கள் இருவரும். ‘‘என்ன விடு, தூங்கணும், தூங்கணும்’’ என்று முணுமுணுத்து, பொம்மை நடை நடந்தாள் அவள்.

குழாயைத் திருகி, கைகால் முகம் கழுவத் தண்ணீரூற்றிய போது ‘‘எரியுது, எரியுது’’ என்று கத்தினாள். அவளை நைட்டிக்கு மாறச் செய்து, படுக்கையில் கிடத்திப் போர்த்தி விட்டது பவானி.

‘‘ஜெகதீஸ்வரி சாப்பிட வரல’’ தனராணி மூன்று தட்டுக்களில் பிசைந்து வைத்த சாதத்தைப் போட்டுக் கொண்டு கேட்டாள்.

‘‘தலைவலிக்குது, பசிக்கலைன்னு படுத்தா’’

‘‘சரி, இந்தப் பாலைக் குடிக்கச் சொல்லு’’ என்று கடைசி அறைக்குப் போய் விட்டாள் அம்மா.

பள்ளிக்கூடம் விட்டு வீடு வந்த பொன்னிக்கும், பவானிக்கும் பட்டாசாலையில் உட்கார்ந்திருந்த ஜகியைப் பார்த்து ஆச்சரியம். அழகாக வாரிப் பின்னிய ஜடை. முகம் சற்றே தெளிந்து, நிம்மதி கூட சோர்ந்த புன்னகையுடன் தன் புத்தகப் பையை அடுக்கிக் கொண்டிருந்தாள்.

‘‘அவ நாளக்கி உங்களோட ஸ்கூலுக்கு வர்றா.’’

‘‘அனுப்பலாமா, சுமித்ரா.’’

‘‘தாராளமா, சித்தி. அவளுக்கு ஒண்ணுமில்லை’’ - சொன்னாள் சுமித்ரா.

‘‘அப்பாவிடம் சொல்லி அந்தச் செவனம்மா புருஷனச் சத்தம் போடச் சொல்லணும்’’ என்று நினைத்தாள்.

‘‘அதனால என்ன பிரயோசனம் ? பிள்ள நம்ம பிள்ளையாச்சே. நாளக்கி வேற விட்டுக்குப் போக வேண்டிய பிள்ள. ஊர் பேசுமே’’ என்றும் குழம்பினாள்.

‘‘அதுக்காக இத இப்படியே விட்டுடவா முடியும்.’’ என்று கோபமும் கொண்டாள்.

“ஜகிக்கு சரியாய்டுச்சா” - பவானி.

“அவளுக்கு என்ன தப்பாச்சு, சரியாக ?” -சுமி.

“தப்பாச்சா, சரியாக ?”

“தப்பேயாகலயா சரியாக ?”

“சரியாகத் தப்பாச்சா ?”

“தப்பிச் சரியாச்சா” என்று ப்ரில் பாவாடையை இரு கை நுனிகளில் பற்றிக் கொண்டு உள்ளே போனது பவானி பாடிக் கொண்டே.

“இருக்கிற துன்பங்களில் இப்படியொரு பொட்டப் புள்ள வேறு” வேதனையும் சலிப்பும் தனராணி மனதில் மூண்டன.

ஒன்றின் மேலேன்றாக நினைப்புக்கள் ஓட, புதிர்க் குவியலில் கிடந்தாள்.

“உள்ள சுமித்ரா என்ன பேசிச்சே”

“கேட்டா நல்லாயிருக்காது”

கருப்பசாமி கோவிலில் மந்திரித்த போதும், துர்க்கைக்கு ராகு காலத்தில் திட்டமிட்ட நாட்களிலும், வாழைப் பழக்கூடை வாங்கிப் படைத்த சமயத்திலும், மசூதியில் ஓதியபோதும் காண முடியாத தெளிவு மகள் முகத்தில் தீற்றியிருந்தத்து. சொல்லவோ, வெளிப்படுத்தவோ முடியாத வாஞ்சையோடு சுமிக்காக வாழைக்காய் பஜ்ஜியும், மிளகாய்க் குழம்பும் வைத்தாள். பூண்டு, வெங்காயம், இஞ்சி, பச்சை மிளகாய்க் பொடியாய் நறுக்கி, நிறைய நல்லெண்ணெய் விட்டு வதக்கி, புளி கெட்டியாய்க் கரைத்து ஊற்றி, கொதிக்க வைத்து மிளகாய் குழம்பை இறக்குமுன் வந்த வாசனை சுமியை அடுப்பாங்கடைக்கே கூட்டி வந்துவிட்டது.

தட்டில் மினுமினுக்கும் பஜ்ஜிகளும் சட்னியுமாக வைத்து, “சாப்பிடு சுமி” என்றாள் பொய்யற்ற பிரியத்தோடு.

“மிளகாக் குழம்பு சித்தி”

“அது சோறு வச்சப்புறம்”

ஜகி பேனாக்களுக்கு மையூற்றிக் கொண்டிருந்தாள் சிரத்தையாக, கவனமாக, நிதானமாக. பட்டாசாலையின் எல்லா விளக்குகளும் பிரகாசித்தன. பொன்னி ஜகியை, நெருங்கி உட்கார்ந்து கொண்டு, அவளைத் தொடலாமா, கூடாதா என்ற சந்தேகம் திரள, அவளுக்கு புத்தகம், நோட்டு அடுக்க உதவினாள்.

"ஸ்கூல் மொத்தமும் உன்னத் தேடுது"

"அப்புடியா?"

"ஆமா, முக்கியமா ராதிகா, வான்மதி, பூங்குழலி, நாகராணி மிஸ்"

"இலவ மரம், வேப்பம் பூ, இட்லிப் பூ, மஞ்சக் கண் மைனா இதெல்லாம்?" - ஜகி கேட்டாள்.

பொன்னியின் முகத்தில் அற்புதமான புன்னகை மலர்ந்து, அது தொடர் சங்கீதம் போல் பவானி, தனராணி, தம்பி, எல்லோர் முகத்திலும் படர்ந்தது.

பவானி கண் சுருக்கி, "ஜகி ஏன் இத்தன நாள் ஸ்கூலுக்கு வரல? இப்ப ஏன் வர்றா?" என்றதும் அவளை முதுகில் செல்லமாக மொத்தினார்கள் பொன்னியும், சுமித்ராவும்.

69

சாலை அந்த இடத்தில் முடிந்து ஒடிந்து பல பிரிவுகளாகக் கிடக்கும். டீக்கடை பாய்லரில் பால் கொதித்தபடியே இருந்தது. கொதிக்கும் டிகாஷனை வார்த்தாற் போல் கண்ணாடி டம்ளர்களில் வரிசையாக ஊற்றிக் கொண்டிருந்தார் கடைக்காரர். கொலுசுகளின் ஒலி கேட்டது. சலசலக்கும் மைனாக்கள் போன்ற பேச்சுச் சத்தம் கடையையும், அதையொட்டி நின்றும் ஆண்கள் கூட்டத்தையும் பார்த்ததும் சொல்லி வைத்தாற் போல் சட்டென்று நின்றது. அந்தக் கொலுசொலிக்காகக் காத்திருந்தது போல் பையன்களின் அரட்டையும் நின்றுவிட்டது. புத்தக அடுக்கைப் பிடித்திருந்ததால் மெல்லிய விரல்கள் இறுகின. முகங்கள் தாழ்ந்தன. இமைகள் சிறபங்களுடையது போல் குனிந்து விட அந்த இடத்தைக் கடந்துவிடவேண்டும் என்று தவித்து வேகமுற்றன.

“அசைவேயற்ற உதடுகளிலிருந்து ஒரு மெல்லிய பாடலைக் கேட்டது போல் உணர்ந்தேன். அவள் பாடினாளா? நடந்த ஐந்து பெண்களிலும் உயரமானவள். நிறமானவளும். கூட நிறம் இருந்தால் எட்டுக்கோணலையும் மறைச்சிடும்” என்பாள் பாட்டி. அவள் பளீரென்ற வெண்மஞ்சள் சருமத்தினள். என்னைக் கடக்கும் போது ஒரேவொரு கணம் அவள் கண்களைப் பார்க்க முடிந்தால் நன்றாகயிருக்குமே, என்ற எண்ணத்தில் இருந்து உதித்த கற்பனை. அவள் இமைகள் தாழ்ந்தே இருந்தன. என் உடலை உறைவிக்கும் வலிமை அந்தப் பார்வைக்கே இருந்தது. நீண்ட நெடுநேரம் நண்பர்கள் என் பெயரைச் சொல்லித் திரும்பத் திரும்ப அழைத்தும் நான் என் நிலைக்கு மீளவில்லை.

“டேய் அழகேசா, என்னடா ஆச்சு?” என்றான் குமார்.

“அந்த நீலத் தாவணி”

“போற அஞ்சு பேருமே நீலக் கலர் தாவணி தாண்டா. கேர்ள்ஸ் ஸ்கூல் யூனிபார்ம்டா அது!”

“இல்லடா. அவ மட்டுந்தான்டா நீலத் தாவணி போட்டிருந்தா”

“போச்சுடா வேணான்டா”

ஒரே மாதிரியாக கத்தி கலாட்டா செய்தனர்.

“டேய், அஞ்சு பேர் ப்ளூ தாவணி. அதுவும் ஒரே பாடாவதி ப்ளூ. அது இவருக்கு அப்படியே அற்புதமான நீலமாத் தெரிஞ்சிருக்குமே”

“அப்படித்தான்டா தோணுச்சு. நான் அவளை மட்டும்தான் பார்த்தேன்.” என்றான் கனவில் பேசுவது போல்,

“எவடா அவ ?”

“தெரியலடா”

“எந்தப் பக்கம் நடந்து போனா ?”

“தெர்லடா”

“அவ ஒன்னியப் பார்த்தாளா ?”

“பார்த்த மாதிரி தோணுச்சு”

“ஏதாவது குறிப்பிட்ட அடையாளம் சொல்டா”

“அவளுக்கு அவதான்டா அடையாளம்.”

“டே, ஆரம்பிச்சுட்டான்டா டேய்” கிண்டலும் சிரிப்பும் டீக்கடையைப் பிய்த்தன. “ஒண்ணும் தேறுற மாதிரியில்லையே. எவடா இவன் சொல்றான் ? அதான் தெரியலங்கறான். டே, மாப்பிள பார்த்துடாயப்பா பத்திரமா கொண்டு போய் வீட்ல சேர்த்துடுங்கப்பா. ஆள் ஒரு மார்க்கமாத்தேன் இருக்காப்ல.

“அந்த முகத்தை நான் இவர்களுக்கு எப்படி அடையாளம் சொல்வேன். தந்த நிறப் பாதங்கள் அவற்றை வளைத்திணைத்த ஜால்ராக் கொலுசுகள் அவற்றில் திருகாணியருகே மட்டும் தொங்கிய ஐந்தே ஐந்து வெள்ளி முத்துக்கள். மருதாணியின் ஆரஞ்சு பதித்த உள் அமுங்கிய சிறிய நகங்கள். சுண்டு விரல் நகம் எவ்வளவு அழகாக இருந்தது ஆனால் ஒரு நொடிதான் அது கடந்துவிட்டது.”

“டேய், பேந்தப் பேந்த முழிக்கிறான், பாருடா.”

“நாளண்ணிக்கு லீவ் முடிஞ்சு காலேஜ் திறக்கிறான்டா. இந்தச் சோலியே வேணாம்டா, பஸ்ஸப் பார்த்து ஏறிப் படிக்கிற வழியப் பார்ப்போம்.”

“நாளைக்கு இதேநேரம் டீக்கடைக்கு அவளப் பார்க்க வருவேண்டா.”

“வேண்டான்டா டேய்” குமாரும், சேகரனும் மாறி மாறித் தோளில் அடித்துத் தட்டிக் கலாட்டா செய்தனர்.

“இத்தனைக்கும் அவள் என்னை நிமிர்ந்துகூடப் பார்க்கவில்லை. அந்த நீள் வட்ட முகமும், தாழ் இமைகளும் எதையோ சொல்லிக் குவிந்தாற் போன்ற உதடுகளும் என்னுள் எதை அசைத்து விட்டுப் போயிருக்கின்றன. நாளை மறுநாள் கல்லூரிக்குக் கிளம்ப வேண்டாம். அது நகரம், அங்கே இல்லாத அழகுகளா? இந்த ஒடிசலான உடம்பிலும் நிமிராத பார்வையில் தான் எதைக் கண்டேன்? ஏன் மனம் மறுபடி மறுபடி அந்த முகத்தையும் பாதத்தையும் மடித்துக் கட்டிய ரெட்டைப் பின்னல்களையும் கனகாம்பரச் சரத்தையும்...”

“டேய் சேகரா, கண்டுபிடிச்சிட்டேன்டா...”

“என்னடா”

“அவ தலைல கனகாம்பரம் பூ வச்சிருந்தாளா காலைலயே வச்சிருக்கணும். ஆனா இப்பத்தான் செடியில இருந்து பறிச்சுத் தொடுத்தது மாதிரி அவ்வளவு புத்தம் புதுசா வாடாம இருந்துச்சுடா”

“ச்சே, இம்புட்டுத்தானாக்கும்.”

“டே, நான் கண்டுபிச்சுட்டேன்டா.” என்றான் குமார்.

“என்னடா?”

“ஒருவேளை ஸ்கூல் பெல்லடிச்சதும் கனகாம்பரச் செடிக்கிட்டப் போயிப் பறிச்சுக் கட்டித் தலைல வச்சுக்கிட்டு வந்திருப்பாளோ?” என்றான் கிண்டலாக. இப்போது நான் அவனை முதுகில் அறைந்தேன். வீடு வந்துவிட்டது.

"போடா போ. போய்ச் சாப்பிட்டுப் படுத்துத் தூங்கு" என்று இருவரும் விடை பெற்றார்கள். நான் அசுவாரஸ்யமாக உள்ளே நுழைந்தேன். "இம்புட்டு நேரமா தம்பி. பின்பக்க வாசல் திறந்துதேன் இருக்கு. கைகாலக் கழுவிட்டு வந்துரு" என்றாள் அம்மா தங்கலட்சுமி.

அவள் முகத்தை ஏறிடக் கூச்சமாக இருந்தது. அவளுக்குத் தெரியாததை தெரிவிக்கவும் முடியாத எதுவோ ஒன்று புதிதாய் எனக்குள் முளை விட்டிருக்கிறது. வழக்கமாக எதையும் அவளிடம் பகிர்ந்து கொள்ளுபவன் இதை மட்டும் திரையிட்டு மறைக்கிறேன். என்ன இவன் ஒரு மாதிரி பேஸ்த்தடிச்சாப்பல இருக்கான்? அம்மா யோசித்தபடியே அடுப்படியை நோக்கி நடந்தாள்.

"வழக்கமாக இருபது இட்லி சாப்பிடும் பிள்ளை இன்று இரண்டு இட்லியை வட்டிலில் வச்சுக்கிட்டு திருதிருன்னு முழிச்சிக்கிட்டு இருக்கானே. என்னான்னு தெரியலயே? என்னடா இட்லியைப் பிசைந்துக்கிட்டே உட்கார்ந்திருக்கே?"

"பசியேயில்லம்மா."

"ஏன்டா?"

"சாயங்காலம் சேகரன் கொத்து புரோட்டா வாங்கித் தந்தான்."....

"சரி, சரி நான் என்னமோன்னு பயந்துட்டேன்"

அவள் கையில் அடுக்கியிருந்த புத்தகங்கள் இடது கை மடிப்பில் வரிசையாக இருந்தன. அவள் முகம் புத்தகங்களுக்கு மேல் பூத்த தாமரை போல் இருந்தது. அவள் இந்த ஊரில்தான் இருக்கிறாளா? இவ்வளவு நாள் இதே இடத்தில்தான் வசிக்கிறாளா? எப்படி என் கண்ணில் படாமல் போனாள்?

ஒரேவொரு கணம் மட்டும் அவள் கண்களை மலர்த்தி என்னைப் பார்த்து இருக்கக் கூடாதா? அவளுடைய இமைகள் மிகச் சிறிய பறவையொன்றின் குவிந்த இறக்கை போல மூடிய மலர் மொட்டுக்கள் போல இருந்தன. அதில் மெல்லியதாக ஐ லைனரால் ஒரு கோடு வரைந்திருந்தாள்.

தங்க லட்சுமி மிகவும் பயந்து போனாள்.

“டேய் ஏண்டா கூப்புட கூப்புட ஒண்ணும் பேசாம வச்ச இட்லியைச் சாப்புடாம இப்படி உக்காந்திருக்கே.”

“அம்மா எனக்கு உன் இட்டலியும் வேணாம், இடாத எலியும் வேணாம்.” என்று சட்டென்று வட்டிலில் கை கழுவினான். தங்க லட்சுமியின் முகம் விழுந்து விட்டது. இப்படிக் கடுகடுவென்று என்னைக்குமே அவன் பேசியதில்லையே. அய்யோ, என் பிள்ளைக்கு யாரோ பில்லி சூன்யம் வச்சுட்டாங்களோ? அவள் முகம் கோணுவதை ஒரு நொடி நின்று கவனித்தவன் மிகவும் இறக்கிக் கொண்டு,

“அதான் ப்ரெண்ட்ஸோட சாப்பிட்டேன்னு சொன்னேனேம்மா, வயிறு வேறு சரியில்ல, நீ வேற நை, நைங்கிற. கொஞ்ச நேரம் வாய மூடிக்கிட்டு என்னைத் தனியா விடேம்மா.” அவள் மறுபடி முகம் சுருங்க அடுப்படிக்குப் போய் விட்டாள். அவன் தன் அறைக்குப் போய் கட்டிலில் குப்புறடித்துப்படுத்துக் கொண்டு மறுபடி மறுபடி அவள் முகத்தை நினைவில் மீட்டினான். சட்டென்று அவள் முகம் எப்படியிருக்குமென்பதே மறந்தாற் போல் இருந்தது. சுத்தமாக அதை ஞாபகத்தில் வரையவே முடியவில்லை. புத்தக அடுக்கைப் பிடித்த விரல் நுனிகளின் சிவப்பும், பாதங்களின் வெண்மஞ்சள் வளைவும் அதைச் சுற்றிய வெள்ளி ஜிலேபி கொலுசும் தான் நினைவில் வளைந்தன. மொத்தமாக அவளுருவம் நினைவில் இல்லை. நெற்றியைத் தட்டிக் கொண்டு யோசித்தான். புரண்டு புரண்டு படுத்தான். அவன் தூங்காமலேயே அந்த இரவு ஓடியது.

70

“அந்த மளிகைக் கடைக்காரன் வீட்டுப் பொண்ணு. அரிசி, பருப்பு, வத்தல், வெங்காயம் மொத்த யாவாரம் செய்றாரு. அவ அப்பா.”

“அவ பேர் என்னடா.”

“அது தெரியலப்பா.” என்றான் குமார், பொய்யாக.

“டேய், உனக்குத் தெரியும் அவ பேரச் சொல்லடா.”

“சொல்ல மாட்டேனே.”

“தயவு செய்து சொல்லுடா”

டீக்கடைக்காரர் ஒரு சரடு நுனியில் நெருப்பு கங்கு தொங்க விட்டிருந்தார். அது நீளக் கங்கு ஜொலிக்கும் சிவந்த நாகம் போன்று இருந்தது. அது காற்றில் அசையும் போதெல்லாம் சேகருக்கு மனம் படபடவென்று வந்தது. மரப்பலகை நுனியிலோ செய்தித்தாள் அடுக்குகளிலோ பட்டுப் பற்றிக் கொண்டு விடுமோ என்று குமார் மிக நிதானமாக தன்கையிலிருந்த சிகரெட்டை அந்தக் கொச்சைக் கயிற்று நுனியில் கனலும் பொறியில் பற்ற வைத்துக் கொண்டான்.

“அவ பேர் வந்து வெள்ளையம்மா” குமார் கிண்டலடித்தான். நம்ப முடியாமல் அழகுவின் முகம் சுண்டியது.

“டேய் விளையாடாதே”

“இல்லல்ல. முனியம்மா.”

“ஏண்டா டேய், ஏண்டா முனியம்மான்னு இருந்தால் அவள் மீதிருக்கும் தெய்வீகக் காதல் போய்டுமா. ? ஆனாலும் அவ பேர் மீனாட்சி, காமாட்சி, கருப்பாயி, வீராயி ஏதோ சம் எக்ஸ், ஒய், இசட், அப்டி இருந்தா உன் காதல் இல்லைன்னு ஆய்டும். அப்ப அவள் பேரயாடா காதலிக்கிற. காதலுக்குப் பேர் எதுக்குடா ?”

உண்மைதான். அவளுக்குப் பேரே தேவையில்லை. நிஜத்தில் எந்தப் பேரும் அவளுக்குப் பொருந்தாது. அவளுக்கு எதற்குப் பெயர்? ஒவ்வொரு நட்சத்திரமும் நதியின் அலையும் சாலையோரம் பூக்கும் குட்டி மஞ்சள் பூவும் பேரோடா இருக்கிறன? அவள் அவள் தானே.

"சரி, சொல்லாதயா"

"ரொம்பக் கோவிச்சுக்காதடா"

"அவ பெயர் சொல்லுடா."

"அவளோட பெயர் சொல்லித்தொலடா, சனியனே."

"அவள் பேர் பொன்னி, பொன்னீஸ்வரி. அவ அக்கா பேரு ஜெகதீஸ்வரி. தங்கச்சி பேர் பவானி. அம்மாவோட பேர் தனராணி, காளியம்மன் கோயிலுக்குப் பக்கத்தில் அவங்க வீடிருக்கு. செவன்த்தான் படிக்கிறா."

"செவன்த்தா? நல்லா விசாரிச்சியா?"

"ஆமா. செவன்த் சி செக்ஷன்."

"செவன்த்னா. ஆனா நல்ல வளர்த்தியா இருக்காளே."

"ஏன்டா, அவகிட்ட அப்படி என்னத்தடா கண்ட? இதவிடப் பிரமாதமான அழகியெல்லாம் மேலக் கோபுர வீதியில் இருக்கே"

"அவள் அழகிதானே இல்லியா?" மிகுந்த ஆவலுடன் கேட்டான் அழகேசன்.

"அப்படியொண்ணும் தெரியல. அதுக்கு நீ அந்த புனிதாவைக் கூட முயற்சி பண்ணலாமா? என்னைக் கேட்டா இவளுக எல்லோருமே ஊசியில் நூல் கோக்க விட்டிருவாளுங்க பேசாம நாமுண்டு படிப்புண்டுன்னு இருக்கிறதுதான் நல்லது" என்றான் குமார்.

"டேய் வர்றாடா வர்றாடா"

அழகேசன் தவித்தான்.

உமா மகேஸ்வரி

குமார் அலட்சியமாகச் சிகரெட்டை ஊதுவது போல ஒருத்தியையும் பார்க்காது போல் கும்பலாக நடந்த கொண்டிருந்த ஏழெட்டுப் பேரையும் அணுஅணுவாகப் பார்த்தான். அழகுவின் கண்கள் ஒரேவொரு முகத்தையே உற்றுப் பார்த்தன. உதடுகள் "அவதாண்டா அவதாண்டா" என்று அனிச்சையாக முனகின.

டீக்கடை வந்ததும் கண்கள் இன்னும் திசை நோக்கின. கால்கள் வேகமெடுத்தன. ஓட்டமும், நடையுமாக தாங்கள் கவனிக்கப்படுவதை அறிந்து பூஞ்சிவப்பு கன்னங்களில் பரவ எதையோ தவிர்க்கவும் தப்பிக்கவும் விரும்புவதாகவும் அதே சமயம் அதிலேயே மனம் தோய்வதாகவும் குமையும் பதறக் காலடிகள்.

''காலடித் தாமரை நாலடி நடந்தால் காதலன் உள்ளம் புண்ணாகும்''

"அப்படியெல்லம் இல்லை" என்று முனகினான் அழகேசன். அவனுக்கு அறுதியிட்டுச் சொல்ல முடியவில்லை.

வீட்டுக்குப் போய் அறைக் கதவுகளைத் தாளிட்டுவிட்டு படுக்கையில் சரிந்து போர்வைக்குள் தன்னை நுழைத்துக் கொள்ள வேண்டும் போலிருந்தது. என்னைப் பார்த்தாள் நிச்சயமாக. இவங்களுக்கு என்ன தெரியும்? என் மன நுனியில் அவளைத் தொடக் கூட முடிகிறது. ஆம் அவளைத் தொடுகிறேன். ஒருவரும் அறியாமல். உண்மையில், அவளுக்குக் கூடத் தெரியாமல். அவள் கண்கள் சிறிய நட்சத்திரங்கள் போல என்னுள் குளிரும் வெப்பமான கதிர்களைப் பரப்பின.

சிறிய மொட்டுப் போன்ற மார்புகள்;அந்த நீலத் தாவணி விலகி அவை தெரிகின்றன. துருத்திக் கொண்டிருக்கும் தாடையைக் கடிக்கும்போது இறுக்கமுற்றுப் பளபளக்கும் தோள் பட்டை எலும்புகள் புத்தகச் சுமையில் லேசாகச் சிவந்ததுபோல் தோன்றும். மிகவும் மெலிந்து, வெளுத்த கை மடிப்புகள். நீலத் தாவணிக்கும், நீண்ட ரவிக்கைக்கும் இடையே ஒரு அங்குலம் மட்டுமே தெரியும் இடுப்பின் வழவழப்பு. கண்களை இமைக்காமல் உட்கார்ந்திருந்தேன். என்னைச் சேகரும், குமாரும் வேடிக்கையாகக் கவனிப்பதை உணரவே உணராமல் ஒருவரையொருவர்

பார்த்துப் புருவத்தைத் தூக்கிக் கொண்டு புன்னகைத்து பொத்துக் கொண்டு வரும் சிரிப்பை மிகவும் சிரமப்பட்டு அடக்கிக் கொள்கிறார்கள்.

அவர்களுக்கு எங்கே புரியப் போகுது என் அவஸ்தை? நோயும் அவளே. நோய்க்கு மருத்தும் அவளே - நாடக பாணியில் வானத்தைப் பார்த்துக் கைகளை உயர்த்திச் சொன்னான். சேகரன் அடக்கமாட்டாமல் சிரித்து விட்டான். ''சரி கிடக்கறதெல்லாம் கெடக்கட்டும். மூட்டையைக் கட்டிக்கிட்டு நாளக்கி ஊர விட்டுப் படிக்கப் போற வழியப் பாரு'' என்றான் குமார்.

“நான் காலேஜிக்கு வரல” என்றான்.

“பெறகு?”

“அவளப் பார்க்காம என்னால இருக்க முடியும்னு தோணலை.”

“நீங்க ரெண்டு பேரும் போங்க. நான் ஒரு நாலு நாள் கழிச்சு வறேனே.”

“சரி. நானும் உங்களோடவே வரேன். ஆனால் நாம் நாளக்கிப் போகாம நாளான்னிக்குப் போலாமா?” மறுபடி ஒருவர் முகத்தை ஒருவர் பார்த்துக் கொண்டு என்னை என்னவோ போல் உற்றுப் பார்த்தார்கள். நான் தலையைக் குனிந்து கொண்டேன்.

“ஒண்ணு வேணா செய்யலாம்.” சேகரன் கட்டைச் சுவரில் கால் மேல் கால் போட்டபடி உட்கார்ந்து கொண்டு சொன்னான்.

“என்ன” என்றோம்,

“அதை நான் நாளக்கிச் சொல்றேன்.”

“இவன் ஒருந்தன் வந்து சேர்ந்திருக்கானுங்க பாரு.” குமார் அலுத்துக் கொண்டான்.

எழுந்து நடக்க ஆரம்பித்தோம். வீடிருக்கும் தெரு நெருங்க நெருங்க மனதில் வெறுப்பும் வேண்டாமையும் பெருகின. நாளக்கி காலை அவள் பாதையில் பள்ளிக்குப் போகும்வரை அதே இடத்தில் உட்கார்ந்து காத்திருக்கலாம் போலிருந்தது.

“இவன் இங்கயே இல்லடா” - சேகரன் திடீரென்று கிண்டலையும் கேலியையும் கை விட்டு உண்மையான வாஞ்சையோடு சொன்னான். வீடு நெருங்கிவிட்டது. அம்மாவின் காத்திருப்பும் அவள் பிரியமான உபசரிப்பும் கூட எரிச்சலைத் தந்தன. இன்று உள்ளே நுழைந்த உடனேயே சாப்பிட்டு வந்துவிட்டதாக சொல்லிவிட வேண்டும். சாப்பாடு கூட பிடித்தமானதாக இல்லை. என் சகல செயல்களையும் பொன்னி ஆக்கிரமித்துவிட்டாள்.

“சாப்பாடு கூட ஒப்பலடா.”

“எப்படி ஒப்பும்?”

“உணவு செல்லவில்லை சகியே, உறக்கம் கொள்ளவில்லை. மனம் விரும்பவில்லை. மயக்கம் வந்தது. தாயினைக் கண்டபோதும் தள்ளிடத் தோணுதடி கோலக் கிளி மொழியும் செவியில் குத்தலெடுத்தது. நாலு வைத்தியரும் இனி நம்புதற்கில்லையென்றார். பாலத்து ஜோசியனும் கிரகம் படுத்துமென்று விட்டான்.”

“வேண்டாம்டா. என்னைக் கேலி பண்ணாதீங்க” என்றேன், உண்மையான வேதனையோடு.

“சரிடா, நாளக்கிக் காலைல பார்ப்போம்.”

“நாளக்கிக் காலேஜிற்கு போய்தான் ஆகணுமா?”

“அத நாளக்கி முடிவு பண்ணுவோம்.”

“இன்னொரு விஷயம். உன் ஆளும் அந்த அஞ்சாறு பெண்களும் ஏதோ ஸ்பெஷல் கோச்சிங்காக ஸ்கூல் முடிஞ்சு ஒரு டீச்சர் வீட்டுக்கு ஒரு மணிநேரம் போனாங்க. அதனாலதான் ஸ்கூல் விட்டு டீக்கடை தாண்டி ஒரு தெரு நடை. இல்லாட்டி இனிமே ஸ்கூல் பஸ்ஸில் உள்ளேயே ஏறித்தான் வீட்டுக்குப் போவாங்க. இன்னையோடு அந்த வகுப்பு முடிஞ்சதாகக் கேள்வி. அப்ப நீ இனிமே அவளைப் பார்க்கக் கூட முடியாது.” என்றான் சேகரன்.

“என்னடா. பேச்சயே காணோம். சரி, சரி ஏதாச்சும் ஒருவழி பண்ணுவோம். ஆமா, இந்தப் பாடு படுறியே, சும்மா கொஞ்ச நாள் பார்த்துட்டு முடிஞ்சா போட்டுட்டு அப்புறம் கழட்டறதுக்குத்தான? நீ என்ன அவளக் கட்டிக்கிடவா போற.” என்றான் குமார்.

“ச்சே, என்ன பேச்சுப் பேசுறடா, நான் அவள உயிருக்குயிரா நேசிக்கிறேன்டா.”

“அப்படின்னா என்னடா?” சேகரன் இடக்காகக் கேட்டான்.

“அப்படின்னா. வாழ்ந்தா அவளோடு, இல்லைன்னா சாவுதான்.” தீவிரமாகச் சொன்ன என்னை இருவரும் கவலையோடு பார்த்தார்கள். உடனேயே சேகரனின் குரல் நகைச்சுவை இழையோடியது.

“அது வந்து இன்னாது ‘காதல் காதல் காதல்; காதல் போயின் சாதல்.’ அது மாதிரியா?”

“ஆமாம்”

“இல்லடா, இது மணந்தால் மகாதேவி, இல்லையேல் மரண தேவி” அந்தமாதிரி வசனம் பேசினான் குமார்.

“போங்கடா. நான் வீட்டுக்குப் போறேன்.”

“சரி சரி. கோபம் கோம்பை நாய்க்கு மாதிரி வந்துடாம. போயிச் சாப்பிட்டுட்டு நிம்மதியாகத் தூங்கு.”

தலையாட்டினேன். உள்ளே நுழைந்ததும் சாப்பிட்டு விட்டு வந்ததாக அம்மாவிடம் சொன்னேன். என் அறையில் வந்து குப்புறப் படுத்துக் கொண்டு தூங்க முயன்றேன். முடியவில்லை. அவள் முகமே மனதில் நின்றது. இன்னும் குழந்தைத்தனம் மாறாத முகம். ஏழாம் வகுப்பென்றால் சிறுமிதானே? வயசுக்கே வந்தாளோ என்னமோ.

மனத்திரையில் வந்து போர்வைக்குள் என்னை நுழைத்துக் கொண்டேன். ஜில்லென்று பனி பெய்தது. குளிரில் உடலும் மனமும் நெக்குவிட்டு அவளையே நினைத்தேன். இதோ என்னருகில் மிக அருகில் இருக்கிறாள். வெறும் காட்சி ரூபமாக இல்லை, உடலும், உயிரும் நிரம்பிய

பெண்ணாக. கண்களை விரியத் திறந்தேன். அவள் முகம் மனதை விட்டு அகலவில்லை. சற்றே ஒட்டிய நீண்டு மெலிந்த முகம். நான் கண்டேயிராத ஒரு புத்தம் புதிய புன்னகையை எனக்கென, எனக்கே எனக்கென அவள் உதடுகள் சூடிக் கொண்டிருக்கின்றன. முழுமையாக உதிக்காத புன்னகை. வளைந்த கழுத்து. மிக மென்மையான சருமம். அதில் மின்னும் வியர்வையின் பொற்கோடு. சந்தனத்தால் ஆன மெல்லிய தோள். எலும்புகளுக்குக் கீழே அந்த மார்புகள் சற்று தெரிய எலுமிச்சை பழங்கள் போல அவற்றை மிகவும் கவனமாக பார்த்து நிற்கும் நீல நிறத் தாவணியின் சல்லாக் கரை. அதை நொடிக்கு நொடி மென் சிவப்பு விரல் நுனிகளால் சரிசெய்தபடியே இருப்பாள். குளிர் என் மேல் பரவியபோது அந்த விரல் நுனிகளை என் மேல் உணர்ந்தேன். இருளில் அவை அசையும் போது அவளுடைய துளிர்க்காத காம்புகள் என் நெஞ்சில் சுட்டன. என்ன பைத்தியக்கார கற்பனைகள் என்று என்னையே நொந்து கொண்டேன்.

அம்மாவின் அறையில் மின் விளக்கின் வெளிச்சம் தெரிந்தது. அவளுடைய உறக்கமில்லாத புலம்பலில் என்னைப் பற்றிய கவலை இருப்பதை என்னால் உணர முடிந்தது. ஆனால் நான் எதுவும் செய்ய இயலாதவனாக இருந்தேன். அப்பா சட்டையைக் கழற்றி ஆணியில் மாட்டுகிறார்.

"நாளைக்குக் கிளம்புறானா, ஓம் சீமந்த புத்திரன்" விளையாட்டாகக் கேட்டார்.

"ம், ம்," என்ற அம்மாவிடம் "என்ன? அம்மாவுக்கும் புள்ளைக்கும் லடாயா?"

"அப்படியொன்றுமில்லை. அவனுக்கு மேலுக்கு சேட்டமில்ல போலத் தெரியுது"

"என்னவாம்?"

"வயிறு சரியில்ல போல."

"அவ்வளவுதானே. நாலு நாள் காயப் போட்டா தன்னால சரியாகுது." அப்பா சொல்லி முடிக்கும் முன் தொலைபேசி அடித்தது.

“மூத்தவனாயிருக்கும்” என்றாள் அம்மா. “போய் எடு.”

“என்னப்பா, எப்படியிருக்கே, சாப்பிட்டாயா? மருமவ என்ன செய்றா?” போன்ற வழக்கமான குசல விசாரிப்புகள்.

“அழகேசா, டேய் அழகேசா” அம்மாதான். நான் தூங்குவது போல் மூச்சைப் பிடித்து அசையாமல் படுத்திருந்தேன்.

“அண்ணன் போன் பண்ணிருக்கான்டா, பேசுறியா?”

நான் பதிலே சொல்லவில்லை. அப்பா தாழ்ந்த குரலில் என்னமோ பேசிக் கொண்டிருந்தார். “தூங்கிட்டான் போல” அம்மா தனக்குத்தானே சொல்லிக் கொண்டாள். அப்பா ரிசீவரை வைக்கும் சத்தம் கேட்டது.

அறையை நெருங்கும் அவரது காலடிகள் கதவுத் தாழ்ப்பாளைபோடாமல் வெறுமனே சாத்தி தொலைத்திருக்கின்றேன். அவர் கதவை தள்ளித் திறந்துவிட்டு உள்ளே வருகிறார். நான் அசையாமல் இறுக மூடிய விழிகளோட கிடக்கிறேன். இடுப்பில் ஊன்றிய கையோடு மூடிய கைகளோடு அவர் நிழல் என் மீது படிய அது என் உடலோடு பிணைந்த அவள் பிம்பத்தை கலைத்து விடுமோ என்று அஞ்சினேன். அவளை இறுக அணைத்துக் கொண்டேன். அவள் தலையைப் புரட்டி முகத்தை என் நெஞ்சில் பதித்து செல்லப் பிராணி போல் தன் சிறு தேகத்தை உருட்டி “ங், ங்” என்று சிணுங்கி குளிர்ந்த கன்னங்களை என்னோடு சேர்த்துப் படுத்திருந்தாள். அவளுடைய சன்னமான குரலைக் கூட கேட்டு விடுமளவுக்கு அப்பாவின் காதுகள் கூர்மையானவை. குனிந்து அவள் இதழ்களை என் உதடுகளால் பொத்தினேன். ‘ம், ம்’ என்கிறாள்.

என் பாதத்தை ஒற்றை விரலால் தொட்ட அப்பா யாரோ போல் இருந்தார். இந்த நள்ளிரவில் “என் தனிமைக்குள் எட்டி வைத்து என் கனவில் நுழையப் பார்க்கும் தாங்கள் யாரய்யா?” அவர் “ தூங்கி விட்டான், உடம்பொண்ணும் சுடல.” என்று போர்வையைச் சரி செய்தபோது நான் லேசாக அசைந்துவிடுவேன் போலிருந்தது. இப்போது அவள் தன் மெலிந்த கைகளால் என் தோள்களைக் கட்டி இறுக்கினாள். அவளைத் தழுவினேன்.

அம்மா மெதுவாகத் திரும்பி நடந்து கதவைச் சாத்தி விட்டுப் போனாள். "போய்த் தொலைஞ்சாருடா. லட்டுக் குட்டி கதவைத் தாழ்ப்பாள் போட்டுட்டு வந்துடறேன்." அவளிடம் கேட்டேன். அவளுக்கு அந்த நொடி கூட என்னைப் பிரிய மனமில்லை போலும். 'ம்ஹூம்' என்றாள் அவள்.

அவளின் சிறு உதடுகள் பனி மடல்கள் போல் என் மார்பில் பட, சிலிர்த்தேன். இந்த அவள் உண்மையிலேயே காலையில் கண்ட அவள் தானா? என்னை நிமிர்ந்து கூட பார்த்திராத அவளும் ஒரு நிமிடம் கூட விட்டு விலக மனமில்லாத இவளும் ஒரே பிம்பத்தில் இரு சாயல்கள் தானா? இல்லை. இவள் அவள்தான். கூந்தலின் நெளிவில் என் விரல்களை ஓட்டினேன். அவள் கண்கள் கிறங்குவது தெரிந்தது. அதை விடி விளக்கின் வெளிச்சத்தில் முத்தமாகக் கூட்ட முடிந்தது. நான் படுத்தவாறே அண்ணாந்து அதை ஊதி அணைத்தேன். அவளுடைய மெல்லிய நீல நிறத் தாவணி தோளிலிருந்து நழுவியிருந்தது. இப்போது அதை அவள் சரி செய்ய முயலவில்லை. நான் அதை மிகமிக மென்மையாக உருவி எறிந்தேன். கட்டில் விளிம்பில் போய் அது சுருண்டது. அவள் இன்னும் என்னோடு நெருங்கினாள். என் உடல் எழுச்சி கொண்டது.

71

தனராணி, விஜிதா எல்லோருமாய் ஒரு கல்யாணத்துக்குக் காரில் போய்க் கொண்டிருந்தார்கள். தனராணி சின்னப் பையனை மட்டும் தூக்கிக் கொண்டு வந்திருந்தாள். "மூணு சனியனுகளுக்கும் லீவ் வேற. வீட்டை வெளியே பூட்டிப் போட்டுட்டேன்." என்றாள் விஜிதாவிடம்.

"பெரிசு எட்டாப்போ என்னமோ போறான்னு நினைக்கிறேன். இன்னும் சடங்காவலையே விஜி"

"எட்டுப் படிக்கிற வயசில்லயே அதுக்கு. பொம்பளப் பிள்ள தானேன்னு சீக்கிரமே ஸ்கூல்ல போட்டாச்சு."

"இவருதான் கேக்கப் போனாரு. பொறந்த வருஷம் மாசம் எல்லாம் மாத்தி எழுதியிருக்கு."

"எந்தப் பிள்ளைக்கு பொறந்த சர்டிபிகேட் வாங்கினோம்? அவளுக்கு இன்னும் வயசிருக்கு. பைய ஆகட்டுமே."

"ஆமாமா" என்று ஆமோதித்தாள் தனராணி. "ஆளுந்தேன் நறுங்கி இருக்கா. சரியாச் சாப்புடறதுமில்ல."

"எள்ளும், வெல்லமும் இடிச்சு உருண்டை பிடிச்சுக் கொடுத்தா சீக்கிரம் ஆகும்பாங்க. ஆனா, அதுக்கென்ன அவசரம்? அதுவாட்டுக்கு இருக்கட்டும். சரிசரி" என்றாள் தனராணி. "வத்தலக்குண்டு வர இன்னும் எவ்வளவு நேரம், தனக்கா?" கேட்ட விஜியிடம், "யார் கண்டா, தெரியாதே" என்றாள் தனம்.

"அம்மாவும் ஊருக்குப் போய்ட்டாங்க" என்று மெத்தை மீது ஏறி நின்று குதித்துக் கூப்பாடு போட்டாள். பவானி அவளை 'சத்தம் போடாதே ப்ளீஸ்' என்று கெஞ்சினாள்.

அவள் கேட்பதாயில்லை. 'தம்தம்' என்று பொன்னியும் ஜெகதீஸ்வரியும் கூட, உற்சாகமான மனநிலையில் தான் இருந்தார்கள். அம்மா, சித்தி,

பெரியம்மா யாருமே இல்லாத தெரு. பள்ளிக்கூடமும் டீச்சர்களும் கூட இல்லை. அப்பாவும் கடையில் இருக்கிறார். டி.வியை இறக்கி வைத்து அலற விட்டாயிற்று. அதற்கும் மேல் சத்தமாகப் பாடிக் கொண்டிருந்தது. இலங்கை ஒலிபரப்பு வானொலியில். உங்களிடமிருந்து விடை பெற்றுக் கொள்வது உங்கள் அன்புத் தொண்டன் என்றது ஒரு மந்திரக் குரல். அடுத்ததாக நீங்கள் கேட்டவை என்று விட்டு உமா, சமா, ஹேமா, லட்சுமி, பாமா, ரத்னவேல், முருகன் என்று பெயர்களைச் சொன்னார்,

"யார் யார் யார் அவள் யாரோ ஊர் பேர் தான் தெரியாதோ?" என்று கொஞ்சிய பாட்டுக்குப் பட்டாசாலை நடுவின் நின்று கட்டை விரலை உயர்த்தி இரு கைகளையும் விரித்து புருவங்களுக்கு மேல் உள்ளங்கையைப் பதித்து தூரப் பார்வை பார்த்து நடன பாவங்கள் காட்டிக் கொண்டிருந்தாள் பொன்னி.

"ஆமா, ஜகி உண்மையிலேயே அவர் யாரு?"

"யாருக்குத் தெரியும்?" என்று அவள் உதட்டைப் பிதுக்கினாள்.

இப்ப அப்பா வந்து "என்ன ஒரே பாட்டுச் சத்தம்னு அதட்டுவாரு, பாரேன்."

"என்ன பந்தயம் கட்டுற?"

உன் புது பென்சில் டப்பா?

"அவர் வரவும் மாட்டாரு, கேக்கவும் மாட்டாரு" என்று விரலைச் சொடுக்கிச் சவால் விட்டாள் பொன்னி. அப்பாவின் நிழல் குழந்தைகள் அறையைக் கடந்து வீட்டின் முன்புறம் வராந்தாவை ஒட்டியிருந்த அவருடைய அறையை அடைந்தது. கதவோரம் அவருடைய வெள்ளை வேட்டி ஒரு சிறு வெண்கோடு போல் நொடி நேரம் தெரிந்து மறைந்தது. புத்தகங்களைக் கையில் இறக்கியபடி அப்படியே பேசாமல் உட்கார்ந்திருந்தார்கள் மூன்று பேரும்.

அந்த நிசப்தமான நிலை அவர் மீது ஏதோ ஓர் ஈர்ப்பையும், அதே சமயம் ஒவ்வாமையையும் கிளப்பியது. பொன்னி சட்டென்று தலை தூக்கி

ஜகியைப் பார்த்ததும் அவள் மௌனமாகத் தன் பென்சில் டப்பாவை எடுத்து அவள் கையில் கொடுத்தாள்... சாப்பிடப் போலாமா? பசிக்குது. "பவானி கேட்டபடியே கதவைத் திறந்து கொண்டு வெளியே போனாள்." "உப்" என்று உதட்டைக் குவித்து அலுத்துக் கொண்டு அவளைப் பின் தொடர்ந்தாள் பொன்னி.

"சும்மா வெளயாட்டுப் பந்தயம்தானே அக்கா. இந்தா உன் டப்பாவ நீயே வக்குக்க" என்று பெருந்தன்மையாக அந்த பென்சில் டப்பாவை ஜகி நீட்டினாள்.

"வெளயாட்டோ என்னவோ. பந்தயம்னா பந்தயம்தேன். அது உன்னுதுதேன்." அவள் திருப்பிக் கொடுத்தாள்.

"பரவால்லை. சும்மா கேட்டேன். ஒடனே கோவிச்சுப்பியா? நீயே வச்சுக்க" என்று அவள் உள்ளங்கையில் டப்பாவை வைத்து விரல்களால் பிடிக்க வைத்து மடக்கினாள் பொன்னி. அரைமனதாக வாங்கிக் கொண்டாள் ஜகி. அப்பா வராண்டாவை ஒட்டிய தம் அறையில் கட்டிலில் படுத்து தம் மதியத் தூக்கத்தில் இருந்தார். அம்மா இன்னும் வரும் வழியைக் காணோம்.

"ஒரு விஷயம் தெரியுமா?" சோற்றைப் பிசைந்து கொண்டே கேட்டாள் பொன்னி.

என்ன என்பது போல் பார்த்த சகோதரிகளிடம் "நம்ம ஸ்கூல்லயிருந்து எல்லா ஸ்கூலுக்குமான கலை விழா போட்டில டான்ஸ் போட்டில என் பேர நாகராணி டீச்சர் தேர்ந்தெடுத்திருக்காங்க."

"அப்படியா?"

"அம்மாகிட்ட அனுமதி வாங்கிட்டியா?"

"இதுக்குப் போய் ஏன் அனுமதி வாங்கணும்?" என்று தன் கேள்வியையே பதிலாக்கினாள் பவானி. இம்முறை அப்பா எழுந்திருந்து சட்டையை மாட்டிக் கொண்டு கேட்டைத் திறந்து மறுபடியும் இழுத்துப் பூட்டிவிட்டுக் கடைக்குக் கிளம்பினார்.

72

அதிகாலையின் சுகக் குளிர். பரபரப்பாகக் கிளம்பிக் கொண்டிருந்தார்கள் எல்லோரும். செல்வமணி வீட்டிலிருந்து ஜகி, பொன்னி, பவானி, தர்ம ராஜின் மகள்கள் லதா, சுதா. சுமித்ரா தலைமைவகித்தாள்.

தனராணி சுருண்டு படுத்திருந்தாள்.

“நான் தாழம்பூக் கலர் பாவாடை.”

“நான் பச்சைக் கட்டம் போட்ட மிடி.”

“அப்ப நான் ரோஸ் ப்ரில் கவுன்” நர்ஸரி போகும் மகனை இறுக்கிக் கட்டிக்கொண்டு கட்டிலில் கிடந்தாள் தனராணி. அரைத் தூக்கத்தில் கொலுசுச் சத்தமும், சிரிப்பொலியும், வளையல்களின் பேச்சும் கேட்டன. ஆனால் உடல் ஆயாசமாக இருந்தது. கோபமோ, வருத்தமோ, வெறுமையோ மனதில் படர்ந்தது.

“அப்ப இருந்த அதே ஆறுதானா இப்பவும் இருக்கும்.”

“இல்ல, இது வேற ஆறு.”

நடு அறையில் நிறம் நிறமான பாவாடைகள், ரவிக்கைகள். மெல்லிய இருள். ஜகி மிக மிருதுவான பளபளப்பான மாம்பழ மஞ்சள் சாட்டின் பாவாடையை உடுத்தினாள். சன்னல், முடிச்சு, மணி, ஜரிகை வைத்துத் தைத்த சட்டை இறுக்கியது. தனராணி படுக்கையிலிருந்தபடியே, “சுமி பண்ற அட்டூழியம் தாங்கல. இப்ப ஆத்துக் கோயிலுக்குப் போகலன்னா என்ன?” பொன்னி நீலப் பட்டுப் பாவாடையில் தயார். மூன்று டம்ளர்களில் அடுப்பு மேடையில் இருந்த பூஸ்ட்டைக் குடித்தாயிற்று.

“அம்மா, தம்பியையும் கூட்டிக்கிட்டு போகவா?” ஆசை ஆசைக் குரல்கள்.

"போ, போயிடு நான் மனுஷியா இருக்கமாட்டேன்"

அம்மா கத்தினாலும் சிரிப்பு மாறாத முகத்தோடு, ஜெகதீஸ்வரியின் நடுங்கும் கை பற்றி. இட்லி, நெய், பணியாரம் இருந்த தூக்கு வாளிகளைக் காரிலேற்றினாள் பொன்னி.

"வயித்துப் புள்ளைக்காரி, இப்ப எதுக்கு ஆத்துக்குப் போகணும்?" ராஜி பெரியம்மாவின் குரல் எதிர் வீட்டில்.

"பாத்தே வருஷமாச்சுங்குது பிள்ளைங்க. அதே ஆறு தானா இப்பவும் இருக்கும்னு கேக்குதுங்க. நாந்தான் சித்தியை நச்சரிச்சு நச்சரிச்சு அனுமதி கேட்டேன். பத்திரமா போய்ட்டு வரோம்மா."

"நானும் வர்றேனே."

"எதுக்கும்மா."

"வரேன் சுமி."

"சரி வா" வீட்டு வாசலில் மருதாணிச் செடியின் நுனியில் பூத்திருந்த நீர்த் துளிகளை உற்சாகமாகப் பார்த்தாள் சுமி. மேடிட்ட அவள் வயிற்றில் இளஞ் சிவப்புக் கொம்பைக் கரைப் புடவை அழகாகப் படிந்திருந்தது.

"போலாமா?" கத்தல்.

விஜிதா சித்தியின் பெண் பவித்ரா திக்குடிக்கென்று ஓடிவந்தது.

"நானும், நானும்" என்ற அவளை விஜிதாவிடம் ஒப்படைத்தார்கள்.

"நான் வேணாமா?" என்றாள் விஜி.

"ஹவுஸ்·ஃபுல், அம்மாவும் வராங்க. வேணா டாப்ல உக்காந்து வர்றீங்களா, சித்தி" சிரித்தாள் சுதா.

காரில் எல்லோருமாய்த் திணித்துக் கொண்டபோதும் புழுக்கமில்லை. பேச்சொலிகளிலும் சிரிப்போசைகளிலும் நெருடலில்லை. பட்டுப் பாவாடைகளின் சரசரப்பு. முல்லைப் பூக்களின் மணம். கோகுல் சாண்டல் வாசம். வீடுகளின் வரிசை. வாசலிலிருந்து எட்டிப் பார்க்கும் தலைகள்.

அரண்மனை தாண்டி முந்தப் போகும் பாதையிலேயே துள்ளல் கூடிற்று. ஊரெல்லைகளில் தென்னந் தோப்புக்கள். வயல்கள், இலவ மரங்கள், புல்லடர்ந்த தரையும், பச்சைக் கூரையாக அடர்ந்த காட்டுக் கொடிகளும் ஆற்றை அருந்தியே வளர்ந்ததாகச் சத்தியம் செய்தன. மிருதுவான வண்டல் மண். தாழம் புதர்களின் அச்சமும் கவர்ச்சியும் தரும் மணம். சிறிய புளிச்சம் பழங்கள் சூறாம் பழம் என்பாள் சிவனம்மா - பழங்கள் கரும்புள்ளிகளாகக் கனிந்த செடியில் மஞ்சள் சிட்டொன்று உட்கார்ந்திருந்தது.

“ஐ, அங்க பாரு, குட்டிப் பறவை! அழகா இருக்கில்ல!” பவானியின் குரல் தன்னைக் கலைத்ததில் எரிச்சலுற்ற அது ‘க்கூ’ என்று அதட்டியது. ‘குக்கீ’ என நகர்ந்து போகச் சொல்லிவிட்டுச் சிறகுகளை மடக்கிக் கண்மூடி மீண்டும் தியானத்தில் ஆழ்ந்தது.

“ஐ! ரயில் பூச்சி” கரிய உடலில் மஞ்சள் புள்ளிகள் சுதா அதைப் பார்த்து ரெட்டைப் பின்னல்கள் துள்ளிக் குதித்தாள். “அது என்ன கொண்டு போகுது ?” - பவானி.

“ஆறு. நான் பக்கத்தில தான் இருக்கேனு அது கிட்ட சேதி சொல்லி விட்டிருக்கு.”

“அப்புடியா! ஐ” - என்று தவ்விய பவானி தாழ்ந்த மரக்கிளையொன்றில் முட்டிக் கொண்டாள். ‘ஸ்ஆ’ என்று தலையைத் தடவினாள். அடர்த்தியான மாந்தோப்புகளில் பனி தடவிய காற்று உலவியது. அது மண் குடத்தில் கன்னம் பதிப்பது போல் ஜில்லிப்பாக இருந்தது. தென்னந்தோப்பின் கீற்றுகளில் சூரிய ஒளி வைரச் சித்திரத்தை வரைந்திருந்தது.

“ஆறு, ஆறு, ஆறு” என்ற அனத்தலும், அரற்றலும் அதிகமாகி விட்டது.

“பொறு, பொறு, பொறு” - சமாதானம் சொன்னாள் சுமித்ரா. பன்னீர் மரம் மௌனமாக உதிர்ந்த பூக்களோடு நின்றிருந்தது. சிறுமிகளின் முகத்தில் குதூகலம். பாலத்தின்மீது நடப்பது திகிலும், ஆர்வமும் ஊட்டுவதாக இருந்தது. சின்னஞ்சிறு பாலம்தான். அதை அடுத்து ஒரு

மணல் மேடு. அதில் சறுக்கு இறங்கினால் ஆறுதான். பாலம் முடிந்ததும், "ஓ"வென்று - ஒரே கூட்டுக் கூச்சல். சந்தேகங்கள், தேடல்கள் எல்லாவற்றையும் கேலி செய்து நெளிந்தன நதியின் பொன்னிற அலைகள். பறக்கும் துப்பட்டாக்களையும், தாவணிகளையும் உதறி எறிந்து விட்டு ஆற்றை நோக்கி ஓட்டமாக ஓடினார்கள். நெடுநாட்கள் பிரிந்து சந்தித்த பிள்ளைகளைக் கண்ணீரோடு, நெருடலின்றி, பாய்ந்தணைக்கும் தாய் போல் நதி அவர்களை இறுக்கியது. உடனே ஊடல் கொண்ட தோழியாகி, "ஏன் இத்தனை நாள் வரல ?" என்று விட்டு விலகிப் போயிற்று.

"இனிமேல் இப்படி லேட்டா வரக்கூடாது" என்று தணிந்து அனுசரித்துத் தழுவியது.

கரையிலேயே தனித்து நின்றாள் ஜகி. காலை இளம் வெயிலில் மணல் பொன்னாய் மின்னிற்று. நதி நீர் விளிம்புகளுக்குச் சிற்றலைகளை அனுப்பி அவளை அழைத்து தன்னைக் குண்டுக்கட்டாய் தூக்கி ஆற்றில் எறிந்த மகாச் சித்தப்பாவை நினைத்தாள். அரச மர மேடையில் மூச்சு வாங்க உட்கார்ந்த சுமித்ராவின் முகத்தில் வியர்வை பூத்திருந்தது.

"நீயும் போ ஜகி. ஏன் நின்னுட்ட" என்று உந்தியது அவள் குரல்.

"யே, ஜகி வரப் போறியா இல்லியா, வா, வா, வா" - கூட்டம் கத்தியது. வருத்தம் கவிந்த முகத்தோடு. "சித்தப்பா எங்கே ?" என்றாள் அக்காவிடம். சுமிக்குப் புரியவில்லை.

"சித்தப்பா கடைக்குப் போயிருப்பாங்க. விஜிதா சித்திதான் வீட்டில்"

"போ அக்கா, நான் சந்திரவேல் சித்தப்பாவைக் கேட்கவில்லை. உனக்குத் தெரியல"

சுமிக்குத் தெரிந்தது. அவள் கேட்டது மகானந்தச் சித்தப்பாவை. அவள் மனமும் தேடிக் கொண்டு தானிருந்தது.

"யாரைக் கேப்பேன்னு. ஒனக்கு மறந்தா போச்சு ? போ, நான் ஆறையே கேட்டுக்கிறேன். யாரையாவது காணோம்னா, ஆறைத்தானே கேட்கணும் ? அதுக்குத் தெரியாதது எதுவுமே இல்லியே."

"ஆறே, ஆறே, யாருக்கும் தெரியவில்லை. நீயாவது சொல். உனக்குத் தெரியும் நிச்சயமா. என் மகாச் சித்தப்பா எங்கே? ஒரேயொரு அலையை அனுப்பி என் சித்தப்பாவை எனக்குத் தேடித் தருவாயா? தயவு செஞ்சு தயவு செஞ்சு! ஒன்னய கும்பிட்டுக் கேட்கிறேன்" - அவள் நதியை வணங்கினாள்.

"கிட்டத்தில் வா, என் பக்கத்தில் வா சொல்கிறேன்" என்றது ஆறு. தயங்கியபடியே, பாத நுனியால் நதி விளிம்பைத் தொட்டாள். அது காதலோடு அவள் கால்களை முத்தமிட்டுத் தழுவிக் கவ்வி இழுத்தது. தண்ணீர், நீண்ட பாறை மடிப்புக்களில் சிற்றருவிகளாகப் பாய்ந்தது. தரையில் படுகையில் ஆழம் என்னவென்று தெரியாமல் தணிந்து, பணிந்து போகும் நதி. அவள் அதைக் கவனித்தாள். சீரான நகர்வு. சாந்தம். அலைகளின் இடைவிடாத பேச்சு. தேங்காத ஓட்டம். எல்லாமும் அதை நெருங்கித் துளைத்து அன்னியோன்யம் கொள்ள வேண்டுமென்ற ஆவலை உருவாக்கின. அவள் முன்னோக்கி இழுக்கும் லதாவின் கைகளைப் பற்றிக்கொண்டு நீருக்குள் இறங்கினாள். அலைகள் அவள் இடுப்பைத் தழுவின. பயங்கள் விலகத் தானும் நதியின் போக்கில் நகர ஆரம்பித்தாள். அது அவள் பாவாடை நுனியைத் தொட்டது. முழங்கால்களுக்கு மேலேறியது. தொடைகளைத் தீண்டியது. அடிவயிற்றில் பரவியது.

நீரின் தெளிவும், குளிரும் அவள் சருமத்தைச் சில்லிட வைத்தன. அலைகள் அவளை மோதி மோதி, சிறிது சிறிதாக நனைத்து அவளைச் சிதைத்த தீமையின் விரல்களை அழித்தன. பயங்களைக் கரைத்தன. எடையோ, தடையோ அற்ற இறகுத் தன்மை. அனைவரிடமிருந்தும் அவளைப் பிரித்து தனியே மிதக்க வைத்தது அது சுலபமாய். யாருமற்ற வெளியில் நீரும், அவளும் மட்டும். இல்லை. அது வெளியில்லை. அலைகளின்வெள்ளி வரிகள் மேலோட்டமான வெறும் பரப்பல்ல. அவை அவளறியாத ஆழங்களுக்கு அவளை அழைத்துச் சென்றன. திடீரென்று அங்கே ஒருவரும் இல்லாமல் ஆனார்கள். அவளும் ஆறும் தவிர வேறொன்றும் இல்லை என்ற தோற்றம் உள்ளத்தில் தோன்றியது.

ஒரு பாரமுமற்று அவளை உருகி ஓடவைக்கும் அலைகள். ஆம், அங்கு அவள் கூட இருக்கவில்லை என்பதை அறிந்தாள். ஆறு மட்டும் தான். மௌனமும், வலிமையும் நிரம்பிய அதன் ஆழம், அலைகள்... இவையன்றி எதுவுமேயில்லை. அச்சங்கள், அழுக்குகள், வக்கிரங்கள், பழிவாங்குதல்கள், தீங்குகள் ஒன்றுமற்ற தூய்மை. பரிசுத்தம்... நதி அவள் கால் விரல் நுனிகளில் சிவப்பில் குளிர்ப் புள்ளியாகத் தொட்டு, கட்டை விரல் நகங்களை அனுமதி கேட்காமல் அழுத்திக் கணுக்கால்களை தன் உள்ளங்கைகளால் மெத்தெனப் பற்றியது. மெல்லிய ரோமம் பரவிய அவள் மெலிந்த கால்களை வருடி, முழங்கால்களின் மீது மோதியது. பறவை இறகு போன்ற நீர்த் துளி தொடையில் பரவியபோது அவள் சிலிர்த்தாள்.

ஏற்கனவே இடைவளைவுகளிலும், அடி வயிற்றிலும் அலைகள் நுழைந்தாடின. அவளுள் மெல்லிய அச்சம் குமிழிட்டது.

"உன் நோக்கம்தான் என்ன? என்னை மூழ்கடிப்பதா?" நதியையே கேட்டாள்.

"என்னை என்ன செய்யப்போகிறாய்?"

நதி மௌனமாகப் புன்னகைத்தது.

"உன்னில் இருக்கும் நீயறியாத நதியை அழைத்துத் திறந்துவிடப் போகிறேன்" என்று திடீரென்று அவளை முட்டி மோதி அவளது பலவீனமான தாழ்களை உடைத்து உள் நுழைந்தது. அதன் ஆவேசம் அவளைத் திணற வைத்தது. இன்பமாக வலித்தது. தசைகளிலும், நரம்புகளிலும் அலையடித்துப் பாயும் வெள்ளத்தில் தடுமாறினாள்.

"உனக்குள் உறைந்த நதியொன்று இருக்கிறது. நெடுங்காலமாய் அதை உடைத்து. உருக்கி நீரோட்டத்தில் உன்னை நெகிழவிட்டு, இளக்கி ஈரமாக்கி பசுமை தழைக்கவிட்டு வளமாக்குவேன்" என்று பேசிய ஆதி நதியின் மோதல்களில் அவள் நிதானம் தப்பியது. விழிகள் மயங்கின. வெடித்துத் தெறித்துத் தன்னைப் பிளந்து பீறிட்ட ஊற்றில் அவள் நினைவிழந்தாள்.

"பாரு, ஜகி ஏதோ கல்லில் இடிச்சுட்டாப் போல. காயமாகி ரத்தமா வருது" பொன்னி பதறினாள். லதாவுக்குப் புரிந்தது.

“ஆமா, ஆனா இது காயமில்ல... அக்காவைக் கூப்பிடு.” -சுமித்ரா சோர்வோடு, “என்ன?” என்று கையசைத்தவாறே வந்தாள்.

“சுமித்ராக்கா, ஜகி” என்று காதில் கிசுகிசுத்தாள் சுதா.

“என்னது ?” அதிர்ந்தாள் சுமி. “சித்தி என்னயப் பிய்க்கப் போறாங்க.”

“பெரியம்ம... எங்க ?”

“மேட்டுக் கோயிலில்.”

“கூப்பிடுவோமா”

“நாமே சமாளிப்போம்.”

“அந்த வயல் கூடையில இருந்து பெரிய டவல எடுத்து அவளப் போர்த்து”

“சுதா, நீ அவளப் பிடிச்சுக்க.”

“ஒரு நிமிஷம், ஒரு நிமிஷம் பயப்படாத, ஜகி. ஒண்ணுமில்ல”

சுமித்ரா லதாவிடம் சொல்லி அவள் கையிலிருந்த சுத்தமான வெள்ளைத் துண்டை சீராக நீள வாக்கில் மடித்து அவளிடம் கொடுத்தாள்.

“எங்கே போய் மாத்துறதுக்கா ?”

“மொதல்ல அவளுக்குக் குடிக்கத் தண்ணி குடு. இந்த வாழைப் பழத்தச் சாப்பிடு ஜகி”

“லதா, அவளுக்குத் தெரியுமா ?”

“இல்லக்கா, சொல்லணும்.”

சிறிய குளிர்ந்த குகை போன்ற பாறை மறைவில் ஜெகதீஸ்வரியின் உடலோடு நனைந்து ஒட்டி இருந்த ரவிக்கையையும், ரத்தம் படிந்த பாவாடையையும் மாற்ற உதவினாள் சுதா. நல்ல வேளை, அவளுக்கு மாற்றுத் துணி எடுத்து வைத்திருந்தார்கள்.

“இந்தத் துணித் துண்டை” என்று கூசியபடி, சொன்னாள் அவள் காதில். குளிரில் ‘வெடவெட’ வென்று நடுங்கிய ஜகி, தலையை ஆட்டினாள்.

“வயிறு வலிக்குது சுதாக்கா...” என்று முனகினாள்.

“சரியாய்டும், சரியாய்டும், வீட்டுக்குப் போயிடலாம்.”

“அம்மா திட்டுவாங்க” லதாவின் முகத்தில் பயம் படிந்தது. ஜகி கூச்சம் நிறைந்து நெளிந்தாள். ஜமக்காளத்தை அவள் உடை மாற்றும்போது திரையாகப் பிடித்துக் கொண்டார்கள் பவானியும், பொன்னியும்.

“ஓய், அடுத்து நீதான்” என்று பொன்னியைக் கேலி செய்தாள் லதா.

“இப்படி வெட்டவெளில ஆத்தில ஆயிருக்காளே, தனராணிக்கு என்ன பதில் சொல்ல” புலம்பினாள் ராஜி. இரு பக்கமும் சகோதரிகள் நெருக்கியடிக்க நடுவில் ஒடுங்கி, நடுங்கிக் கொண்டு உட்கார்ந்திருந்தாள் ஜகி. அவள் உள்ளங்கை அடிவயிற்றை அழுந்தப் பிடித்திருந்தது. முகம் சிவந்து குழம்பக் கண்களில் கண்ணீர்.

“ஜகி ஏன் அழுது? அவளுக்கு என்ன ஆச்சு?” என்றாள் பவானி கவலையோடு.

“போச்சுடா, என்ன இவ இன்னும் ஆரம்பிக்கலயேனு பார்த்தேன்” லதா சிரித்தாள்.

“சித்தி, நம்ப வீட்டில் விசேஷம்” மெல்லிய குரலில் சொல்லியவாறே ஜகியை வீட்டுக்குள் அழைத்துப் போனாள் சுமித்ரா.

“என்னாச்சு?”

“ஆத்திலயா, அய்யய்யோ, போகாதீங்க போகாதீங்கன்னு, தலதலயா அடிச்சுக்கிட்டேனே, கேட்டீங்களா” புலம்பியவாறே அடுப்பாங்கடை நிலைப்படியில உட்கார்ந்து கொண்டாள் தனராணி.

“நல்ல விஷயம்தான? கோயில்ல நடந்திருக்கு, அதுவும் ஆத்துத் தண்ணில. இது எங்க எப்ப நடக்கும்னு நம்ப கைலயா இருக்கு. நாமளா நாள் குறிக்க முடியும்? மொதலில் அவளப் பாலும், பழமும், பல்லாங்குழியும் குடுத்துத் தள்ளி வைக்கணும். சாயங்காலம் குளிக்க வச்சி புதுசு உடுத்தணும் மூணாம் நாள் ஊரழைச்சுத் தண்ணி ஊத்தனும். அஞ்சா

நாள் ஏன், - இப்பயிருந்தே கூட - முட்டையும், நல்லெண்ணெயும் தரணும். கோழிச்சாறு, ஈரல் சாப்புட மாட்டாளா? உளுந்தங்களி கிண்டனும். ஏழாநாள் புட்டுச் சுத்தணும். தாய் மாமனுக்குச் சொல்லிப் புடவை கட்டி, நகை போட்டு, பூத் தைச்சு அழகு பார்க்கணும். இவ்வளவு வேல இருக்கு. எவ்வளவு நல்லது நடந்திருக்கு! இப்படியா இடிஞ்சு போய் உக்காருவ? எந்திரி தனம்" என்றாள் மூன்று பெண்களைப் பெற்று, வளர்த்து, கல்யாணத்துக்கு வைத்திருக்கும் மூத்தாள் ராஜி.

மூலையறையில், மிரண்ட விழிகளோடு உட்கார்ந்திருந்தாள் ஜகி. அவளைப் பரமேஸ்வரி போல் பார்த்தபடியே பட்டாசாலைக்குப் போனாள் அவள் அம்மா.

73

காலை முதல் பீரியடே வகுப்பிற்குப் போனதும் பொன்னியை நாகராணி டீச்சர் கூப்பிட்டுவிட்டு விடுவார்கள். கலை விழாவிற்கு நடனப் பயிற்சி ஆரம்பித்து விடும். அதற்காக ஒரு வகுப்பறையின் டெஸ்க் எல்லாவற்றையும் தூக்கி வெளியே போட்டிருந்தார்கள். கோவையிலை போட்டுத் தேய்த்த பெரிய கரும்பலகை மட்டும் நீளமாக விழித்துக் கொண்டு பார்த்திருக்கக் குரூப் டான்ஸ்கள், தனி நடனங்கள் என எல்லாவற்றிக்கும் நாகராணி டீச்சர் பயிற்சி கொடுத்தார். டீச்சர் ரொம்ப ஒல்லி, சேலைத் தலைப்போடு நீளப் பின்னலையும் சேர்த்து இடுப்பில் செருகிக் கொண்டு அபிநயம் பிடித்தும், இடையை வளைத்தும் பாதங்களைக் காற்றில் எகிறியும் ஆடுவது மிக அழகாக இருக்கும்.

“பாரேன்னு மூன்று விரல்களை இப்படி விரித்தும் கட்டை விரலையும் சுட்டு விரலையும் வட்டம் சேர்த்தும் கண்களில் சிருங்கார பாவம் தோன்ற வைத்துக் கொள்ள வேண்டும். ‘கனியிதழ் கனிந்திடவே... மன்னவன் வந்தானடி’-னு சொல்றப்பவே உதட்டைக் குவித்துக் கண்களை பாதி மூடி மன்னவன்கிற வரிக்கு உடலை நிமிர்த்திக் கைகளில் செங்கோல் காட்டி” என்று ஒவ்வொரு வார்த்தைக்கும் அபிநயம் செய்து காட்டினாள், நாகராணி.

“நாயகனே... நானறியேன்னு பாடறப்ப “நானறியேன்” கிறதுக்கு தெரியாமல் குழம்புற மாதிரி இரண்டு உள்ளங்கைகளையும் இல்லைன்னு விரிச்சுக் காட்டு.”

டான்ஸ் டீச்சர் சொல்லும்படியாகவெல்லாம் பொன்னி செய்தாள்.

“இரு” என்று நாகராணி டீச்சர் நிறுத்திவிட்டு, “உள்ளே வாப்பா.” என்று கையில் பெரிய சதுர அட்டைப் பெட்டியோடு நின்ற குள்ளமான மனிதரை வகுப்பறைக்குள் அழைத்தாள். அவர் வந்து “இந்த மூலைல பிட் பண்ணட்டுங்களா?” என்றார்.

"ம் சரி ப்ளக் பாயிண்ட் சரியா இருக்கா?" டீச்சர் கேட்கவும் தலையாட்டியபடியே அட்டைப் பெட்டியிலிருந்து பெரிய டி.வி. பெட்டி போன்ற ஒன்றை எடுத்து வெளியே வைத்தார். ஒயர்களை நீவிச் சரிபார்த்து இணைப்புக் கொடுத்தார். சிறிய வீடியோ டெக்கைக் கீழே வைத்து வயரால் இணைத்தார். டி.வி. திரை கருத்திருந்தது. உடனே வெளிச்சம் பெற்று ஒளிப் புள்ளிகளாகக் காட்டியது. திடீரென்று "செந்தமிழ்ச் சொல்லெடுத்து இசையமைத்தேன், அந்தச் சந்தத்திலே கவிதைச் சரம் கொடுத்தேன்" என்று சத்தமான பாட்டோடு நடிகை பத்மினி ஆடினார்.

"இத முதல்ல பார்க்கணும். அப்புறம் அதன்படி ப்ராக்டீஸ் பண்ணலாம்." என்றார் டீச்சர்.

பயிற்சி பயிற்சி பயிற்சி தான் பொன்னிக்கு. ஸ்கூல் பஸ்ஸில் போகும் போதுகூட அவள் கண்கள் கற்பனை வெளியில் சஞ்சரித்துக் கொண்டிருக்கும். விரல்கள் சிறு சிறு முத்திரைகளைப் பிடிக்கும். பாதங்கள் எந்நேரமும் தாளமிட்டபடி இருக்க அவள் உதடுகள் ஸரி... கம... பத... நீ கரிககமபதநி... சுதியோடு லயமொடு ராககீதம் பாடும். மன்னவன் வந்தானடி என்று தமக்குள் முணுமுணுத்தபடி இருக்கும்.

குளியலறைக்குள்ளிருந்து குழாய்த் தண்ணீர்ச் சத்தத்தை மீறிப் பாட்டு ஒலியும் கொலுசுகளின் நாட்டியச் சிணுங்கல்களும் கேட்டபடியே இருக்கும். ஆறாம் வகுப்பு சி பிரிவு பயிற்சிக் கூடமாகி விட்டது. பள்ளிக்குள் நுழைந்ததுமே தன் வகுப்பில் பையை விட்டெறிந்து விட்டு நடனப் பயிற்சிக்கு ஓடுவாள் பொன்னி. சாயங்காலம் வீட்டிற்கு வந்ததும் படிக்கும் அறையைப் பூட்டிக் கொண்டு டான்ஸ்தான். அம்மா அடிக்கடி கதவைத் தட்டி, "என்ன கொலுசுச் சத்தம் ஜல்ஜல்னு கேக்குது?" என்று சந்தேகமாக எட்டிப் பார்ப்பாள்.

கலைவிழா நாளும் வந்தது. நாகராணி டீச்சர் சவுரி வைத்து பொன்னியின் இடுப்பு வரை வந்த ஜடையை முழங்கால்களுக்குக் கீழும் நீளும்படி பின்னி, சூரிய சந்திரர் ஜடை பில்லை, நெத்திச் சுட்டி எல்லாம் வைத்து வங்கி, அட்டிகை, கல்மாலை என்று ஜோராக நகை எல்லாம் போட்டு கைநிறைய சிவப்புப் பட்டுச் சேலைக்குப் பொருத்தமாக

செந்நிறமும் பொன்னிறமும் கலந்து வளையடுக்கி அவளை அலங்கார பூஷிதையாக்கி இருந்தாள். முதல் நாள் இரவு அம்மாவிடம் தயங்கித் தயங்கி பொன்னி கேட்டாள்.

"அம்மா ஸ்கூல்ல ஒரு போட்டிக்கு உடுத்த ஒரு பட்டுச் சேலை உன்னது வேணும்" என்று சொல்லிவிட்டு தலையைச் சாய்த்து கண்களைச் சாய்த்து கண்களைச் சுருக்கி 'ப்ளீஸ்' என்று கெஞ்சினாள்.

அம்மா "என்ன? ஏது? எதுக்கு?" என்று கேள்வி கேட்டுத் துழாவுவாள் என்று நினைத்தார்கள் மூன்று பேரும். அவள் எதுவும் கேட்டுக் கொள்ளாமல் அலமாரியைத் திறந்து சிவப்புப் பட்டுப் புடவையை எடுத்துக் கொடுத்துவிட்டு பராபரக்கண்ணி புத்தகத்தோடு சாமியறையில் உட்கார்ந்து கொண்டாள். பொன்னியைப் பெரிய நிலைக் கண்ணாடி முன் உட்கார வைத்து, டீச்சர் முதலில் முகத்தில் ரோஸ் கலரில் ஒரு சாந்துக் குழைவைத் தடவினாள். அது காய்ந்த பிறகு பவுடரை ஒற்றி, கண்ணுக்கு மையிட்டு, புருவம் தீட்டி, உதட்டுக்கு ரத்தநிறச் சாயம் பூசி, நெற்றியில் அழகிய கோலம் போல் திலகம் வரைந்து, புருவ நுனிகளில் ஜிகினாப் பொடியிட்டு, அவளை ஜொலிஜொலிக்க வைத்தாள். பிறகு ஸ்கூல் வேனில் அவர்கள் கிளம்பிப் போனார்கள். பெரிய மைதானத்தில் சுற்றிலும் கயிற்றுத் தடுப்பிட்டு, நடுவில் தார்ப் பாய் விரித்து மாணவிகளை உட்கார வைத்திருந்தார்கள். மாணவர்கள் கட்டுப்படுத்தவே முடியாதவர்களாக மரக்கிளையில் தொங்கிக் கொண்டும் சுற்றுச் சுவர்களில் தொற்றியும் உற்சாகமாகக் கத்தி விசிலடித்துக் கொண்டும் இருந்தார்கள். பி.டி. மாஸ்டர் விசிலை வாயில் வைத்துக் கொண்டு ஊதியும், பிரம்புக் கழியில் தரையில் தட்டியும் ஒழுங்கைப் பேணப் பாடுபட்டுக் கொண்டிருந்தார்கள்.

"எங்கேயும் எப்போதும் சங்கீதம் சந்தோஷம்" என்று பாய்ஸ் ஸ்கூல் பையன்கள் ஆடும்போது கூட்டம் அசையாமல் பார்த்துக் கொண்டிருந்தது.

"சிங்கார வேலனே தேவா"விற்கு ஒரு குட்டிப் பெண் ஆட ஆரம்பித்ததும் விசிலும் கைதட்டலும் "ஏய் நிறுத்து, நிறுத்து" என்ற கத்தலும் தூள் பறந்தன.

“நலந்தானா?” என்று ராஜ மல்லிகா துவங்கியதும். ‘பிபீபீப்பி’ -என்று பையன்கள் கும்பல் விசில் குரல் கொடுத்தது. பொன்னீஸ்வரிக்கு கை கால் எல்லாம் ஜில்லிட்டது. இந்தக் களேபரத்துக்கு முன் எப்படி ஆடப் போகிறோமோ? என்று பதறின உடம்பும், மனமும்.

“மன்னவன் வந்தானடி தோழி” என்று மேடையைக் குனிந்து தொட்டு வணங்கி விட்டு ஆரம்பித்ததுமே.

“ஏய் ஒல்லிப்பிச்சான். நிறுத்து நிறுத்து” என்ற கத்தல்! அவள் நிறுத்தாமல் தான் மட்டும்தான் அந்த அரங்கில் அந்த மைதானத்தில், ஏன் உலகத்திலேயே இருப்பதாக நினைத்துக் கொண்டும் ஆடினாள்.

“ஏய், பொன்னி நிறுத்து, செவ்வந்திப் பூ முடிச்சசின்னக்கா பாட்டுக்கு ஆடு.”

“இந்தப் பாட்டு நல்லால்ல” -என்று விசில் பறந்தது. அவள் தடுமாறாமல் அபிநயம் பிடித்துக் கொண்டிருந்தாள்.

“இனி முப்பொழுதும், கற்பனையில் அற்புதமாய் வாழ்ந்திருக்கும்.” என்று வேகமெடுத்ததும் அவள் சுழன்று சுழன்று ஆடுவதில் கவரப்பட்டு கத்தல் நின்றது. அவளை வியந்து கவனிக்கத் துவங்கியது கூட்டம் அவள் ஆடினாள். தான் மட்டுமே உலகில் இருப்பதான நினைப்பைக் கூட இழந்து தன்னை மறந்து நாகராணி டீச்சர் கற்றுக் கொடுக்காமல் எங்கிருந்தோ தன் மேல் இறங்கிய புதுப்புது அசைவுகளையும், பாவங்களையும் வெளிப்படுத்தினாள்.

“கல்யாணி ராகப் பாட்டு இது! என்ன அழகா ஆடுது பாரு! இந்தப் பொண்ணு இத்தனைக்கும் இந்தப் பத்து நாள்தான் பயிற்சி. பரதநாட்டியம்லாம் ஒண்ணும் கத்துக்கல.” பாட்டு டீச்சர் சொன்னார்கள்.

“இல்ல டீச்சர், பேசும்போதே கையை ஆட்டி, கண்ணை உருட்டி, உருட்டி பேசுவா இவ. இதப் பாத்துதான் ஆடவச்சா என்னனு நெனைச்சேன்.” என்றாள் நாகராணி டீச்சர், பெருமிதம் பொங்க.

“போட்டில ஜெயிப்பாளா, இந்த டான்ஸுக்கு பரிசு கெடக்கல மதிப்பெண் போட்டவுங்களுக்கெல்லாம் கண்ணு பிடரியில் இருக்குதுனு

அர்த்தம்'' என்றாள், மாரீஸ்வரி டீச்சர். காற்றில் சுழன்றாடி கூந்தல் மலர்கள் உதிர நெற்றிச் சுட்டியை மீறி முன்னுச்சி முடி பறக்க திலகம் வியர்வையில் வழிய கடைசி வரி முடியவும் தரையில் மண்டியிட்டு விழுந்தாள் பொன்னி. கரகோஷம் விண்ணை இடித்தது. மதிப்பெண் போட உட்கார்ந்திருந்த தேர்வுக் குழு வாய் பிளந்து பார்த்தது. அடுத்ததாக, குழு நடனம், ஜமீன்தார் ராஜப்பன் பள்ளி என்று அறிவிப்பாளர் சொன்னதை யாருமே கவனிக்கவில்லை. மேடையை விட்டு இறங்கிய பொன்னிக்கு தண்ணீர் பாட்டிலை நீட்டினார் மாரீஸ்வரி டீச்சர். நாகராணி டீச்சர் ஓடிவந்து அவளை உச்சி மோந்து இரு கைகளையும் இறுகப் பற்றிக் குலுக்கினாள். மடமடவென்று வாயில் நீரைச் சரித்தபோது அம்மாவின் செம்பட்டுப் புடவை நனைந்து போயிற்றே என்றிருந்தது பொன்னிக்கு.

நீதிபதியின் முடிவுகளை வாசிக்கும்போது நாகராணி டீச்சர் நகத்தை கடித்துக்கொண்டு பதற்றமாக இருந்தார். தனி நடனம்... முதல் பரிசு பொன்னீஸ்வரிக்கு - அன்னை மேரி பெண்கள் மேல் நிலைப் பள்ளி என்று வாசித்தவுடன் எழுந்த கைதட்டல் ஒலியில் பொன்னி தடுமாறிப் போனாள். நாகராணி டீச்சருக்கோ கண்ணீரே வந்துவிட்டது. வீடு திரும்பும்போது ஸ்கூல் பஸ்ஸில் ஒரே வாழ்த்துகளும் பாராட்டுகளும் மழை மழையாய்ப் பொழிந்தன. "அப்படியே பத்மினி மாதிரியே ஆடினாள்."

"ச்சே இல்ல, பத்மினிய விட ரொம்பப் பிரமாதமா ஆடினா."

"பத்மினிய விடவா?"

"பேசத் தெரியல்ல. நெஜம்மா நல்லாயிருந்தது."

"இந்த ஆட்டம் ஆடினா, யாரோ ஒரு மன்னவன் உண்மையில் வந்துருவான்" என்று தன் மேல் கொட்டப்பட்ட புகழ் மொழிகளில் நனைந்தாள் பொன்னி.

"ஏ போதும் போதும், போதும் அவளுக்கு ஜலதோஷம் பிடிச்சுக்கப் போவுது."

நாகராணி டீச்சர் மொகத்தப் பார்க்கணுமே! அப்படியொரு சந்தோஷம். அழிந்த உதட்டுச் சாயத்தால் ரோஜா நிறமாய்த் தெரிந்த உதடுகளும்,

உமா மகேஸ்வரி

மையும், கனவும் கலந்த குழைந்த கண்களும், இளஞ் சிவப்புத் திட்டிட்ட கன்னங்களுமாகப் பொன்னி மிதந்தாள். அந்தச் சிறிய வெண்கல வெற்றிக் கோப்பை தூக்க முடியாத அளவு பாரமாக இருந்தது அவளுக்கு. அதைச் சத்தமிடாமல் திறந்து உள் நுழைந்து, பள்ளிக் கூடப் பையை படிப்பறைக்குள் வைத்து ரகசியமாகத் திறந்து அந்தச் சிறிய ஆள்காட்டி விரல் உயரமே இருந்த பொன்னென மின்னும் கோப்பையை உள்ளங்கைக்குள் வைத்துப் பார்த்தாள். நெடுநேரம், ரகசியமாக. பிறகு அதை மேஜை இழுப்பறை ஓரமாக வைத்தாள், அம்மா கண்ணில் பட்டு விடாமல். நாகராணி டீச்சர் மேக்கப் போட்ட முகத்தை ஏற்கனவே பஞ்சில் ஒற்றித் துடைத்து விட்டிருந்தாள். வீட்டுக்குப் போய் தேங்காய் எண்ணெய் தடவி, முகம் கழுவச் சொல்லி ஓர் அழகுக் குறிப்பும் சொல்லியிருந்தாள்.

"இதென்ன கப்? இதை வச்சு என்ன பண்ணுறது?" - ஜகி.

"கொஞ்சூண்டு காபி ஊத்தி ரெண்டு பக்கமிருக்கும் கைப்பிடியைப் பத்திரமா பிடிச்சிக்கிட்டுக் குழந்தைகள் குடிக்கிறதுக்கு." - பவானி.

"அட அப்படித்தான் போல" அவர்கள் உறங்கிப் போனார்கள்.

74

வீட்டை விட்டு தள்ளி - ஆனால் வீடு நன்றாக தெரியும்படியான இடத்தில் - கருவேலம் புதர் மறைவில் உட்கார்ந்திருந்தார் கிருட்டிணசாமி. வெயில் தெறிக்கும் காலைப் பொழுதில் வீடு மாளிகை போல் தோற்றமளித்துப் பளபளத்தது. அவர் தம் செவிகளைத் தீட்டி சிறு ஒலிகளுக்காகக் காத்திருந்தார். ரேணுகா எழுந்து உள் வாசலுக்கு வந்தாள்.

பளிங்குப்படியில் கிடந்த ஒற்றைச் சருகைக் குனிந்து எடுத்துக் குப்பைக் கூடையில் போட்டுவிட்டு, புடவையை மார்போரம் சரியாக இழுத்துவிட்டுக் கொண்டு, வெளி வாசலின் பெரிய இரும்புக் கதவை நோக்கி நிதானமாக ரேணுகா நடந்து வந்தாள். கிருட்டிணசாமி படபடக்கும் நெஞ்சோடு அவளையே பார்த்தபடி குத்துக்காலிட்டு உட்கார்ந்திருந்தார். வந்தவள், குனிந்து பரமு போட்டிருந்த கோலத்தைப் பார்த்தாள். ‘எட்டு இதழ்களில் ஆரம்பித்து வட்டவட்டமாக விரியும் தாமரை. ஒவ்வொரு இதழிலும் விதவிதமான நிறப்பொடி தூவியிருந்தது. திருப்தியோடு புன்னகைத்தாள். சட்டென்று திரும்பி நடந்து. கேட்டின் மேல் கொக்கியை ஞாபகமாகப் போட்டு விட்டு உள்ளே நடந்தாள்.’ “இப்போது வருவான். இவகிட்ட வியாபார விஷயமாகப் பத்து நாளைக்குச் சென்னை போறேன்னு சொல்லிட்டேன். இன்னிக்குக் கட்டாயம் வரச் சொல்லியிருப்பாள். அதெப்படி இவளால அவனப் பார்க்காம இருக்க முடியும்?” தோட்டக்காரச் சின்னமணி ரப்பர் குழாயாலும், பூவாளியாலும் செடிகளுக்கு நீர் வார்ப்பதைப் பார்த்துக் கொண்டிருந்தாள் சில நிமிடங்கள். “அவனை நெருங்குவாள். பல்லைக் காட்டி எதையாச்சும் பேசுவா; கண் ஜாடை காமிப்பா, நிச்சயமா எனக்குத் தெரியும். அவ அப்படித்தான் செய்வா” மனதில் தாறுமாறாக எண்ணங்கள் ஓட அவளையே உற்றுப் பார்த்துக் கொண்டிருந்தார். அவள் உள் சாவல் படியில் உட்கார்ந்தாள். ஒன்றும் இல்லாத வெற்றுவெளியைக் கண்களால் துழாவிக் கொண்டிருந்தாள்.

பளிங்குக் கற்கள் பரவிய கதவோரம், பணச் செடி சிறிய தொட்டியில் இருந்தது. அவள் மனம் சீர் குலையாத அருங்காட்சியகம் போல், நேர்த்தியான ஒழுங்கோடு இருந்தது. அவளுடைய பார்வையின் முள் விளிம்பைத் தன் மீது உணர்ந்தாற்போல் அவள் உடல் சுருங்கியது. விதிர்த்தது. மங்கிய அழகழியாத ஓவியம்போல் அவள் அமர்த்திருந்த நிலை அவருக்கு ஆத்திரத்தையும் பெருங்கோபத்தையும் கிளப்புவதாகவே இருந்தது. நிதானமாக அவளைக் கவனித்தவர், அவள் கண்கள் கசிவதாகக் கற்பனை செய்தார். எவ்வளவு நேரம் இப்படியே உட்கார்ந்திருப்பது என்று தெரியவில்லை. என்னவோ நடக்கும் என்று மட்டும் உள்மனம் மறுபடி மறுபடி சொல்லிக்கொண்டே இருந்தது. கண்களை இறுக்க மூடி, முட்டுகளை வயிற்றோடு சேர்த்து உட்கார்ந்திருந்தார். ஒரு நொடி அந்தக் கண நேரத்தில் கூட என்னவோ நடந்துவிடப் போவதாக மனம் பதைத்தது.

அவள் வீட்டுக்குள் நுழைவதும், பரமு வந்து இரும்புக் கிராதிக் கதவைத் தாழிடுவதும் தவிர வேறொன்றும் நடக்கவில்லை. அவருக்கு ஆயாசமாக இருந்தது. ஜன்னல் கதவுகள் கூடச் சாத்தப்பட்டு விட்டன. திரைகள் இழுத்து மூடி முடிச்சிட்டு வீடு ஒரு சிறிய பேழையின் தன்மையை அடைந்தது. குக்கரின் விசில். ரேடியோவில் “எங்கிருந்து நீ வாடுகின்றாயோ, துன்ப கீதமே பாடுகின்றாயோ” என்ற பாடல். மண்ணில் ஊன்றிய தம் உள்ளங்கைகளைப் பார்த்தார். “அவளை ஏன் அடித்தேன்; பெரிய தவறுதான் செய்துவிட்டேன்; எப்படி அடி தாங்கினாளோ” -கண்கள் நிறைந்தன. மதியம் தாண்டி விட்டது. சின்ன மணி தோட்ட வேலைகள் முடித்து கொத்தையும், மம்பட்டியையும் கழுவிச் சுத்தம் செய்தான். பரமு பெரிய பாத்திரத்தில் எதையோ கொண்டு வந்தாள். அவனுக்கான சாப்பாடு போல. வாங்கியவன் மர நிழலில் உட்கார்ந்து நிதானமாகச் சாப்பிட்டான். எழுந்து வெளிவாசலைத் தாண்டிப் பார்த்த சின்ன மணி. “யாரது” என்று செடி மறைவில் தெரிந்த தலையைப் பார்த்துக் கேட்டான். விசுக்கென்று எழுந்த கிருட்டிணசாமி பேசாமலிருக்குமாறு சாடை செய்தார். அவன் மௌனமாகத் தலையாட்டினான். “பத்து நாளக்கி இந்தப் பக்கம் நான் வரப் போறதில்லை. யார் யாரு வர்ராங்க, போறாங்க, என்ன பேச்சுவாத்தை

நடக்குது எல்லாத்தயும் கவனிச்சு எங்கிட்டச் சொல்ல வேண்டியது உன் வேல. புரிஞ்சுதா''

- நேற்றே அவனிடம் காருக்குக் கதவு திறந்து விட்டபோது சொல்லியிருந்தார். 'பிறகு ஏன் இந்த மனுஷன் இப்படிக் கருவேலம் புதருக்குள் உக்காந்துக்கிட்டு காவக் காக்கிறார்? அந்தம்மா அன்னம் போலத்தான் இருக்கு. ஒரு சிரிப்பு, சப்தம், பேச்சு இல்ல. என்னமோ, பெரிய எடத்து வெவகாரம்' என நினைத்தவன் அவரைப் பார்த்து நெஞ்சில் உள்ளங்கையை வைத்து சத்தமெழுப்பால் ''நான் பார்த்துக்கறேன்.'' - என்று கை கூப்பிக் கும்பிட்டான். அவர் அப்படியும். அந்த இடத்தை விட்டு அசைவதாயில்லை. மாலை கவியத் தொடங்கியது. 'நாளைக்குக் கையும், களவுமாகப் பிடிபடுவாள்' என்று அரற்றியது அவர் மனம்.

தொலைக்காட்சிப் பெட்டியின் அடங்கிய ஒளியும், ஒலியும் கூடத்து சன்னலில் ஆடின. அவர் அரவங் காட்டாமல் நடந்து பாதை முடிவிலிருந்த ஆலமரத் திட்டில் உட்கார்ந்தார். 'ராத்திரி இருக்கே, திருட்டுத்தனம் நடக்கத் தோதா; நடக்கும் ஏதாவது நடக்கும்' - அடங்குவதாகவேயில்லை அவர் மனம். வருவான். அந்த மஹா வருவான். இல்லாட்டி இந்தச் சின்னமணி கிட்டயே கொஞ்சிக் குலாவினாலும் குலாவுவாள். அல்லது டிரைவர் கிரைவர் எவனாச்சும் வருவான். அவ எப்படிச் சும்மாயிருப்பா? இரவில் ஜன்னல்கள் கரிய தகடுகள் போல, புற உலகின் அணுவைக் கூட அனுமதிக்காத துருவேறிய இரும்புத் துண்டங்கள் போல நின்றன. தென்னை ஓலைகள் பிசாசுத் தோற்றத்தோடு அசைந்தாடின.

கடக்கவே முடியாததாக நீண்டது அந்த இரவு. ஓர் உவப்பையும் அளிக்காத படிக்கு இறுகியிருந்தன மரங்கள். சாத்திய ஜன்னல்களோடு அவர் அறிய முடியாத, அல்லது இல்லவே இல்லாத மர்மங்களைப் பொதிந்து வைத்துக் கொண்டு நின்றது. இருள் அதிகரிக்க, அதிகரிக்க மங்கலாக தெரிந்த கண்ணாடி சன்னல்கள் கருமையுற்றுத் திரைகளைப் போர்த்திக் கொண்டன. ஒரு மாற்றத்தையும் காட்டாத அவற்றைக் கவனிப்பது அவருக்கு மிகுந்த ஆயாசத்தைத் தந்தது.

வீட்டின் அசைவின்மையில் அவரது சந்தேகங்கள் சலனங்களைத் தீற்றலாயின. குரூரமான இருளின் உள்ளிருந்து வக்கிரங்கள் சொட்ட வீடு தன்னை இன்னும் இறுக்கிக் கொள்ளும். தன்னை மூடி மறைவிடங்களை மூடி ஒரு உலோகத் தன்மையை அடையும். பாதரசத் துளி போல அசைந்து நழுவும்.

பெரும் பதைபதைப்புடன் ஒவ்வொரு நொடியாக எண்ணியபடி கடக்கிறேன். எப்படிப்பட்ட வேதனை இது! எவ்வளவு மன உளைச்சல். எந்தக் கணத்திலும் எனக்கான நிம்மதியின் தடங்கள் இல்லை. இதை எப்படி எதிர்கொள்ளப் போகிறேன்? இந்த வீட்டின் தோற்றமே என் உடலையும் மனதையும் நிலை குலைய வைக்கிறதே. எனக்குப் புத்தி சுவாதீனமற்றுப் போயிற்றா? நான் என் நிதானங்களை இழந்து விட்டேனா? வேறெதையும் நினைக்க முடியவில்லை. கண்ணைக் கொட்டும் நேரத்தில் கூட இந்த... வீட்டுக்குள்ளும், அவளுக்குள்ளும் யாராவது நுழைந்து விடுவார்களோ என்று அச்சம் கொள்கிறேன். நடுங்குகிறேன்.

திடுக்கிட்டு விழித்தார். பரபரத்து கைக்கடிகாரத்தைப் பார்த்தார். 'சரியா அஞ்சே நிமிஷம். கண்ணசந்துட்டேன். உள்ள போனவன் வெளிய வந்துதானே தீருவான்' - எனத் தம் நினைப்பில் தானே வெட்கினார். விடியும் வரை இமை கொட்டாமல் பார்த்துக் கொண்டிருந்தார், வீட்டின் கதவையே. தோட்ட வாசலை மணியும், வாட்ச்மேனும் கவனித்துக் கொள்வார்கள். விடிய நேரமிருக்கிறது. மணி நான்காகப் போகிறது. இனி போதும். முடியவில்லை. அவர் அலுப்போடு எழுந்து, ரோட்டின் திருப்பத்தில் சத்தமில்லாமல் வந்து நிற்கும் தமது காரை நோக்கி நடந்தார். கண்கள் காந்தின. பாவையின் ஞாபகம். நெஞ்சை முட்டியது.

அஞ்சாங்கல் காலம்

75

வாசல் கதவு சாத்தியிருந்தது. பாவை, கூந்தலை அவிழ்த்துத் தளரப் பின்னியிருந்தாள். பார்த்துப் பார்த்து நெய் தோசை, வெங்காய தோசை, வதக்கிய கறியை மாவில் தூவிய மட்டன் தோசை என்று சுட்டுப் போட்டாள். வெகு நாட்களுக்குப் பின்பு வயிறாரச் சாப்பிடுகிறார் என்று தோன்றியது. அவர் முகத்தில் தெரிந்த நிம்மதியும், நிச்சலனமும் இனி எப்போதைக்குமானது என்றும் தோன்றியது.

"போதும், போதும்" - என்று கையமர்த்தினார் கிருட்டிணசாமி.

"பாவை, நீ சாப்பிட்டாயா?"

"என்னடி இது அதிசயம்" - என்று நெஞ்சில் கை வைத்துக் கொண்டாள்.

அவர் அவளுடைய தோளை அணைத்துக் கொண்டார். மிருதுவான மஞ்சள் மணம்; பிசிறில்லாத குங்கும வட்டம். தளரப் பின்னிய கூந்தலில் மல்லிகைப் பந்தும், பூஜையறையில் எரியும் தீபச் சுடரும். இவளெங்கே, அவளெங்கே? பெண் என்றால் இப்படியல்லவா இருக்க வேண்டும்? என்று தம்மைத் தானே ஏய்க்கும் எண்ணங்களை வளர்த்தார்.

"வாசல் கதவுகளைப் பூட்டிட்டியா?"

"ஆமாங்க."

"படுக்கையைத் தட்டிப் போட்டியா?"

"அப்பவேங்க"

"பாவை! நான் இனிமே அந்த வீட்டுக்குப் போவேணாம்னு முடிவெடுத்திருக்கேன்" - மிகவும் யோசித்து நிதானமாக, அதிராத குரலில்தான் இதைச் சொன்னார். அவள்தான் அதிர்ந்து போனாள்.

"என்னங்க இது? பாவம், அவளுக்கும் நீங்க தாலி கட்டியிருக்கீங்க

"தாலியாவது ஒண்ணாவது! அது நம்ப காலைச் சுத்தின பாம்பு" - இது குரூரமும், பொய்யுமான வார்த்தை என்று அவர் அறிவார்.

"அய்யோ, அப்படிச் சொல்லாதீங்க. நல்ல குடும்பத்துப் பொண்ணு"

"நீ சும்மாயிரு. இந்த விஷயத்தை விடு"

"சரிங்க" என்னவோ கோபம். எதுவும் நடக்கக்கூடாது. பெண் பாவம் பொல்லாதது. படுக்கையறையில் தலைக்கு மெல்லியது; காலுக்குக் கனமானது; பக்கவாட்டிற்கு ஒன்று என்று அடுக்கிப் போர்வை உதறிப் போட்டாள். உள் நுழைந்த அவர் முகத்தில் ஆழ்ந்த அமைதி; சாந்தம். அவள் இத்தனை வருடங்களில் கண்டிரா நிச்சலனம்; பிரகாசம். அவர் கட்டில் விளிம்பில் சரிந்து படுத்தார். பக்கவாட்டுத் தலையணையை இரட்டைக் கட்டிலின் மற்றொரு மூலைக்குத் தள்ளினார்.

"பாவை, நீயும் படு"

"சரிங்க" - அவள் கதவை தாழிட்டு, தரையிலமர்ந்து, சாய்வதற்காகப் பின்னலைத் தோள்புறம் எடுத்துப் போனாள். "அங்கேயில்ல, இங்கே" - அவர் கட்டிலில் தன் பக்கத்தில் தட்டிக் காண்பித்தார். அவள் முகத்தில் வியப்பு உதிக்க, எழுந்து, கவனமாக இடைவெளி விட்டுப் படுத்தாள். அவர் மோட்டு வளையைப் பார்த்துக் கொண்டிருந்தார். சீரற்ற மூச்சு. வாசற் கதவு தட்டப்படுவதுபோல் ஒரு பிரமையை அடைந்தார். அவளோ அசையவில்லை. எனவே இது வெறும் பிரமை. இல்லை, கதவை எதுவோ அசைக்கிறது; பிளக்கிறது; தகர்க்கிறது. அவர் அறிந்தேயிருந்த, ஆனால் விரும்பாத ஒன்று. கதவு கன காத்திரமானது. ஆனால் அதன்மீது விரிசல்கள் எளிதில் உருவாகின்றன. அவை அனலில் வெம்மையை உள்ளே பரவிவிட்டன. அவற்றை அவர் வரவேற்றார்.

வெளியே குமையும் இருள். 'புண்ணியவாட்டி படுத்த மறு நிமிஷம் தூங்கிடுறா. நானும்தேன் இருக்கேனே ஒரு ஜன்மம்னு' - காற்றின் வெக்கை தாங்க முடியாமலிருந்தது.

எதுவும் செய்யவியலாதவராக அதைத் தமக்குள் அனுமதித்தார். உறுதி பூண்டார். அது அவரைப் பூரணமாக ஆக்கிரமித்திருந்தது. வீடு முழுக்கவும்

தன் விஷக் கண்களை விரித்துக் கவனித்தது. எண்ணற்ற நுண்கால்கள் நெளிய உள்ளழைத்தது. துவைத்த துணி மடிப்புகளின் மேலாக இருந்த அவள் புடவையில் தம் முகத்தைப் பொதிந்து கொண்டார். ஆனால் அவர் கன்னத்தில் பதிந்தது அவர் எதிர்பார்த்த ஆறுதலல்ல. நஞ்சு,

ஆனால் அவர், திறந்த ஜன்னல்களையும் அண்ட முடியவில்லை. நாற்காலியில் அமர்ந்தார். எதிரேயிருந்து நிலைக் கண்ணாடியில் தெரிந்த முகம் தம்முடையதல்ல என்றுபட்டது. அது குரூரமும் தீர்மானமும் மிகுந்ததாக, உண்மையில் ஒரு போதும் அமைதியுறாததாக இருந்தது. பற்கள் கிட்டியிருந்திருந்தன. காதோர நரம்புகள் விரைத்துப் புடைத்து நின்றன.

பற்கள் இறுக, விழிகள் விரிந்து சிவக்க அமர்ந்திருந்தார். குற்றமென்று இனி எதுவும் இல்லை. இது தவிர வேறெந்த வழியோ, முடிவோ இல்லை என அவர் மனம் உறுதியுற்றது.

"இது சரிதாம். வேறு வழியில்லை. இத இப்படித்தேன் நீக்கணும். ஆனால் ரொம்பத் திட்டமிட்டு; அதற்கான வலுவும், தைரியமும், காதலும் இருக்கிறவன் நான். நான் என்னியே, என் பலத்தையே இதன் மூலியமாகத்தேன் நிரூபிக்க முடியும். என்னை என்னான்னு அவள் நெனச்சிட்டிருக்கா. நான் யாருன்னு காட்டுறம் பாரு" - அவர் வெட்ட வெளியிடம் பேசினார் ; விவாதித்தார். தம் முடிவைச் சொல்லிச் சொல்லி இருளின் நெருப்பைத் தன்னுள் ஏற்றினார். உடல் முழுக்க அதன் வன்மம் பரவியது. இனி அந்தச் செயலை முடிக்கும் வரை உறக்கமில்லை என்பதை உணர்ந்தவராகக் கண்களை இறுக மூடி, தலையை நாற்காலியின் மேல் விளிம்பில் சாய்த்துக் கொண்டார்.

கதவு திறந்த சத்தத்தில் விழித்த பாவை அருகில் அவர் இல்லாததை உணர்ந்து, எழுந்து வெளியே வந்தாள். இருட்டில் உட்கார்ந்திருப்பவர், எப்போதும் பார்க்கும் தன் கணவனில்லை என்று தோன்றியது அவளுக்கு. இதென்ன நினைப்பு என்ற பதைபதைப்பும் உடனே உண்டாயிற்று.

"இதென்னங்க, இருட்டில் உட்கார்ந்துக்கிட்டு. தூக்கம் வல்லியா?" பதறாத குரலில் கேட்க முயன்றாலும் அவள் வார்த்தைகள் கட்டுமீறித்

தெறித்து விழுந்தன "சொல்லுங்க என்னங்க உக்காத்துக்கிட்டே தூங்குறீங்களா?" - அவர் பதில் சொல்லாததில் பயந்து போனாள். அவரை உலுக்கி "என்னங்க" என்றாள். "என்ன இம்சை பண்ணிக்கிட்டு, மனுசன் 5 நிமிஷம் அக்கடானு உக்காரக் கூடாதா?" - சள்ளென்று விழுந்தார். "மணி ராத்திரி ரெண்டாகுது" - சொல்ல நினைத்தவள் சொல்லவில்லை. அறைக்குள் புகுந்து தன் வழக்கமான இடத்தில் தரையில் படுத்துக் கொண்டாள். முரடான ஜமக்காளத்தின் ஸ்பரிசம் இதம் தர இறுகக் கண்களை மூடி "ஓம், ஓம், ஓம்" என்று உதடுகள் ஜபிக்க உறங்கிப் போனாள்.

விடிந்து வழக்கம்போல் ஐந்தரைக்கெல்லாம் விழிப்புத் தட்டிப் பார்த்தபோது, திடுக்கிட்டாள். விரிந்த கட்டில்கள் இரண்டு வெறுமனே கிடக்க, தம் நெடிய உருவத்தைச் சுருட்டிக்கொண்டு அவர் படுக்கையிலிருந்து தள்ளி, வெறும் தரையில் சுருண்டு கிடந்தார்.

'பனியடிக்குது. குளுந்த தரையில் படுத்துக்கிட்டு... எழுப்பிக் கட்டிலில் படுக்கச் சொல்லலாமா? வேணாம். தூங்கட்டும் பாவம். என்னாச்சு இன்னிக்கு இவருக்கு? கொஞ்சுறார். திட்டுறார். தரையில் விழுந்து தூங்குறார். விடிய விடிய மோட்டுவளைப் பார்த்து, உட்கார்ந்திருந்தாரு... பத்திரகாளியம்மா, நீதேன் துணையிருக்கணும்' - பாவை கையெடுத்துக் கிழக்கைக் கும்பிட்டு விட்டு, மாங்கல்யத்தைக் கண்ணில் ஒற்றிக் கொண்டு அறையை விட்டு வெளியேறினாள்.

76

அன்று பள்ளி முடிந்து வீடு திரும்பும்போது வாசலிலேயே அசாதாரணமான அமைதி நிலவியது போலத் தோன்றியது. வழக்கமாக வெறுமனே இழுத்துச் சாத்தாமல் உட்பக்கம் பூட்டுப் போட்டிருந்தது. தெருவைக் கடக்கும்போது, 'வேறு மாதிரியான நாள்' என்று மனதிற்குப் பட்டதுபோல் சிறுமிகள் பேசாமல் நடந்து வந்தார்கள்.

பூட்டைப் பார்த்தவுடன் பவானி "என்ன?" என்று வினவினாள். அவள் சகோதரிகளின் முகத்திலும் அதே வினாதான் இருந்தது. மிகவும் தயங்கியபடியே காலிங் பெல்லின் மீது ஒற்றை விரலை வைத்து அழுத்தினாள் ஜகி. அது ஒரேவொரு தடவை ரீங்கரித்து நின்றது. அம்மா கடுகடுவென்ற முகத்தோடு உள்ளிருந்து வந்தாள். பூட்டைத் திறந்துவிட்டு வந்த வேகத்தில் திரும்பித் தம்பியின் தொட்டில் இருந்த அறைக்குள் போனாள். பிறகு நினைத்தாற் போல பட்டாசாலை மூலையில் உட்கார்ந்து கொண்டாள். சிறுமிகள் மூன்று பேரும் கூடுமானவரை அதி மௌனமாக பள்ளிப் பைகளை இடம் சேர்த்தனர்.

'என்ன?' என்று கை விரித்துக் கேட்ட பவானிக்கு, தெரியவில்லை என்று ஜகியின் விரிந்த கைவிரல்கள் பதில் சொல்லின. அவசரமாக யூனிபார்மை அவிழ்த்து அழுக்குக் கூடையில் போட்டுவிட்டு, காட்டன் நைட்டிகளுக்கு மாறி, முகம் கழுவ துண்டெடுத்துக் கொண்டு வெளியே வந்தபோதும் அம்மா அதே மூலையில் அசையாமல் உட்கார்ந்திருந்த விதம் அச்சுறுத்தலாக இருந்தது. அம்மா பொன்னியைப் பார்த்து, 'நில்'லென்று கை காட்டினாள். அவள் குங்கும நிற நைட்டியை இடுப்பில் முடிந்து கொண்டு தோளில் துண்டோடு தவித்து நின்றாள். கூடவே நின்ற ஜகியையும் பவானியையும் "நீங்க போய் முகம் கழுவிட்டு வாங்க" என்றாள் தனராணி.

பொன்னி அம்மா சொல்லவிருக்கும் விஷயத்தை யூகித்தவளாகவும் அதை எதிர்கொள்ளும் தைரியமில்லாதவளாகவும் நின்றிருந்தாள். வீட்டிலிருந்த அத்தனை கடிகாரங்களும் நின்றுவிட்டது போலிருந்தது. தன் இதயத் துடிப்பைத் தவிர வேறெந்த வலியுமே இல்லாமல் போய் விட்டது மாதிரி படபடவென்று வந்தது. அம்மா இவளை உற்றுப் பார்த்தபடியே பிள்ளைகள் அறைக்குள் போனாள். எழுதுமேஜையின் இழுப்பறையைத் திறக்கும் சத்தம். அவள் வெளியில் வந்தபோது கையில் அந்தக் கோப்பை இருந்தது. சிறிய மூடியும் இருபுறமும் அழகிய நெளி வேலைப்பாடுள்ள கைப்பிடிகளும் கருமரப் பீடமும் கொண்டு தங்க நிறத்தில் மின்னும் அந்த வெற்றிக் கோப்பை. அம்மா பற்களைக் கடித்துக் கொண்டு, தன் பலமத்தனையும் திரட்டி, அதைப் பட்டாசாலைப் பூத்தரையில் எறிந்தாள். பொன்னி தன் சிறிய கண்கள், பயத்தில் விரிய அது சிதறுவதைப் பார்த்தாள். தனியாக சோபாவிற்கடியில் உருண்டது. ஒரு புறக்கைப்பிடி ஆங்கில 'S' எழுத்துப் போல் உடைந்தது. நிலைப்படியருகே விழுந்தது. கீழ் மரப்பீடம் குளியலறை நடை பாதையை நோக்கிப் போனது...

"மேடையில் என்னமோ இவ மாதிரி ஆடுனயாமே?, மஞ்சத்தில் இருந்து நெஞ்சத்திலே அமர்ந்த மன்னவன் வந்தானடி கேக்குதா இந்த வயசில? இனிம இப்படி ஏதாச்சம் காதில விழுந்தால் கால ஒடிச்சு வென்னியடுப்பில வைப்பேன். ஒழுங்கா இரு" சொல்லிவிட்டு அம்மா கடைசி அறைக்குப் போய்விட்டாள். பொன்னி கண்களில் நீர் திரளத் திரள, உடைந்த கோப்பையின் பகுதிகளைத் தேடிப் பொறுக்கினாள். கழுவின முகங்களில் நீர்த்துளிகள். ஜகியும் பவானியும் மிகுந்த அதிர்ச்சியோடு அந்த சிறு பீடத்தின் நொறுங்கலையும் கைப்பிடியின் சிதறலையும் எடுத்துப் பார்த்தார்கள். உணவு மேஜையில் ஒரே மாதிரியான மூன்று டம்ளர்களில் ஆற்றி வைத்திருந்த பாலையும் கிண்ணங்களில் இருந்த காரக் கடலையையும் யாரும் தொடவேயில்லை.

"பெவிகால் போட்டு ஒட்டிடலாம். பொன்னி! கவலப்படாத" என்று பெரிய மனுஷி போல் கலங்கிய முகத்தோடும் தெளிந்த குரலோடும் சொன்னாள் பவானி.

“ஒண்ணும் ஒட்ட முடியாது” பொன்னி சொல்லிவிட்டு வெறுந்தரையில் சுருண்டு படுத்துக் கொண்டாள். கடைசி அறையில் தொட்டில் ஆட்டப்படும் ஓசை கேட்டது. எழுத்து மேஜைமேல் சிதறிய கோப்பையின் துண்டங்கள் கிடந்தன. அதிலிருந்து கண்களைப் பிய்த்துப் பாடப் புத்தகத்தில் நட முடியப் போவதில்லை அன்று என்று தோன்றியது ஜகிக்கு.

77

கனவா? மனக்காட்சியா? புதர்கள் அடர்ந்த மலைத் தொடரின் பாறைகளின் இடுக்கில் தன் உடல் மாட்டிக் கொண்டிருக்கிறது. முட்சிலாம்புகள் முகத்தைச் சிராய்த்தன. திடுக்கிட்டு விழித்த போது ரேணுகாவின் உடல் வியர்த்துக் குளிர்ந்தது. கனவின் நெருக்கடியை உலுக்கி உதற விரும்புவது போல் கட்டிலில் இருந்து எழ முயன்றாள். பத்து நாட்கள், ஆம், அந்தப் பத்து நாட்கள் ஓடி விட்டன். இன்று அவர் வரலாம். ரேணுகாவின் மனம் அச்சத்தில் கிடுகிடுத்தது. போர்வையிலிருந்து கால்களை சோர்வோடு உருவி எழுந்தாள். அறைச் சுவர்கள் தன்னை நோக்கி, இடித்துப் படுக்கையில் தள்ள முனைவதுபோல் ஓர் உணர்வு. அது அவளை மேலும் அச்சுறுத்தியது.

வீடு பாதுகாப்பற்ற ஓர் இடமாகி விட்டது. தன் ஒவ்வொரு அசைவும் கண்காணிக்கப்படுகிறது. தசைகளில் சிறு சிறு முட்கள் போலப் பார்வைகள் குத்தி நின்றன. ஜன்னல்வழி பார்த்தபோது தோட்டம் இப்போதுதான் கண்விழித்த சிறுமி போல் சோம்பல் முறித்தது. ப்ரஷ்ஷில் பற்பசையைப் பிதுக்கி வைத்தபோது களைப்பு மேலிட்டது. அதை ஒடுக்கி ஒதுக்கி விட்டு ‘பல் துலக்கி, முகம் கழுவி வெளியேறு முன் ஆவி பறக்கும் காபியோடு பரமுவின் புன்னகை முகம். நுரைபொங்கும் காபியை அருந்த முடியாமல் மனதில் பதைபதைப்பு.

அவள் குளித்து முடித்து வெளி வந்தாள். புடவை அலமாரியைத் திறந்ததும் புதிய புடவைகளின் வாசத்தில் மனம் கிளர்ந்தெழுந்தாள். ஆனால் அசுவாரஸ்யமாக, ஒரு பழைய புடவையையே எடுத்து உடுத்தாள். உல்லி உல்லினு பேரு. புள்ளிகள் திரண்டு திரண்டு தெரியும். கொஞ்ச நாள் உடுத்தி அலுத்தது. அதன் சாம்பல் நிறமும் கருநீலக் கரையும் அவளுடைய மனோநிலையை ஒத்திருந்தன. வீட்டைச் சூழ்ந்து இருந்த மரங்களின் தன்மையைத் தான் நெருங்கிவிட்டதாக நினைத்தாள். அல்லது

தரையில் படர்ந்து கொண்டு மனமுமின்றி பயனுமின்றிப் பூத்துக் கிடக்கும் கொடிகளின் தன்மையையா? அவள் கூந்தலை முடிந்து கொண்டு என்ன செய்வது என்பது புரியாதவள் போல் தொலைக்காட்சியில் ஓடிய 'வயலும் வாழ்வும்' நிகழ்ச்சியைப் பார்த்துக் கொண்டிருந்தாள். "நட்டு நாற்பது நாள் கழித்து உரம் இட்டு..."

"ரேணுகா" -தடுமாறும் அழைப்பு. அவர் உள்ளே வந்ததைக் கவனிக்கவில்லை. இப்போது தன் முகத்தை எப்படி வைத்துக் கொள்ள வேண்டும்? வியப்பாகவாகவா? சந்தோஷமாகவா?... ஆவலுடன் கூடிய வரவேற்பின் சாயல்களோடா? அவளுக்குப் புரியவில்லை. இப்படிப்பட்ட தயங்கல்களும் இடைவெளிகளும் ஏற்படுத்தும் மன நெருடல் மிகுந்த சங்கடமேற்படுத்துவதாக இருந்தது. அவள் வெறுமனே எழுந்து நின்றாள்.

அவர் தடாலென்று நெடுஞ்சாண் கிடையாகத் தரையில் விழுந்து அவளுடைய பாதங்களைப் பற்றிக்கொண்டு அழுகையைப் போன்றதொரு சத்தத்தை எழுப்பினார். அவள் நடுங்கிப்போனாள். சமையலறையிலிருந்து எட்டிப் பார்த்த பரமு தலையை உடனடியாக உள்ளிழுத்து தன்னை மறைத்துக்கொண்டாள். "என்ன இது, விடுங்க, தயவு செஞ்சு.." அவள் பாதங்களை அசைத்தாள். தடுமாறி விழுந்து விடாதிருக்கச் சுவரைப் பற்றியும், அவள் கால்கள் நடுங்கின. இந்தக் காட்சியின் அபத்தமும், செயற்கையான காவியத் தன்மையும் அவளால் தாங்க முடியாததாக இருந்ததோடு, சிரிப்பும் மூட்டின. அவர் மிகவும் தவறாக நினைத்துவிடக் கூடும் என்று அஞ்சியவளாகப் பற்களை இறுகக் கடித்துச் சிரிப்பை அடக்கிக் கொண்டாள். மிகுந்த சிரமப்பட்டு "விடுங்க எந்திரிங்க" என்றாள். வேறெதுவும் சொன்னால் நாடகத் தன்மை ஏறிவிடும் என்று பயந்தவளாக, முட்டும் சிரிப்பைக் கட்டுப்படுத்த முடியாதவளாக, இந்நிலை வேதனையா, வேடிக்கையா என்று புரியாதவளாகத் திணறினாள். பாதத்தில் பதிந்த அவர் முகமும் ஈரக்கண்களும் அவளுள் காதலோ காமமோ பிரியமோ சார்ந்த எந்த உணர்வையும் ஏற்படுத்தவில்லை.

"அன்னிக்கு ஒன்ன அடிச்சிருக்கக்கூடாது. மன்னிச்சிடு. என்ன மன்னிச்சிடு" - என்று அவர் பிதற்ற அவள் வேடிக்கை பார்ப்பவளாக

வெறுமனே நின்றிருந்தாள். அவர் பிடி தளர்ந்த ஒரு கணத்தில் தன் கால்களைப் பிடுங்கிக் கொண்டு குளியலறைக்கு ஓடினாள். கதவைச் சாத்திக் குழாய் நீரைத் திறந்து அதைத் தனக்கான ஆதரவாகவும், ஆறுதலாகவும் சுவீகரித்துக் கொண்டாள். உண்மையில் அப்படி எதுவும் தேவையில்லை என்றாலும் கூட நீரின் பீறிடலோடு சேர்த்து இவ்வளவு நேரம் அடக்கப்பட்டிருந்த அவளின் சிரிப்பு, வாயைப் பொத்திக் கொண்டு... பொத்திய விரல்கள் அனிச்சையாக விடுபடத் தன்னை மீறிய வினோத ஒலிகளாலான அவள் சிரிப்பு.

கண்களில் நீர் வர, நீர் வர அழுகையாய் முடிந்த சிரிப்பு. நேரம் போவதே தெரியாமல் கெக்கலித்து, உறைந்து பின் வெடித்தும் சிதறிச் சிதறி கதவு தாழிட்டிருப்பதை மறந்து விட்டாள். வெளியே தன் காலில் விழுந்தவரின் 'பக்தி' அந்த நொடிப் பிளவு கூட சத்திய பூர்வமானதில்லை என்பதை நினைத்ததும் மீண்டும் அவள் கன்னங்களில் கண்ணீர் வடியச் சிரிப்புப் பொத்துக் கொண்டது. கிருட்ணசாமி உண்மையாகவே பயந்து போனார். என்ன செய்கிறாள் குளியலறைக்குள் இவ்வளவு நேரம்?

"ரேணுகா, ரேணுகா, ரேணுகா, கண்ணும்மா" - என்று கதவை தட்டோ தட்டென்று தட்டினார். அவ்வொலி அவளைத் தொட்டு எரிச்சலேற்படுத்தியது.

"ரேணுகா", "ரேணுகா", "ரேணுகா"

'என்ன ரேணுகா வேண்டிக் கிடக்கு, ச்சே' என அலுத்துக் கொண்டாள்.

கடுகடுத்த முகத்தை வாஷ்பேஸின் கண்ணாடியில் பார்த்தாள். குளியலறையின் அழகும், ஆடம்பரமும் வியர்த்தம் என்று நினைத்தாள். முகத்தில் நீரையள்ளி விசிறிக் கழுவித் துடைக்காமல், கதவைத் திறந்து வெளியே வந்தாள். நீர்த்துளிகள் உருளும் கன்னங்கள். அவற்றின் ஆசை ஏற்படுத்தும் மினுங்கல்.

"அழுதியா?" - அவள் பதில் சொல்லவில்லை.

"ஏம்மா அழறே?" - அவள் தன் உதடுகளை இறுக்கிக் கொண்டாள். தண்ணீர் சொட்டும் மெலிந்த கழுத்து வளைவு. நனைந்த புடவையின் கண்ணாடித் தன்மையும் தெரியும் மார்பு வளைவு. அவர் கண்கள் விரிய

அவளைத் தொட நெருங்கியபோது சட்டென்று நகர்ந்து சுவரோடு ஒண்டிக் கொண்டாள். பெருமூச்சிட்டபடி தன் பையிலிருந்து சில காகிதக் கற்றைகளையும் ரோஸ்நிறப் பொட்டலமொன்றையும் எடுத்தார். "பாரு, உனக்காகத்தான். பெரிய தென்னந்தோப்பையும் உன் பேருக்கு மாத்திட்டேன். இதபாரு."

ரோஸ் காகிதப் பொட்டலத்திலிருந்து, மெல்லிய பொற் கொலுசுகளை எடுத்துக் காட்டினார், அவள் கண்ணின் கருமணியை உற்றுப் பார்த்தார்: அவள் முகம் வெற்றுக் காகிதமாகி இருந்தது. "நீ எனக்கு எப்போதுமே குழந்தைதான், கண்ணும்மா, இது உன் மாளிகை; என் சொத்துகள், உடல் உயிர் எல்லாமே உன்னது."

'உசிரும் எனக்கெதுக்கு?' என்றது போல் அவள் இதழ்க் கடை வளைந்தது.

"போட்டுக்க" என்று கொலுசை நீட்ட, அவள் தயங்கி நின்றாள். அறை வாசல் நிலையில் உதித்த கண்கள், வாங்கிக் கொள்ளச் சொல்லிச் சைகை செய்தன. ரேணுகா பற்களை இறுக்கிக்கொண்டு, விழி நுனிகள் கூர்மையாகத் தீட்டப்பட, சுட்டு விரலால் சிறிய மர டீபாயைக் காட்டினாள். கிருஷ்ணசாமி முகமும், மனமும் நெருப்பிலிட்ட நைலான் துணிபோல் சுருங்க, அதை வெளிக்காட்டாமல் அவற்றை அங்கே வைத்து விட்டு வாசலை நோக்கி நடந்தார் "காபி சாப்பிட்டுப் போங்க" என்றாள் சம்பிரதாயமாக. அவர் யார் வீடோ அது என்பது போல் நாற்காலியில் சரிந்தார்.

"பரமு" என்றழைத்தபடி கூந்தல் சுருள அழகிய பின்புறங்கள் அசைய ரேணுகா சமையலறைக்குப் போனாள். மிக்ஸரும் காபியும் பரமு கொண்டு வந்து வைத்தாள். உலர்ந்த உறவின் படலமாகக் காலியான காபி டம்ளரின் அடியில் படிந்த கறை, அங்கே யாரையும் உறுத்தவில்லை.

"ஏம்மா, இதையெல்லாம் பத்திரப்படுத்தி வைக்கக் கடாது?" என்று சொன்னவளிடம், "நீயே வை பரமு" என்றாள் ரேணுகா அசட்டையாக. அலமாரியைப் பூட்டி நீட்டிய சாவியைக்கூட அவள் வாங்கவில்லை. பரமு குமிழியிட்ட புன்னகையோடு சாவியை இடுப்பில் செருகினாள்.

78

மழை சிறு தூறலாக விசிறியது. நாங்கள் டீக்கடையில் உள் மறைப்பில் இருந்த சிறிய மர பெஞ்சில் ஒண்டிக் கொண்டோம். சேகருடைய முகத்தையே கவனித்தேன். நீர் மேல் மிதக்கும் மஞ்சள் இலைபோல் அது தோன்றியது. சூடான டீயும், பன்னும் குளிருக்கு மிகவும் ருசியாகத் தோன்றின.

மழையின் இசையை ரசித்தபடி பள்ளிக்கூட வாசலையே பார்த்துக் கொண்டிருந்தேன். நேற்றே கல்லூரிக்குப் போயிருக்க வேண்டியது. எனக்காக இவன்களும் தங்கி விட்டான்கள். மரப் பெஞ்சின் நுனியில் உட்கார்ந்தபடி அவள் ஸ்கூல் பஸ் வெளியேறி வருவதற்காகக் காத்திருந்தேன். வானம் மூட்டம் போடத் தொடங்கியதுமே குமார் வீடு வரைக்கும் போய் வருகிறேன் என்று சைக்கிளில் பறந்திருந்தான். அவர்கள் வீட்டில் மிகப் பெரிய சிங்கப்பூர் குடை ஒன்று இருக்கிறதாம். அவன் மாமா பரிசளித்ததாம். பல வண்ணங்களில் பூக்கள் அச்சிட்ட மாபெரும் குடை என்றான். மூன்று பேருக்கு மேல் தாராளமாக நனையாமல் நடக்கலாமாம். அதை எடுத்து வருகிறேன் என்றான். நாங்கள் நனையாமல் போவதற்கல்ல அது. அவளுடைய பள்ளிக்கூட பஸ் தெரு முனையில் நின்று விடும். அங்கிருந்து அவளுடைய சகோதரி ஓட்டமாக ஓடிவிட இவள் எப்போதுமே கடைசியில் நிதானமாக வாய்க்குள் ஏதோ பாட்டை முனகியபடி போவாள். அந்த நேரத்தில் அவள் எதிரே இந்தப் பெரிய குடையோடு நான் போக வேண்டியது. ஏதாவது பேச வேண்டியது என்பது சேகரனின் ஐடியா.

“அழகேசா! குடை வேணுமா? என்று கேட்கலாம்'' என்றான். சிறிது நேரம் கழித்து இல்லை, இல்லை, ‘மழை பெய்யுதே குடைக்குள் வர்றியா?’ என்று கேட்டுவிட்டு, ''அவள் கண்களை நேருக்கு நேராக உன் மனதில்

உள்ள அவ்வளவு காதலையும் திரட்டிப் பார்க்க வேண்டும் அழகேசா'' என்றான். நான் தலையாட்டி வைத்தேன். குமார் குடையோடு சைக்கிளில் வந்து சேர்ந்தான். தொப்பலாக நனைந்தபடி நாங்கள் தலைதெறிக்க அவரவர் சைக்கிளில் அவள் வீடிருக்கும் வீரகாளியம்மன் கோயில் தெருவிற்குப் போய்ச் சேர்ந்தோம். பூட்டிக்கிடந்த ஒரு வீட்டின் முன் கூரைச் சரிவிற்குக் கீழ் நின்று கொண்டோம். ஸ்கூல் பஸ் தெரு முனையில் நின்றது.

நிறையப் பெண்கள் இறங்கினார்கள். சிறுபெண்கள் அரைப் பாவாடையும் காலர் வைத்த சட்டையும், கழுத்தில் பச்சை டையும். கொஞ்சம் வளர்ந்தவர்கள் நீல தாவணி - இளநீல ரவிக்கை கை நீண்டு முதுகை முழுவதுமாகப் பிடரி வரை மறைத்து இந்திப்படப் பாட்டிகளைப் போல் பாவாடை துவங்குமிடம் வரை இடுப்பை முற்றிலுமாக மூடிய ரவிக்கை. அவள் கடைசியாகத்தான் இறங்கினாள்.

சரியாகவே இருந்த தாவணி விளிம்பை பொன்னி வழக்கம் போல் விரல் நுனிகளால் இழுத்துவிட்டுக் கொண்டாள். நான் மெல்லிய கனவுப் புகைக்குள் நடப்பது போல் நடந்தேன். அவள் தோளில் புத்தகப் பொதி தொங்கியது. அதை அவள் அநாயசமாகக் கனமேயில்லாதது போல் சுமந்த கணம் என் மனம் வலித்தது.

“டேய், அழகேசா! போடா, வேகமாப் போடா'' சன்னமான அழுத்தத்தோடு ஒலித்த நண்பர்களின் குரல் என்னை உந்தியது. விரைவாக அவளை எதிர்கொள்ள, இல்லை, இல்லை நேர்கொள்ள நடந்தேன். அந்தப் பெரிய இளம் பச்சை நிறத்தில் சூரிய காந்திப் பூக்கள் அச்சிட்ட குடைக்கு மத்தியில் என் தொத்தலான உருவம் இருப்பதே தெரியாமல் இருந்திருக்கக்கூடும். அவ்வளவு அகலமான குடையோடு அவள் வழியை மறித்துக் கொண்டு நின்றதும் அவள் கண்கள் லேசாக மிரண்டன. எனக்குத் தொண்டை வறண்டு விட்டது.

“பேசுடா, அழகேசா பேசுடா'' சேகரனும், குமாரும் முணுமுணுக்கிறார்கள் பின்னிருந்து. நான் எச்சிலைக் கூட்டி விழுங்கினேன். தொண்டையிலிருந்து, இல்லையில்லை நெஞ்சின் ஆழத்தில் இருந்து சொற்களைத் திரட்டி முயன்றேன். சிறிய அயிரை மீன்களைப் போல்

துள்ளிக் கொண்டிருக்கும் அவள் கண்களில் இப்போது கடுமையான கோபம் முளைவிட்டது.

"வழியக் கொஞ்சம் விடறீங்களா?" என்றாள் எரிச்சலோடு. நான் மென்மையாக மிக மென்மையாக, மிக மிக மென்மையாக ஒரு பூவைத்தொடும் செயலைச் சொல்லாக மாற்றி, 'மழை பெய்யுதே, குடைக்குள் வரலாமே' என்று சொல்லிக் கொண்டே நெட்டுக் குத்தாக குடையை அவளுக்கே நீட்டினேன். குடைக் கம்பி என் வயிற்றிலும் அதன் விரிந்த மேல் பகுதி, அவள் புத்தகப் பையிலும் இடித்தது. சமாளித்து குடையைப் பக்கவாட்டில் சாய்த்தேன்.

'க்குக்' என்று கூர்மையாக சிறிய ஒலியோடு அவள் சிரித்தாள். அவள் சிறிய பவள மொட்டுப் போன்ற உதடுகள் விரிந்து வெண் பற்கள் தெரிந்தன. நான் பரவச நிலையில் மயக்கமடைந்தேன் போலிருந்தது. ஏன் சிரித்தாள் என்பது புரியாமல் சுதாரித்து வானத்தைப் பார்த்தேன். மழை சுத்தமாக நின்று எவ்வளவோ நேரமாகியிருந்தது. சொல்லப் போனால் ஒரு துளி தூறியதற்கான சுவடு கூட இல்லை. நான் செய்வதறியாது விழித்தேன்.

"ஸ்கூல்ல படிக்கிறியா?" என்று தைரியமாக கேட்டு விட்டேன். "ம்ம், இல்ல, ஸ்கூல்ல புல்லுப் புடுங்குறேன்!" என்ற அவள் என்ன சொல்கிறாள் என்பதே புரியாமல் "ஆமாமா" என்று தலையாட்டினேன். இப்போதும் அவள் சிரிக்க வேண்டும் என்று இறைவனைப் பிரார்த்தித்தேன். இல்லை அவள் உதடுகள் இறுகின.

"நீங்க அமலா மாதிரியே! இல்ல ரத்தி அக்னிஹோத்ரி மாதிரியே இருக்கீங்க"

"போட்டான்டா ஒரு போடு!" பின்புறம் பாராட்டியது. எதிர்பாராமல் தாக்குற்றாற் போல் அவள் முகம் சிவந்தது. 'அப்பாடா' என்று மனசுக்குள் சொல்லிக் கொண்டிருக்கும்போதே திரும்பாமல் ஓடிக்கொண்டே "அதெல்லாமில்லே, நான் என்ன மாதிரியேதான் இருக்கேன்" என்று சொல்லிவிட்டு வீட்டு வாசற்படியில் நின்று வியந்து பார்த்துக் கொண்டிருந்த அவள் தங்கையோடு சேர்ந்து கொண்டாள். கூரைச் சாய்ப்பிலிருந்து சேகரனும், குமாரும் வெளியே வந்தார்கள்.

"பரவாயில்லடா தேறிடுவ. ஆனா வம்பை விலைக்கு வாங்கறியோன்னு இருக்கு"

"அதெல்லாம் ஒண்ணுமில்ல. அவளுக்கும் என்னை ரொம்பப் பிடிச்சித்தானிருக்கு" என்றேன், கதாநாயகத் தோரணையோடு.

"சொன்னாளா?"

"பெண்கள் நாலு வார்த்தை பேசினாப் போதுமே, அதுக்கு என் மேல ஒரு இதுன்னுடுவீங்களே" என்றான் சேகரன்.

"இல்லையாடா?" என்றேன் பரிதாபகரமான தொனியில். "அப்படியொண்ணும் தெரியல" என்றான்.

"டே, இனிமேலாச்சும் கொடையை மடக்குற உத்தேசமுண்டா?" கேட்டான் குமார். நான் பரபரப்பாகக் குடைப் பட்டனை அழுத்தி மடக்கிச் சேகரனிடம் நீட்டினேன். "நல்ல காமெடிடா" என்றான் குமார். வாய்விட்டுச் சிரித்தபடி "நாளைக்குக் காலையாவது காலேஜிக்குப் போறாப்பல ஐடியா உண்டா?"

"டேய், டேய், ப்ளீஸ்டா, நாளைக்கி ராத்திரி கண்டிப்பா போய்டுவோம். எது எப்படியோ நாம மூணு பேரும் உருப்படற வழியக் காண்போம்" சேகரன் சொல்லி முடிக்கும்முன் மழை பெருந் தூறல்களாகப் பெய்யத் தொடங்கியது. சடசடவென்று. இப்போது அவள் என்ன செய்வாள்? இதே மழையை அம்மா தரும் காப்பியை குடித்துக் கொண்டே வேடிக்கை பார்ப்பளா? இல்லை, குளியலறைக்குப் போய் அந்த நீலத் தாவணியை நீக்கி ரவிக்கைப் பித்தான்களை... "டேய், காலை ஊனி நடடா, வழுக்கிடப் போகுது."

சேகரன் சொல்லியபடியே என்னை ஒட்டிக் குடைக்குள் ஒட்டிக் கொண்டான். மழை வலுத்து ஊற்றியது. சரம் சரமாக கண்ணாடிச் சூழல்கள் போல் தரையில் குட்டிக் குட்டி வானவில்களை உருவாக்கியது.

"நாளக்கு ஒரேயொரு நாள்டா" என்று முனகி வேண்டினேன். "சரி என்னமோ பண்ணித் தொல" என்றான் சேகரன்.

உமா மகேஸ்வரி

79

காலை வெயில் படரத் துவங்கியது. சலனமற்றிருந்த வானத்தைப் பார்த்த அவள் மனம் குதூகலத்தில் துள்ளியது. கார் ஏஸியின் குளிர் இதமாக இருந்தது. நெடுநாள் கழித்துச் சோமலாபுரம் நோக்கிப் பயணம். ''ஒத்தக் காட்டேரி மாதிரி வீட்டுக்குள்ளேயே சுத்திச் சுத்தி வர்ரியே, உங்க ஊர்ப்பக்கம் போயிட்டு வாயேன். அக்கா, பிள்ளைகளைப் பார்த்துட்டு'' நேற்றிரவு வந்த கிருட்டிணசாமி அதிசயம் போல் சொன்னார்.

அவள் உற்சாகமடைந்தாள். தன் இருகைகளாலும் அவர் கழுத்தைக் கட்டிக்கொண்டு 'நெஜமாகவே போகட்டுமா' என்று கொஞ்சினாள். அவர் அவளை அணைக்க எழும்பிய கைகளைத் தாழ்த்தித் தொங்கவிட்டபடியே நின்றார். "பரமுவையும் கூட்டிட்டுப் போகட்டுமா"

"அவ வீட்டப் பார்த்துக்கட்டும். நீயாவே போயிட்டு வாயேன்"

"சரி" - புடவை மாற்ற அறைக்குத் துள்ளி ஓடியவளைப் பார்த்தபோது மனம் சற்றுக்குழைந்தது. உடனே நெகிழ்ச்சியைக் கைவிட்டு இறுகிக் கொண்டது.

கார் ஒரு சிறு வழுக்கலும் இல்லாமல் போய்க் கொண்டிருந்தது. தன்னைச் சீரான இடைவெளியில் தொடர்ந்த இன்னொரு அம்பாஸடரை டிரைவர் அறிந்தே இருந்தான். அது அவள் கவனத்தில் பட்டு விடாத கோணத்தில் பின்புறத்தைக் காட்டும் கண்ணாடியைத் தன்னை நோக்கித் தாழ்த்திக் கொண்டான்.

ரேணுகா ஒன்றையும் உணரவில்லை. ''போடி நாயக்கம்பட்டிக்குத் தானம்மா?'' அவள் தலையை ஆட்டியபடி காதோரக் கேசச் சுருளை ஒதுக்கிக் கொண்டாள். பசுமை ததும்பும் வயல்களும் பூக்கள் ஆடும் மரங்களுமாகப் பயணம் மிக ரம்மியமாக இருந்தது. கார் லேசான

குலுக்கலுடன் சோமலாபுரம் ரோட்டில் நகர்ந்தது. அவள் பரபரப்புற்றாள். பின் தொடர்ந்த கார் சலிப்புற்றாற் போல் நின்றது. தெருப் பெண்கள் கார்ச் சத்தம் கேட்டு எட்டிப் பார்த்தார்கள். நிறம் நிறமான சேலைத் தலைப்புகள் மினுங்கித் தெரிந்தன. மெட்டிப் பாதங்கள் சிமெண்ட் முற்றங்களில் பூத்தன. விஜிதாவின் கண்கள் ஜன்னலுக்கு வெளியே பார்த்துவிட்டு அவள் முகத்தைக் கவனித்ததும் சட்டென்று திரும்பிக் கொண்டன.

''அட, சித்தி'' சுதாதான் கத்திளாள்.

லதா ''சித்தி!'' என்று வாசல்படிகளில் இறங்கி ஓடிவந்து அவளைக் கட்டிக்கொண்டாள்.

''லதாக்குட்டி, நீ எப்படி இருக்க?''

''சித்தி ,உள்ள வா''

''அப்படியேதானிருக்கேன்'' - என்று இரண்டு பேரும் கைகளைப் பிடித்து வீட்டிற்குள் இழுத்துக் கொண்டு போனார்கள்.

மூத்தாளாகிய ராஜியின் முகம் மலர்ந்தது, ''ரேணு, வா, வா, வா!'' என்றாள்.

சுதாவும் லதாவும் ''தங்கச்சியைப் பார்த்ததும் சந்தோஷத்தப் பாருங்கடா, எத்தின வா, வா, வா!'' என்று கிண்டலடித்தன.

''ரேணுகா! சந்தோஷமாயிருக்கியாடி?'' ராஜியின் கண்கள், ஓரகத்தி உடுத்தியிருந்த ஷாம்போ சாட்டின் சேலையின் கிளிப் பச்சை நிறத்தையும் அதற்கு இணையான பச்சை நெக்லஸையும் திருப்தியோடு பார்த்தன. தலை நிறையத் தொங்கிய மல்லிகைச் சரங்கள், அவள் கண்களில் ஏனோ ஈரத்தை ஏற்படுத்தின.

மாறிக் கொண்டேயிருக்கும் வாழ்க்கை. சின்னஞ் சிறுமியாக, அழகுப் பெண்ணாக, கணவன் அற்று அலைக்கழிந்தவளாக என்று வெவ்வேறு கோலத்தில் கண்ட அவள் முகம். அது இப்போதிருக்கும் தோற்றம் எழில் கூடியதாகவே இருக்கிறது. குழந்தைமையை தொலைத்திருந்தாலும் தன் நளினங்களையும் அழகுகளையும் தானே உணர்ந்ததால் ஒரு செயற்கைத்

தன்மை அவள் அசைவுகளில் கூடியிருக்கிறது. இவள் கண்களில் நிலையாய் இருப்பதென்று எதைத்தான் சொல்ல முடியும்? மேக மிதப்பிற்கு அப்பால் எதையும் வெளிக்காட்டாத ஆழ்ந்த ஆகாயம் போல் அவை புரிபடா மோனத்தில் இருக்கின்றன. இப்போது இவள் நிலை ஞானியுடையதா? யோகியுடையதா?

“நல்லாத்தானே இருக்கே, ரேணுகா?” - பதில் வராத கேள்வியை அவள் “ஆம்” என்று சொல்ல வேண்டும் என்ற தவிப்போடு கேட்டாள். தலையை ஆட்டினாள் ரேணுகா. குழந்தைகளோடு பல்லாங்குழியும், தட்டாங்கல்லும் விளையாடத் துவங்கினாள். “சித்தி! வெளயாட வா சித்தி” ரெண்டு பேரும் பிடுங்கி எடுத்தார்கள்.

“அவ என்னோட பேச வேண்டாமா? ஒனக்கு என்ன கொழம்பு வைக்கட்டும்?” சகஜமாகக் கேட்ட படியே ராஜி, தங்கையருகே வந்து உட்கார்ந்தாள். “உனக்குப் பிடிச்சமானது என்ன கொழம்பு ரேணுகா” - இந்தச் சாதாரண ஆனாலும் முக்கியமான சிறு விஷயம் கூட தங்கையைப் பற்றித் தனக்குத் தெரியாது என்பதை நினைத்துக் குற்ற உணர்வு கொண்டாள் ராஜி. வழக்கம்போல் “ஏதோ ஒண்ணு” என்று கூறி விட்டுப் பல்லாங்குழிகளில் ஐந்தைந்தாகச் சோழிகளை அள்ளிப் போட்டாள் ரேணுகா. ஞாபகம் வந்தாற்போல் “ஒங்களுக்கு இன்னிக்கு ஸ்கூல் இல்ல?” என்றாள்.

“இன்னிக்கு ஞாயிற்றுக்கிழமை, சித்தி”

“சித்தி! எத எடுக்கட்டும்?”

ரகசியமாக, வெற்றி பெற விழையும் குரலில் தெளிக்கக் கேட்டாள் லதா. எந்த குழியிலிருந்து அள்ளினால் நிறையக் கொத்து எடுக்கலாம்: தொக்கம் விழாமல்... என்று ரேணுகா சொல்லித் தருவாள். வேண்டாப் படாதவளோ என்னும் தயக்கம் இருந்தபோதும் இங்கு வந்திருக்கிறாள். எதிர்பார்ப்புகள் பற்றிக் காட்டிக் கொள்ள விரும்பவில்லை. அவள் வாழ்க்கை வருடங்களால் சுழற்றப்பட்ட விதம் வினோதமானதுதானே, ஆனால் யாருடைய வாழ்க்கையுமே அப்படித்தானே? என்றுமே அவள் பிறர் மனதை உறுத்துபவள்தானோ? ஆனால் அவள் மனம் சிந்தும்

ரத்தமும், கண்ணீரும் அதிகமானவை என்பதை அறிந்தவர் யாரும் இல்லை; அதேபோல் அவள் உள்ளே உழலும் ஆசைகளையும். இன்றைய நாள் அப்படி இல்லை. சிமெண்ட் தரையில் குளிர்ச்சியில் பல்லாங்குழிக்குள் 'கலீர்கலீர்' என்று சோழிகள் குலுங்கின. வீடு உள்ளே நுழைந்த போது தந்த நடுக்கத்தை இப்போது தரவில்லை. அது மடியை விரித்து அமர அழைக்கும் தாயின் தன்மையைக் கொண்டிருந்தது. லதா அழகாகி இருந்தாள்.

அவள் ருதுவடைந்திருப்பாள். அப்போது நடந்த சடங்குகள், விசேஷங்களுக்குக்கூடத் தனக்கு அழைப்பில்லை. பூசினாற்போன்ற உடலும் மிருதுவான கன்னங்களில் குமிழ்ந்த சிறு பருக்களும் ஸ்நானப் பொடி வாசனையும் அவளை அணைத்துக் கொள்ளத் தூண்டின. இரு குழந்தைகளுடையதும் சின்னஞ்சிறு வயதிலிருந்து பார்த்த முகங்கள்தாம். இப்போது அவை மிகவும் அழகிட்டிருந்தன.

"லதா! இந்த வருஷம் எத்தனாங் கிளாஸ்"

"நைன்த் சித்தி. சுதா வந்து எய்த். ஜகியும் எய்த். பொன்னி செவன்த் போறா, நம்ம பவானியில்ல, அது கூட இந்த வாட்டி 5 ஆவது போயிடுச்சு."

"அப்படியா" - தனம் அக்கா வீட்டிற்கும் போக வேண்டும், அவள் எப்படித் தன்னை ஏற்பாளோ? என் பிழைகளை அவள் மன்னிக்கவோ, மறக்கவோ மாட்டாள்.

"அந்தக் குட்டிகளெல்லாம் இங்க வருமா?"

"கூட்டிட்டு வரவா, சித்தி. ?"

"இல்லல்ல வேணா" அசாதாரணமான பதறல் ரேணுகாவுடையது. இந்த வீட்டின் உறுத்தாத இருளும் குளுமையும் பாந்தமும் தன் மாளிகையில் ஏன் இல்லை?

'அடுப்படியில் எத்தனையோ கிண்டிக் கொண்டிருக்கிறாள் அக்கா. அவளுக்கு எதையாவது நறுக்கி அரைத்துத் தரலாம்; தேங்காய் துருவலாம்.

வேலைக்காரம்மா இருந்தாலும்கூட அவள் கைக்கு ஒத்தாசையாக நானும் போய் நிற்கலாம், அது எதையும் செய்யாமல் இப்படிப் பிள்ளைகளோடு விளையாடிக் கொண்டு, எனக்கு வழக்கம் போல் மேல் வளையாதே'

"அக்கா நான் ஏதாச்சும் செய்யவா?"

"சும்மாயிரு. நீ பாட்டுக்கு வெளயாடு" - பூண்டுக் குழம்பின் வாசனை. கோழியைப் பொறிக்கும் சத்தம். நெய்யில் முந்திரி வறுபடும் மணம். என்னதான் செய்கிறாள் இந்த அக்கா?

"என்னக்கா, ரொம்ப விரிவா எதுவும் வேணாம்; வாயேன்! எங்களோட உக்காரு"

"நல்லாத் தானிருக்குமா, நானும் பல்லாங்குழி வெளையாடினால்."

"இன்னும் பத்து நிமிஷத்தில் நீங்கள்லாம் சாப்பிட உக்காரலாம்."

"ஆனா எங்களுக்குப் பசிக்கவே இல்லயே"

"என்னமோப்பா, சாப்பாட்டுக்கடையை முடிச்சா, செத்தவடம் கட்டயக் கீழ சாய்க்கலாம். இந்தச் சோறு மட்டும் ஒரு விசில் வரணும்" - தன் பக்கம் குவிந்த சோழிகளும் சித்தியின் காலிக் குழிகளும் லதாவிற்கு மிகுந்த சந்தோஷம்.

"சித்தி நீயொரு தோத்தாங்குளி; தோத்தாங்குளி" - ரேணு சிரித்தாள், சற்றும் சுருங்காத முகத்தோடு. ஒரு உட்சலனமும் இது எவ்வளவு பெரிய உண்மை என்கிற தெரிதலும் அவளை லேசாகப் புன்னகைக்க வைத்தன.

"ஆமடா செல்லக் குட்டி, நான் தோத்தாங்குளிதான்." மென்மையாகச் சொன்னாள்.

'உண்மையும் அதானே' என்று மனம் கசந்தது.

"சித்தி, என்னோடு ஒரு வாட்டி ப்ளீஸ் சித்தி" கெஞ்சினாள் சுதா.

"போதும், போதும், சாப்பிட வாங்க"

"பட்டா சாலையில். எல்லோருமா உட்கார்ந்துக்கலாமா"

"மச்சான் எப்ப சாப்பிட வருவாங்க?"

“அவர் கல்லாவிற்கு மாத்த ஆள் தோதில்லனு இப்பதான் கடைப் பையன் வந்து சாப்பாடு எடுத்துட்டுப் போனான்” - வேலைக்காரம்மா, பட்டாசாலையின் நடுவில் பாய் விரித்து, தட்டுகள், கிண்ணங்கள் என்று எடுத்து வைக்கவும் எல்லோரும் வட்டமாக உட்கார்ந்து சாப்பிட்டார்கள்.

“இத்தன வகையா, பாரு பூண்டுக் குழம்பு, ரசம், தக்காளிச் சட்னி, காலிப்ளவர் சிக்கன்... ஏங்க்கா நீ”

“வராதவ வந்திருக்கா”

“சித்தி, உனக்குப் புடிச்ச பருப்புப் பாயாசம்”

“அட, சுதாவுக்கு சாதம் கொறயாப் போடு”

“ஏன் கா, அவ ஒல்லியா தானே இருக்கா”

“இல்ல. அதுவும் ரொம்ப சாப்பிட்டா சீக்கிரம் உக்காந்துடும்” - என்றாள் அக்கா.

சுதா சங்கடத்தோடு தட்டைப் பார்த்துக் குனிந்து கொண்டாள்.

“ஏன்கா நீ, குழந்தையைப் போய்... என்னைக்கிருந்தாலும் ஆகிறது தானே... இதுக்குப் போயி இப்படி உழட்டிக்காத. நீ நல்லாச் சாப்பிடு கனிக்குட்டி, கிளிக்குட்டி, ரதிக்குட்டி” சித்தியின் கொஞ்சலில் அவள் முகம் மலர்ந்தது.

“ரேணு சித்தி” - வாசலில் பெருஞ்சத்தம். செருப்புகள் சுழற்றியெறிப்படும் காட்சியும் கொலுசுக்கால்கள் உள்நுழைவதும் தெரிந்தன. “யார் இதெல்லாம்? ஜகதீஸ்வரி தானா இது? அப்படியே ஒல்லிப்பிச்சான். குள்ளத் தாரா. பொன்னி, என்னதிது ஸ்டைலா பாப் வெட்டிக்கிட்டு... இது யாரு.”

“பவானிக் கண்ணா, சித்தியைத் தெரியுதா?” - கொஞ்சம் அதிகமாக உணர்ச்சி வசப்பட்டாள். குழந்தைகள் தன் மேலே விழுந்து கட்டிக் கொள்ளும் போது இதனினும் இனிய உணர்ச்சி எதுவுமில்லை என்றும் தோன்றியது.

ஜகி வழக்கம் போல உம்மணாம்முஞ்சிதான். பொன்னி பெரிய மனிதத்

தோரணையோடு சித்தியை உற்றுப் பார்த்துக்கொண்டு இருந்தாள். பவானி தயங்கிக் கொண்டே கேட்டாள், ''நான் ஒண்ணு கேக்கட்டுமா?''

''ஒண்ணு என்னடா குட்டி ரெண்டு மூணு, நாலு கூடக் கேளேன், ஏன் அஞ்சு - குழந்தைகளின் அண்மை விளையாட்டுப் பேச்சுக்களையும் வேடிக்கை மனோபாவங்களையும் சுலபமாக வாய்க்கச் செய்து விடுகின்றது.''

''சித்தி, நீங்க இப்ப ஏன் இங்க வந்தீங்க?'' - பவானி தயங்கிக் கொண்டே கேட்டது.

''ஆரம்பிச்சுட்டாடா'' - ஒட்டு மொத்தமாகக் கத்தின மற்ற குழந்தைகள்.

''ஏன் வரக் கூடாதா?'' ரேணுகா தன் கேள்வியையே கேள்விக்கு பதிலாக வைத்தாள்.

''இத்தன நாள் எதுக்கு வரல?''

''திரும்ப எப்பப் போவீங்க?'' - குழந்தைகளோடு சேர்ந்து ரேணுகாவிற்கும் சிரிப்பு.

''எத்தனை கேள்வி, எப்படிச் சொல்வேன். பதில் எப்படிச் சொல்வேன்'' என்று பழைய பாடலை முணுமுணுத்தாள்.

''சித்தி, நீங்க எதையும் தப்பா நெனச்சுக்காதீங்க. இவ எப்பவும் இப்படித்தான். பேரே பவானி ஒரு கேள்விக்குறிதான்'' - பொன்னியின் சமாதானம்.

''பாருங்க, பார்க்கிறதுக்கு கூட அப்படியே இருக்கா, ரெண்டு காலை ஒட்டி வச்சுக்கிட்டடு, கழுத்தயும் தலையையும் வளைச்சுக்கிட்டு... இல்ல?'' பவானிக்கு உதடு பிதுங்கிக் கோபக் கண்ணீர் துளிர்ந்தது. சித்தி என்ன சொல்லப் போகிறாளோ என்று அவள் கண்களை உற்று நோக்கினாள்.

''அதெல்லாம் ஒண்ணுமில்ல, அவ தெரிஞ்சுக்கத்தானே கேட்கிறா. அதுக்காக அவளே ஒரு கேள்விக் குறியா? பவானி ஒரு பவானியே தான்'' - அவளை இழுத்துத் தன்னோடு இணைத்துக் கொண்டாள் ரேணுகா.

"ஐ, ஐஸ், ஐஸ். பாலைஸ், கப் ஐஸ், குச்சி ஐஸ், சேமியா ஜவ்வரிசி ஐஸ்" - எல்லோரும் சேர்ந்து ஒரே மாதிரியான கத்தல்களையும் சொற்களையும் எங்கே பிடிக்கிறார்கள்?

"அப்ப இவ பேர் என்னவாம்?"

"பேரு வந்து சொல்லவா..." பொன்னியும் பவானியும் வாயைக் கையால் பொத்திக் கையால் அசைத்து மிரட்டினார்கள். "வேண்டாம் ப்ளீஸ் வேணா, வேணாம்" - பதறிக் கைகளை உதறி கெஞ்சினாள் ஜகி

"அது வந்து ராக்காச்சி, இல்ல, பேய்ச்சி, வீரியக்காரி" - இப்போது உதடு பிதுங்க, கண் சிவக்க அழுவது ஜகியின் முறை.

"அ, சும்மா, விளயாட்டுத்தான. இதுக்குப் போயி அழுவாங்களாக்கும்" - ரேணுகா அவளைச் சமாதானப்படுத்தி விட்டு, "சரி, சரி இந்தப் பேர் வைக்கிற வெளயாட்டே வேண்டாம். பொன்னிக்கு என்ன பேரு? நீயும் அழுவியா?" அவள் காதைத் திருகினாள்.

"ச்ச்சேச்சே, நான் ஏன் அழுறேன்? நான் வந்து மாமேதை பொன்னி" - என்று தன் சட்டையில் இல்லாத காலரைத் தூக்கிக் கொண்டாள் பொன்னி.

"நல்ல பேருன்னா அழ மாட்டீங்களோ"

"ம்க்கும்"

"இல்ல சித்தி, பொய் புளுகு. அது தத்தப் பித்துப் பொன்னி, பொன்னி பன்னி"

இப்பப் பொன்னியும் அழுது விடுவாள் போலிருக்கவே, நிலைமையை உடனே மாற்றியாக வேண்டும் என்ற அவசரத்தை உணர்ந்தாள் ரேணுகா, "சரி, சரி போதும் இந்த ஆட்டைக்கு நான் வரலப்பா"

"இருங்க சித்தி! உங்க பேர் என்னனு கேட்டுக்கங்க"

"ரேஸ் ரேணு"

"ரேஸா ஏன்?"

“முந்தி நாம்ப ஒரே வீட்ல இருப்போமே. அப்ப மாடிக்கும் கீழயும் ஓடிக்கிட்டே இருப்பீங்க, குதிரை மாதிரி” - ரேணுகா சிரித்து விட்டாள்.

“ஆனா...”

“பொன்னி சொல்லாத”

“சொன்னா என்னவாம்!”

“அம்மால்லாம் உங்கள...” சித்தியின் காதுக்கருகில் தன் கைகளைக் குவித்து உதடுகளை ஒட்டி வைத்து என்னவோ கிசுகிசுத்தாள் பொன்னி. ரேணுகாவின் முகம் இருண்டது. உடனேயே அதில் வறண்ட புன்னகை விரிசல் விட்டது.

“சொல்லிக்கட்டும். பரவால்ல” - என்றாள் ரேணுகா. சித்தியின் அசைவுகளிலும் பேச்சுகளிலும் பழைய கலகலப்பை ஏற்றப் பிரியப் பட்டாற்போல் பவானி கேட்டாள்.

“சித்தி, நீங்க எங்க வீட்டுக்கு ஏன் வர மாட்டேங்கிறீங்க” - சுற்றிலும் வெடிக்கும் சிரிப்பு. “எப்ப எங்க வீட்டுக்கு வருவீங்க?” இன்னும் சிரிப்பு அதிகமாகியது.

“எதுக்கு நேரா அங்கியே வரல?”

“சரி. இப்ப வரட்டுமா?”

“தாயக்கட்டம் போடலாமா” - பேச்சை மாற்றிய பொன்னிக்கு என்ன இங்கிதம்! என்ன விவேகம்! இந்த வயதில்! விவேக சிந்தாமணி என்று கூட இந்தப் புன்னகைக்குப் பெயர் வைக்கலாமே!

“நான் கிளம்ப வேணாமா”

“இன்னும் ஒரு வாரம் இருந்துட்டுப் போயேன்” - பொரி கடலை லட்டு, சீடை அடங்கிய தட்டுகளுடன் ராஜி அக்கா வந்தாள். “இல்லக்கா, போயிட்டு இன்னொரு நாள் வரேன். நீ பிள்ளைகளைக் கூட்டிட்டு அங்க வாயேன்.”

"வரேன். எடுத்துக்க, நேத்துதான் பிடிச்சேன்"

"அய்யோ, அக்கா நீ போட்ட மதியச் சாப்பாடே இங்க நிக்குது." ரேணுகா தொண்டைக்குக் கீழே தொட்டுக் காண்பித்தாள்.

"சும்மா தான் இருக்கியா? விசேஷமா?"

"இல்லக்கா."

"மாசமாசம் குளிக்கிறியா."

"ம்ம்" குழந்தைகள் டிவியில் ஒளியும் ஒலியுமோ என்னவோ ஒன்று ஓடியது.

"காலாகாலத்தில் ஒன்னப் பெத்துக்கோ சீக்கிரமா"

'உனக்கு முதல் குழந்தை உண்டாகி கலைந்து...? அப்ப பதினாறோ, பதினேழோ வயசு' ராஜி மனதுக்குள் புலம்பினாள்.

வீட்டிற்கு வெளியேயிருந்த கட்டிடங்களில் கடைகள் அடைக்கப்பட்டன. அந்தி மஞ்சள் மட்டும் நான் நுழையாத இடமே இல்லை என்பதாய் வராந்தாவில் கோலங்கள் வரைந்தது.

காரின் டிரைவர், சீட்டிலேயே சாய்ந்து, கால்களை நீட்டி உட்கார்ந்து தூங்கினான்.

"இரு. பூக்காரி வந்துடுவா தலை பின்னிக்கோ" - ராஜி அலங்கார மேஜையிலிருந்து சீப்பையும், எண்ணெய்ப் பாட்டிலையும் எடுத்து நீட்டினாள். தங்கையின் தலைமுடியைத் தானே பிரித்துச் சிக்கெடுத்து நிதானமாக இறுக்கிப் பின்னினாள்.

"எவ்வளவு நாளாச்சி?" என்றாள்

"அம்மா, பூம்மா" - குரல் கேட்டது.

"ஒரு ஆயிரம் பூ எச்சாவாக் குடு"

"என்ன விருந்தாளி வந்திருக்காகளா, பாப்பா யாரு?"

"எந்தங்கச்சிதேன்" - பூவை சந்தோஷம் பூக்கும் முகத்தோடு வாங்கிக் கொண்டாள் ராஜி.

உமா மகேஸ்வரி

காசை எண்ணாமலே குடுத்துவிட்டு, ‘‘மீதமிருக்கட்டும். நாள் பின்ன கணக்குப் பாத்துக்கலாம்’’ உள்ளே ஓடிய ராஜியைப் பார்த்த பூக்காரி. ‘‘ஆத்தி, பத்து வயசு கொறஞ்சு போச்சா என்ன!’’ என்று சொல்லிவிட்டுக் கூடையைத் தூக்கிக் கொண்டு அடுத்த வீட்டுக்கு ஓடினாள். தனராணியோ, விஜிதாவோ வெளியே தலை காட்டவேயில்லை. ‘‘போய்க் காட்டலாமா? ஆமா, இவளை வெத்தல பாக்கு வச்சுக் கூப்பிடணுமாக்கும், வருவா, வரும் போது வரட்டும்’’ தனராணி நினைத்தாள்.

‘‘நானு நானு சித்தி பாக்க.’’ என்று அழுத சிறு குழந்தையைக் கூட ‘‘வெளிய போன... கொன்னுடுவேன் கொன்னு’’ - என்று மிரட்டி உள்ளேயே பூட்டி வைத்தாள் விஜிதா.

தலை நிறையச் சாதி மல்லிகைப் பூ, அக்கா சம்புடத்தில் போட்டுத் தந்த மாலாடு, மிக்ஸர், பருப்புப் பொடி, இட்லி பொடி. டிரைவரிடம் ரகசியமாக ‘‘முருகா! ஸ்வீட்ஸலயும், பேக்கரியிலும் இந்தப் புள்ளங்களுக்கு ஏதாச்சும் வாங்கிட்டு வாங்க’’ - வெறுங்கையோடு வந்துட்டேன்’’ என்றாள் ரேணுகா. அவள் கைப்பை கூடக் கொண்டு வரவில்லை. ‘‘காசு எடுத்துட்டு வரல நாகய்யா’’

‘‘அய்யா குடுத்திருக்காங்க பெட்ரோலுக்கு; அவசரத்துக்கு என்கிட்ட இருக்கு’’ - டிரைவர் காரை எடுத்துக் கொண்டு போனபோது, தெருமுக்கிலிருந்து இன்னொரு தலை எட்டிப் பார்த்தது. துணுக்கென்றது ரேணுகாவிற்கு.

‘‘இந்த வத்தல் வடகத்தையும் வக்கிறேன்’’

‘‘என் ஒருத்திக்கு என்ன வத்தலும் வடகமும்...’’

‘‘ஏன், அவர், பரமு, தோட்டக்காரன், வேலைக்காரன். இத்தன பேருக்கென்னாவும். இம்புட்டா செல்லப் போகுது’’

‘‘சும்மா கொண்டு போ’’

‘‘அக்கா’’ - ரேணுகாவின் தொனி ரகசியம் கொண்டது. ‘‘ஏதாச்சும் துப்பு, தகவல் தெரிஞ்சுதா’’

“எதப்பத்தி, என்னடி?” - ராஜிக்கு ஒன்றும் புரியவில்லை.

“இல்லக்கா மகா எங்க இருக்கானூட்டு...” ராஜி வடகக் கூடையை நங்கென்று வரண்டா ஸோபாவில் வைத்தாள். தீப் பாய்ந்தன அவள் கண்களில்.

“இன்னும் பழைய நெனப்புத்தானா? நீ இனிமயாச்சும் நல்ல படியா இரு. ரெண்டாவதா ஒன்னக் கட்டிக்கிட்டவரைக் கடவுளா நெனை. பொம்பளன்னா ஒழுக்கம் வேணும்டி. இப்புடியா அலைவ? - தலை தாழ, நீரற்ற கண்கள் சிவக்க, மனம் குன்ற நின்றாள் ரேணுகா. உடனேயே கனிந்தது ராஜியின் முகம்.”

“எங்கிருக்கானோ, என்னானானோ, யார் கண்டா? ஒன்னால ஒருத்தன் வாழ்க்க போச்சு. நீ உன் வாழ்க்கய இந்த மனுஷனோட வாழப் பாரு” மென்மைக்கு மாறியது அவள் குரல்.

“ஒனக்கென்ன இல்ல? வீடு, வாசல், நகை, நட்டு, சொத்து, சொகம் அம்புட்டுமிருக்கு. புள்ள குட்டியும் வந்துடும்.” எனத் தொடர்ந்தாள்.

“மனச நெலயா வச்சுக்க. இவ்வளவு பட்டும் நீ மாறலியா? ஓம் மனசு... எனக்குப் புரியுது. ஆனா அவனோட ஒனக்கு முடிச்சுப் போடலியே” எனக் கண்டித்தாள்.

“என்னாங்க” டிரைவர் கேக்குகளும், காராசேவும் முறுக்கும் நிரம்பிய காகிதப் பைகளை நீட்டினான். அவள் மௌனமாக அவற்றை அக்காவிடம் தந்தாள்.

“புள்ளகளக் கூப்பிட்டு நீயே குடு” கூரிய கண்கள் வேறொரு காரில் இருந்து உற்றுப் பார்த்தன. “இதென்ன சித்தி? யார் வாங்கினா? யாருக்கு” பவானி கேள்விகளை அடுக்கினாள்.

“இது லதா, சுதாவுக்கு, ஜகி, பொன்னி, பவானிக்கு. அப்புறம் விஜியக்கா வீட்டுப் பாப்பாவுக்கு, இது சரியா?”

“சுமித்ரா எப்படி இருக்கா?”

“நல்லாருக்கு, அது புள்ள பெத்துத் தூக்கிவிட்டுப் போயிடுச்சு. அது படுற கஷ்டமெல்லாம் நீ கெனாக் கூடக் கண்டிருக்கமாட்ட. ஆம்புளப் புள்ள பெத்திருக்கா”

“சரி, நான் கிளம்புறேன்.”

“சித்தி நீங்க ஏன் இப்பவே போறீங்க?”

“நாளக்கிப் போகக் கூடாதா”

பவானியின் கேள்விகள் காரைத் துரத்தின. சிரிப்பொலிகளும்...

காரின் பின் எழும்பிய புகையிலிருந்து இழவு வீட்டின் ஊதுவத்தி மணமும், அதன் ஹாரனில் சங்கொலியும், மெதுவான நகர்வில் சவத் தேரின் அசைவும் தெரிவது போல் பிரமையுற்றாள் ராஜி. உடனே அந்த நினைப்பை உலுக்கி உதறினாள். அளவான தூரத்தில் தொடர்ந்தது அந்த பிரிமியர் பத்மினி.

அவளுக்கு யாரோ தன் முதுகைக் கம்பால் நெம்பி நெருடுவது போலிருந்தது. என்னவென்று சரியாகப் புரியவும் இல்லை. சிறுநீர் முட்டியது. உதடுகள் உலர்ந்தன. ஊர் தாண்டி விரைந்தது கார்.

“காரைக் கொஞ்சம் ஒதுக்குப்புறமா நிறுத்த முடியுமா? வெளி எடத்தில. எனக்குக் கொஞ்சம்” புரிந்து கொண்டவனாகி பெரிய ஆலமரமும் கருவேலம் புதர்களும் அடர்ந்த இடத்தில் டிரைவர் காரை நிறுத்த, வெளியில் இறங்கி நடந்தாள். ஆலமரத்தில் தடித்த அடிப்புறம் மறைவாக இருந்தது. அதில் சாய்ந்து நின்றாள். சட்டென்று அவள் பார்வையில் அவள் காரைப் பின்தொடர்ந்த வெள்ளை பத்மினியும் நின்றிருந்தது. அவளுக்குப் புரிந்தது. ஆங்காரத்தின் கனல் மூண்டது. மரமறைவிலிருந்து உட்கார்ந்து சிறுநீர் கழித்து எழுந்த பின்னும், அசையும் ஆலைகளையும் புல் படர்ந்த திசையையும் பார்த்துக்கொண்டு வெறுமனே நின்றாள். நெடுநேரம். நிதானித்து, மூச்சு விட்டுக் கொண்டு, சிறு மேடுகள் பரவிய நிலத்தில் பதறாமல் நடந்து, காரை அடைந்தாள்.

80

சந்திரவேல் வீட்டு வாசல்படியேறி உள்ளே வந்தான். அண்ணா செல்வமணி இந்நேரம் வீட்டிலிருப்பார் என்று நினைத்துத்தான் காலை எட்டு மணிக்கே கிளம்பி வந்தது. பல் தேய்த்து, முகம் கழுவிக் கைலிக்குமேல் ஒரு சட்டையை மாட்டிக்கொண்டு, தலையை வாரியும் வாராமலும் சீப்பால் ஒரு இழு இழுத்து விட்டு, அண்ணன் வீட்டுக்குள் நுழைந்தான். உள்ளே வந்து அமைதியாக இருந்த வீட்டைப் பார்த்தான். பெண் பிள்ளைகள் ஸ்கூலுக்குப் போயிருந்தன.

“அண்ணி” - என்றான், கம்மிய குரலில்.

தனராணி பூஜையிலிருந்து 108 முறை ஓம் நமசிவாய சொல்லிக் கொண்டிருந்தாள். சொல்லி முடித்துவிட்டு இன்னொரு 108 தடவை சொல்ல ஆரம்பிப்பாள். சிவ நாமத்தைச் சொல்லக் கணக்கென்ன? வழக்கென்ன? அதற்கு முடிவுதான் என்ன? “இந்நேரத்தில் என்ன சந்திரவேல்?” - தனராணி குளித்த தலைமுடியில் சுற்றிய துண்டோடும் நெற்றிக் குங்குமத்தோடும் இருந்தாள். அடுப்பாங்கடையில் உதவி செய்யும் பெரியாயியைக் காணோம். அவள் வர நேரமிருக்கிறது. அதற்குள் வெங்காயம் நறுக்கி வத்தல் சீரகம் மசாலாவை மிக்ஸியில் சுற்றி தேங்காயைத் துருவி மதியச் சமையலுக்கான ஏற்பாடுகளைத் துவக்கி இருந்தாள் தனராணி. அடுப்படி மேடை களேபரமாக இருந்தது. காலையில் வைத்த குழம்பு, சட்டியில் மூடி வைக்கப்பட்டிருந்தாலும் வாசனையடித்தது.

பூரியா இட்லியா என தெரியவில்லை. இட்லிதான். இட்லிப் பானை அணைந்த காஸ் அடுப்பின் மீது இருந்தது.

“என்ன சந்திரா?” என்று மைத்துனனுடைய கவனத்தை மீட்டாள் தனராணி

“ஒண்ணுமில்ல அண்ணி. ஒரு விஷயம் பேசணும், அண்ணனோட” வெடுக்கென்று முகத்தை நொடித்தாள் தனராணி. வீட்டின் நடுவில் குளியலறை ஒட்டி இருந்த திறந்த வெளிமுற்றத்தைக் காட்டி “அங்கதான் இருக்காரு. போய்ப் பேசு” என்று அடுப்பாங்கடைக்கு போகத் திரும்பினாள்.

“இருங்கண்ணி, நீங்களும்கூட இருந்தா நல்லது. ஒரு பத்து நிமிஷந்தேன்” என்னவென்று புரியாமல் அவனைப் பின் தொடர்ந்தாள். குளித்து முடித்து ஈரத் துண்டோடு நின்றிருந்தார் செல்வமணி.

என்ன என்பது போல் தம்பியைப் பார்த்தார் அவர். “அண்ணே, நம்ப கயித்துக் கடை பொன்னுச்சாமி வீட்லயிருந்து நேத்துக் கடைக்கு ஆளனுப்பிச்சாங்க அண்ணே”

“என்னவாம்?”

“அது வந்து... அவரு மவன் ரெண்டாவதவன் நம்ப பிள்ளைய லவ் பண்ணுறானாம்.”

“யாரு ஜகதீஸ்வரியவா?” மகளின் பேரைச் சொல்லி வருடங்களிருக்கும் என்ற நினைப்போடே சொன்னார் செல்வமணி.

“இல்ல. பொன்னிய”

“என்ன அவளுமா?”

நங்க மட்டும் பண்ணல புருஷன் பொண்டாட்டியாவே வாழ்ந்துட்டோம்...கிறான் என்று தயங்கித் தயங்கிச் சொன்னான் சந்திரவேல். விக்கித்துப் போய் தலையில் கை வைத்துக் கொண்டாள் தனராணி.

“அதெல்லாம் நிஜமாயிருக்காதுண்ணே. அந்தளவுக்குப் போற பிள்ளகளுமில்லை நம்ப பிள்ளைங்க. அப்படிப் போக வாய்ப்புமில்லை. சும்மா சும்மா இப்படிச் சொன்னா செஞ்சு குடுத்துடுவாங்கனு வார்த்தய விட்டுப் பார்க்கறதுதேன்”

‘‘அவ வரட்டும்’’ என்று கருவினாள் தனராணி.

‘‘இப்பவே ஸ்கூல்ல போயிக் கூட்டிட்டு வந்துடவா’’ படபடத்தாள்.

‘‘ஒண்ணுமில்லண்ணி, அப்படி ஏதுமிருக்காது.’’

‘‘அவ வரட்டும் விசாரிச்சுக்கலாம். என்ன ஒண்ணு அப்படியே இருந்தாலும், குடும்பம், பையன்களெல்லாம் நல்ல மாதிரித்தேன். மருதயில எஞ்சினியரிங் படிக்கவும் செய்றான். நம்மாளுகளும்தேன். அது ஒரு பிரச்சனையுமில்ல. ஆனா அந்தப் பையனுக்கு ஏதோ மேலுக்குச் சேட்டமில்லங்கிறாங்கறான், நம்ப பாலகிருஷ்ணன்.’’

யாரும் பதில் சொல்லாமல் இருக்கவும், தானே தொடர்ந்தான் சந்திரவேல்.

‘‘இருதயத்தில் ஏதோ அடைப்போ என்னமோன்னு வைத்தியம் பார்த்துட்டிருக்காகலாம்.’’

‘‘சின்ன வயசுதேனா ?’’

‘‘வயசெல்லாம் கம்மிதான். மத்ததெல்லாம் சரின்னு வந்தாலும் மேலுக்கு முடியாதவனுக்கு கெட்டி வச்சு நாளக்கி ஒண்ணு கெடக்க ஒண்ணுன்னா என்னாங்கிறது.’’

‘‘இப்ப என்ன அவனுக்கே முடிக்கணுங்கிறியா ?’’

‘‘அதிலண்ணி, நாலையும் யோசிச்சுப் பேசுறேன். நானு.’’

‘‘உம்ம்’’ என்று உடைந்த உறுமல் மட்டும் செல்வமணியிடமிருந்தது.

‘‘அவ வரட்டும்’’ என்னவோ மனதுள் யோசித்து மறுகியபடியே முனகினாள் தனராணி.

‘‘ஒண்ணும் பதட்டப்படாதிங்கண்ணி பார்த்துக்கிடலாம். இதொண்ணும் மலயப் பிளக்கிற சமாச்சாரமில்ல, நம்ப பிள்ளையும் அப்படிப்பட்ட பிள்ளையில்ல. வரேண்ணே, வரேண்ணி. கலந்து பேசிப் பாத்துக்கலாம். நீங்க ஒண்ணும் மனசப் போட்டு ஒழட்டிக்கிடாதிய’’ என்று வீட்டு வாசலை நோக்கி நடந்தான் சந்திரவேல்.

“உண்டியல் உண்டியலா தங்கம் சேக்கவும், பணத்த எம்மவ கல்யாணத்துக்கு முடிஞ்சி வக்கவும் தெரியுது. பிள்ள வளர்த்திருக்கா பாரு ஒரு பொம்பள லட்சணமா?” சத்தமாகச் சொல்லியபடியே முதுகைத் துண்டால் வரட்வரட்டென்று தேய்த்துத் துடைத்துக் கொண்டு சாமியறைக்குப் போய், விபூதியிட்டுச் சட்டையை மாட்டிக் கடைச் சாவி போட்டு வைத்திருந்த மஞ்சள் துணிப்பையை எடுத்துக் கொண்டு தன் சைக்கிளைப் படியிறக்கினார் செல்வமணி. உணவு மேஜையில் கிண்ணங்களில் மூடி வைத்த இட்லியும், கொத்துக் கறி குழம்பும் தேங்காச் சட்னியும் அப்படியே இருந்தன, தொடப்படாமல். ஈரக் கூந்தல் தாழ்ந்து தொங்கியபடி மூலையில் ஊன்றிய கையை எடுக்காமல் அசையாமல் உட்கார்ந்திருந்தாள் தனராணி-மணிக்கணக்காக.

81

'பிள்ளை வளர்த்திருக்கா பாரு லட்சணமா?' 'லட்சணமா பிள்ளைய வளர்த்திருக்கா பாரு', 'பாரு வளத்திருக்கா பிள்ளை லட்சணமா' 'வளர்த்திருக்கா பாரு பிள்ளைய லட்சணமா' தனராணி தன் நெற்றியை நிலைப்படியில் நங்நங்கென மோதிக் கொண்டாள். பள்ளிக்கூடம் முடிந்து வந்ததும் ஜகதீஸ்வரியையும் பவானியையும் "நீங்க படிக்கிற ரூமில போய் இருங்க" என்று சொல்லிவிட்டு வெளித் தாழ்ப்பாளைப் போட்டு அந்த அறையை மூடினாள்.

நடுப்பட்டா சாலையில் நிறுத்தப்பட்ட பொன்னிக்கு என்ன நடக்கப் போகிறதென்று தெரியவில்லை.

"உனக்கென்ன பாஞ்சு வயசிலயே புருஷன் கேக்குதா?" படீரென்று கேட்டாள் தனராணி.

"என்னம்மா?" பொன்னியின் குரல் தேம்பியது.

"என்ன நொன்னம்மா, கடை வீதியெல்லாம் சிரிக்க வச்சிட்ட இன்னிக்கு. ஒருத்தன் வந்து நீயும் அவனும் புருஷம் பொண்டாட்டியாவே வாழ்ந்துட்டேங்கிறான். என்ன நடக்குது?" தாள முடியாத ஆத்திரத்தில் மகளின் உச்சந்தலை முடியைப் பிடித்து ஓங்கிக் கன்னத்தில் அறைந்தாள்.

"இல்லம்மா! சாமி பொதுவா அப்படியெல்லாம் இல்லம்மா. ஸ்கூல்ல போகும்போது வரும்போது பாப்பான். லெட்டர் குடுத்தான். கவித கவிதயா எழுதி. அவ்வளவுதாம்மா, சத்தியமா அவ்வளவுதாம்மா." - உன்னிக் குரலெடுத்துக் கத்தினாள் பொன்னி. தனராணியின் உணர்வுகள் சட்டென்று தணிந்து குளிர்ந்து விட்டன.

"அவ்வளவுதானாடா? அவ்வளவுதானா?" என்று திரும்பித் திரும்பி கேட்டாள். முகம் கனிந்து சாந்தமடைந்து விட்டது. உடனேயே

உக்கிரங்கொண்டு "பெறகு நீயுந்தேன் லவ்வு பண்ணேங்கிறயா. அவன்க செல்லுறாய்ங்க."

"அதும்மா... அது நான்... நீங்களும் சம்மதிச்சா..." - பொன்னிக்குக் கண்ணீர் அடைத்துக் கொண்டு வந்தது.

"என்ன சம்மதிச்சா? உன்னயப் பள்ளிக்கூடத்திலே படிக்கப் போட்டிருக்கா? இதுக்கா? போ. போயிடு. நீன்னா நீ மட்டுமில்ல பாப்பு... இன்னாரு மவ, இவளுக்கு அக்கா, இவளுக்குத் தங்கச்சி எல்லாந்தேன். நீ அவனுக்கு ஏதோ சீக்கு வந்து வைத்தியம் பாத்துட்டிருக்கியாவளாமே, அத எழுதினானா ஒனக்கு."

"இல்லம்மா."

"சரி, போ இத்தோட விட்டுடு." தனராணி தளர்ந்த நடையோடு உள்ளறைக்குப் போனாள். பொன்னி பட்டாசாலை மூலையில் குத்துக் காலிட்டு உட்கார்ந்து முழுங்கால்களைச் சேர்த்து வைத்து முகத்தைப் புதைத்து அழுதாள். அரை குறையாகச் சத்தம் கேட்டுக் கொண்டிருக்க, என்ன, என்ன என்று கேட்ட பவானியை 'உஸ், உஸ்' என்று அடக்கியபடியிருந்தாள் ஜகி. "பொறு, பொறு" என்று அவள் தடுக்கத் தடுக்கப் பவானி, 'அம்மா, பொன்னி கதவத் திறங்க. வெளில பூட்டி வச்சிட்டீங்க' என்று கதவைத் தட்டிக் கூப்பாடு போட்டாள்.

பொன்னி அழுது வீங்கிய முகத்தோடு கதவைத் திறந்து விட்டதும், பவானி, "போட்டில ப்ரைஸ் வாங்கக் கூடாதுன்னுதானே அம்மா திட்டினாங்க?" என்று மிகவும் சின்னக் குரலில் ரகசியமாக அகல விரிந்த கண்களோடு பொன்னியைப் கேட்டாள். அவள் ஒரு பதிலும் சொல்லவில்லை.

"பொன்னி ஏன் இன்னிக்கு ஸ்கூலுக்கு வரல." பஸ்சில் ஏறியதும் லதா கேட்டாள். பக்கத்தில் உட்கார்ந்திருந்த பவானியை ரகசியமாக முழங்கைக் கீழே கிள்ளிக் கொண்டே, "சும்மாதான், லேசாக் காய்ச்சல்" என்று ஜகி சொல்லி முடிக்குமுன்னே, "ஸ்ஸ் ஆ, என்னய ஏன் கிள்ளுற, ராக்காச்சி, பேய், பிசாசு" என்று கத்தினாள் பவானி.

“லதா, நாளயிலிருந்து குவார்ட்டர்லி ஆரம்பிக்குதே, படிக்க ஆரம்பிச்சிட்டியா?” என்று இடையில் புகுந்து ராதிகா கேட்கவும் இவள் அவளோடு வாயடிக்கக் கிளம்பி விட்டாள்.

சந்திரவேல், செல்வமணி, தருமதுரை மூன்று பேரும் உள்ளறைக்குள் உட்கார்ந்து சன்னக் குரலில் ஆலோசித்துக் கொண்டிருந்தார்கள். “திடீர்னு படிப்ப நிப்பாட்டினாலும் நல்லாத் தெரியாது” என்றார் தரும துரை.

“ஆமாண்ணேய். ஊர்ல கேக்கிற வாய்ங்களுக்குப் பதில் சொல்ல முடியாது” என்றான் சந்திரவேல்.

“பெறகென்ன செய்யுறது?” - செல்வமணி. உண்மையிலேயே ஒன்றும் புரியாமல் தோளில் கிடந்த துண்டால முகத்தைத் துடைத்துக் கொண்டு கேட்டார்.

“கொஞ்ச நாள் உடம்பு சரியில்லனு ஸ்கூலுக்கு லீவ் போடட்டும். அதுக்குள்ளே மருதயில ஏதாச்சும் ஸ்கூலில் ஹாஸ்டால்ல சேக்கப் பாக்கலாம். இடைத்தட்டுல கொண்டு சேர்க்கிறது அவ்வளவு லேசுமில்ல. ஆனா எனக்குத் தெரிஞ்ச ஸ்கூலு நெறயா இருக்கு. எப்படியும் சேத்துப்பிடலாம்” என்றான் சந்திரவேல்.

தருமதுரை, “இவனுகளக் கூப்பிட்டுக் கட்டன் ரைட்டா சொல்லிப் புடறது. ஒஞ்சோலியே வேணான்னு. பொண்ணு கேக்க வந்துட்டானுவ, நோக்காடு புடிச்ச பையன வச்சுக்கிட்டு” என்றார் ஆவேசமாக.

“என்னவோ நம்ம நேர காலஞ் சரியில்ல போல. வேறொண்ணுமில்ல கோயில் பூசாரிய வேணா சோழி போட்டுப் பார்க்கச் சொல்லலாமா?” என்றான் சந்திரவேல். செல்வமணி எதுவும் பேசவில்லை. நேராய்ப் போய்க் கொண்டிருந்த உலகம் திடீரென்று வெட்டுண்டதுபோல் உணர்ந்தார். தனராணி, மகளிடம் பேசுவதே இல்லை. மிகுந்த மௌனம் கூடிவிட்டது பொன்னி மீது.

82

வீட்டைத் தனிமையும் நிசப்தமும் மூடிவிட்டன. ஒரு வாரத்திற்குள் பொன்னி ஏன் ஸ்கூலுக்கு வரல என்று ஆளாளுக்குக் கேட்கிற கேள்விகளுக்கு ஜகியாலும் பவானியாலும் பதில் சொல்லி மாளவில்லை. "உடம்பு சரியில்ல" என்பது தவிர வேறெதுவும் சொல்லமுடியவில்லை. அம்மா, அவள் அறையின் உள்ளே கட்டில் ஓரத்தில் சுருண்டு படுத்து மங்கலான ஒளி பரவிய சுவர்களின் விளிம்பைப் பார்த்துக் கொண்டிருப்பாள்.

குடிமகன் மனைவி அந்நேரத்திற்கு எதற்கு வந்திருக்கிறாள் என்பது அப்பாவிற்கும் புரியவில்லை. அவர் காலை நடைக்காக வீட்டை விட்டு வெளியேறினார். எதுவும் கேட்டுக் கொள்ளாமல் தனராணி அடுப்படியிலிருந்து பின்கதவைத் திறந்து எட்டிப் பார்த்தாள். கரிய முகமும், நரையோடிய கூந்தலும், ஏழுகல் மூக்குத்தி மங்கலாக மினுங்கும் நாசியும் கொண்ட அந்தப் பெண்ணிடம் தனராணி, "வெள்ளயம்மா, ஏழு மணி போலத்தானே வரச் சொன்னேன். பிள்ளக பள்ளிக்கூடம் போய்க்கிடட்டும்" என்று சொல்லிவிட்டு கதவைப் பொத்தினாற் போல் சாத்தி விட்டு உள்ளே போனாள். பள்ளிக்கூடம் கிளம்பும் நேரத்திலும் வழக்கமான கலகலப்போ, சலசலக்கும் பேச்சோ இல்லை.

"பொன்னி இன்னிக்கு நம்மளோட ஸ்கூலுக்கு வந்துடுவாளா? ஏன் அவ ஸ்கூலுக்கு வர மாட்டேங்கிறா?" என்று நாலைந்து நாளாகத் திரும்பத் திரும்பக் கேட்டுக்கொண்டிருந்த பவானி இன்று அந்தக் கேள்வியை விட்டுவிட்டாள். பாறை மேல் நிற்பது போலிருந்தது வீடு.

பஸ்ஸின் ஹார்ன் ஒலி கேட்டதும் நொடியில் வீடு துடைத்தெடுத்தாற் போல் ஆகிவிடும். மீள முடியாத கெட்ட கனவில் ஆழ்ந்திருப்பது போல் படுக்கையில் சுருண்டு கிடப்பாள் பொன்னி. யாராவது தட்டி எழுப்பி

எல்லாவற்றையும் வெறும் கனவென்றாக்கி விட்டால் எவ்வளவு நன்றாக இருக்கும்.

"உலகமெல்லாம் ஒரு பெருங்கனவு - அஃதுளே உண்டு உறங்கி பிறர்க்கு இடர் செய்து வாழும் கலக மானிடப் பூச்சிகள் வாழ்க்கை ஒரு கனவிலும் கனவாகும்'' என்ற பாரதியார் வரிகளை வேப்பமரத்தடியில் தனக்கு மட்டும் போடப்பட்ட இரும்பு நாற்காலியில் உட்கார்ந்து கொண்டு இரண்டு நாட்களுக்கு ஒருமுறை மேற்கோள் காட்டும் பெரிய தமிழம்மாவின் குரலைக் கேட்டுக் கொண்டிருக்கலாம். கனவினும் கனவு, கனவிலும் கனவு - என்று தனக்கே சொல்லிக் கொள்வதுபோல் அழுத்தி அழுத்திச் சொன்ன பெரிய தமிழம்மாவை அப்போது பார்த்தாலும் மிகவும் வேடிக்கையாய் இருக்கும்.

"அய்யோ, ஆரம்பிச்சுட்டாங்களா!" என்று உயரமான பெண்களுக்கான கடைசி வரிசையில் உட்கார்ந்திருக்கும் கஜலட்சுமி, லலிதா, மேனகாவோடு சேர்ந்து நானும் எத்தனை தடவை தலையில் கை வைத்துத் தமிழம்மாவைக் கிண்டல் செய்திருக்கிறேன். அதுக்கெல்லாம் தண்டனையாகத்தான் இப்ப ஸ்கூலுக்கே போக முடியாமப் போச்சோ? சாரி, தமிழம்மா. யாரையுமே அடிப்பதற்கில்லாத மெல்லிய பிரம்புக் குச்சியால் அந்த 'சாரி' என்ற ஆங்கில வார்த்தையை அப்புறப்படுத்துவார்கள். அது ஆங்கில வார்த்தைகளை நுனியால் எடுத்துத் தூக்கி அந்தப் பக்கம் போடுவதற்காகவே பிரத்யேகமாகத் தயாரிக்கப்பட்ட குச்சி என்றும் சொல்லிக் கொள்வார்கள். 'மன்னித்துக் கொள்ளுங்கள், தமிழம்மா. எனக்குப் புரிந்து விட்டது. தெளிவாக மிகத் தெளிவாக இனிமே சத்தியமாக சாமி பொதுவாக, பெருங்கனவு என்று உயர்ந்த குரலில் வானத்தைப் பார்த்துச் சொல்லும் உங்களைக் கேலி செய்ய மாட்டேன். உண்மையில் எல்லாமே. பெருங்கனவுதானென்று, எனக்கும் புரிந்துவிட்டது. நம் கைவசம் ஒண்ணுமே இல்லாத கனவு என்று நீங்கள் வேப்ப மர உச்சியைக் கடந்து இல்லாத எதையோ ஒன்றைப் பார்த்துச் சொல்ல லலிதாவோடு சேர்ந்து 'கெக் கெக்' என்று வாயைப் பொத்தி நான் இனிமேல் சிரிக்கவே மாட்டேன். என்னாலே சிரிக்கவும் முடியாது' என்று நினைத்தவுடன் கண்களில் நீர்.

நான் ஸ்கூலுக்கு மட்டும் போனாப் போதும், அந்த அடர்ந்த வேப்பமரங்களை, இலவ மரங்களின் பெரிய பெரிய ஓவல் வடிவமா அது ஒரு மாதிரி நீண்ட வட்டமான காய்களை, நல்ல உச்சி வெயிலிலும் நிழல் கவிந்த பள்ளி வளாகத்தைப் பார்த்தால் போதும் என்றிருக்கிறது.

'யாரோடும் பேச வேணாம். ஒரு வேளை யாருமே என்னோட பேச மாட்டாங்களோ, எல்லாரும் என்னயப் பாத்தா மொகத்தத் திருப்பிப்பாங்களோ, வாயை ஒற்றைக் கையில் மூடிக் கொண்டு குசுகுசுன்னு என்னவோ பேசுவாங்களோ என்னப்பத்தி ? எல்லாருக்கும் தெரியும்படியா எனக்கு என்னதான் நடந்தது ? ஒண்ணுமேயில்லயே ? ஒண்ணுமில்லனு யார் கிட்டதான் சொல்றது ?'

'அம்மா ஒண்ணுமேயில்லம்மா என்ன ஸ்கூலுக்கு விடும்மா' கெஞ்சினால்,

அம்மா ? 'ம்ஹூம்' என்று முகத்தை நொடித்துத் திருப்பிக் கொண்டு அடுப்பங்கடைக்குப் போய் விடுவாள் அப்பாவிடம் சொல்லலாமா ? முடியாது. அப்பா இருப்பது "சொற்களே அண்ட முடியாத ஒரு வேற்றுக் கிரகத்தில். எவ்வளவு சொன்னாலும் கூப்பாடு போட்டாலும் அவருக்குக் கேட்கவே கேட்காது. அது அவர் குற்றமில்லை. சொற்களின் குற்றம்தான். அல்லது சித்தப்பாவிடம் சொல்லலாம்.

'வேறொண்ணும் வேண்டாம். சித்தப்பா என்னய ஸ்கூலுக்கு விடுங்க சித்தப்பா' என்று சொன்னால் போதும். அவரிடம் சொல்ல முடிந்தால் எவ்வளவு நல்லது. அல்லது எங்கோ இருக்கும் மகா சித்தப்பாவிடம் சொல்லலாம்.

'சித்தப்பா, இங்க வாங்க, உடனே வந்து இதெல்லாத்தயும் சரி பண்ணுங்க. நான் ஸ்கூலுக்குப் போகணும், சித்தப்பா. உடனே போகணும். எனக்கு ஒண்ணுமே வேணாம். ஒரேவொரு புத்தகம் போதும், என்னைப் புதைத்துக் கொள்ள. ஒருத்தருக்குமே தெரியாமல் என் தலையை உள்ளே மறைத்து வைப்பேன், தீக்கோழி போல். யாரும் எவ்வளவு தேடினாலும் என்னைக் கண்டுபிடிக்கவே முடியாது. இல்லாத முகவரிக்குப் போட்ட கடிதம் போலத்தான் ஆகிவிடும் எல்லாமும்'

‘சாமி, சித்தப்பாவை வரச் சொல். சித்தப்பாவை வரச் சொல் என்று திரும்பத் திரும்ப வெள்ளைக் காகிதத்தில் எழுதி அதை நடுவில் சுருட்டி மடக்கிக் கனகாம்பரம் போல் தொடுத்த அரசு மரத்துப் பிள்ளையாருக்குப் போட்டால் உங்க சித்தப்பா வந்துடுவார்’ என்று லலிதா சொன்னாள்.

“நிஜம்மா வந்துடுவாரா, கண்டிப்பா வந்துடுவாரா?”

“நிச்சயமாக ஆயிரத்தொரு தடவை எழுதிப் போட்டா நாப்பது நாளைல வந்துடுவாரு ஓங்க சித்தப்பா” என்றாள் அவள் உறுதியாக. நானும் ஜகியும் சின்ன நோட்டுக் காகிதத்தை நாலாய் எட்டாய் பதினைந்தாய் கிழித்துத் தரையில் குவித்துப் போட்டுக் கொண்டு எழுதினோம். மூணு நாள் ஹோம் வொர்க் எதுவுமே எழுதாம மாங்கு மாங்கு என்று எழுதினோம். இப்படி எழுதினா சித்தப்பா எப்படி வருவாங்க? என்று கேட்ட பவானியைத் தலையில் நங்கென்று குட்டினாள் ஜகதீஸ்வரி. எழுதி ஒவ்வொரு சிறு காகிதமாக முறுக்கிப் பூப்போல நூலால் தொடுத்தோம். இது என்ன? கேட்ட அம்மாவிடம் பிள்ளையாருக்கு மாலைமா என்று சொன்னதும் அம்மாவிற்கு ஒரே பூரிப்பு. எவ்வளவு பக்தியா இருக்குக என் பிள்ளைக என்று பெரியாயம்மாவிடம் சொல்லிச் சொல்லி மகிழ்ந்து போனாள். மாலையை சாமிக்குப் போட்டுக் கிளியஞ்சட்டியில் தீபம் போட்டுவிட்டு வீட்டுக்கு வந்து தினமும் நாளையெண்ணிக் கொண்டே இருந்தாள். ஒரு நாள், ரெண்டுநாள், மூணு நாள், பத்து நாள் என்று முப்பத்தெட்டு நாள் வந்ததும் எங்களைப் பரபரப்புப் பற்றிக் கொண்டது.

“ சாமி கட்டாயமா நாப்பது நாளேல நடத்திக் குடுப்பாரே, ஏன்னே தெரியலயே, ஆங் இப்பத் தெரிஞ்சுப் போச்சு” என்றாள்.

“என்னாது”

“வேற யாராச்சம் உங்க சித்தப்பா வரக்கூடாதுன்னு ஆயிரத்தோரு தடவ எழுதிப் போட்ருப்பாங்களோ, என்னமோ. அப்ப சாமி யார் பிரார்த்தனையை நிறைவேத்துவாரு? அவர் குழப்பமாயிருப்பாரு. அவரும் பாவந்தானே, என்ன பண்ணுவாரு.”

அதானே? அதனால, “எதுக்கும் இன்னோர் ஆயிரம் தடவை எழுதிப் போடுங்க.”

இன்னோர் ஆயிரம் தடவயா?

“ஆமா ஆயிரத்தொரு தடவ.”

அடுத்த ஆயிரத்தொரு தடவ இன்னும் எழுதாமயேக் கெடக்கு. ஒரு வேள சாமி சாமி நான் ஸ்கூலுக்கு போகணும்னு. ஆயிரத்தொரு தடவ எழுதிக் கேட்டால் அவர் சரி பண்ணுவாரா? நினைத்ததும் துள்ளியெழுந்து பழைய ஒரு குயர் கோடு போட்ட நோட்டு ஒன்றைப் புத்தக அலமாரியில் இருந்து தேடியெடுத்து எழுதத் துவங்குமுன் நிதானமாக யோசித்தாள் பொன்னி. கவனமா எழுதணும் சாமி நான் ஸ்கூலுக்கும் போகணும்னு. வேற ஏதோ ஸ்கூலுக்குப் போயிட்டேன்னா. சாமி நான் அதே ஸ்கூல் போகணும். தெளிவா, விளக்கமா எழுதினத்தேன் சாமியால கொழம்பாம ஒரு முடிவு எடுக்க முடியும். இவள் ஒரேவொரு தடவை எழுதினாள். அதற்குள் கை சோர்ந்து வந்தாற் போலிருந்தது. நோட்டை மூடி வைத்துவிட்டாள்.

83

குடிமகன் மனைவி வெள்ளயம்மா 'என்ன, எதுக்கு?' என்றெல்லாம் தன்னிடம் கேள்வி கேட்கத் தனராணி அனுமதிக்கவில்லை.

'எதுக்கு இந்தம்மா வயசுப் பிள்ளைக்கு இப்படிச் செய்யச் சொல்லுது' என்று மனசுக்குள் மறுகினாள், வெள்ளயம்மா. அவள் மனதைப்படித்ததைப் போல் தனராணி என்ன சொல்லவென்று யோசித்தாள். அவவேற இன்னும் மூணாம் பேருக்குச் சொல்லி இது வேற இன்னும் சந்தி சிரிந்துவிடும், என்று அவள் குழம்பினாள். "தல முழுக்கப் பொடுகு இருக் கேன்னுதான் வெள்ளயம்மா நினைச்சேன். அப்புறம் வேற ஏதாச்சும் மருந்து கிருந்து தடவிப் பார்ப்பபோம்னு இப்ப தோணுது. நீங்க போயிட்டு வாங்க" என்று உள்ளே போய் பதினைந்து ரூபாய் எடுத்து வந்து வெள்ளம்மாவின் கையில் வைத்தாள் தனராணி.

வெள்ளம்மாவுக்கு இப்போதுதான் மன நிம்மதியானது.

"நா வேற என்னென்னமோ நெனைச்சிட்டேன். இம்புட்டுத்தானா?" என்று நினைத்துவிட்டு "கரிசலாம்கண்ணி, மருதாணி, வேப்பிலை, கருவேப்பிலை நாலையும் அம்மில மையா அரைச்சு இம்புட்டுண்டு தயிர் கலந்து, தடவி ஒரு மணிநேம் ஊற வச்சு சீவக்கா தேச்சுக் குளிச்சாப் போதும்மா. பொடுகெல்லாம் போயிடும். இந்த சாம்பு, கீம்பு எதும் வேண்டியதில்ல" என்றாள்.

"சரி. செஞ்சு பாக்குறோம்"

"நீ கிளம்பலாம்" என்பது போல் தலையை ஆட்டி விட்டுப் பின் வாசல் கதவைப் பூட்டப் போனாள் தனராணி. "அப்ப நா வர்ரேங்கம்மா" என்று வெரசாக நடையை எட்டிப் போட்டாள் வெள்ளம்மா. நாலாந் தெருவில் ஒரு வீட்டில் பிரசவமாயிருந்தது. பச்சைப் பிள்ளைக்கு தலைக்கு ஊற்றவென்றால் அவளைத் தான் கூப்பிடுவார்கள். சில பேருக்குப் பிறந்த

பிள்ளைக்கு மேலுக்கு ஊற்றக் கூடத் தெரியாது. இவள்தான் போய்க் குளிக்க வைக்க வேண்டும். உள் நடுங்கி "நல்லவேளை மூட்டப் பூச்சிக்குப் போய் வீட்டயே கொளுத்தின கதயா, என்னமாச்சும் ஒண்ணு கெடக்க ஒண்ணாயிடாம" என நடுநடுங்கியபடியே நாலாந் தெருவை நோக்கி நடந்தாள் வெள்ளயம்மா.

84

"அம்மாவும் அப்பாவும் பொன்னியும் எப்பச் சித்தி வருவாங்க ஊர்லயிருந்து" - பவானி இத்தோடு நூற்றுப் பத்தாவது தடவையாகக் கேட்டு விட்டது. பதில் சொல்லிச் சொல்லி அலுத்த விஜி "வந்துருவாங்க, நான் பவிக்குட்டிக்கு சாப்பிட என்ன தரட்டும்? குழிப் பணியாரம் ஊத்தட்டுமா? உளுந்த வடை சுடட்டுமா? இல்லன்னா தோசை மாவில் கடல மாவு கலந்து வெங்காயம், பச்சை மிளகாய், தேங்காய் எல்லாம் போட்டு குட்டி குட்டியா போண்டா பண்ணித் தரட்டுமா? என்ன வேணும் குட்டிக்கு" என்று தாஜா செய்து பார்த்தாள்.

அது பட்டாசாலை நாற்காலியில் சுருண்டு கொண்டு "எனக் கொண்ணும் வேணாம் போ" என்று வீம்பு செய்தது.

"என்ன விஷயமாக ஊருக்குப் போறாங்களாம்? பொன்னியையும் கூட்டிக்கிட்டு அம்மா அப்பா என்ன பேசிக்கிட்டாங்க?" விஜி வெங்காயம் பச்சை மிளகாய் நறுக்கிக் கொண்டே ஜகியைக் கிண்டிப் பார்த்தாள்.

பெரிய பெரிய காம்போசிசன் நோட்டுகளை விரித்து வைத்து அவற்றிற்குள் குனிந்து ஆளே காணாமல் போயிருந்த ஜகி "தெரியல சித்தி, ஸ்கூல் விட்டு வரும்போது சாவி சித்தி கிட்ட இருக்கும். நாங்க ஊருக்குப் போறம்னு மட்டுந்தேன். சொன்னாங்க சித்தி." என்று விட்டு பென்சிலைக் கூர்மைப்படுத்தினாள்.

"இவ ரொம்ப அழுத்தக்காரிதேன்" என்று எண்ணினாள் விஜிதா.

'இந்தச் சித்தியை விட கேள்வி கேட்பதில் பவானியே தேவலை' என்று நினைத்தாள் ஜகி.

சந்திரவேலும் கடையடைத்து வந்தாயிற்று. அவர்கள் இன்னும் திரும்பவில்லை. லேசாக பயம் பீடித்த குரலில் அவரும் அடுப்படிக்கு வந்து மனைவியிடம், "என்னன்னு தெரியலயே. வேறொண்ணும் அண்ணி

உங்கிட்ட வெவரம் சொல்லலயா?'' என்று கேட்டுவிட்டு, ''உங்க அண்ணி அப்படியெல்லாம் வெலாவாரியாச் சொல்லித் தானே பழக்கம். எனக்கென்ன தெரியும்?'' என்று அவள் நன்றாக வெடித்ததை வாங்கிக் கட்டிக் கொண்டான் சந்திரவேல்.

''உனக்கொரு வாய். பாப்பாவுக்கு ஒரு வாய்''

''எல்லோருக்குமே ஒரே வாய்தான் சித்தி இருக்கு'' சிரித்தாள் பவானி.

''ஐ, நம்ப பவிக்குட்டி சிரிச்சாச்சு, ஜகி'' என்று சேலையை வரிந்து கட்டிக் கொண்டு தன் பெண்ணிற்கும், பவானிக்கும் வடையும், பால் சாதமும் ஊட்டினாள் விஜி. பவானியின் மனமும் பவிக்குட்டி என்ற புதுவிதமான கொஞ்சு மொழியில் கொஞ்சம் மிதக்க ஆரம்பிக்க, சாப்பிட்டு விட்டு குட்டிப் பாப்பாவோடேயே தூங்கி விட்டாள்.

ஜகி திருக்குறள் மனப்பாடப் பகுதி என்று மறுபடி மறுபடி ஒப்பித்துப் பார்த்துக் கொண்டிருந்தாள். ஆனால் உள்ளுக்குள் 'என்ன இவங்களை இன்னும் காணோம்.' என்று அவளுக்குப் பதைபதைப்பாய்த் தானிருந்தது.

''ஜகி, நீ தூங்கு மணி பத்தாச்சு, காலல எந்திரிக்க முடியாது. இங்கயே தூங்கிட்டு காலேல ஸ்கூல் போறப்ப அம்மாப்பா வந்துருப்பாங்க. அப்ப வீட்டுக்குப் போய் ஸ்கூலுக்குக் கிளம்பிவிடலாம் '' என்று விஜிதா சொல்லிப் பார்த்தாள். 'இன்னும் கொஞ்சம் படிக்கிறேன். சித்தி' என்று புத்தகத்துக்குள் மூக்கைச் செருகிக் கொண்டாள். ''அண்ணனும் அண்ணியும் ரொம்ப வருஷம் கழிச்சி ஒண்ணா இப்பத்தேன் வெளியூர் போறாங்கன்னு நெனைக்கிறேன். அது நல்ல விஷயம்தானே?'' என சந்திரவேல் கேட்டான். லிடிவிளக்கின் மங்கிய வெளிச்சத்தில் திடீரென்று - தூக்கத்தில் பேசுபவன் போல் 'ம்ம்' கொட்டினாள் விஜி. கார் சத்தம் தெரு முக்கில் கேட்கும்போதே, நம்ம கார்தேஞ், சித்தி '' என்று உற்சாகத்தோடு துள்ளிக் கொண்டு வாசலுக்கு ஓடினாள் ஜகி. தனராணியிடம் வீட்டின் இன்னொரு சாவி இருந்தது. இவர்கள் கதவைத் திறந்து வெளியே போகுமுன் எதிர்வீடு திறந்திருந்தது. விஜி கேட்டைத் திறந்தாள். ''நான் அங்கய தூங்கறேஞ் சித்தி. பவானி இங்க இருக்கட்டும்''

என்று புத்தகப் பையைத் தூக்கிக் கொண்டு ஓடியபடியே கத்தினாள் ஜகி. காரின் பின் சீட்டிலிருந்து களைத்த முகத்தோடு தனராணி இறங்கினாள். செல்வமணி முன்பே வீட்டுக் கதவைத் திறந்துவிட இறங்கிப் போயிருந்தார்.

ஜகி "பொன்னி எங்கம்மா?" என்று உள்விளக்குப் போடாத காரின் பின்சீட்டில் தேடினாள். தனராணி பதில் சொல்லாமல் வீட்டுப் படியேறவும் அவளுக்குப் படபடவென்று வந்தது. பயமும், அழுகையும் நெஞ்சை அடைத்தன. அதற்குள் நிலைப்படிகளில் இருட்டிலும் ஒளிரும் பொன்னியின் மயில் கழுத்துக் கலர் பட்டுப் பாவாடையின் பொன் மஞ்சள் கரை ஜரிகையின் ஒளிர்வைப் பார்த்ததும்தான் அவளுக்கு மூச்சே வந்தது. ஆனால் இடுப்புக்குக் கீழ் தொங்கும் பொன்னியின் ரெட்டைப் பின்னல் சடைகளில்லை. "இது வேறு யாரோவோ?" என்று குழம்பியபடியே சந்தனம் தடவிய பின் தலையைப் பார்த்தாள். விஜியும் கவனித்து விட்டு செல்வமணியிடம், "என்னங்க மச்சான், இது அக்கிரமம்" என்றாள், அவள் கண்கள் நீரில் பளபளத்தன.

'எனக்குத் தெரியலம்மா' என்று சொல்வது போல் செல்வமணி உதடு சுழித்து மனைவியின் முதுகைக் கண்களால் சுட்டினார்.

விஜி மனம் பொரும "இது சரியில்லை மச்சான்" என்று விட்டு வீட்டு வாசலேறினாள். கதவுகள் தாழிடப்பட்டன. வீட்டுக்குள் சாமியறைச் சிறு விளக்கின் அழுகையொலி தவிர இருள்தான். படிக்கும் அறை எதிர் அறை வெளித் தாழ்ப்பாள் போட்டிருந்தது. ஜகி அதைத் திறந்து, உள்ளே படுக்கப் போகப் போனாள். "ஜகி, அங்க படு நீ" என்று அப்பா அறைக்குப் பக்கத்து நடையில் கிடந்த நார் கட்டிலைக் காட்டினாள் தனராணி. ஜகதீஸ்வரி, மறு பேச்சுப் பேசாமல் பொத்தென்று கட்டிலில் விழுந்தாள். தனராணி மகனைத் தோளில் போட்டுக் கொண்டு உள்ளறைக்குப் போனாள். வெளித் தாழ்ப்பாள் போட்ட அறைக்குள் விளக்கு வெளிச்சம் தெரியவில்லை. கடிகாரம் மட்டும் 'லபோ, திபோ' என்று அடித்துக் கொண்டது. ஜகி தூங்கவில்லை. இரவின் நிசப்தத்தில் தெளித்து விழுந்த ஒரேவொரு சிறிய விசும்பல் அவளைத் தூங்கவும் விடாது.

85

தன் தோளை உலுக்கும் கைகளுக்கு உடல் பழகினாற் போல் பேசாமல் நின்றாள், ரேணுகா. அவர் கத்தினார். “சொல்லு, அவன் எங்க இருக்கான்னு உனக்குத் தெரியும்” உதடுகளைப் பற்கள் அழுத்தக் கடித்தபடி ரத்தம் வரும் போல் சிற்றிதழ்கள் சிவக்க நின்றாள். “அவன் போன் நம்பராச்சும் உன்கிட்ட இருக்கும். சொல்லு, சொல்லு, சொல்லு” அவள் கழுத்தில் கைபதித்துக் குலுக்கிக் கேட்டார். அவள் அசையாமல் நின்றாள். கண்கள் ஈரமே இன்றி வறண்டு இருந்தன.

“இன்னிக்கு உங்கக்கா வீட்டுக்கு போயிட்டு வர்றப்ப வெட்டார வெளியில, கருக்கிருட்டு நேரத்ல, அந்த ஆலமரத்தடியில் ஏன் அவ்வளவு நேரம் ஒதுங்கி நின்ன? அவன் வந்தானா? வேற எவன் வந்தான்? எவன் வந்தான்? சொல்லு, வந்தது யாரு?” அவர் பித்துப் பிடித்தாற்போல் அலறினார். அவள் உதடுகளில் தோன்றிய புன்னகை பெரிய சிரிப்பாகியது. அவருக்கு வெறியே பிடித்தது. “சிரிக்கிறியா, சிரிக்கிற?” என்ன கொழுப்பு?” நெட்டித் தள்ளியதில் அவள் பின்னந்தலை சுவற்றில் மோத ஒரு ரத்தச் சுவடு பால் வெண் சுவரில் தோன்றியது. அந்த ரத்தச் சுவடு குளமாகியது. அசைவற்றுக் கிடந்தாள். அவள் பாதங்களைக் கட்டிக் கொண்டார். “அய்யோ, கண்ணும்மா, ஏம்மா, ஏம்மா, இப்படி? உனக்கு நா என்னம்மா கொறவச்சேன்? இப்படி விட்டுட்டுப் போயிட்டியே” இப்போது அவர் அழுகை இயல்பான ஏற்ற இறக்கங்கள், விம்மல்களோடு இருந்தது, நெஞ்சில் அடித்துக் கொண்டு தரையில் சாய்ந்தார். எதிர்பாராத ஒரே ஒரு கனத்தில் ரேணுகா இறந்துவிட்டாளே தன்னைத் தூக்கிலிட்டுக் கொண்டு.

“அய்யா, அய்யா, இருங்கய்யா, எந்திரிங்கய்யா, அழுவாதீங்கய்யா, தகிரியமா இருங்கய்யா, அய்யா”

"எனக்குக் காணச் சகிக்கலயே என்னால தாங்க முடியலயே" அவர் கதறினார், தேய்ந்த கதியில்.

"அவளக் கீழ இறக்குங்க. மொதல்ல கீழ இறக்குங்க. அவ என் மகராணி. இப்படித் தொங்கக் கூடாது" சன்னதம் வந்தாற் போல் அலறினார். கட்டிலிற்கு மேலே உத்தரத்திலிருந்து பெரிய இரும்புக் கொக்கி. அதில்தான் அவள் கழுத்தைச் சுற்றியிருந்த நைலான் சேலை சுருக்கிட்டிருந்தது. முகம் ஒரு கோணலுமில்லாமல் இருந்தது. அழகாக இருக்கப் பிரயாசைப்பட்டவள் போல் பற்களைக் கடித்து உதடுகளைப் புன்னகைப்பது போல் நெகிழ்த்தி இருந்தாள். கட்டிலின் மேலே ஏறிய மணியும், வாட்ச்மேனும் அவளைத் தொடத் தயங்கி நின்றனர். பிறகு படுக்கையின் கால்மாட்டில் இருந்த கனத்த போர்வையால் அவளைச் சுருட்டிப் போர்த்திப் பிடித்தான் மணி. வாட்ச்மேன் அந்தச் சேலை முடிச்சை நெகிழ்த்திச் சிவந்த கழுத்தை விடுவிப்பதைப் பார்த்து பரமுவின் அழுகை வெடித்தது.

86

ரேணுகாவின் மரணம், அதிர்ச்சி அலைகளை ஏற்படுத்தி விட்டது.

“என்ன செஞ்சதுனு தெரியலயே”,

“இப்படி திடீர்னு”

“காலலே போன் வருது ; கையும் ஓடல, காலும் ஓடல” -விஜி.

“போன வாரம்கூட வந்தாளே வீட்டுக்கு; நல்லாத்தானே இருந்தா, பிள்ளைகளோட பிள்ளையா வெளயாடிக்கிட்டு” - துயரமும், அதிர்ச்சியும் பதற்றமும் கலந்த குரல்கள் காருக்குள் பெருகிப் பரவின.

“அவளுக்கென்ன சாகிற வயசா ? எப்பேர்ப்பட்ட அழகி” -ராஜி

“கெனாக்கூடக் காங்கலயே இப்படியாகும்னு”-விஜி.

பேச்சு விரிய விரிய, எந்த வார்த்தைகளிலும் ஒட்டாமல் ஒற்றை விசும்பல் மட்டும் தெறித்துக் கொண்டிருந்தது. அது ராஜியுடையது.

“போன வாரமா வந்தா ?” - தனம்.

“நானும் பார்த்துட்டு வானு கூடக் கேக்கல” - விஜி.

“இப்படிப் போவானு கண்டமா ?”

“ஒரு வார்த்தயாச்சும் பேசியிருக்கலாம்”

“அய்யோ, அய்யோ, ஒரு உசிரு இப்படிக் கேப்பாரில்லாம போச்சே” -உடனே ரேணுவின் உடலைக் காண ஏற்பாடு நடந்தது. அந்த துர்ப்பயணம் முடிவடைந்ததும் அவர்கள் அவளை நோக்கி ஓடினார்கள். அந்த இளஞ்சிவப்புப் பட்டுப் புடவை. குலையாத அலங்காரங்கள். இளமையின் ஒளி தெறிக்கும் தேகம்.

"யார் இவள்? இந்த அதிகாலையில் இப்படி உயிர் விடுத்து, இங்கிருந்து இவளை துண்டித்து எறிந்தது எது? வாழ்வதற்கானவற்றை விட, சாவதற்கானவையா இவள் கண்ட காரணங்கள்? ஒருவருமறிய முடியாத, தவிர்க்க முடியாத, ஒதுக்கவே ஆகாத, நிரந்தரமும் நிலையானதுமான ஒன்றினுடையவையா?"

ராஜியின் தலைக்குள் எதுவோ தெறித்து நரம்புகள் முறுக்கிக் கொண்டு, வேதனை மிக அவள் தன்னை மீறி அலறுகிறாள். "இவள எழுப்புங்க. சும்மா தூங்குறா, பாருங்க, எவ்வளவு அழகா, கலையாத பட்டுக்கட்டி பொருத்தமா நகைபோட்டு... இவ எப்படிச் சாக முடியும்?"

"நீர் மாலை எடுக்க வேணாமா"

"குளிப்பாட்டல்லாம் வேணாம்"

"ஏன் சங்க கூட ஊதல"

"இது தற்கொலை"

"போலீஸ் கேஸ் ஆகுமுன்ன எடுக்கணும்."

"அதுக்காக அவ பாதத்திலயாவது தண்ணி ஊத்தி, புதுசு உடுத்தி அனுப்ப வேணாமா?"

"புதுசுதான" - ஒரு விரலசைவில் முழுக்க ஜரிகை வேய்ந்த பட்டுப்புடவை வாங்கி வரச் சொன்னார் கிருட்டிணசாமி. அதைப் பெண்களின் துணையோடு உடுத்தி, கூந்தலில் மலர் சூட்டி... வெளியே அவசர அவசரமாக கட்டிய பாடையில் ஏற்றி... மலரலங்காரங்களோடு ரேணுகா வழி அனுப்பப்பட்டாள்.

"பாரு, எப்படி மகாராணி மாதிரி பட்டுடுத்திப் போறா பாரு, மனுஷன் செத்தவளுக்குப் பத்தாயிரத்துக்கா பட்டெடுப்பான்? இப்பேர்ப்பட்ட ஒருத்தர்கூட வாழக் குடுத்து வக்கலயே, யோகங் கெட்டவளுக்கு. ஏன் ரேணுகா, ஏன் ரேணுகா இப்படிச் செஞ்ச?

"பெண் குரல்கள் கதறியபடி திண்ணையில் சரிந்த ராஜியை எழுப்பின.

“ராஜிக்கா, கடேசியா அவளப் பார்த்துக்க; மறுபடி எப்ப முக முழி கெடைக்கும்?” ராஜி திண்ணையில் குப்புறப்படுத்துக் கிடந்தாள். அவள் உடல் தொடர்ந்த விம்மல்களில் குலுங்கிக் கொண்டிருந்தது. ‘அவ போகிறாள், பட்டதெல்லாம் போதுமென்று, வலிகளால் ஆன இந்த வாழ்க்கையில் உழன்று, உழன்று பிறகு விட்டு விலகி, வெறுமையிலும் சூன்யத்திலும் தன்னைக் கரைத்து ஒழிந்து போனால் போதுமென்று...’

அந்தக் குடும்பத்தின் ஆண்கள், பெண்கள் என்று பிரிந்து சிதறியவர்கள் அத்தனைபேரும் தன் இறப்பின் துயரில் கூட இருப்பதைப் பார்க்காமல் நகர்ந்தது ரேணுகாவின் புறப்பாடு.

“இன்னிக்கு இருப்பார் நாளக்கில்ல. இந்த வாழ்க்கையில ஒரு நிமிஷம் போல மறாம் நிமிஷம் இல்ல. இதுக்குப் போயி... இதுக்குத் தானா... இம்புட்டுத் தானா...”

தன்னைப் பின் தொடரும் தத்துவங்களைக் கவனிக்காமல் விரைகிறாள்.

“பட்டுச் சேல அவளோடு எரியணும்; வெட்டியான் உருவிராம”

“மயானக் கரையில் இருந்து எல்லோரும் திரும்புமுன் சோறும் ரெண்டு பொரியலும். சாம்பாரும் ரசமும் ஐம்பது ஆளுக்குத் தயாரா இருக்கணும். திருமங்கலத்துச் சமையலாள் வந்தாச்சு” - என ஏற்பாடு மறுபுறம்.

“கொள்ளி வைக்கப் பிள்ளையில்ல. வீட்டுக்காரரே வைக்கட்டும்” பந்தலிட்டுப் பெரிய கரிய பாத்திரங்களில் உணவு சமைக்கும் நெருப்பு மூண்டெழுந்து. அறிய முடியாத ஆழங்களையும் மேம்போக்கையும் காட்டின, அதன் ஆரஞ்சும் சிவப்பும் மஞ்சளும் பச்சையும் ஆழ்ந்த நீலமுமான நிறங்கள். அவை அத்தனையையும் துச்சமாக்கியும் முக்கியமென்று சொல்லியும் அடங்காமல், அணையாமல் கொழுந்துகள் பரப்பி எரிந்து கொண்டிருந்தன; யாருக்கும் புரியாத மர்மங்களோடு, வேகமாயும் நிதானமாகவும் யாரும் கண்டறிய முடியாத அழகுகளோடும், நிறக் கலவைகளோடும் தொடத் தூண்டும் குளுமை காட்டும் தகிப்போடும்.

குழந்தைகள் வெளியே எட்டிப்பார்த்தன. மலைகள் நீலமாய் மௌனமாய் அவர்களை அழைத்தன. சேர்ந்து ஆல மரத்தடியில்

விளையாடுவது என்றால் கூட அம்மாக்களுக்குத் தெரியாமல் திட்டமிட வேண்டிய குழந்தைகள். இப்போது சித்தியின் மரணம் அவர்களை ஒரே வீட்டில் சேர்த்துப் பூட்டியிருக்கிறது. டி.வி.யில் கொஞ்சம் கார்ட்டூன் பார்த்தார்கள். மரச்செப்புகளை வைத்து விளையாடினார்கள். "அந்த மலை மேல ஒரு நாள் ஏறணும்" - என்று முணுமுணுத்தாள் சுதா.

வெளிவாசல் ஸ்பிரிங் கேட்டை ஒட்டிய நடுக்கதவை, அம்மாவின் எச்சரிக்கை மீறித் திறந்ததுமே கொஞ்சம் வெளிச்சமும் காற்று உள்ளே வந்தன. வெளியில் இருந்து இறுகப் பூட்டிய பூட்டை கைவிட்டு ஆட்டிப் பார்த்ததும் அது அசையாமலிருந்தது, எரிச்சல் மூட்டியது. "இரு. சாவியைத் தேடுறேன்" - லதா உள்ளே ஓடி. டி.வி. ஸ்டாண்ட், அலங்கார மேஜை, சாப்பாட்டு டேபிள் என்று துழாவி "சாவியைக் காணோம்" என்று கையை விரித்தாள். "ஏன் நம்மள பூட்டி வச்சிருக்காங்க? எல்லோரும் எங்க போயிருக்காங்க?" - பவானி கேள்விகளை அடுக்கினாள்.

"அது வந்து..."

"சொல்லு லதா..."

"நம்ப ரேணுச் சித்தி செத்துட்டாங்களாம்."

"செத்துப் போறதுன்னா என்ன?"

"செத்துப் போறதுன்னா செத்தே போறது"

"நாலு குழி விட்டுப் பிடிச்சுப் போட்டா, பழம் அள்ளிக்கலாம்னு சித்தி போன வாரம் தானே சொன்னாங்க"

"ம்ம்"

"சித்தியால எப்படி அதுக்குள்ள இந்த வாரம் செத்துப் போக முடியும்?"

கேள்விக் குறிகள் எல்லார் முகங்களிலும் மோதின.

அங்கே பதில்களோ, சிரிப்பொலிகளோ இல்லை. பெருகிக் கொண்டே இருந்தன பவானியின் கேள்விகள்.

கொடி முல்லை தன் பாட்டிற்கு அந்தக் காற்றில் அசைந்து கொண்டு, மொட்டவிழ்த்து கொண்டிருந்தது.

உமா மகேஸ்வரி

87

ரேணுகாவின் மரணச் செய்தி மகாவையும் எட்டியது. அதிர்ந்தான். திகைத்தான். புலம்பினான்.பயங்களும், பற்றுதல்களும் அற்றுப் போனபின் மரணம்தான் என்ன செய்துவிடப்போகிறதென் மனதை ? மரணம். அதன் பாரபட்சமின்மை. குழந்தை, சிறுவர், இளைஞர், நடுத்தர வயதினர், வயோதிகர் எவரையும் எப்போதும் தழுவக்கூடிய அதன் எதிர்பாராத்தன்மை அதனாலேயே அதன் மீது கூடிய வசீகரம். இந்த மரணம் அவளுக்கு உண்மையில் விடுதலைதான். நீரோடு போகும் பூப்போல் நகர்ந்து மறைந்திருப்பாள். இது என்னை அழவைக்கவில்லை. இன்று புதன்கிழமை என்பது போன்ற ஒரு தகவலாகத்தான் வந்து சேர்ந்திருக்கிறது. பிரகாஷ்தான் பதறி தொலைபேசியில் இதைச் சொன்னபோது, 'உன் காதில் போட வேணாம்னு நெனைச்சேன் ஆனாலும் மனசு கேக்கல' என்றான்.

மகா, ''நான் கெளம்பி வரேன்'' என்றான்.

''வந்து என்ன செய்யப் போற? ஒரு மணிநேரம்கூட பாடிய வச்சிருக்கல. எப்படிச் செத்தா, என்னாச்சுன்னும் புரிபடல. நாண்டுக்கிட்டாங்கிறாங்க. ஒண்ணும் தெரியல. அவ்வளவு நகையும், முகூர்த்தச் சேலை செயினும் பட்டுமாக வழியனுப்பி வச்சாராம் கிருட்ணசாமி''

''ம்ம்''

''என்னடா ம்ம். நீ வந்தின்னா வீட்ல எல்லாத்தயும் பார்க்கலாம். புள்ளங்களப் பார்த்தின்னா அசந்திடுவ. ஒண்ணொண்ணும் அன்னம் மாதிரி வளர்ந்து நிக்குது. பொட்டுப் போல வீட்டுச் சத்தம் வெளிய கேக்கறதில்ல.''

"ம்ம் என்ன வர்றியா? இல்ல, நானாவது அங்க வரேனே. உன் முகம் கண்ணுக்குள்ளயே நிக்குது."

"இல்ல. நானே வாரேன்"

பூரணமான வெறுமை அவனுக்குள் நிறைந்தது. அந்தத் தனித்த கட்டிலில் படுத்திருப்பது, அகண்ட வெளியில் ஒற்றையாய்ப் பறப்பதுபோல் தோன்றியது. அவன் நினைப்புகள் பக்கம் பக்கமாகப் புரண்டு விரிந்தன. சிக்கல் விழுந்த நூல் கண்டாகச் சிடுக்குற்றன. அவை சுழலும் துரித கதியில் உடல் நடுங்கியது. அவற்றை நிறுத்தி அமைதி கொள்ள முனைவது எதற்கு என்று மனம் அலுத்தது. வெகு விரைவில் ஆயாசமும் களைப்பும் அவனைச் சூழ்ந்தன. உளைச்சலும் துயரமும் தன்னை அடியோடு நொறுக்கி விடுவதை உணர்ந்து தலையணையோடு அழுத்திக் கொண்டான். வெகு தொலைவில் இருந்து போடி நாயக்கம்பட்டியின் மலைத்தொடர்கள், நிலப் பரப்புகள், அவன் மீது விரிந்தன. பசுமை ததும்பும் வயல்கள். நீர்த் தேக்கங்கள். முல்லையாற்றின் வெள்ளி அலைகள், தென்னந் தோப்பின் அசைவுகள். அவளுடைய கொலுசொலி, அந்தப் பூக்கட்டம் போட்ட வீட்டில் அங்குமிங்கும் நடக்கும் போதும், படுக்கையில் அவனோடு புரளும் போதும், குளியலறைக்குள்ளிருந்து உடை மாற்ற வெளி வரும்போதும், குழந்தைகளோடு விளையாடும்போதும், காமத்தையும் ஆனந்த சுதந்திரத்தின் அழகையும் அர்த்தப்படுத்திய கொலுசுகள் இல்லை. அவையும் எரிந்து சாம்பலாகியிருக்கும். இருண்ட சுவர்களிலிருந்து பொங்கிப் பரவி அவனை முற்றிலுமாக மூடி விடும் சாம்பல். அவன் தலையை, கழுத்தை, மார்பை, தோள்களை, கால்களை, கைகளை, பாத நுனி வரையும் அமிழ்த்தி மூச்சுத் திணற வைக்கும் சாம்பல். அவன் மனம் ஓர் அறுதியான உருவம் கொண்ட பொருள் போல் உறைந்து மிதப்பதாக எண்ணினான். தசைகள் பலமற்று உறைந்தன. கட்டிலில் சரிந்து உட்கார்ந்திருந்தான். நிதானமாக மூடிய விழிகளுக்குள் அவள் முகச் சாயல்களை, குரலின் கிளுகிளுப்பை, புன்னகையின் தன்மையை, விரல் நுனிகளின் நளினத்தை மனதிற்குள் ஒவ்வொன்றாய்க் கோத்து அடுக்கி

நெருடிப் பார்த்தான். அவளுக்கு இறப்பென்று ஒன்று உண்டா என்ன என்று உறைந்த புன்னகையோடு நினைத்துக் கொண்டான்.

நகரம் பரபரப்பாக இயங்கிக் கொண்டிருந்தது. பனி பரவிய காலை, சோம்பலும் மெல்லிய அழகும் கூடியதாக இருந்தது. வானம் மங்கலான, கண்ணை உறுத்தாத ஒளியோடு விரிந்தது.

இப்போதும் தன்னால் அலமாரியைத் திறந்து உடைகளின் அடுக்கைப் பார்வையிட முடிகிறது. நீலம், கருநீலம் அவளுக்குப் பிடித்த நிறமென்று நினைக்க வருகிறது. அனிச்சையாக கை நீலத்தில் கோடுகளிட்ட சட்டையை எடுத்து அணிந்து கொள்ள இயலுகிறது. அதனால் ஏற்படுகிற குற்ற உணர்வு அபத்தமாகவும் உண்மையாகவும் இருக்கிறது. வீட்டில் தெரிந்து பிடிபட்டபோது தன்னைச் சொல்லி விட்டாள்.

“வேறென்ன?”

“செத்துப் போய்டவா?”

‘எனக்கு அந்நேரம் என்ன சொல்லவெனத் தெரியல. மொட்டை மாடி வெயிலில் கண்ணீர் பளபளத்த விழிகள். பாவம், ஒருவிதத்தில் நான் கோழை. சுயநலவாதி. எல்லாவற்றிலிருந்தும் விடுதலையை விரும்பினேன். இல்லை, தப்பித்தலை. அவளை மட்டும் உழலவிட்டு விட்டு விலகி வந்தேன்’ படுக்கையில் சாய்ந்தான். தொலைபேசியின் மணியொலி. இப்போது அது சம்பங்கியாக இருக்க வேண்டும் என்று தோன்றும் விருப்பம், எத்தனை வினோதமானது.

எழுந்து ரிசீவரை எடுத்தான். வழக்கமான, “ஹரே, ராம்லால் சேட்ஜி.”

“பிரகாஷ் சொல்லிச்சு. ஊருக்குப் போயிட்டு வர்றியா?”

“தெரியல, சேட்”

“போயேன். பேசிகிட்டு மறுபடி வந்துக்கிறது. சேட் டிக்கெட் அனுப்புறான். இன்னிக்கு டி.என்.எக்ஸ்பிரசுக்கு”

“ப்ரேவா இரு மை பாய், சேட் இருக்கான் இல்ல. முருகன் வரும் கவலப்படாதே”

மறுமுனை அறுந்தது.

'சேட், நீங்கள் யார்? நானும் தான் யார் உங்களுக்கு?' சுதவின் தட்டல் எரிச்சலூட்டியது. 'அண்ணே' முருகனின் கூப்பிடுதல். ஒப்பவேயில்லை. கதவைத் திறந்தான். முருகனும் உள்ளே வந்தான். ஒன்றும் பேசவில்லை. மௌனமாகத் தரையில் உட்கார்ந்துகொண்டான். அவனுடைய இங்கிதமும், வயதுக்கு மீறிய பக்குவமும் வியப்பிற்குப் பதில் எரிச்சலையே தந்தன. ஆனால் நெடுநேரம் அவன் அப்படியே உட்கார்ந்திருந்த போது மனம் நெக்கு விட்டது.

"அண்ணே, நானும் கூட வரட்டுமாண்ணே?" அவன் முதன் முதலாகத் துளிர்த்த ஒரு சொட்டுக் கண்ணீரோடு மறுத்துத் தலையசைத்தான். ஆட்டோ தெரு திரும்பிய உடனேயே கலகலப்பாக, பளபளப்பாக ஜொலி ஜொலிக்கும் வீதிகள் கடந்து போயின. காற்று ஈரமும் குளிர்ச்சியும் நிரம்பியதாக இருந்தது. அவன் நிரந்தரமாய் தன் மனதைத் துயரங்களிடம் ஒப்படைத்து விட்டவன் போல் உட்கார்ந்திருந்தான். கூட்டத்திலிருந்து விலகி ரயில்வே ஸ்டேஷனை நோக்கி ஆட்டோ விரைந்து கொண்டிருந்தது. வெளிறித் தெரிந்த வானமும், மௌனம் கொண்ட முருகனின் அருகாமையும் அவனைக் கொஞ்சம் இலகுவாக்கின.

"சொல்டா"

"சொல்றேன்னு தப்பா நெனைக்காதண்ணே"

"அழுதுடு"

"அழுகையொண்ணும் வரலடா முருகா" என்ன சொல்வதென்று தெரியாதவன் போல் அசையாமல் உட்கார்ந்திருந்தான்.

"சரிண்ணே, ஊர் போய்ச் சேரு. நீயுமில்லாத வருத்தம் எல்லாருக்கும் இருக்கும்னே நிச்சயமா பிள்ளைகளுக்கு பாரு. அங்கியே இருந்துடு வியாண்ணே?"

முருகனின் தோளை இழுத்து அணைத்துக் கொள்ளத் தோன்றியது. ஆனால் வெறுமனே அவன் உள்ளங்கையை இறுக்கத்தான் முடிந்தது.

ஸ்டேஷன் வந்து விட்டது. ஆட்டோக்களும் கார்களும் நெரித்து கிடக்க பெரிய பைகளையும் பயணப் பெட்டிகளையும் இழுத்தபடி ஆண்கள், குழந்தைகள், பெண்களின் சிரிப்பொலிகள் பேச்சுகள். மகளின் தலை தடவும் அம்மாக்கள். மனைவியின் தோள் தொட்டு இதம் சொல்லும் கணவர்கள். காதலனைப் பிரியும் கணத்தில் முகச் சிவப்பும், தவிப்புமான காதலிகள், மாணவர் கும்பலை வழியனுப்பும் பெற்றோர்கள். வரிசை, ஒழுங்கு என்று கட்டளைகள் இட்டபடி ஆசிரியர்கள். ரயில் பெருமூச்சோடு வந்து நின்றது. அது உடனேயே அடுத்த பயணத்திற்கான குதூகலத்தைக் காட்டிக் கொண்டது. இன்னும் சிறிது நேரத்தில் விசிலடித்துப் பாடியபடி பிள்ளைக் குலுங்கல்களோடு அது புறப்பட்டு விடும். கூட்டம் நிறைய நிறைய ஸ்டேஷன் கடல்போல் விரிந்தது. தண்ணீர் பாக்கெட்டுகள், பத்திரிகைகள், பொட்டலத் தின்பண்டங்கள், பழங்கள் விற்கும் வண்டிகள் அங்குமிங்கும் நகர்ந்துகொண்டிருந்தன. மின் விளக்கொளியின் பகல் போன்ற ஒளி, கல் பெஞ்சுகளில் கடைசி நிமிடப் பேச்சுகள், முறுவல்கள், கைகுலுக்கல்கள். ''வாண்ணே உன்னோடது - ஏபி கோச்சு. இன்னும் தள்ளி நிக்கும் வாண்ணே'' குளிர்ந்த காரிய பளபளப்பான கல் பெஞ்சில் சரிந்து உட்கார்ந்திருந்த மகா எழுந்திருக்க மனமற்று உட்கார்ந்திருந்தான். முருகன் அவனைத் தோளில் தொட்டு, ''அண்ணே வா'' என்றான். அவன் சிவந்து குழம்பும் கண்களோடு வெறித்தான்.

''ஏறிக்கோண்ணே, டயமாச்சே.''

''என்னால் முடியலடா முருகா.''

''அண்ணே'' என்று தயங்கி இழுத்தான் முருகன்.

அந்த வார்த்தைகள் அரூப வெளியிலிருந்தோ அவனறியா ஆழ் மனதில் அடுக்கிலிருந்தோ உதிர்ந்திருக்க வேண்டும். ''இல்ல முருகா, நான் எங்கயும் போகல.''

''அண்ணே, நல்லா யோசிச்சுத்தேன் சொல்றியா''

''ஆமாடா நான் போகல''

“சரி, வுடு வா, ரூமுக்குப் போலாம்.”

“நீ போ முருகா. நானே போய்க்கிறேன்”

“உன்னய இப்புடி விட்டுட்டு நான் போமாட்டேண்ணேன். சோன்னக் கேளுண்ணேன். வாண்ணே, எந்திரிண்ணே.”

“செத்தநேரம் இங்கியே உக்காந்திருந்துட்டுப் போலாமா?”

“ம்ம்” என முனகினான் மகா.

“டிக்கெட் வேஸ்ட்டா போய்டுமா முருகா.”

“என்னண்ணே பேசற, அது கிடக்குது மயிரு. ஆனை எல்லாம் அடியோடு சாயுறப்ப, சுண்டலிக்கென்ன! சும்மாயிருண்ணே, இரு நீ சாப்புட ஏதாச்சும் வாங்கியாறன்” முருகன் ஓடினான்.

மகா அசையாது உட்கார்ந்திருந்தான். ரயில் ‘என்ன’ என்று ஒரு தரம் ஊதி அவனை விசாரித்தது. பிறகு ‘நான் ஓட வேண்டியிருக்குப்பா ஓடணும்’ என்று எதையும் திரும்பிப் பார்க்காமல் அதீதமும், அசாத்தியமுமான உற்சாகத்தோடு தன் பெட்டிகளைக் குலுக்கிக் கொண்டு கையசைப்புகளையும், கண்ணீர் துளிகளையும், ஜன்னலையும், துரத்தும் முகங்களையும் கடந்து போயிற்று.

“முந்தி முந்தி விநாயகனே, முருகா, சரஸ்வதியே, அத்தி முகத்தானே, அருணைத் திருமகனே, சக்தி கணபதியே, சங்கரியே முன் வருவாய்.” “பாலும் தெளிதேனும் பாகும் பருப்பும் இவை நாலும் கலந்துனக்கு நான் தருவேன் கோலம் செய் துங்கக் கரிமுகத்துத் தூமணியே நீ எனக்கு சங்கத் தமிழ் மூன்றும் தா.” என்று மடமடவென்று ஒப்பித்துவிட்டு அந்தக் குட்டிப் பிள்ளையார் கழுத்தில் ஒரு மாலையை அணிவித்தாள் ஜகி. குட்டிக் குட்டி காகிதப் பூக்களால் செய்த மாலை. நடுவில் திருகி இரு புறமும் மலர்த்திக் கவனமாகத் தொடுக்கப்பட்டது. அதன் சிறிய இதழ்களில் “சித்தப்பா வரணும் சாமி” என்று எழுதப்பட்டிருந்தது, எண்ணற்ற முறைகள்.

88

ரயில் கிளம்பிப் போனபிறகு வெற்றுத் தண்டவாளங்களுக்கிடையில் இறங்கினான் மகா.

முருகன், "அண்ணே, அண்ணே" என்று பதறப் பதற, இரும்புச் சட்டங்களுக்கு இடையில் கிடந்த சரளைக் கற்களை கைநிறைய அள்ளிக் கொண்டான்.

ஒன்றை ஸ்டேஷனுக்குள் எறிந்தான். அடுத்ததை வாசலில் போட்டான். நடக்கும் வழியில் நெடுகக் கற்களைப் போட்டபடி போனான்.

மகாவின் மார்புக் கூடு தடதடவென்று நடுங்கி, வியர்த்து ஊற்றியது. நிம்மதியின்மை பெருகியது. கைத்தாங்கலாகப் பிடித்து ஏற்றியதும் அவனுக்குத் தெரியவில்லை..

விரையும் ஆட்டோ, உடலை குறுக்கிப் படுத்துக் கொள்ள வேண்டும் போலிருந்தது-

ஆட்டோவின் சக்கரங்களுக்கு அடியில் தரை உருவப்பட்டு நழுவக் கால் நடுங்கியது

"வந்தட்டோம்ணே, நம்ப ரூமுக்கு"

முருகனின் குரலும் இறுக்கமான அணைப்பும் அவனைப் படிகளில் செலுத்தின. நீரில் மிதக்கும் தக்கைகளில் பாதம் பதிப்பது போல் படிகள் ஊன்றுவதற்கான உத்திரவாதத்தைத் தரமறுத்தன.

அறையை அடைந்து, கதவைத் திறந்தபோது, அங்கிருந்து ஓர் இனிய நறுமணம் கமழ்ந்தது. மென் நீல நிறம் பூசிய சுவர்கள். அவை உவர்க்காத கடல் போல அலை வீசிக் கொண்டிருந்தன.

கண்களை விரியத் திறந்தபோது புருவமத்தியில் செஞ்சுடர் ஒன்று தோன்றி, நரம்புகளில் நழுவி, உடலில் நெருப்பை நிரப்பியது. அசையும் அறை 'விழுந்து விடுவேனோ' என்று அச்சமேற்படுத்தியது.

அவள் - ரேணுகா அவளுடைய புகைப்படம். சூட்கேஸைத் திறந்து, துணிகளைக் கலைத்துத் தேடினான். அது கைக்குச் சிக்கவில்லை. பெட்டியையே கொட்டிக் கவிழ்த்தித் தேடித் துழாவியபோதும் அதைக் கண்டுபிடிக்க முடியவில்லை.

"போட்டோ எதுக்கு இப்ப? அதான் நான் இங்கயே வந்துட்டேனே!"

அவள் குரல். அந்தக் குரல். அதே குரல்தான். உதடுகள் உலர, கண் சிவந்து நிரம்ப அவன் ஆச்சரியத்தில் உறைந்தான். அறை மிகவும் சுத்தமாகத் தூசி தட்டிப் பளபளக்கும் தரையோடிருந்தது.

பால்கனியில் அவனுடைய அழுக்குச் சட்டைகள் பளீரென்று துவைத்துக் காயப் போடப்பட்டிருந்தன.

அவன் அசையாமல் நின்றான். உலுக்கிய முருகனிடம் பேசவில்லை. மூலையிலிருந்த பாட்டிலைத் திறந்து, டம்ளரில் ஊற்றி, "குடிண்ணே, இதக் குடிச்சிட்டு பேசாம தூங்கு" - மகாவிற்கு அதைப் புகட்டினான் முருகன். சூடாக இறங்கியது திரவம்.

"தூங்குண்ணே" என்று கதவை ஒருக்களித்துச் சாத்திவிட்டுப் போனான்.

"நீங்களுமா குடிக்கிறீங்க? வேணாம், வேணாம், வேணாம்" வளையல்கள் அவன் நெஞ்சில் மோதிக் குலுங்க, அவனை அடித்தாள் வலிக்கவே வலிக்காமல்.

நீவி விரிக்கப்பட்ட சாம்பல் நிறப் படுக்கை விரிப்பில் விழுந்து புரண்ட போது, 'மெத்' தென்று எதுவோ அவன் மீது பட்டது. அவன் முதல்முதலாக அறிந்த அந்தப் பெண்ணுடல். சரேலென்று புரண்டு, அவனது விரிந்த கைகளுக்குள் தன்னைப் பொதிந்து கொண்டாள்.

“நான் வந்துட்டேன் மகா! உன்னைவிட்டு இனிமே எங்கயும் போக மாட்டேன்” கண்ணீரின் ஈரத்தோடு கன்னங்கள் அவன் நெஞ்சில் பதிய, அவளை இறுக அணைத்தான், ஆவேசத்தோடு தழுவினான்.

அவள் பொறுக்கியெடுத்த ஆறு கற்களை ‘இதோ’ என்று கை விரித்துக் காட்டினாள். மீதமிருந்த ஏழாம் கல் விடிவிளக்காகக் கட்டிலுக்கு மேல் ஒளிர்ந்தது.

தன் ஆழ் மனச் செய்தி அவனுக்குப் புரியாமல் குழம்பியபோது அவள் குளிர்ந்த உதடுகள் அவரின் நெற்றியை ஒற்றின. அவள் எங்கெங்கும் நிரம்பினாள்.

தொட முடிந்த ஒளி ரேகையாக அவன் மேல் படர்ந்தாள். அறையிருளில் வாடவே வாடாத முல்லைகள் மணந்தன. அவனுக்கு மிக மிகப் பரிச்சயமான அவளுடலின் நளின வளைவுகளில் அவன் விரல்கள் நகர்ந்தன. நீல ஒளியில் நிமிர்ந்த அவள் முகம் பாதாளத்தில் இருந்து, பூமி பிளந்து, மேலெழுந்து துளிர்த்துப் பிரகாசிக்கும் தளிர் போல் விழி மின்ன அவனோடு கலந்தது.